भारतीय संस्कृति

साने गुरुजी

सकाळ प्रकाशन

सकाळ प्रकाशन

Bhartiya Sanskruti

भारतीय संस्कृति

लेखक	:	साने गुरुजी
प्रथम आवृत्ती	:	फेब्रुवारी २०१८
मुखपृष्ठ व मांडणी	:	आर्ट ॲडव्हर्टायझिंग
प्रकाशक	:	सकाळ मीडिया प्रा. लि. ५९५, बुधवार पेठ, पुणे ४११ ००२
मुद्रणस्थळ	:	
ISBN	:	978-93-86204-94-3
संपर्क	:	०२०-२४४० ५६७८ / ८८८८८ ४९०५० sakalprakashan@esakal.com

प्रस्तावना

एका सामान्य माणसानें सामान्य जनाकरितां लिहिलेलें हे पुस्तक आहे. या पुस्तकांत पांडित्य नाहीं, विद्वत्ता नाहीं, शेंकडों ग्रंथांतील आधार व संदर्भवचनें वगैरे येथें कांहीं एक नाहीं. येथें प्राच्यविद्याविशारदत्व नाहीं, गहनगंभीरगूढ असें कांहींएक नाहीं. या पुस्तकांत एक विशिष्ट दृष्टि मात्र आहे. यांत भारतीय संस्कृतीचा इतिहास नाहीं. कलाक्षेत्रांत वा ज्ञानविज्ञानाच्या प्रांतांत, व्यापारांत वा राजकारणांत आम्ही कसे पुढारलेले होतों, त्याची माहिती येथें नाहीं. चंद्रगुप्त व अशोक, कालिदास व तानसेन, आर्यभट्ट व भास्कराचार्य यांचे अभिनव इतिहास येथें नाहींत. भारतीय संस्कृतीच्या आत्म्याशीं येथें भेट आहे. तिच्या अंतरंगाचें येथे दर्शन आहे. भारतीय संस्कृतीच्या गाभाऱ्यांत प्रवेश आहे.

भारतीय संस्कृति हा शब्दसमुच्चय आपण अनेकदां ऐकतों. 'हें भारतीय संस्कृतीस शोभत नाहीं,' 'हें भारतीय संस्कृतीस हानिकारक आहे,' वगैरे वाक्यें लेखांत वा भाषणांत आपणांस वाचावयास व ऐकावयास मिळतात. अशा वेळेस "भारतीय संस्कृति" या शब्दांचा अर्थ काय असतो? तेथें भारतीय संस्कृतीचा इतिहास अभिप्रेत नसतो. भारतीय संस्कृतीची जी एक विशेष दृष्टि ती तेथें अभिप्रेत असते. ही दृष्टि कोणती? भारतीय संस्कृतीची ही दृष्टि दाखविण्याचा येथे मी प्रयत्न केला आहे.

मीं अनेक ठिकाणीं व्याख्यांनातून वा प्रवचनांतून या पुस्तकांतील विचार

मांडले होते. पुष्कळ श्रोते मला म्हणत, "हे विचार तुम्ही लिहून कां काढीत नाहीं?" त्यांच्या समाधानासाठी हे लहान मोठे निबंध लिहून काढले आहेत. भारतीय संस्कृतीच्या अनंत छटा येथे दाखवतां येणे शक्य नव्हतें. हें अर्धस्फुट दर्शन आहे.

या पुस्तकांतील अनेक विचार मीं दुसऱ्या थोरांपासून ऐकिले आहेत. माझ्या हृदयांतील जन्मजात भावना त्यामुळें विकसित झाल्या आहेत. वर्ध्याच्या सत्याग्रहाश्रमांतील आचार्य पूज्य विनोबाजी यांचे अनेक मोलवान विचार या पुस्तकांत आले आहेत. कर्म, ज्ञान, भक्ति, कर्मफलत्याग, अहिंसा, वगैरे प्रकरणांत त्यांच्यापासून जें भक्तिप्रेमानें ऐकलें तें सारांशानें मीं लिहिलें आहे. अर्थात् जें जें मीं लिहिले आहे त्याबद्दल ते जबाबदार नाहींत. त्यांनीं पेरलेलीं परंतु माझ्या बुद्धींत व हृदयांत वाढलेली हीं बीजें आहेत. त्यांतील वेडावांकडेपणा हा माझा आहे. त्यांतील सत्यता त्या थोरांची आहे.

भारतीय संस्कृति हृदय व बुद्धि यांची पूजा करणारी आहे. उदार भावना व निर्मळ ज्ञान यांच्या योगानें जीवनास सुंदरता आणणारी ही संस्कृति आहे. ज्ञानविज्ञानास हृदयाची जोड देऊन संसारांत मधुरता पसरूं पाहणारी ही संस्कृति आहे. भारतीय संस्कृति म्हणजे कर्म-ज्ञान-भक्तीचा जिवंत महिमा. शरीर, बुद्धि व हृदय यांना सतत सेवेंत झिजविण्याचा महिमा.

भारतीय संस्कृति म्हणजे सहानुभूति. भारतीय संस्कृति म्हणजे विशालता. भारतीय संस्कृति म्हणजे सत्याचे प्रयोग. भारतीय संस्कृति म्हणजे स्थाणु न राहतां सारखें ज्ञानाचा मागोसा घेत पुढें जाणें. जगांत जें जें कांहीं सुंदर शिव व सत्य दिसेल तें तें घेऊन वाढणारी ही संस्कृति आहे. जगांतील सारे ऋषि महर्षि ती पूजील. जगांतील सर्व संतांना ती वंदील. जगांतील सर्व धर्म स्थापकांना ती आदरील. मोठेपणा कोठेंहि दिसो. भारतीय संस्कृति त्याची पूजा करील. आदरानें व आनंदानें त्याचा संग्रह करील.

भारतीय संस्कृति संग्राहक आहे. ती सर्वांना जवळ घेणारी आहे. "सर्वेषामविरोधेन ब्रह्मकर्म समारंभे" असें म्हणणारी ती आहे. संकुचितपणाचें वावडें असणारी ही संस्कृति आहे. आणि म्हणूनच भारतीय संस्कृति म्हणतांच माझे हात जोडले जातात. भारतीय संस्कृति म्हणतांच सागर व अंबर या दोन महान् वस्तू माझ्या डोळ्यांसमोर उभ्या राहतात. प्रकाश व कमळ या दोन दिव्य

वस्तू डोळ्यांसमोर उभ्या राहतात. त्याग, संयम, वैराग्य, सेवा, प्रेम, ज्ञान, विवेक या गोष्टी आठवतात. भारतीय संस्कृति म्हणजे सान्तांतून अनन्ताकडे जाणें, अंधारांतून प्रकाशाकडे जाणें, भेदांतून अभेदाकडे जाणें, चिखलांतून कमळाकडे जाणें, विरोधांतून विवेकाकडे जाणें, विकारांतून विवेकाकडे जाणें, गोंधळांतून व्यवस्थेकडे जाणें, आरडाओरडींतून संगतींकडे जाणें. भारतीय संस्कृति म्हणजे मेळ. सर्व धर्मांचा मेळ, सर्व जातींचा मेळ, सर्व ज्ञानविज्ञानांचा मेळ, सर्व काळांचा मेळ. अशा प्रकारचा महान् मेळ निर्माण करूं पाहणारा, सर्व मानवजातीचा मेळा मांगल्याकडे घेऊन जाऊं पाहणारी, अशी जी ही थोर संस्कृति तिचाच लहानसा-निदान मानसिक तरी-उपासक मला जन्मोजन्मीं होऊं दे. दुसरी कोणतीहि इच्छा मला नाहीं.

कृष्णाष्टमी
शके १८५९
२९ ऑगस्ट १९३७

पां. स. साने

विषय प्रवेश

१.

'भारतीय संस्कृति' हा साने गुरुजी यांचा ग्रंथ १९३७ साली प्रथम प्रकाशित झाला. तेव्हापासून आजतागायत हा ग्रंथ कालोचित, कालसंगत वाटत आलेला आहे. काळ बदललेला असला, राजकीय-सामाजिक परिस्थिती बदललेली असली तरी या ग्रंथातील विचारांचे मोल जराही उणावलेले नाही. गुरुजींचे तोपर्यन्तचे श्रवण, वाचन, कार्य आणि चिंतन यांचा अर्कच या ग्रंथात उतरलेला आहे. १९३७ पर्यंत गुरुजींनी चरित्रे, गोष्टी, निबंध, कविता, कादंबऱ्या, भाषांतरे असे विविध लेखन केलेले होते. त्यांचे बहुतांश लेखन वेळोवेळी कराव्या लागलेल्या तुरुंगवासात झालेले होते. १९३५ मध्ये ते पुण्याला आले. त्यावेळी तेथे अमळनेरचे काही विद्यार्थी महाविद्यालयीन शिक्षण घ्यायला आले होते आणि खोल्या घेऊन राहत होते. गुरुजींनी त्यांच्या सकाळ-संध्याकाळच्या जेवणाची व्यवस्था केली. ते स्वत: स्वयंपाक करीत. मुले महाविद्यालयात गेली की लेखन करीत. रात्रीही सगळे आटोपल्यावर बराच वेळ ते लिहीत बसत. या काळात गुरुजींनी भारतीय संस्कृती या महत्त्वाच्या पुस्तकाचे लेखन केले होते !

गुरुजींचे या ग्रंथाचे लेखन चाललेले असताना भारतीयांचा ब्रिटिश साम्राज्यशाहीविरोधात, महात्मा गांधींच्या नेतृत्वात १९२० पासून चाललेला, स्वातंत्र्याचा लढा सुरू होता. जवळजवळ सबंध भारत स्वातंत्र्याच्या आकांक्षेने

प्रेरित झालेला होता आणि विराट जनआंदोलनांच्या रूपाने आपली आकांक्षा व्यक्त करीत होता. साने गुरुजी यांचे व्यक्तिमत्त्व घडत असताना या आंदोलनाचे संस्कार त्यांच्यावर होत होते. या जनआंदोलनात आपणही सहभागी व्हावे हा विचार त्यांच्या मनात अंकुरित होऊ लागला होता. खानदेश एज्युकेशन सोसायटीच्या अमळनेर येथील हायस्कूलमध्ये गुरुजी १९२४ पासून शिक्षक म्हणून काम करीत होते. शाळेतील शिकवण्यात, छात्रालयाच्या कामात, छात्रालयाच्या दैनिकात ते मनापासून समरस झालेले असले तरी बाहेरच्या जगाची साद त्यांना आतल्या आत ऐकू येत असे आणि ते अस्वस्थ होत असत. १९२८ सालच्या छात्रालय दैनिकाच्या एका अंकात त्यांनी एक लेख लिहून आपले ध्येयस्वप्न सांगितलेले आहे. आपण जन्मभर शाळेत नोकरी करणार नाही आहोत, खेड्यापाड्यांत जाऊन आपल्याला विचारांचा प्रसार करायचा आहे- हे त्यांचे मनोगत होते. या सुमारास गुरुजींच्या मनावर प्रभाव टाकणारी एक घटना घडली.

२५ डिसेंबर १९२९ रोजी लाहोर येथे इंडियन नॅशनल काँग्रेसचे ४४ वे अधिवेशन झाले. या अधिवेशनाच्या अध्यक्षपदावरून भाषण करताना पंडित जवाहरलाल नेहरू यांनी संपूर्ण स्वातंत्र्याची घोषणा केली. गांधीजींनी या अधिवेशनात मांडलेल्या ठरावात स्वराज्य म्हणजे संपूर्ण स्वातंत्र्य असे म्हटले होते. लाहोर अधिवेशनातील संपूर्ण स्वातंत्र्याची घोषणा गुरुजींच्या कानी पडली तेव्हा त्यांना अत्यंत आनंद झाला. १९३० च्या फेब्रुवारीत गांधीजींनी कायदेभंगाची योजना मांडली आणि मिठाचा सत्याग्रह करण्याची कल्पना सांगितली. स्वत: गांधीजी गुजरातमधील दांडी येथे जाऊन कायदेभंग करणार होते. १३ मार्च १९३० रोजी साबरमतीच्या आश्रमातून गांधीजींची पदयात्रा दांडीकडे निघाली. शाळा सोडावी आणि आपणही या पदयात्रेत सामील व्हावे असे गुरुजींना वाटू लागले होते. ते

शक्य होत नव्हते. त्यांची घुसमट वाढत चालली होती. अखेर २९ एप्रिल १९३० रोजी गुरुजींनी शाळा सोडली आणि ते राष्ट्रीय चळवळीत एक कार्यकर्ता म्हणून सामील झाले. लाहोरला स्वातंत्र्याचा ठराव झाला आणि माझ्या हृदयात उजाडले असे उद्गार पुढे गुरुजींनी काढले ते यथार्थच होते.

२९ डिसेंबर १९२९ रोजी लाहोर येथे झालेल्या काँग्रेसच्या अधिवेशनातील अध्यक्षीय भाषणात पंडित नेहरूंनी आपण समाजवादी आहोत आणि प्रजासत्ताकवादी आहोत असे घोषित केले होते. ते म्हणाले होते, आपला राजे आणि राजकुमार यांच्यावर मुळीच विश्वास नाही, आणि त्याचप्रमाणे औद्योगिक साम्राज्यातील आधुनिक राजांवरही नाही. भारतातील दारिद्र्य आणि विषमता यांचा नायनाट करायचा असेल तर आपल्याला समाजवादाच्या मार्गानेच जावे लागेल. पंडित नेहरूंनी १९२८,२९ मध्ये ठिकठिकाणी हिंडून युवकांमध्ये समाजवादी सर्वांगीण क्रांतीच्या विचाराचा प्रचार-प्रसार केला होता. डिसेंबर १९२८ मध्ये पं. नेहरूंनी कोलकाता येथे समाजवादी युवक काँग्रेसच्या अध्यक्षपदावरून कम्युनिस्ट समाजासाठी आवश्यक प्रस्तावना या विषयावर व्याख्यान दिले होते. त्या काळात देशभर विद्यार्थी, युवक, शेतकरी, श्रमिक यांच्या सभा होत असत आणि त्यांतून मार्क्सवादाचा, साम्यवादाचा, समाजवादाचा उच्चार होत असे. काँग्रेसमधले युवक समाजवादाने प्रभावित झालेले होते, त्यातूनच पुढे काँग्रेसमध्ये समाजवादी पक्ष निर्माण झाला.

त्यापूर्वी १० फेब्रुवारी १९२७ रोजी ब्रुसेल्स येथे झालेल्या लीग अगेन्स्ट इंपिरिॲलिझमच्या परिषदेसाठी इंडियन नॅशनल काँग्रेसचे प्रतिनिधी म्हणून पंडित नेहरू उपस्थित राहिले होते. या परिषदेत पं. नेहरूंना मानद अध्यक्षाचा सन्मान मिळाला होता. परिषदेत केलेल्या भाषणात पं. नेहरूंनी वसाहतवाद आणि भांडवलशाही यांतील दृढ संबंधाचा मुद्दा उपस्थित केला होता. नोव्हेंबर १९२७ मध्ये पं. मोतीलाल नेहरू यांच्यासोबत त्यांना सोविएत संघाने निमंत्रित केले होते. रशियाच्या या भेटीचा त्यांच्या मनावर गाढ प्रभाव पडला होता. कोयता आणि हातोडा यांच्या या देशात मजूर आणि शेतकरी शक्तिशाली सिंहासनावर बसलेले आहेत हे त्यांचे उद्गार होते.

१९२५ मध्ये साम्यवादी विचारसरणीच्या विविध गटांनी एकत्र येऊन कम्युनिस्ट पार्टी ऑफ इंडिया या नावाची अखिल भारतीय स्वरूपाची संघटना स्थापन केली. आरंभी ही संघटना काँग्रेसच्या अंतर्गत राहूनच काम करणार होती. १९२८ मध्ये सबंध भारतातील शेतकऱ्यांच्या व कामगारांच्या विविध संघटनांचे

एकत्रीकरण करून वर्कर्स अँड पीझन्टस् पार्टी या अखिल भारतीय पक्षाची स्थापना करण्यात आली. काँग्रेसमध्ये डाव्या विचारांचे गट निर्माण करण्यात या पक्षाने मोठी कामगिरी बजावली. पुढे काँग्रेसच्या अंतर्गत राहून काम करणे शक्य नाही हे ध्यानात आल्यानंतर कम्युनिस्ट पार्टी स्वतंत्रपणे काम करू लागली.

१९२० ज्या दशकात येथील युवकांवर साम्यवादाचा प्रभाव होता. काँग्रेसमधील तरुणांचा गट साम्यवादी तत्त्वज्ञानाकडे आकर्षित झाला होता. १९३४ मध्ये जयप्रकाश नारायण यांच्या नेतृत्वाखाली काँग्रेस सोशलिस्ट पार्टी या संघटनेची स्थापना करण्यात आली. काँग्रेसच्या राष्ट्रीय चळवळीला मार्क्सवादी विचारप्रणालीची जोड दिली पाहिजे असा काँग्रेसमधले तरुण पुढारी पं. नेहरू यांचा आग्रह होता. तथापि, गांधीजींच्या क्रांतिकारक अहिंसेतूनच मानव-संस्कृतीतील लोकशाही व समाजवाद या पुरोगामी ध्येयांना सुप्रतिष्ठित व चिरंजीव बनविण्याचा मार्ग सापडणार आहे हे पं. नेहरू यांनी ओळखले होते. (आचार्य शं. द. जावडेकर, आधुनिक भारत, १९६८, पृ. ५२९).

देशातल्या या वैचारिक वातावरणाने साने गुरुजी हेही प्रभावित झालेले होते. १९३० मध्ये गुरुजी त्रिचन्नापल्ली कारागृहात असताना त्यांनी सत्याग्रही नावाचे खंडकाव्य लिहिले होते. या काव्यात गुरुजींची गांधीजींवर, गांधीवादावर अनन्य निष्ठा व्यक्त झाली आहे, त्याचबरोबर त्यांनी समाजवादाचा प्रभावही स्वीकारलेला आहे असे दिसते. गुरुजींच्या अन्य कवितांमधून स्वातंत्र्यसमरातील महानायक गांधीजी यांच्याविषयी परम आदर व्यक्त झालेला आहे. खरा हुतात्मा या कवितेत त्यांनी म्हटले आहे :

गांधी धर्मच, मूर्त सत्य गमती, धर्मार्थ तज्जीवन
गांधी प्रेमच मूर्त, निर्मळ सदा प्रेमार्द्र त्यांचे मन
गीता चालति बोलती मज गमे, गीतार्थ त्यांची कृती
ऐशी थोर विभूती लाभत अम्हां भाग्यास नाही मिती

महात्माजींस या कवितेत ते म्हणतात :

तुम्ही दीपच भारता, अविचल, प्रक्षुब्ध या सागरी
श्रद्धा निर्मितसा तुम्हीच आमुच्या निर्जीव या अंतरी

गुरुजींना राजकीय परवशतेप्रमाणेच सामाजिक-आर्थिक दास्यही नको होते. खरे सनातनी या कवितेत त्यांनी लेनिनचा उल्लेख केलेला आहे.

'भारतीय संस्कृति' या ग्रंथाचे लेखन करीत असताना गुरुजींचा वैचारिक पिंड गांधीवाद आणि समाजवाद या विचारप्रणालींनी घडवलेला होता. त्याचबरोबर

मुस्लिम लीगचा प्रतिगामी जमातवादी विचारव्यूह आणि त्याचा प्रतिकार करू पाहणारा हिंदुराष्ट्रवादी विचारव्यूह यांतील धोक्यांची जाणीवही त्यांना झालेली होती. १९२३-२४ पासून १९३४-३५ पर्यन्त तत्कालीन भारतातल्या विविध राज्यांत हिंदु-मुस्लिम संघर्षातून दंगली झाल्या होत्या. हिंदु-मुस्लिमांच्या ऐक्याशिवाय भारतीय राष्ट्राची निर्मिती अशक्य आहे हे गांधीजींनी ओळखले होते. त्यांनी आपल्या राजकीय कार्यक्रमात सर्वधर्मसमन्वयाच्या तत्त्वावर भर दिलेला होता.

साने गुरुजी हिंदु-मुस्लिम ऐक्याचे पुरस्कर्ते होते. गुरुजींच्या अवतीभवतीच्या समाजात धर्मभेद, जातिभेद, वर्गभेद, लिंगभेद आणि त्यांवर आधारित शोषण होते. गुरुजींनी आपल्या साहित्यातून सर्व मानवांच्या शांततामय सहजीवनाचा विचार मांडला. १९३७ सालीच गुरुजींची सोन्या मारुती ही कादंबरी प्रकाशित झाली होती. पुण्यातील सोन्या मारुतीच्या देवळाच्या निमित्ताने हिंदु-मुस्लिम ऐक्याला तडा जाईल असे वातावरण तयार झाले होते. गुरुजींनी सोन्या मारुतीविषयीची त्यांच्या मनातली संकल्पना या पुस्तकातून व्यक्त केली. वेदपुरुष आणि वसंता अशी दोन पात्रे यात आहेत. वेदपुरुष वसंताला गरीब कामगारांच्या चाळीतील, हरिजनांच्या वस्तीतील, तुरुंग-शिक्षणसंस्था-हॉस्पिटल येथील, खेड्यातील विविध दृश्ये दाखवतो. समाजाच्या विविध थरांत शोषण, फसवणूक, पिळवणूक कशी चालू आहे, रूढींच्या आणि धर्माच्या नावाखाली लोकांना नाडणे कसे चाललेले आहे हे दाखवतो. खरा सोन्या मारुती कुठे आहे ? गुरुजींनी लिहिले आहे : माझा सोन्या मारुती जगभर पसरलेला आहे. जे जे पददलित आहेत, पिळले जात आहेत, छळले जात आहेत, त्यांना मी माझे सोन्या मारुती म्हणतो. माझ्या सोन्या मारुतीचे लाल निशाण आहे. ते जगदैक्याचे चिन्ह आहे.

सोन्या मारुती या कादंबरीच्या अखेरच्या भागात वसंताचा एका तरुणाशी संवाद होतो. त्यातली ही वाक्ये आहेत. तो तरुण वसंताला विचारतो, तुम्ही वाचला आहे साम्यवाद ? वाचले आहे मार्क्सचे सारे तत्त्वज्ञान ? वसंता म्हणतो, मी वाचले नाही, परंतु पाहिले आहे. वेदपुरुषाने मला ती दृष्टी दिली आहे. वेदपुरुष म्हणजे कोण ते वसंता स्पष्ट करतो : वेदपुरुष म्हणजे विचारपुरुष. तो म्हणतो, विचाराबरोबर मी हिंडलो. साने गुरुजींच्या व्यक्तिमत्त्वाची जडणघडण करणारा काळ कसा होता आणि त्यांची विचारसरणी कशी आकार घेऊ लागली होती हे आपण थोडक्यात पाहिले.

गुरुजींची देऊळ, देव, धर्म यांविषयीची विचारसरणी पारंपरिक कल्पनांहून निराळी आहे. धर्म हे संस्कृतीचे एक महत्त्वाचे अंग आहे. गुरुजींची धर्मविषयक

संकल्पना जशी पारंपरिक मताला अनुसरणारी नाही, तशीच त्यांची संस्कृतिविषयक संकल्पनाही पारंपरिक मताहून वेगळी आहे.

भारतीय संस्कृती या ग्रंथात त्यांच्या या संकल्पनेचे सविस्तर स्पष्टीकरण आलेले आहे.

प्रस्तावनेत गुरुजींनी स्पष्ट केले आहे : यात भारतीय संस्कृतीचा इतिहास नाही... भारतीय संस्कृतीची जी एक विशिष्ट दृष्टी आहे, ती दृष्टी दाखविण्याचा येथे प्रयत्न केला आहे.

साने गुरुजींनी त्यांना अभिप्रेत असलेल्या भारतीय संस्कृतीचे स्वरूपवर्णन केले आहे, ते असे आहे : भारतीय संस्कृती म्हणजे कर्म-ज्ञान-भक्तीचा जिवंत महिमा- शरीर, बुद्धी व हृदय यांना सतत सेवेत झिजविण्याचा महिमा...जगात जे जे काही सुंदर, शिव व सत्य दिसेल ते ते घेऊन वाढणारी ही संस्कृती आहे...भारतीय संस्कृती संग्राहक आहे. ती सर्वांना जवळ घेणारी आहे..संकुचितपणाचे वावडे असणारी ही संस्कृती आहे...भारतीय संस्कृती म्हणजे मेळ. सर्व धर्मांचा मेळ, सर्व जातींचा मेळ, सर्व ज्ञानविज्ञानांचा मेळ, सर्व काळांचा मेळ.

गुरुजींनी इतिहास सांगितलेला नसला तरी वरील स्वरूपवर्णनात्मक विधानांमध्ये इतिहास अंतर्भूत आहे. मात्र इतिहासाच्या तपशिलाऐवजी विशिष्ट दृष्टीवर त्यांनी लक्ष केंद्रित केले आहे.

२.

संस्कृतीच्या विविध व्याख्या केलेल्या आढळतात. उदाहरणार्थ : संस्कृती म्हणजे समाजाची समग्र जीवनरीती; व्यक्तीने आपल्या समूहाकडून घेतलेला सामाजिक वारसा; विचार-भावना-श्रद्धा यांची सरणी; बाह्य पर्यावरण आणि इतर लोक यांच्याशी जुळवून घेण्यासाठी वापरात येणाऱ्या तंत्रांचा समुच्चय; सामाजिक संघटना, धर्म, आर्थिक व्यवहार यांचा समावेश असणारी जीवनरीती; जगण्याच्या संदर्भात उभा केलेला आदर्श, मूल्ये, नियम यांचा संच. संस्कृतीमध्ये मानवनिर्मित उपयुक्त वस्तू, कलावस्तू, श्रद्धा, चालीरिती, रूढी, रीतिरिवाज, भाषा, नीतिनियम, धर्म, मूल्ये, तंत्रज्ञान, जीवनविषयक दृष्टिकोण, प्रतीके, विधी, आचार, क्रिया, ज्ञान, तत्त्वज्ञान, कायदे या सर्वांचा समावेश केला जातो. संस्कृती म्हणजे अर्थांचा एक पट असतो. संस्कृतीचा आणि सामाजिक संरचनेचा जवळचा संबंध असतो.

भाषा ही जशी एक चिन्हव्यवस्था मानली जाते, तशीच संस्कृतीदेखील एक चिन्हव्यवस्था असते. मानवसमूहाच्या संस्कृतिपटात चिन्हांना, प्रतिमांना, प्रतीकांना,

विधी-कृतींना अर्थ असतात. भौतिक संस्कृती आणि आध्यात्मिक संस्कृती असे संस्कृतीचे दोन प्रकार केले जातात. पशुपालन, कृषी, यंत्रनिर्मिती, बांधकाम, अर्थोत्पादन, रीतिरिवाज इत्यादींचा समावेश भौतिक संस्कृतीत, तर धर्म, नीती, विद्या, कला, तत्त्वज्ञान इत्यादींचा समावेश आध्यात्मिक संस्कृतीत केला जातो. भौतिक संस्कृतीचा उल्लेख 'सभ्यता' या शब्दानेही केला जातो. संस्कृतीचा विचार करणारे दोन दृष्टिकोण आहेत : विश्वात्मकवादी, आणि, विशिष्टत्ववादी. विश्वात्मकवादी हा सर्व मानवसमूहांच्या संस्कृतींमध्ये आढळणाऱ्या समान गोष्टींच्या आधारे वैश्विक पातळीवर संस्कृतीचा विचार करणारा दृष्टिकोण आहे. विशिष्टत्ववादी एखाद्या मानवसमूहाच्या संस्कृतीचा तिच्या विशिष्ट भौगोलिक, सामाजिक, ऐतिहासिक संदर्भात विचार करतात. मात्र हे दोन दृष्टिकोण पूर्णपणे स्वतंत्र राहतात असे नाही. वैश्विक संस्कृतीचा विचार करताना विशिष्ट संस्कृतीचा, व विशिष्ट संस्कृतीचा विचार करताना वैश्विक संस्कृतीचा विचार केला जातो.

साने गुरुजींना संस्कृती म्हणजे काय अभिप्रेत आहे, आणि भारतीय संस्कृती या शब्दांचा त्यांच्या मतानुसार काय अर्थ आहे ते आपल्याला पाहायचे आहे.

भारतीय संस्कृती या ग्रंथाच्या सुरुवातीच्या दोन निबंधांत अद्वैत ही संकल्पना आलेली आहे. अंतिम तत्त्व एकच आहे असे प्रतिपादन करणाऱ्या मतास भारतीय विचारधारेत अद्वैतवाद म्हटले गेले. जीव हा अंतिम तत्त्वाशी एकरूप आहे, की त्याहून भिन्न आहे, की काही रीतींनी भिन्न व काही रीतींनी अभिन्न आहे अशा प्रकारचे प्रश्न भारतीय तत्त्वचिंतनात उपस्थित करण्यात आले. त्यावरून अद्वैतवाद, द्वैतवाद, द्वैताद्वैतवाद असे तात्त्विक सिद्धान्त निर्माण झाले. शंकराचार्य, रामानुजाचार्य, वल्लभाचार्य यांनी अनुक्रमे केवलाद्वैत, विशिष्टाद्वैत, शुद्धाद्वैत हे सिद्धान्त मांडले; काश्मीर शैव संप्रदायाने शिवाद्वैत हा सिद्धान्त मांडला. या सर्व सिद्धान्तांमध्ये ईश्वर आणि जीव यांच्यातील अद्वैत हे तत्त्व सांगितलेले आहे.

साने गुरुजींच्या अद्वैताचे अधिष्ठान या निबंधात येथील संस्कृतीच्या पाठीशी उत्तुंग व भव्य असे अद्वैतदर्शन आहे असे सांगून अद्वैत या संकल्पनेचा त्यांनी लावलेला अर्थ असा आहे : जगात दुजाभाव असणे म्हणजे दुःख असणे व समभाव असणे म्हणजे सुख असणे. सुखासाठी धडपडणाऱ्या मानवाने अद्वैताची कास धरल्याशिवाय तरणोपाय नाही. पुढे त्यांनी सहनाववतु । सहनौ भुनक्तु हा मंत्र देऊन म्हटले आहे : ब्राह्मणांना ब्राह्मणेतरांबद्दल व ब्राह्मणेतरांना ब्राह्मणांबद्दल दुजाभाव वाटत आहे का ? येऊ देत ते एके ठिकाणी व म्हणू देत हा मंत्र. स्पृश्य व अस्पृश्य परस्परांपासून दूर आहेत का ? येऊ देत त्यांना जवळजवळ व उच्चारू

देत हा मंत्र. हिंदु-मुसलमान परस्परांस पाण्यात पाहात आहेत का ? येऊ देत ते जवळ. हातात हात घेऊन उच्चारू देत हा मंत्र. गुजरातेतील व महाराष्ट्रातील लोक एकमेकांचा द्वेष करीत आहेत का ? येऊ देत त्यांना जवळ व उच्चारू देत हा मंत्र.

गुरुजींची अद्वैत ही संकल्पना आपल्या समाजाशी निगडित आहे. येथे, या समाजात अद्वैतभावना असली पाहिजे अशी त्यांची तळमळ आहे. त्यांच्या मते अद्वैत म्हणजे अमूर्त कल्पना नव्हे; अद्वैत म्हणजे प्रत्यक्ष व्यवहार. अद्वैत म्हणजे चर्चा नव्हे; अद्वैत म्हणजे अनुभूती. गुरुजींनी उपनिषदातील, वेदान्तातील संकल्पना प्रत्यक्ष जगण्याशी जोडली. गुरुजींच्या मते ऋषी केवळ अद्वैत-कल्पनेत रमणारे नव्हते, जगाचा, जगण्याचा, मानवजातीच्या गरजांचा विचार करणारे होते. त्यामुळेच त्यांनी समाजाच्या गरजा पुरवणाऱ्यांना वंदन केले आहे. अरे चांभारा, तुला नमस्कार; अरे सुतारा, तुला नमस्कार; अरे कुंभारा, तुला नमस्कार. हे ऋषींचे उद्गार आहेत. सारे श्रमजीवी त्यांना वंदनीय वाटलेले आहेत. समाजाला विचार देणाऱ्यांइतकीच मडकी देणाऱ्यांचीही योग्यता त्यांनी मानलेली आहे.

साने गुरुजींनी हे तत्त्वज्ञान, नव्हे, नवे जीवन-दर्शन आत्मसात केलेले आहे. मात्र गुरुजी व्यथित आहेत. कारण, अद्वैताला जन्म देणाऱ्या व अद्वैत जीवनात अनुभवू पाहणाऱ्या थोर संतांच्या या भरतभूमीत आज अद्वैताचा संपूर्ण अस्त झाला आहे. अद्वैताची केवळ चर्चा केली जाते, पण आम्हाला आजूबाजूचे विराट दुःख दिसत नाही. हजारो वर्षे वेदान्त घोकला जात आहे, पण समाजात द्वैताचा बुजबुजाट आहे. गुरुजींच्या मते आजच्या काळातला साम्यवाद म्हणजे कृतीत आणलेला वेदान्त आहे. तो या बुजबुजाटात सुखशांती आणण्याचे काम करीत आहे. गुरुजींच्या मते खऱ्या धर्माचे ते (साम्यवादी) आचरण करीत आहेत. समाजातील अन्याय, दैन्य, दास्य ते दूर करू पाहात आहेत. शंकराचार्यांच्या अद्वैतसिद्धान्ताविषयीचे गुरुजींचे भाष्य लक्षात घेण्यासारखे आहे. ते म्हणतात, शंकराचार्यांच्या अद्वैतामुळे द्वैतवादी पळाले, परंतु समाजातील द्वैत पळाले नाही ! समाजातील दंभ, आलस्य, अज्ञान, रूढी, भेदभाव, उच्च-नीचपणा, स्पृश्यास्पृश्ये, वैषम्ये, दारिद्र्य, दैन्य, दास्य, दुबळेपणा, भ्याडपणा या गोष्टी पळाल्या नाहीत. शेकडो वर्षे अद्वैताचे डंके वाजत आहेत, पण कातकरी, भिल्ल, गोंड-अशा अनेक जाती-जमातींपासून आपण दूर राहिलो. शेवटी गुरुजींनी म्हटले आहे : आपल्या सर्व आंतरबाह्य कृतींतून अद्वैताचा सुगंध जसजसा येऊ लागेल, तसतसा भारतीय संस्कृतीचा आत्मा आपणास समजू लागला आहे असे म्हणता येईल.

आज २०१७ मध्ये साने गुरुजींना अभिप्रेत असा भारतीय संस्कृतीचा आत्मा आपल्याला समजलेला आहे, असे म्हणता येईल का ?

अद्वैताचा साक्षात्कार या निबंधात जनमेजय आणि आस्तिक यांची गोष्ट दिलेली आहे. नागजातीचा समूळ उच्छेद करायला जनमेजय सिद्ध झाला होता. सर्व नागजातीला जाळून टाका असे त्याचे आदेश होते. महर्षी आस्तिक त्याच्यासमोर उभा राहिला व त्याला म्हणाला, "मलाही होळीत टाक, मीही नागकन्येचा पुत्र आहे." जनमेजयाने ते हत्यासत्र थांबवले. या भरतभूमीत शेकडो जातीजमाती आहेत, त्यांनी एकत्रपणे नांदले पाहिजे असा आस्तिक यांचा विचार होता, तोच गुरुजींचाही आहे. जनमेजय-आस्तिक ही कथा देण्यामागे समकालीन संदर्भ आहेत.

या निबंधाच्या शेवटी त्यांनी हिंदु-मुसलमानांच्या ऐक्याचा विषय मांडला आहे. हिंदु-मुसलमानात संवादी संबंध निर्माण करण्याचे पूर्वजांचे प्रयत्न सांगून गुरुजी म्हणतात : आपण आज साम्राज्यवादी परसत्तेचे गुलाम झालो आहोत. परकीय लोक आपल्यात भेद पाडीत आहेत. आपणही भेद पाडीत आहोत. भेद पाडून गुलामगिरी लादणाऱ्या सरकारला सहाय्यभूत होत आहोत.

गुरुजी त्यांच्या मनातले अद्वैत सतत आपल्या अवतीभवतीच्या जगात शोधत आहेत, तेथे ते दिसत नाही. आजच्या जगात गुरुजी असते, तर खिन्न झाले असते. रोजच्या वर्तमानपत्रात आणि वृत्तवाहिन्यांवर जगात आणि देशात काय चाललेले आहे ते पाहून ते उद्विग्न झाले असते. तरीदेखील महान ध्येयासाठी सारी क्षुद्रता आपण झडझडून फेकून दिली पाहिजे असेच ते म्हणाले असते.

अद्वैत ही संकल्पना भारतीय संस्कृतीचा गाभा आहे, आणि भारतीय संस्कृती या ग्रंथाचाही गाभा आहे. अद्वैत ही संकल्पनाच आम्हा भारतीयांना नीटपणे समजली नाही असे गुरुजी सांगतात. आपण डबकी निर्माण केली आहेत. जाति-जातींची, स्पृश्यास्पृश्यांची, ब्राह्मण-ब्राह्मणेतरांची, हिंदु-मुसलमानांची. शिवाय प्रांतीय डबकी- गुजराती, महाराष्ट्रीय, मद्रासी, बंगाली. गुरुजी म्हणतात, भरतभूमीला भले दिवस यावेत अशी जर इच्छा असेल, तर ही डबकी दूर करण्यासाठी आपण उठले पाहिजे. भेदांच्या भिंती जमीनदोस्त केल्या पाहिजेत. आपण गुलामगिरीला पुष्ट केले असेही गुरुजी सांगतात. स्त्रियांची, अस्पृश्यांची, रंकांची, कुळांची, अज्ञानी जनांची गुलामगिरी. त्याचे फलित म्हणून परसत्तेचे आपण गुलाम झालो आहोत असे गुरुजी सांगतात. अद्वैत ही संकल्पना न समजण्याचाच हा परिणाम आहे. एक राष्ट्र, एक समाज, एक कुटुंब असे म्हटल्यानंतर अभेदाची, अद्वैताची भावना असली

पाहिजे. ती नसेल तर त्या राष्ट्राचे, त्या समाजाचे, त्या कुटुंबाचे तुकडे होणार असे गुरुजींचे म्हणणे आहे. आपल्यापेक्षा आपले पूर्वज अधिक समाजशास्त्रज्ञ होते असे गुरुजींनी शेवटी म्हटले आहे. त्यांना आपल्या समाजाची चांगली जाण होती.

अद्वैत ही संकल्पना या ग्रंथात अनेक ठिकाणी आलेली आहे. ज्ञान या निबंधात गुरुजींनी म्हटले आहे : अद्वैताची दृष्टी आल्याशिवाय, आत्मौपम्य आल्याशिवाय विज्ञान फुकट आहे. गुरुजी म्हणतात, कोणी आर्य नाही, कोणी अनार्य नाही; कोणी हिंदू नाही, कोणी मुसलमान नाही; सारे मानव आहोत. गुरुजी त्यांच्या काळातील एक संदर्भ देतात : जर्मनीतून ज्यू लोकांची हकालपट्टी हिटलरने केली. गुरुजी पुढे म्हणतात, आश्चर्याची गोष्ट ही की , काही हिंदुसंघटनवाले हिटलरचा हा कित्ता गिरवण्यास हिंदूंस सांगत आहेत ! पाहा तो हडेलहप्पी हिटलर. कसा तो ज्यूंची हकालपट्टी करीत आहे. तुम्हीही तशीच मुसलमानांची करा. असले तत्त्वज्ञान सांगण्यात येत आहे. गुरुजी म्हणतात, ही भारतीय संस्कृती नाही. भारतीय संस्कृती सर्व जगातील मानवांना हाक मारील.. 'अमृतस्वरूपी देवाच्या लेकरांनो, ऐका' अशी ऋषी गर्जना करील. भारतीय संस्कृती हे करीत आली, हेच पुढे करील...मानवी ऐक्याची भव्य कल्पना भारतीय संस्कृतीचा प्राण आहे.

३.

गुरुजींना ज्ञान आणि विज्ञान या दोन्ही गोष्टी महत्त्वाच्या वाटतात. बुद्धीचा महिमा या निबंधाच्या सुरुवातीलाच त्यांनी म्हटले आहे, ज्ञान हा भारतीय संस्कृतीचा आधार आहे. ज्ञानावर उभारलेली ही भव्य संस्कृती आहे. भारतीय संस्कृतीचा वेद हा पाया मानला जातो. वेद म्हणजे ज्ञान. वेद किती आहेत ? गुरुजी सांगतात, वेद अनंत आहेत. जीवनाला सुंदर करणारा प्रत्येक विचार म्हणजे वेद. नवीन नवीन ज्ञान उदयास येत असते. नवीन विचार येत असतात. प्राचीन काळात विचारांची प्रचंड चळवळ होती. शेकडो मते, शेकडो पंथ होते. निःशंकपणे व निर्भयपणे विचारांची मांडणी करण्यात येत असे. शेकडो मते होती, पण कुणाचा छळ झाला नाही. भारतीय संस्कृतीत ज्ञानाला कधी विरोध नव्हता. क्रांतिकारक मत मांडणाऱ्याचाही गौरव होत असे. गुरुजींना त्यांच्या काळात कोणते दृश्य दिसते ? ते म्हणतात, आज संस्कृतिरक्षणाच्या चळवळी होत आहेत. नवीन विचारांचे वारे येऊ नयेत म्हणून सनातनी नावाची मंडळी किल्लेकोट बांधू पाहात आहेत. गुरुजींच्या मते, हे संस्कृतिरक्षक नसून संस्कृतिभक्षक आहेत. गुरुजी विचारतात, भारतीय संस्कृतीची भव्य इमारत नवीन विचारांच्या वाऱ्याने पडेल, अशी का या

संस्कृतिरक्षकांना भीती वाटते ? गुरुजींच्या मते, भारतीय संस्कृती अशी लेचीपेची नाही. ज्ञानावर, अनुभवावर ज्या संस्कृतीचा पाया रचला आहे, त्या संस्कृतीला कधीही भय नाही. नवीन विचारांचे भारतीय संस्कृतीस वावडे नाही. तिचे दरवाजे मोकळे आहेत. साम्यवादाचे विचार आले, तर त्यांत श्रीकृष्णाचे बालचरित्र भारतीय संस्कृतीस दिसेल.

गुरुजींची भारतीय संस्कृतीची संकल्पना किती व्यापक व समावेशक होती हे यांतून दिसते.

धर्म या संकल्पनेचाही या निबंधात विचार आलेला आहे. गुरुजींच्या मते, धर्म म्हणजे प्रत्येक क्रिया डोळसपणे करणे. धर्म म्हणजे चोवीस तास होणारी कर्मे. जन्मभर होणारी कर्मे. धर्म सर्वत्र आहे. जे जे कर्म कराल ते ते धर्ममय पाहिजे. धर्ममय पाहिजे म्हणजे विचारमय पाहिजे. म्हणजे प्रत्येक कर्म बुद्धिपूर्वक करायचे आहे, आणि बुद्धीला हृदयाची जोड द्यायची आहे. बुद्धी आणि हृदय यांच्या एकतानतेतून निर्माण झालेला महाविचार म्हणजे धर्म अशी सानेगुरुजी यांची धर्मविषयक संकल्पना आहे. त्या त्या काळातील बहुजनसमाजाच्या सुखदु:खांचा एकरूपतेने विचार करून महापुरुष त्या त्या काळातील युगधर्म देत असतो, त्या त्या काळाला नवीन दृष्टी देतो. साने गुरुजींची धर्मकल्पना थिजलेली, घट्ट झालेली अशी नाही. ती चैतन्यमय आहे, वर्धिष्णू आहे. त्यांच्या मते, भारतीय धर्म हा वर्धिष्णू धर्म आहे. भारतीय संस्कृती, हिंदू धर्म या संदर्भातल्या समकालीन संघटनवाल्यांहून साने गुरुजी यांच्या कल्पना निराळ्या आहेत एवढेच नव्हे तर त्या अधिक डोळस आहेत, कालसुसंगत आहेत. महापुरुष हा शब्द उच्चारताना त्यांच्या डोळ्यांसमोर महात्मा गांधी आहेत. गुरुजींनी म्हटले आहे, ते बुद्धीचे उपासक आहेत. शुद्ध हृदयाची शुद्ध बुद्धीला जोड देऊन ते प्रयोग करीत असतात. खऱ्या सनातनी वेदधर्माचे ते खरे अनुयायी आहेत. आज खरा धर्म कोणता ? गुरुजींचे उत्तर आहे : मजुराला पोटभर घास कसा मिळेल हे पाहणे म्हणजे आज महान धर्म आहे.

आध्यात्मिक, धार्मिक म्हटल्या जाणाऱ्या गोष्टींना गुरुजींनी नवे अर्थ दिलेले आहेत. संस्कृतीच्या आत्मिक आणि भौतिक या दोन्ही रूपांना गुरुजींच्या विचारसरणीत स्थान आहे. 'प्रयोग करणारे ऋषी' या निबंधात गुरुजींनी धर्माच्या यमरूप आणि नियमरूप भागांचा उल्लेख केला आहे. यमरूप भाग स्थिर असतो, नियमरूप भाग बदलत असतो. नियमरूप भागाला अतिरिक्त महत्त्व दिले जाते तेव्हा समाजाचा नाश होतो. नियमरूप धर्माचे दृढ, अपरिवर्तनीय रूप गुरुजींना मान्य

नाही. ते म्हणतात की आजच्या आंदोलनाच्या काळात योग्य धर्म पाहिजे असेल, तर डॉ. राधाकृष्णन, महात्मा गांधी, डॉ. कुर्तकोटी, पं. मदनमोहन मालवीय, पं. जवाहरलाल नेहरू, डॉ. आंबेडकर अशा विविध विचारांच्या मंडळींना एकत्र बसवावे. ते जे काही नियम ठरवतील तो आजचा धर्म.

गुरुजींची धर्मकल्पना इतकी खुली, मोकळी होती. त्यांच्या मते, आपली प्राचीन काळची अशीच पद्धती होती. आपले पूर्वज प्रयोग करणारे होते. अमुक नियम अविचल असे ते समजत नसत. हिंदू धर्म बुडाला असे म्हणणाऱ्यांवर गुरुजींनी टीका केली आहे. हिंदुधर्म केव्हा मरेल ? जेव्हा बुद्धीची उपासना मरेल तेव्हा असे गुरुजींचे उत्तर आहे. ऋषींनी प्रयोग केले. कारण त्यांच्या डोळ्यांसमोर महान ध्येय होते. लोकांच्या सुखदु:खांशी एकरूप होणे, त्यांच्या वेदनांनी विव्हल होणे, त्या वेदनांची मीमांसा करणे, जे उपाय सुचतील त्यांतील कोणते उपाय परिणामकारक आहेत, हे पाहणे, असे उपाय दिसतील तर त्यासाठी सारे आयुष्य देणे हे ते ध्येय होते. पुढे गुरुजी म्हणतात, असा ध्येयाने पेटलेला महात्मा समाजात उभा राहिला, म्हणजे सारा समाज पेटल्याशिवाय राहत नाही. त्याच्या महान प्रयोगात जनता सामील होते. येथेही गुरुजींच्या डोळ्यांसमोर महात्मा गांधी आहेत यात शंका नाही. ज्ञान या निबंधात गांधीजींविषयी गुरुजींनी म्हटले आहे : ज्ञान-विज्ञानाची उपासना करणारे व त्यात भक्तीचा जिव्हाळा ओतणारे असे महात्माजी म्हणजे भारतीय संस्कृतीची मूर्ती आहेत. भारतीय संस्कृती म्हणजे ज्ञानयुक्त, विज्ञानयुक्त व भक्तियुक्त केलेले शुद्ध कर्म. असे कर्म कसे करावे हे महात्माजींसारख्यांपासून शिकावे. महात्माजींच्या रूपाने भारतीय संस्कृतीचा आत्माच अवतरला असे साने गुरुजींना वाटते.

४.

साने गुरुजींनी चिरपरिचित अशा शब्दांना, संज्ञांना नवे अर्थ दिलेले आहेत. किंबहुना असे म्हणता येईल की त्या शब्दांवर विपरीत अर्थांची जी पुटे चढली होती, ती खरवडून काढली आहेत. ब्राह्मण, क्षत्रिय, वैश्य, शूद्र हे चार वर्ण मानले गेले आहेत. पारंपरिक समजुतीप्रमाणे ब्राह्मणांची संतती ब्राह्मण, क्षत्रियांची संतती क्षत्रिय याप्रमाणे चारही वर्णांना बंदिस्त करून टाकले आहे. प्रत्येकाने आपापल्या वर्णाप्रमाणे वागावे. आईबापांचे सारे गुणधर्म मुलांमध्ये उतरतात असे येथे गृहीत धरलेले आहे. गुरुजींना हे मान्य नाही. घरात जे वातावरण असते त्याचे संस्कार मुलांवर जरूर होत असतात. परंतु गवयाच्या मुलाने गवईच झाले पाहिजे अशी

सक्ती करता येत नाही. प्रत्येकाने आपल्या वर्णाप्रमाणे वागावे. ब्राह्मणवर्णाने ज्ञानाची उपासना करावी, तोच त्याचा धर्म. पण आज ज्ञान कितीतरी पटीने वाढलेले आहे. कोणत्या ज्ञानाची उपासना करावी ? असेच सर्व वर्णांच्या धर्मांबाबत झालेले आहे. मुलांच्या गुणधर्माची तपासणी केली पाहिजे, त्याचा कल कोणत्या गोष्टीकडे आहे हे पाहिले पाहिजे. तो त्याचा धर्म. ब्राह्मणवर्णात जन्मलेल्या मुलाला क्षात्रधर्मात रस असू शकेल, क्षत्रियवर्णातील मुलाला वैश्यवृत्तीत अधिक रमता येत असेल. तो त्याचा वर्ण व धर्म. गुरुजींनी वर्ण व वर्णधर्म या संकल्पना अशा खुल्या, मोकळ्या केल्या आहेत. त्यांना वर्णश्रेष्ठता-कनिष्ठता मान्य नाही.

गुरुजी म्हणतात, स्वतंत्र देशात मुलांच्या वर्णशोधनाचा म्हणजे त्याचा कल पाहण्याचा प्रयोग होत असतो. मुलाचे गुणधर्म कळल्यावर त्याच्यातील गुणांचा विकास होईल असा अभ्यासक्रम त्याला देणे हे पालकाचे व शिक्षणखात्याचे कर्तव्य ठरते. आज आपल्या स्वतंत्र देशात असे प्रयोग होत असतात. परंतु पालक मुलाच्या आवडीचे नव्हे तर व्यावहारिक दृष्टीने लाभदायक अभ्यासक्रम त्याला घ्यायला भाग पाडतात. गुरुजी आजच्या काळात असते तर विविध प्रवेशपरीक्षा, स्पर्धापरीक्षा आणि त्यांसाठी नाक्यानाक्यावर उघडलेले शिकवणीवर्ग आणि त्यांच्या वर्तमानपत्रातल्या पानपानभर जाहिराती पाहून चकित झाले असते. चातुर्वर्ण्य गेले, वेगवेगळे विद्याध्ययन करणे, वेगवेगळे व्यवसाय करणे आज शक्य झालेले असले, तरी जातभावना आणि श्रेष्ठ-कनिष्ठभाव कायम आहे. गुरुजींना हेही अभिप्रेत नव्हते.

कर्म या निबंधात गुरुजींनी म्हटले आहे, कोणत्या कर्मात रमावयाचे ? आपल्या आवडीच्या कर्मात. आपला जो वर्ण असेल, आपली जी वृत्ती असेल, त्याला अनुरूप अशा कर्मात रमावयाचे.

गुरुजींनी समाजासाठी विविध कर्मे करणाऱ्यांमध्ये श्रेष्ठ-कनिष्ठभाव अमान्य केलेला आहे. त्यांच्या मते, समाजाला नवविचार देणारा जितका थोर, तितकाच समाजाला धान्य देणारा शेतकरीही थोर. समाजाचे रक्षण करणारा योद्धा जितका थोर, तितकाच समाजाला मोट करून देणारा चांभारही थोर. शाळेतील शिक्षक जितका थोर, तितकाच रस्ता झाडणारा झाडूवालाही थोर. गुरुजींना शेतकऱ्यांची दुःस्थिती दिसते, त्यांची अप्रतिष्ठाही दिसते. गुरुजी विचारतात, या ऋषींच्या भूमीत त्या शेतकऱ्याची काय दैना आहे ? सारे त्याला तुच्छ लेखतात. गुरुजी म्हणतात, ज्या दिवशी शेतकऱ्याला मानसन्मान मिळेल त्या दिवशी भारतीय संस्कृती लोकांना समजू लागली असे मी म्हणेन. आज काय स्थिती आहे? गुरुजी एक विदारक चित्र

काढतात : आज आपल्या समाजात धडे व मुंडकी दूर दूर पडलेली आहेत. धडाला मुंडके नाही व मुंडक्याला धड नाही ! समाज-पुरुष असा मरून पडला आहे. गुरुजी म्हणतात, श्रमजीवी, बुद्धिजीवी एकत्र येऊ देत.

गुरुजींची ही विचारसरणी केवळ आदर्शवादी, कल्पनारम्य नाही. या सर्व गोष्टी शक्यतेच्या कोटीतल्या आहेत. प्रत्यक्ष समाजात बुद्धिजीवी आणि श्रमजीवी यांत दरी आहे, श्रेष्ठ-कनिष्ठ भाव आहे. गुरुजींच्या मते समाजासाठी केली जाणारी सर्व कामे श्रेष्ठच आहेत. चार पुरुषार्थ या निबंधात गुरुजींनी म्हटले आहे, भारतीय संस्कृती सांगते की आपापल्या वर्णाप्रमाणे सेवेची कामे उचला. परंतु त्या कर्मात प्रतवारी लावू नका. बौद्धिक कर्माची विशेष किंमत, शारीरिक श्रमाची कमी किंमत असे नका लेखू. कर्मे निरनिराळी असली म्हणून त्यांचा मोबदला कमीअधिक नको असे गुरुजी सांगतात. मार्क्सवादी छाया असलेले वाक्य पुढे आहे. ते म्हणतात, लायकीप्रमाणे काम व जरूरीप्रमाणे मोबदला, हा धार्मिक अर्थशास्त्राचा सिद्धान्त आहे. धर्ममय अर्थशास्त्र असा शब्दप्रयोग गुरुजींनी केला आहे. सर्व समाजातील शक्तींचे नीट धारण होईल, नीट पोषण होईल, अशा स्वरूपाचे हे अर्थशास्त्र पाहिजे. अर्थात अशा अर्थशास्त्रास्त्राला अद्याप प्रारंभही झालेला नाही याची गुरुजींना कल्पना होती. गुरुजी म्हणतात, जोपर्यंत धर्ममय अर्थशास्त्र येत नाही, तोपर्यंत जगात खरे स्वातंत्र्य नाही. साम्यवादी राजवटीत हे धर्ममय अर्थशास्त्र नव्हते, आजच्या प्रगत भांडवलशाहीतही हे अर्थशास्त्र नाही. मात्र काही देशांमध्ये मानवी श्रमांना मूल्य आलेले आहे, व्यक्ती कोणते श्रम करतात यावर त्यांची प्रतिष्ठा अवलंबून नाही. विकसनशील देशांमध्ये अद्यापही मानवी श्रमांना फार मूल्य नाही ही वस्तुस्थिती आहे.

वर्णव्यवस्थेला महात्मा गांधींनी नवा अर्थ कसा दिलेला आहे हे गुरुजींनी चार आश्रम या निबंधात सांगितले आहे. शेकडो विचारप्रचारक निर्मून महात्माजींनी खरे ब्राह्मण निर्माण केले आहेत. राष्ट्रासाठी मरण्याची वृत्ती निर्माण करून त्यांनी क्षत्रिय निर्माण केले आहेत. राष्ट्रातील लाखो खेड्यांतील लोकांना घास देण्याची व्यवस्था करतील, असे खरे वैश्य ते निर्माण करीत आहेत. राष्ट्रातील घाण दूर करतील, स्वतः झाडतील, विष्ठा उचलतील, नवीन शौचकूपपद्धती शिकवतील असे खरे शूद्र ते निर्माण करीत आहेत.

गुरुजींच्या मते हे खरे भारतीय संस्कृतीचे सत्स्वरूप आहे.

ही नवी वर्णव्यवस्था आहे. ती समतेवर आधारित आहे. प्रत्येक व्यक्तीला प्रतिष्ठा आहे. कोणी उच्च नाही, कोणी नीच नाही. कोणतेही काम श्रेष्ठ नाही, वा

कनिष्ठ नाही. गुरुजींना अशा साम्याधिष्ठित समाजव्यवस्थेची अपेक्षा होती. त्यांच्या मते ही खरी भारतीय संस्कृती आहे.

गुरुजींच्या मनात गांधीजींविषयी पूज्य भाव होता, तसाच तो लेनिनविषयीदेखील होता. बलोपासना या निबंधात, क्रांतिकारकांचा मुकुटमणी लेनिन मला परका वाटत नाही असे गुरुजी सांगतात. ते म्हणतात, माझा भगवान श्रीकृष्णच मोरमुकुटपीतांबर सोडून हॅट, बूट, सूट घालून माझ्यासमोर उभा आहे असे मला वाटते.

५.

प्रतीके या निबंधात साने गुरुजींनी भारतीय संस्कृतीतील विविध प्रतीकांचा अर्थ उलगडून सांगितला आहे.

संस्कृती हा चिन्हांचा पट असतो. भाषा ही जशी एक चिन्हव्यवस्था मानली जाते, तशीच संस्कृतीदेखील एक चिन्हव्यवस्था असते. मानवसमूहाच्या संस्कृतिपटात चिन्हांना, प्रतिमांना, प्रतीकांना, विधी-कृतींना अर्थ असतात असे आपण यापूर्वी म्हटलेले आहे. विविध लोकव्यवहारांमध्ये, विधींमध्ये, कर्मकांडांमध्ये प्रतीकांचा उपयोग केला जातो. प्रतीके उपयोजिली जातात, परंतु त्यांचा अर्थ लुप्त झालेला असतो, किंवा सर्वसामान्यांपर्यन्त तो पोचलेला नसतो. प्रतीके म्हणजे संस्कृतीची सूत्रे होत असे गुरुजी म्हणतात. भारतीय संस्कृतीत अनेक प्रतीके आहेत. त्या प्रतीकांची पूजा केली जाते. परंतु त्या प्रतीकांचा अर्थ माहीत नसल्याने ती कृती यांत्रिक ठरते. काही प्रतीकात्मक कृतीही असतात. मात्र त्या कृती प्रतीकात्मक आहेत याची जाणीव नसते. अहिंसा या निबंधात गुरुजींनी अशा काही प्रतीकात्मक कृतींचा निर्देश केला आहे. श्रावणी करताना मांसभक्षण करण्याऐवजी सातूच्या पिठाच्या गोळ्या खाणे, नरमेधाऐवजी नारळ फोडणे, देवांना शेंदूर लावण्यामागेही रक्ताचा अभिषेक ही पूर्वी रूढ झालेली कृती, रक्ताचा टिळा लावण्याऐवजी शेंदराचे बोट लावले जाते; इत्यादी.

प्रतीके या निबंधात गुरुजींनी विविध प्रतीकांचे त्यांना जाणवलेले अर्थ सांगितले आहेत. गुरुजी म्हणतात, कमळ हे भारतीय संस्कृतीचे प्रधान प्रतीक आहे. कमळ हे प्रतीक हिंदू धर्मात आणि बौद्ध धर्मात प्रतीक म्हणून आलेले आहे. ते पाण्यात असून पाण्याच्या वर राहते; चिखलात असून चिखलाच्या वर फुलते. कमळ अनासक्तीचे, अलिप्ततेचे, तसेच ते सौंदर्याचे आणि निर्मलतेचे प्रतीक आहे. भारतीय चित्रकलेत, शिल्पकलेत कमळ हे प्रतीक वारंवार आलेले आहे. यज्ञ किंवा होम हेही एक महत्त्वाचे प्रतीक आहे. धार्मिक विधीत होम असतो. मुंज,

लग्न या विधीत होम असतो. ज्ञान मिळवायचे असेल तर इतर सुखांचा त्याग करावा लागेल. संसारात आनंद हवा असेल तर परस्परांसाठी वैयक्तिक इच्छांचा होम करावा लागेल. आपण देवाला फूल वाहतो. वास घेतलेले, शिळे फूल चालत नाही. ते फूल आपल्या हृदयाचे प्रतीक आहे. देवाला नैवेद्य दाखवणे म्हणजे काय, तर जे केले ते देवाला अर्पण करायचे.

स्वस्तिक हे चिन्ह भारतीय संस्कृतीत महत्त्वाचे मानले जाते. स्वस्तिक म्हणजे कल्याण. सर्वांचे शुभ असो, सर्वांचे भले होवो हा त्या चिन्हाचा अर्थ.

मृत्यूशी निगडित काही प्रतीकांचा अर्थ गुरुजींनी सांगितला आहे. शव नेत असताना मडके पुढे धरले जाते. हा मृण्मय, मातीचा देह होता, तो आता फुटला. देहावर तुळशीपत्र ठेवणे म्हणजे तो देह आता देवाचा. मंगल प्रसंगी भरलेल्या कलशाचे महत्त्व असते.

अशा प्रकारे प्रतीकांचा अर्थ लावत गुरुजी समकालीन प्रतीकांकडे येतात. राष्ट्रीय सभेचा तिरंगी झेंडा. गुरुजी म्हणतात, ते सर्व धर्मांच्या ऐक्याचे चिन्ह आहे. झेंड्यावरील चरखा पिळवणूक न करता केल्या जाणाऱ्या श्रमजीवनाचे प्रतीक आहे. लाल झेंडा हे नवीन प्रतीक येऊ लागले होते. हातोडा, कोयता ही श्रममाहात्म्याची प्रतीके होत असे गुरुजी सांगतात.

गुरुजींच्या काळात एक सर्वस्वी नवी प्रतीकात्मक कृती झाली होती. साबरमती आश्रमापासून दांडीपर्यन्त चालत येणे आणि मूठभर मीठ उचलणे ही ती कृती होती. ते नुसते मीठ उचलणे नव्हते. ब्रिटिश साम्राज्यशाहीला शांततेच्या व अहिंसेच्या मार्गाने आव्हान देणे होते. ६ एप्रिल १९३० रोजी गांधीजींनी ही कृती केली. त्यानंतर कराची, पाटणा, पेशावर, कलकत्ता, मद्रास, सोलापूर, शिरोडा- अनेक ठिकाणी सत्याग्रहींवर व जमावावर सरकारने गोळीबार करून अत्याचार केले होते. गांधीजींनी त्यावेळी लिहिले होते, पातळ बुरख्याआड लपलेले साम्राज्यशाहीचे खरे लष्करी स्वरूप बाहेर पडले आहे.

गुरुजींच्या मनावर या घटनेचा खोल प्रभाव पडला. ते अत्यंत अस्वस्थ झाले. २९ एप्रिल रोजी गुरुजींनी शाळा सोडली आणि त्यांनी सत्याग्रह-संग्रामात स्वतःला झोकून दिले.

६.

भारतीय संस्कृती काय आहे ? तिचे स्वरूप कसे आहे ?

भक्ती या निबंधात गुरुजींनी लिहिले आहे : भारतीय संस्कृती सांगते, कोणते

तरी सेवाकर्म हाती घ्या, त्यात रमा. निरहंकार व्हा. नि:स्वार्थ व्हा. त्या कर्मानें समाजदेवतेची पूजा करावयाची आहे हे विसरू नका; आणि उत्तरोत्तर ते सेवाकर्म उत्कृष्ट करीत करीत एक दिवस हा देह पडू दे व त्याचे सोने होऊ दे.

भारतीय संस्कृतीचे मर्म इतक्या थोड्या आणि सोप्या शब्दांत अन्यत्र कुठे सांगितलेले आढळणार नाही. गुरुजींनी पुढे म्हटले आहे, भारतीय संस्कृती म्हणजे सेवेचा, कर्माचा अपरंपार महिमा.

येथेच गुरुजींनी श्रमाचा, सेवेचा महिमा एका छोट्या कवितेतून सांगितलेला आहे :

एक हात भू नांगरणे / शत व्याख्यानांहुन थोर
एक हात खादी विणणे / मंत्रजपाहुन ते थोर
एक वस्त्र वा रंगविणे / तव पांडित्याहुन थोर
शेतकरी, तसे विणकरी, तसे रंगारी, बना देशाचे
आळशी न कुणी कामाचे, यापुढे

एक नीट मडके करणे / तव व्याख्यानाहुन थोर
एक नीट जोडा शिवणे / तव श्रीमंतीहुन थोर
चाकास धाव बसविणे / तव विद्वत्तेहुन थोर
कुंभार, तसे चांभार, तसे लोहार बना देशाचे
आळशी न कुणी कामाचे, यापुढे

गुरुजींची भारतीय संस्कृतीविषयीची संकल्पनाच या कवितेतून पूर्णपणे स्पष्ट झालेली आहे.

या निबंधाच्या शेवटी गुरुजींनी म्हटले आहे : सर्वजण विचार करा. भारतीय संस्कृतीचा आत्मा ओळखा. घोड्याचे खरारे करणारा व पीतांबराचा तोबरा करून त्यातून घोड्यांना चंदी चारणारा तो गोपालकृष्ण डोळ्यांसमोर आणा.

शेतकऱ्यांच्या आणि कामगारांच्या कष्टांवरच राष्ट्र उभे राहत असते हे गुरुजींनी जाणले होते. श्रमांना प्रतिष्ठा, श्रमिकांना मान ही संस्कृती आहे, तेच भारतीय संस्कृतीचे मूलतत्त्व आहे हे गुरुजींना जाणवले होते.

साने गुरुजी यांच्या भारतीय संस्कृती या ग्रंथात भारतीय संस्कृतीचा इतिहास नाही; तो विद्यापीठीय शिस्तीने लिहिलेला ग्रंथही नाही; त्यामुळे संदर्भ अथवा तळटिपा नाहीत. त्यांनीच म्हटल्याप्रमाणे एका सामान्य माणसाने सामान्य

जनांकरिता लिहिलेले हे पुस्तक आहे. आणखी अतिशय नम्रतेने त्यांनी लिहिले आहे, भारतीय संस्कृतीवर ज्ञानाने लिहिण्याचा मला अधिकार नाही; परंतु प्रेमाने लिहिण्याचा मला अधिकार आहे.

भारतीय संस्कृती या ग्रंथात इतिहास नसेल, विद्वत्ता नसेल; परंतु या ग्रंथात साने गुरुजींचे जीवन-दर्शन, तत्त्वज्ञान आहे. उपसंहारात तीन ओळींमध्ये ते त्यांनी सांगितले आहे : भारतीय संस्कृतीचा आत्मा स्पृश्यास्पृश्ये मानीत नाही. हिंदु-मुसलमान जाणत नाही. प्रेमाने व विश्वासाने सर्वांना मिठी मारून, ज्ञानमय व भक्तिमय कर्माचा अखंड आधार घेऊन मांगल्यसागराकडे, खऱ्या मोक्षसिंधुकडे जाणारी ही संस्कृती आहे.

हे जीवन-दर्शन त्यांना ग्रंथांतून प्राप्त झालेले नाही, तर तत्कालीन जनआंदोलनातील सहभागातून मिळाले आहे. त्यांच्या अवतीभवतीच्या भेदाभेदांच्या कोलाहलातून त्यांनी एक स्वर-संगती शोधली. मानवावरच नव्हे तर मानवेतर सृष्टीवरही प्रेम करणारी विशाल भारतीय संस्कृती त्यांना गवसली. विश्वावर प्रेम करण्याचे विशाल ध्येय देणाऱ्या थोर भारतीय संस्कृतीला त्यांनी शतशः नमन केले आहे.

– वसंत आबाजी डहाके

प्रसिद्ध साहित्यिक, समीक्षक व

संमेलनाध्यक्ष, अ.भा. मराठी साहित्य संमेलन, चंद्रपूर

भारतीय संस्कृति

अनुक्रमणिका

प्रकरण पहिलें

अद्वैताचें अधिष्ठान

भारतीय संस्कृतींत सर्वत्र अद्वैताचा आवाज घुसून राहिला आहे. भारतीय संस्कृतीला अद्वैताचा मंगल वास येत आहे. हिंदुस्थानच्या उत्तरेस ज्याप्रमाणें उत्तुंग गौरीशंकर शिखर उभें आहे, त्याप्रमाणें येथील संस्कृतीच्या पाठीशींहि उत्तुंग व भव्य असें अद्वैतदर्शन आहे. कैलासावर बसून ज्ञानमय भगवान् शंकर अद्वैताचा डमरू अनादि काळापासून वाजवीत आहेत. शिवाजवळच शक्ति असणार. सत्याजवळच सामर्थ्य असणार. प्रेमाजवळ पराक्रम असणार. अद्वैत म्हणजेच शिवत्व. अद्वैत म्हणजे निर्भयता. या संसारांत अद्वैताचा संदेशच सुखसागर निर्मूं शकेल.

भारतीय ऋषींनी ही महान् वस्तु ओळखली. अद्वैताचा मंत्र त्यांनीं जगाला दिला. या मंत्राइतका पवित्र मंत्र दुसरा कोणताहि नाहीं. जगांत दुजाभाव असणें म्हणजे दुःख असणें व समभाव असणें म्हणजे सुख असणें. सुखासाठीं धडपडणाऱ्या मानवानें अद्वैताची कास धरल्याशिवाय तरणोपाय नाहीं.

ऋषि कळकळीनें सांगत आहे, कीं ज्याच्या ज्याच्याबद्दल तुला दुजाभाव वाटत असेल, त्याच्या त्याच्याजवळ जाऊन त्याला प्रेमानें मिठी मार.

सहनाववतु । सह नौ भुनक्तु सह वीर्यं करवावहै
तेजस्विनावधीतमस्तु । ॐ शांतिः शांतिः शांतिः

या थोर मंत्राचा खोल अर्थ काय? हा मंत्र आपण एके ठिकाणींच म्हणावयाचा नाहीं. हा मंत्र सर्वत्र उच्चारावयाचा आहे व तदनुरूप वागावयाचें आहे. केवळ

गुरुशिष्यांपुरता हा मंत्र नाहीं. ब्राह्मणांना ब्राह्मणेतरांबद्दल व ब्राह्मणेतरांना ब्राह्मणांबद्दल दुजाभाव वाटत आहे का? येऊं देत ते एके ठिकाणीं व म्हणूं देत हा मंत्र. स्पृश्य व अस्पृश्य परस्परांपासून दूर आहेत का? येऊं देत ते जवळ जवळ व उच्चारूं देत हा मंत्र. हिंदु-मुसलमान परस्परांस पाण्यांत पहात आहेत का? येऊं देत ते जवळ, हातांत हात घेऊन उच्चारूं देत हा मंत्र. गुजराथेतील व महाराष्ट्रांतील एकमेकांचा द्वेष करीत आहेत का? येऊं देत त्यांना जवळ व उच्चारूं देत हा मंत्र.

ज्यांना एकमेकांबद्दल दुजाभाव वाटत नाहीं, त्यांच्यासाठीं हा मंत्र नाही. दुजाभाव दूर करण्यासाठीं हा मंत्र आहे. जगांत सर्वत्र दिसून येणारा दुजाभावाचा अंधार दूर करण्यासाठीं म्हणून ऋषीनें हा महान् दीप दिला आहे. हा दीप हातांत घेऊन आपण पाहूं या, आपले व्यवहार करूं या. आनंद प्राप्त झाल्याशिवाय राहणार नाहीं.

अद्वैत म्हणजे माझ्यासारखाच दुसरा आहे ही भावना. समर्थांनीं सारें अद्वैत तत्त्वज्ञान माझ्यामतें एका ओवींत सांगून ठेविलें आहे. अद्वैताचें प्रत्यक्ष व्यावहारिक स्वरूप त्यांनीं त्यांत शिकविलें आहे.

आपणांस चिमोटा घेतला। तेणें जीव कासावीस झाला।
आपणावरून दुसऱ्याला। ओळखीत जावें।।

मला कोणी मारलें तर मला दुःख होतें. मला अन्नपाणी मिळालें नाही तर माझे प्राण कंठांत येतात. माझा कोणी अपमान केला तर मेल्याहून मेल्याप्रमाणें मला होतें. मला ज्ञान मिळालें नाहीं तर मला लाज वाटते. माझ्याप्रमाणेंच दुसऱ्याला असें होत असेल. मला मन, बुद्धि, हृदय आहे. दुसऱ्यालाहि तीं आहेत. मला माझा विकास व्हावा अशी इच्छा आहे, तशीच ती दुसऱ्यासहि असेल. माझी मान वर असावी, तशीच दुसऱ्याचीहि असणें योग्य आहे. थोडक्यांत आपणांस येणाऱ्या सुखदुःखांच्या अनुभवावरून दुसऱ्याच्या सुखदुःखाची कल्पना येणें म्हणजेच एक प्रकारें अद्वैत.

मला ज्या गोष्टींनीं दुःख होतें, त्या गोष्टी दुसऱ्याच्या बाबतींत मी करणार नाहीं, हा त्यापासून मनाला बोध मिळतो. मला ज्या गोष्टींनीं आनंद होतो, त्या दुसऱ्यांसहि लाभाव्यात अशी मी खटपट करीन असेंहि माझें अद्वैत मला सांगतें. अद्वैत म्हणजे अमूर्त कल्पना नव्हे, अद्वैत म्हणजे प्रत्यक्ष व्यवहार; अद्वैत म्हणजे चर्चा नव्हे, अद्वैत म्हणजे अनुभूति.

ऋषी केवळ अद्वैताच्या कल्पनेंत रमले नाहींत. सर्व जगाशीं, सर्व चराचराशीं ते एकरूप झाले. रुद्रसूक्त लिहिणारा ऋषि मानवांना काय काय लागेल त्याची काळजी वाहात आहे. सर्व मानवजातीच्या गरजा जणूं त्याला स्वत:च्या वाटत आहेत. शरीराच्या, मनाच्या, बुद्धीच्या भुका तो अनुभवीत आहे.

"घृतंच मे, मधु च मे, गोधूमाश्च मे, सुखं च मे, शयनं च मे, ऱ्हीश्च मे, श्रीश्च मे, धीश्च मे, धिषणा च मे."

मला तूप हवें, मध हवा, गहूं हवेत, सुख हवें, आंथरूण-पांघरूण हवें, विनय हवा, संपत्ति हवी, बुद्धि हवी, धारणा हवी, मला सारें हवे.

तो ऋषि स्वत:साठी हें मागत नाहीं तो जगदाकार झाला आहे. आजुबाजूच्या सर्व मानवांचा तो विचार करीत आहे. या मानवांना या सर्व गोष्टी केव्हां मिळतील अशी तगमग त्याला लागली आहे. पोटभर खायला, अंगभर ल्यायला या सर्व भावाबहिणींस केव्हां मिळेल? या सर्वांना ज्ञानाचा प्रकाश केव्हां मिळेल? या सर्वांना सुखसमाधान कसें लाभेल, याच चिंता त्या महर्षीला लागून राहिली आहे.

समर्थांचेंसुद्धा असेंच एक मागणें आहे. राष्ट्राला जें जें पाहिजे त्याची भिक्षा प्रभूजवळ त्यांनीं त्या स्तोत्रांत मागितली आहे. त्याला "पावन भिक्षा" असें सुंदर नांव त्यांनी दिलें आहे. विद्या दे, गायन दे, संगीत दे, साऱ्या हृद्य व मंगल वस्तु त्यांनीं मागितल्या आहेत.

रुद्रसूक्तांतील कवि समाजाच्या गरजा मागत आहे व त्या गरजा पुरवणाऱ्यांना तो वंदन करीत आहे. त्या ऋषीला अमंगल व अशुचि कोठेंही इवलेंसुद्धां दिसत नाहीं.

"चर्मकारेभ्यो नमो, रथकारेभ्यो नमो, कलालेभ्यो नमो."

अरे चांभारा, तुला नमस्कार; अरे सुतारा, तुला नमस्कार; अरे कुंभारा, तुला नमस्कार!

समाज-पुरुषाची कर्ममय पूजा करणारे हे सारे श्रमजीवी त्या थोर ऋषीला वंद्य वाटत आहेत. चांभाराला तो अस्पृश्य मानीत नाहीं, कुंभाराला तुच्छ लेखीत नाहीं. समाजाला जिवंत विचार देणाऱ्या विचारस्त्रष्ट्यांइतकीच मडकीं देणाऱ्यांचीहि तो योग्यता मानीत आहे.

There is nothing great or small,
In the eyes of God.

देवाच्या दृष्टीनें समाजसेवेचें कोणतेंही कर्म उच्च किंवा तुच्छ नाहीं. तीं तीं

सेवाकर्में करणारे सारे मंगल व पवित्रच होत.

परंतु रुद्रसूक्तांतील ऋषि सेवा करणाऱ्यांनाच वंदन करीत आहे असें नाहीं तर तो पतितांनाहि प्रणाम करीत आहे. मनुष्य पतित तरी कां होतात? समाजाच्या दोषामुळेंच ते पतित होतात.

स्तेनानां पतये नमो।

असें हा ऋषि म्हणत आहे. चोरांना व चोरांच्या नायकांना हा ऋषि प्रणाम करीत आहे. हा ऋषि वेडा नाहीं. चोर तरी चोरी कां करतो? श्रीमंतांच्या मुलांजवळ शेंकडों खेळणीं असतात. गरिबाच्या मुलाजवळ एकहि नसतें. त्या गरिबाच्या मुलानें एखादें खेळणें चोरलें तर त्याला फटके मारतात! शेतांत मरेमरेतों काम करणाऱ्या मजुराला जेव्हां पोटभर खायला मिळत नाहीं, तेव्हां तो धान्य चोरतो. त्याचा त्यांत काय दोष? तो चोर नाहीं. त्याला उपाशी ठेवणारा समाज चोर आहे. ऋषि कळवळून म्हणतो, "अरे चोरांनो! तुम्ही चोर नाहीं. समाज जर नीट वागेल तर तुम्हांला चोरी करावी लागणार नाहीं. तुमच्यांतील माणुसकी मी पहात आहे. तुमच्यांतील दिव्यता मला दिसत आहे. तुमच्या आत्म्याचें वैभव दुसऱ्या दगडांना दिसलें नाहीं तरी निर्मल दृष्टि असणाऱ्या मला तें दिसल्याशिवाय कसें राहील?"

अद्वैताचा विसर पडलेल्या समाजांत मग क्रांति होते. ईश्वर जगाला धडा देऊं इच्छितो. शेजारीं भावाला, तो रात्रंदिवस श्रम करीत असूनहि रहायला नीट घर नाहीं, खायला पोटभर अन्न नाहीं. आणि मी माझ्या प्रचंड बंगल्यांत रेडियो ऐकत बसतों. ही भारतीय संस्कृति नाहीं. भारतीय संस्कृतीचा हा खून आहे. उपाशी लोकांना पाहून दामाजीनें कोठारें उघडीं केलीं. घरांत चोरी करावयास आलेल्या माणसास एकनाथ म्हणाले, "आणखी थोडें घेऊन जा." चोरी करणाऱ्या माणसास पाहून आपणांस आपली लाज वाटली पाहिजे. आपल्या समाजाची चीड आली पाहिजे.

अद्वैत म्हणजे थट्टा झाली आहे. भरल्या पोटीं अद्वैताची चर्चा करीत बसतात. परंतु जीवनांत अद्वैत आणणारा भगवान् बुद्ध वाघिणीला उपाशी व आजारी पाहून तिच्या तोंडांत मांडी देतो. अद्वैताचा अनुभव घेणारा तुलसीदास झाड तोडणाऱ्यापुढें आपली मान करतो व तें फुलणारें, फळणारें, छावा देणारें चैतन्यमय झाड राखूं पाहतो. अद्वैताचा अनुभव घेणारा कमाल गवत कांपण्यासाठीं रानांत गेल्यावर

सुटे मंद वारा डुलें सर्व रान।

असे दृश्य पाहून विरघळतो. नको रे कापूं, नको रे कापूं; असें जणूं हे गवत सांगत आहे असें त्याला वाटतें. त्याच्या हातांतील विळा गळून पडतो. अद्वैताचा अनुभव घेणाऱ्या ऋषीच्या आश्रमांत वाघ व शेळी प्रेमानें नांदतात; हरणें सिंहाचीं आयाळ खाजवतात; साप मुंगसाला मिठी मारतो. अद्वैत म्हणजे उत्तरोत्तर वाढतें प्रेम. विश्वाला विश्वासानें आलिंगणारें प्रेम.

परंतु अद्वैताला जन्म देणाऱ्या व अद्वैत जीवनांत अनुभवूं पाहणाऱ्या थोर संतांच्या या भरतभूमींत आज अद्वैताचा संपूर्ण अस्त झाला आहे. आम्हांला ना शेजारी ना पाजारी. आम्हांला आजुबाजूंचें विराट दुःख दिसत नाहीं. आमचे कान बधिर झाले आहेत, डोळे आंधळे आहेत. सर्वांना हार्टडिसीझ झालेला आहे.

वेदांतील एक महर्षि हृदय पिळवटून सांगत आहे :-

मोघमन्नं विंदते अप्रचेता:
सत्यं ब्रवीमि वध इत् स तस्य
न अर्यमणं पुष्यति नो सखायं
केवलाघो भवति केवलादी ।।

"संकुचित दृष्टीच्या मनुष्याला मिळालेल्या धान्याच्या राशी फुकट आहेत. त्याच्या घरांत तें धान्य सांठवलेलें नसून तें त्याचें मरण सांठवलेलें आहे. जो भावाबहिणींस देत नाहीं, योग्य माणसांस देत नाहीं, असा केवळ स्वतःपुरतें पाहणारा मनुष्य केवळ पापरूप होय."

आजुबाजूला लाखों कष्ट करणारे लोक अन्नवस्त्रहीन असतां आपल्या बंगल्यांत कपड्यांचे ढीग व धान्यांचीं कोठारें ठेवणें हें धोक्याचें आहे! ऋषि म्हणतो, "तुमचा चक्काचूर करणारे ते बाँबगोळे आहेत." ऋषीचें म्हणणें हें इतर देशांत अनुभवास येत आहे. आपल्याहि देशांत येईल.

नामदेवानें उपाशी कुतऱ्याला तूपपोळी खाऊं घातली. त्याच संतांच्या भूमींत उपाशी माणसांची कोणी कदर करीत नाहीं. कोणी अद्वैताचा अभिमानी शंकराचार्य संस्थानिकास सांगत नाहीं कीं, कर कमी कर; सावकारांस सांगत नाहीं कीं, व्याज कमी कर; कारखानदारांस सांगत नाहीं कीं, मजुरी वाढव व कामाचा थोडा वेळ कमी कर. सर्वांच्या पुड्या खाऊन व पाद्य-पूजा घेऊन संचार करणारे 'श्री' जीवनांत अद्वैत यावें म्हणून मरत आहेत कां?

आजच्या साम्यवादाला हे संस्कृतीच्या गप्पा मारणारे हंसतात. परंतु साम्यवाद म्हणजे एकप्रकारें कृतींत आणलेला वेदान्त होय. हजारों वर्षे वेदान्त घोकला जात

आहे. कथापुराणांतून सांगितला जात आहे. वेदान्त शिकवणाऱ्या समाजाला अशी विकलता कां यावी? आमचा पाया पोखरला जात होता. अद्वैत शिकवणाऱ्या समाजांत द्वैताचा नुसता बुजबुजाट उडाला आहे. या बुजबुजाटांत सुखशांति आणण्याचें काम साम्यवादी करीत आहेत.

सर्वे सुखिनः सन्तु। सर्वे सन्तु निरामयाः ।।

"सारे सुखी असोत, सारे निरोगी असोत" असे मंत्र पुटपुटल्यानें सुख व आरोग्य निर्माण होत नसतें. मंत्र म्हणजे ध्येय. तें ध्येय कृतींत आणण्यासाठी मरावयाचें असतें, झिजावयाचें असतें. हे मंत्र पुटपुटतांना किती लोकांना सुख नाहीं, किती लोकांना औषध नाहीं, किती लोकांना घाणेरड्या खोलींत रहावे लागतें, किती लोकांना स्वच्छ हवा नाहीं, स्वच्छ पाणी नाहीं, किती लोकांना आरोग्याचें ज्ञान नाहीं, याचा विचार तरी मनांत येतो कां? आपल्या लोकांत सर्वत्र दंभ बोकाळला आहे. महान् वचनें ओठावर; पोटांत कांहीं नाहीं. परंतु धर्म जीवनांत गेल्याशिवाय जीवन सुंदर होत नाहीं. भाकरीचा तुकडा नुसता ओठावर ठेवून भागत नाहीं, तो पोटांत जावा लागतो; तेव्हांच शरीर सतेज व समर्थ होतें. थोर वचनें जेव्हां कृतींत उतरतील तेव्हांच समाज सुखी व आरोग्यसंपन्न होईल.

साम्यवादी हे मंत्र पुटपुटत बसणार नाहींत. या महान् मंत्रांचा आचार केव्हां सुरू होईल याची उत्कट तळमळ त्यांना लागली आहे. यासाठीं ते तडफडत आहेत. धर्मबिर्म आम्हांला कळत नाहीं असें म्हणतात; परंतु खरा धर्म तेच आचरूं पहात आहेत. सर्वांना खायला प्यायला देऊं पहात आहेत. समाजांतील अन्याय, दैन्य, दास्य, दूर करूं पहात आहेत. समाजांतील दुर्गुण दूर करायचे असतील तर अद्वैत जीवनांत आणा. आपणावरून दुसऱ्याला ओळखावयास शिका-असें सांगत आहेत. ते स्वतःला भाई म्हणून घेत आहेत. आपण सारे भाई भाई, "अमृतस्य पुत्राः" त्या अमृतरूपी चैतन्याचीं आपण सारीं लेकरें. या एकें ठिकाणीं खपूं, एके ठिकाणीं खाऊं, एके ठिकाणीं खेळूं, एके ठिकाणीं शिकूं, गाऊं, हंसूं. असें हे साम्यवादी म्हणत आहेत.

ऋषींच्या आश्रमांतील प्रेमाच्या प्रभावामुळें साप व मुंगूस एके ठिकाणीं रहात, हें ध्येय आपणांपासून पुष्कळ दूर आहे हें खरें. मनुष्य आपल्या प्रेमप्रकर्षानें विश्वांतील सर्व विरोध दूर करीत आहे, हें ध्येय आपल्या कदाचित् दृष्टींत येतहि नसेल. परंतु सर्व मानवजातीनें तरी प्रेमानें एकत्र नांदावें यांत काय कठीण आहे? या

भरतभूमींत हा प्रयोग ऋषी करूं पहात होते. अद्वैताचा तारक-मंत्र देऊन हे प्रेमैक्य निर्माण करूं पहात होते. परंतु त्यांची परंपरा पुढे चालवूं पाहणारे सर्वत्र भेदभाव माजवीत आहेत. वैषम्य वाढवीत आहेत.

ही सृष्टि एकप्रकारें अद्वैत शिकवीत आहे. मेघ सारें पाणी देऊन टाकतात, झाडें फळें देऊन टाकतात. फुले सुगंध देऊन टाकतात. नद्या ओलावा देऊन टाकतात. सूर्यचंद्र प्रकाश देतात. जें जें आहे तें तें सर्वांना देऊं. सर्वांमिळून उपभोग घेऊं. आकाशांतील सारे तारे सर्वांसाठीं आहेत; देवाचे जीवनप्रद वारे सर्वांसाठीं आहेत. परंतु मनुष्य भिंती बांधून स्वतःच्या मालकीच्या इस्टेटी तयार करूं लागतो. जमीन सर्वांची आहे. सारे मिळून ती कसूं या, पिकवूं या. परंतु मनुष्य त्यांतील तुकडा अलग करतो व म्हणतो हा माझा तुकडा! अशानेंच जगांत अशांति उत्पन्न होते. द्वेष, मत्सर उत्पन्न होतात. स्वतःला समाजांत बुडविले पाहिजे. पिंडाला ब्रह्मांडांत बुडविलें पाहिजे. व्यक्ति शेवटीं समाजासाठी आहे. दगड इमारतीसाठीं आहे, बिंदु सिंधूसाठी आहे. हें अद्वैत कोण पाहतो, कोण अनुभवितो? हें अद्वैत जीवनांत आणणें म्हणजे केवढा आनंद!

ज्याला लाखों भाऊ सर्वत्र दिसत आहेत, त्याला केवढी कृतकृत्यता वाटेल? संतांना हीच तहान होती, हेंच वेड होतें.

ऐसें भाग्य कधीं लाहता होईन, अवघें देखें जन ब्रह्मरूप।
मग तया सुखा अंत नाहीं पार, आनंदें सागर हेलावती।

अवघा समाज ज्याला स्वतःइतकाच पूज्य वाटत आहे, प्रिय वाटत आहे. त्याच्या भाग्याचें कोण वर्णन करील?

जिकडे तिकडे देखें उभा, अवघा चैतन्याचा गाभा।

जिकडे तिकडे चैतन्यमय मूर्ती दिसत आहेत. दगडाधोंड्यांतहि चैतन्य पाहून डोलणारा संत मानवांतील चैतन्य नाहीं का पाहणार?

जेथें तेथें देखें तुझींच पाऊलें।
सर्वत्र संचलें तुझें रूप।।

सर्वत्र तेंच स्वरूप आहे. चैतन्यमय आत्म्याचे स्वरूप आहे. या चैतन्यमय मूर्तींची सेवा करावयास संत तडफडत असतो. त्याला वाटतें कीं सहस्त्र हात असते तर सहस्त्र बोलत्याचालत्या मूर्तींना वस्त्रें नेसविलीं असतीं, जेऊंखाऊं घातलें असतें

परंतु लाखों वस्त्रहीन, अन्नहीन चैतन्यमय देवांची पूजा करावयास कोण उभा राहतो? अद्वैत म्हणजे मरण आहे. स्वतःचें मरण.

आपुलें मरण पाहिलें म्यां डोळा।

स्वतः मेल्याशिवाय या आसमंतात पसरलेल्या परमेश्वराचें दर्शन होणार नाहीं. स्वतःचा अहंकार कमी करा. स्वतःची पूजा कमी करा. जसजसें तुमचें अहंचें रूप क्षुद्र होत जाईल तसतसें परब्रह्म तुम्हांला दिसूं लागेल. बुद्धाने स्वतःचें निर्वाण केलें, स्वतःला मालवून टाकलें, तेव्हां त्याला सर्व चराचराला अपरंपार प्रेम देतां आलें.

अद्वैताचा उच्चार म्हणजे स्वतःच्या स्वार्थी सुखावर निखारा ठेवणें.

तुका म्हणे व्हावी प्राणांसवें ताटी।
नाहीं तरी गोष्टी बोलूं नये॥

प्राण फेंकून द्यावयास तयार असाल तर वेदांताच्या वल्गना करा. दुसऱ्यासाठीं दोन दिडक्याच नाहीं तर सर्वस्व अर्पण करावयास तयार असणें म्हणजे अद्वैताची दीक्षा.

जीवातळीं आंथरिति। प्राण आपुले॥

आपल्या प्राणांच्या पायघड्या दुसऱ्यासाठीं आनंदाने घालणारे ते अद्वैताचे अधिकारी!

शंकराचार्यांच्या अद्वैत तत्त्वज्ञानाच्या सिंहगर्जनेनें इतर तत्त्वज्ञानें पळून गेलीं असें म्हणतात. सिंह पाहतांच कोल्हींकुत्रींच नव्हे तर प्रचंड हत्तींचीहि तारांबळ उडते. शंकराचार्यांच्या अद्वैतामुळे द्वैतवादी पळाले, परंतु समाजांतील द्वैत पळालें नाहीं! समाजांतील दंभ, आलस्य, अज्ञान, रूढि, भेदभाव, तुच्छनीचपणा, स्पृश्यास्पृश्यें, वैषम्यें, दारिद्र्य, दैन्य, दास्य, दुबळेपणा, भ्याडपणा या गोष्टी पळाल्या नाहींत. ही सारी द्वैताची प्रजा आहे. समाजांत दुजाभाव असला म्हणजे हें सारें भीषण चित्र दृष्टीस पडूं लागतें. भारतीय समाजांत तोंडांतील अद्वैत समाजांतील रोजच्या आचारांत अल्पस्वल्पहि जरी दाखवण्यासाठीं कोणी मनापासून झटते तर भारताला अशी अधोगति येती ना.

थोर स्वामी विवेकानंद म्हणूनच स्वेदानें म्हणत, कीं "हिंदुधर्माइतकीं उदार तत्त्वें सांगणारा दुसरा धर्म नाहीं आणि हिंदु लोकांइतकें प्रत्यक्ष आचारांत अनुदार लोकहि अन्यत्र सांपडणार नाहींत."

शेंकडों वर्षे अद्वैताचे डंके वाजत आहेत. परंतु रानांतील रानटी लोकांजवळ आमचे मठ सोडून आम्ही कधीं गेलों नाहीं. कांतकरी, भिल्ल, गोंड, शेंकडों जाती; त्यांच्यापासून अहंकारानें आम्ही दूर राहिलों. अद्वैतावर भाष्यें लिहिणारे व तीं वाचणारे प्रत्यक्ष रोजच्या व्यवहारांत अद्वैतशून्य दृष्टीनें जणूं वागत.

अद्वैत हा भारतीय संस्कृतीचा आत्मा आहे. या तत्त्वाचा उत्तरोत्तर जीवनांत अधिक अधिक अनुभव घेत जाणें म्हणजेच भारतीय संस्कृतींत भर घालणें होय. आपल्या सर्व अंतर्बाह्य कृतींतून अद्वैताचा सुगंध जसजसा येऊं लागेल तसतसा भारतीय संस्कृतीचा आत्मा आपणांस समजूं लागला, असें म्हणतां येईल. तोपर्यंत त्या संस्कृतीचें नांवहि उच्चारणें म्हणजे त्या थोर ऋषींची व त्या थोर संतांची केवळ विटंबना आहे, दुसरे काय?

प्रकरण दुसरें

अद्वैताचा साक्षात्कार

सर्व सजीव निर्जीव सृष्टींत अद्वैताचा अनुभव येणें ही अंतिम स्थिती होय. मनुष्येतर चराचर सृष्टीबद्दलहि आपलेपणा वाटणें, आत्मौपम्य वाटणें म्हणजे अद्वैताची पराकाष्ठा होय. मनुष्याला तें केव्हा साधेल तेव्हा साधो; परंतु निदान मानवजातीपुरतें तरी त्यानें विशाल दृष्टीचें नको का व्हायला?

या भरतभूमींत प्राचीन काळापासून परस्पर भिन्न संस्कृतींचे संघर्ष सुरू झाले. भारताबाहेरील आर्य व एतद्देशीय थोर संस्कृतिसंपन्न अनार्य यांच्यामध्यें अनेक झगडे माजले. वेदांमधून या वैरांचीं वर्णनें आहेत. दक्षिणेकडील वानर म्हणजे अनार्य लोकच. लंकेंतील रावण हा आर्य होता. तो आपलें साम्राज्य वरती नाशिकपर्यंत पसरवीत आला. वालीचें व त्याचें युद्ध झालें. या काळ्यासांवळ्या एतद्देशीय लोकांना तो तुच्छतेनें वानर म्हणे. परंतु दुसरे कांहीं आर्य या अनार्य लोकांत प्रेमानें मिसळले. अगस्ति ऋषि विंध्य पर्वत ओलांडून आला व या द्रवीडियन जनतेंत मिसळला. त्यानें येथील लोकांच्या भाषेचीं व्याकरणें लिहिलीं. तामीळ भाषेचा पहिला व्याकरणकर्ता अगस्ति मानतात. तामीळ भाषा अत्यंत प्राचीन अशी सुसंस्कृत भाषा आहे. आर्य ऋषींनीं अनार्य लोकांत आपले आश्रम स्थापिले. संस्कृतीची देवाण-घेवाण सुरू झाली. रामाला या आर्य ऋषींनीं अनार्यांची बाजू घेण्यास लाविलें. रावणाचा रामानें पराजय केला. आर्यं व अनार्य यांना जोडणारा राम हा पहिला महान् पुरुष होय. राम सर्वांना प्रेमानें जवळ घेत आहे. अद्वैत

वाढवीत आहे. गुण्या गोविंदानें नांदावयास शिकवीत आहे. राम हा मानव्याची उपासना करणारा आहे. माणुसकीचा धर्म तो ओळखतो.

आय व अनार्य एकमेकांत मिसळूं लागले. परस्परांत विवाह होऊं लागले. परंतु कधीं कधीं आपल्या आर्यत्वाचा टेंभा मिरवणारे प्रतिष्ठित पुढारी दिसून येत व ते अनार्यांचा उच्छेद करूं बघत. आज ज्याप्रमाणें हिटलर सर्व ज्यू लोकांना हांकलून देत आहे, त्याप्रमाणें जनमेजय सर्व नागजातीचा उच्छेद करावयास सिद्ध झाला होता. अर्जुनाने नागकन्यांजवळ लग्नें लाविलीं होतीं; परंतु नागस्त्रीपासून झालेल्या बभ्रूवाहनाला अभिमन्यूहून अर्जुन हीन समजत असे! परीक्षिताचा एका नागनायकानें खून केला. त्यामुळें जनमेजय चिडला. सर्व नागजातीला जाळून भस्म करा, असे त्याचे अमानुष आदेश सुटले. ठायीं ठायीं नागलोक जिवें जाळले जाऊं लागले. जे कोणी नागांना आश्रय देतील त्यांनाही तेंच प्रायश्चित्त मिळेल असें उद्घोषिण्यांत आलें.

अशा वेळीं भारतीय संस्कृतीचा संरक्षक भगवान् आस्तिक उभा राहिला. मांगल्यावर ज्याची श्रद्धा तोच खरा आस्तिक! अद्वैत निर्माण करूं पाहील तोच खरा आस्तिक! आस्तिक ऋषीस प्रत्यक्ष दृश्य संसारांत अद्वैत पहावयाचे होतें. दृश्य संसारांतील विरोध, वैषम्यें दूर करण्यासाठीं प्रयत्न न करतां परलोकाच्या गप्पा मारणारे ते खरोखर नास्तिक होत! तो खरा आस्तिक जो आजुबाजूला जें दिसत आहे, त्याला सुंदरता आणूं पाहतो. आज जे आस्तिक म्हणून समजले जातात ते खरोखर नास्तिक आहेत व जे नास्तिक म्हणून समजले जातात ते खरोखर आस्तिक आहेत. गीतेंत सांगितलें आहे, कीं यज्ञ न करणाऱ्याला हा लोक तर नाहींच मग परलोक तर दूरच राहिला! म्हणजे या लोकाचें महत्त्व सांगतात. जीवयात्रा, लोकयात्रा हे शब्द प्राचीन मुनि महत्त्वाचे मानीत. संसाराला ते तुच्छ मानीत नसत. केवळ स्वतःच्या संसाराला पाहणें म्हणजे मिथ्या होय; परंतु समाजाच्या ध्येयानें स्वतःचा संसार पाहिला तर तो मिथ्या नाहीं. मला एकट्याला या जगांत काय करतां येणार? समाजामुळें मी पोसला जात आहे. या समाजाची सेवा करण्यांत व्यक्तीचा विकास आहे!

तो महर्षि आस्तिक समाजाचीं शकलें झालेलीं शांतपणे कशीं पाहील? आस्तिक उठला व लोकांना जाळणाऱ्या जनमेजयासमोर उभा राहिला. आस्तिकाची आई नागकन्याच होती! जनमेजयाला आस्तिक म्हणाला, "अरे मलाही होळींत फेंक.

मीही नागकन्येच्या उदरांतील आहे!" तपस्वी आस्तिकाचा महान त्याग पाहून जनमेजयाचे डोळे उघडले. नाग जात कां हीन समजायची? ज्या जातींत आस्तिकासारखीं विश्ववंद्य माणसें निर्माण होतात, ती जात कां तुच्छ?

जनमेजयानें आस्तिकाचे पाय धरले. तें सर्पसत्र थांबले. आस्तिकानें भारताचें उज्ज्वल भवितव्य त्या दिवशीं सांगितलें. आस्तिक म्हणाले, "जनमेजया! अरे जगांत कोणी तुच्छ नाहीं, कोणी उच्च नाहीं. सर्वांच्या ठिकाणीं दिव्यत्व आहे. आर्यांत कांहीं गुण आहेत, अनार्यांतही आहेत. दोघांत दोषही आहेत. आपण परस्परांचे दोष न बघतां दोषांखालीं दडपलेली आंतरिक गुणसंपत्तिच पाहिली पाहिजे. जो दुसऱ्या जातींजमातीस सदैव हीन लेखील तो नास्तिक समज. या अफाट देशांत अनेक जाती व वंश आहेत. तुम्ही आर्य बाहेरून आलेत. आणखीही अशाच जाती येतील. आज तुम्ही जो पायंडा पाडाल तो पुढें टिकेल. या भरतभूमींत शेंकडों जातीजमाती एकत्र नांदत आहेत असा प्रयोग होऊं दे. आर्य व अनार्य एक व्हा. आर्यांचीं दैवतें अनार्यांची होवोत, अनार्यांचीं आर्यांची होवोत. आर्यांच्या सुंदर चालीरीती अनार्य घेतील. अनार्यांच्या चालीरीती आर्य घेतील. अशा रीतीनें नवीन भव्य संस्कृति निर्माण होवो. भारतीय संस्कृति म्हणजे सहस्र पाकळ्यांचें शतरंगांचें भव्य कमळ! या फुलांत शेकडों विविध सुगंध निर्माण होवोत. नाना रंग, नाना गंध! जनमेजया! नागजातीला सर्प दैवत फार प्रिय व पूज्य वाटतें. तुझ्या पित्यानें सापाला मारून तो मृत सर्प एकाज्ञा ऋषीच्या गळ्यांत अडकविला! नागांच्या देवतांचा हा उपहास होता. नागांची नागपूजा तुम्हीही घ्या. नागपंचमीचा दिवस पंचागांत आपण रूढ करूं या. आर्य व नागजातीच्या ऐक्याची ती खूण भावि पिढ्यांस मार्गदर्शक करील!"

भारतीय संस्कृतीचा हा महान विशेष आहे. अभेदांत भेद व भेदांत अभेदता हें भारतीय संस्कृतीचें स्वरूप आहे. त्या प्राचीन ऋषीनें एक पृथ्वीमोलाचा मंत्र सांगून ठेवला आहे.

एकं सत् विप्रा बहुधा वदन्ति।

सत्य वस्तु एकच आहे; परंतु तिला नानाप्रकारें संबोधण्यांत येत असतें. शेंकडों दैवतें एकाच शक्तीचीं नांवें आहेत. एकाच पाण्याला ज्याप्रमाणें जल, नीर, वारि वगैरे नांवें आपण दिलीं आहेत, त्याप्रमाणें या विश्वापाठीमागील शक्तीला आपण अनेक नावें देतों. आपण या नावांसाठीं भांडतों! आंतील अर्थ पाहूं गेलों तर आपण

केलेल्या अनर्थांचें आपणांस हंसूं येईल. आपण लाजेनें मान खालीं घालूं.

आर्य व अनार्य यांच्या शेकडों दैवतांची एकी करण्यांत आली. दैवतांची एकी करून मानवांचें ऐक्य साधण्यांत आलें. देवतांच्या हीन स्वरूपांस आध्यात्मिक स्वरूप देण्याचे प्रयत्न झाले. अद्वैत अनुभवण्याचा तो केवढा महान प्रयत्न होता!

भारतीय संस्कृतींत प्रत्येक तत्त्व मनावर ठसविण्यासाठीं कांहीं प्रतीकें सांगितलेलीं असतात; परंतु या प्रतीकांतील महत्त्व नाहींसें होऊन तें प्रतीक निर्जीव मढें होऊन जातें. प्रतीकांतील अर्थ विलुप्त होतो व प्रतीकांची पूजा केवळ मंत्रवत् सुरू होते. अद्वैताचें तत्त्व मनावर ठसविण्यासाठीं एक महान प्रतीक सांगण्यांत आलें आहे.

समुद्रावर स्नानाला जा, संगमावर स्नानाला जा, नदीवर स्नानाला जा, असें आपणांस शिकविण्यांत आलेलें आहे. आपण जेथें स्नान करूं तेथला भाव शरीर स्वच्छ होत असतां मनांतहि शिरत असतो. नळावर स्नान करणाऱ्या माणसाचें हृदय नळाच्या तोंडाएवढेंच आकुंचित व क्षुद्र होण्याचा संभव असतो. विहीर नळापेक्षां बरी; परंतु विहीरहि चोहोंकडून बांधून घेतलेली असते. तिचें तोंडहि चिंचोळेंच असतें; परंतु नदी! ती खळखळ वहात असते. शेकडों मैल जात असते. नदीवर स्नान करण्यांत म्हणे पुण्य आहे! कोणतें पुण्य?

नळाखालीं भिजवलेलें डोकें नळासारखें होईल, नदींत बुडवलेलें डोकें नदीप्रमाणें होईल. नदी पाप दूर करतें. डोक्यांतील घाण व हृदयातील घाण अंगावरील घाणीबरोबर वाहून जाते. नदी म्हणजे काय? नदी म्हणजे शेंकडों ठिकाणच्या लहान मोठ्या प्रवाहांचें परम मंगल अद्वैत दर्शन होय! नदी म्हणजे अद्वैताची मूर्ति! नदी म्हणजे सुंदर उदार परमोच्च सहकार्य! ते शेंकडों प्रवाह परस्परांस तुच्छ समजत नाहींत. गटार येवो कीं दुसरा कोणता प्रवाह येवो सारे एकत्र येतात. आपल्यांतील घाण खालीं बसेल; "आपल्यांतील प्रसन्नता प्रकट होईल--" या अमर श्रद्धेनें सारे प्रवाह एकमेकांत मिसळतात, एकमेकांशीं सहकार्य केल्यामुळें त्यांचा महान प्रवाह होतो. हे प्रवाह परस्परांपासून अहंकारानें दूर राहाते तर त्यांचा विकास झाला नसता. त्यांना लांबी, रुंदी, खोली प्राप्त झाली नसती. शेंकडों एकर जमीन त्यांना सुपीक करतां आली नसती. ते अहंकारी प्रवाह आटून गेले असते. नाहींसे झाले असते, त्यांच्यांत किडे पडले असते. परंतु ते एकमेकांतील अभिजात पावित्र्य पाहून एकत्र आले व महान नदी निर्माण झाली!

नदींत बुडवलेल्या डोक्यांत हे विचार उत्पन्न झाले पाहिजेत. नदीचें हे अद्वैतगायन बुद्धीला ऐकूं आलें पाहिजे. परंतु गंगेवर आंघोळ करणारे गंगापुत्र दगडाहून दगड राहतात! सर्व प्रवाहांना जवळ घेणाऱ्या त्या नदींत उभे राहून ते दुसऱ्याचा उपहास करीत असतात! "तूं तुच्छ, तूं पतित, तूं तिकडे जा" असा रुद्र म्हणत असतां व नदींत डुंबत असतां मानवाचा उपमर्द हे करीत असतात. शेंकडों वर्षे नदींत डोकीं बुडत आहेत, परंतु डोकीं खोकींच राहिलीं आहेत!

नदीपेक्षां संगम अधिकच पवित्र! अद्वैताचा अनुभव घेणाऱ्या दोन संतांची भेट म्हणजे केवढें पवित्र दर्शन! वसिष्ठ-वामदेवांची भेट, रामदास-तुकारामांची भेट, महात्माजी व रवींद्रनाथ यांची भेट, जवाहरलाल व मानवेंद्र रॉय यांची भेट म्हणजे ते महान काव्य असतें.

सतां सद्भिः संगः कथमपिहि पुण्येन भवति

हजारों प्रवाहांना पोटाशीं घेत एक नदी येते, दुसरीकडून दुसरी एक तशीच नदी येते व दोघी एकमेकींच्या गळ्यांत पडतात!

गंगा, यमुना व सरस्वती यांच्या संगमाला आपण अत्यंत पवित्र मानलें आहे. एकाच शुभ्र-स्वच्छ उंच हिमालयापासून गंगा, यमुना निघाल्या! परंतु गंगा जरा गोरीगोमटी ती अहंकारानें वरून वरून चालली. यमुना काळी-सावळी जरा दुरून चालली. परंतु काळ्या यमुनेला प्रेमानें मिठी मारल्याशिवाय गंगेला शतमुखांनी सागराला भेटतां येणें शक्य नव्हतें. ती अहंकारी गंगा नम्रपणे थबकली. तिकडून यमुना आली. गंगेनें हात पुढे केले. "ये, यमुने ये, तूं काळीसांवळी म्हणून मी तुला तुच्छ मानिले. परंतु तुझ्या तीरावर गोपालकृष्णानें भक्तिप्रेमाचा पाऊस पाडला. रावरंक एक केले. सर्वांना सहनौभुनक्तुचा अनुभव दिला. ऐक्याची मुरली तुझ्या तीरावर वाजली. आकाशांतील देव तुझ्या पाण्यांत मासे झाले. तुझा महिमां थोर आहे. तूं दिसायला काळीसावळी परंतु आंत अंतरंगी अत्यंत निर्मळ आहेस. ये; मला भेट-" गंगेला गहिवरून आले. तिला बोलवेना.

यमुनाहि उचंबळली. ती म्हणाली, "गंगाताई? तूं माझी स्तुति करतेस, परंतु तुझा महिमाहि अपार आहे. माझ्या तीरीं भक्ति वाढली, परंतु तुझ्या तीरावर ज्ञान वाढलें. योगिराजा भगवान् पशुपति तुझ्या तीरावर ज्ञानांत तल्लीन झाला. शेंकडों ऋषि-महर्षी तुझ्या तीरावर तपश्चर्या करीत असतात. मोठमोठे राजे राज्यें तृणासमान मानून तुझ्या तटाकीं ब्रह्मचिंतन करितात. गंगाताई, तूं म्हणजे मूर्त ज्ञान आहेस.

मला तुझ्या शुभ्र पायांशी लोळण घेऊं दे."

गुप्त असणाऱ्या सरस्वतीची गंभीरवाणी ऐकूं आली, "ज्ञानाशिवाय भक्ति आंधळी आहे, भक्तिशिवाय ज्ञान कोरडें आहे, आणि कर्मांत अवतीर्ण झाल्याशिवाय ज्ञान-भक्तीस अर्थ नाहीं. ज्ञानमयी गंगा भक्तिमय यमुनेंत मिळूं दे, आणि कर्ममय सरस्वतीस भक्तिज्ञानाचा स्पर्श होऊं दे."

गंगा, यमुना व सरस्वती म्हणजे ज्ञान, भक्ति व कर्म यांचा मला संगम वाटतो. गंगाजमुनी भांडें आपण पवित्र मानतों. दोन डोळ्यांतून घळघळणाऱ्या अश्रुधारांना आपण गंगायमुना म्हणतों; गंगायमुना आपल्या जीवनांत शिरल्या आहेत. परंतु जेथें शिरल्या पाहिजे होत्या, तेथें अद्याप शिरल्या नाहींत. पांढरपेशांची गंगा काळ्यासावळ्या श्रमजीवी लोकांच्या यमुनेस अद्याप मिळाली नाहीं. पांढरपेशे लोक स्वतःला पवित्र व शुद्ध समजून बहुजन समाजापासून दूर राहिले आहेत. वरिष्ठ वर्ग व कनिष्ठ वर्ग एकत्र येऊन प्रेमानें परस्परांस जोपर्यंत कवटाळीत नाहींत, तोंपर्यंत भारताच्या ललाटीचें दास्य दूर होणार नाही. आणि समुद्रांत स्नान करणें म्हणजे तर पावित्र्याची परम सीमा.

सागरे सर्वतीर्थानि।

जगांतील सर्वच प्रवाह समुद्र जवळ घेतो. म्हणून तो सदैव उचंबळत आहे. पाऊस पडो वा न पडो, समुद्राला आटणें माहीत नाहीं. जो सर्वांना जवळ घेईल, त्याच्याजवळ सर्व तीर्थें आहेत, असें ऋषी सांगत आहेत.

"देव रोकडा सज्जनीं"

भेदाभेद जाळून सर्वांना उराशीं धरणाऱ्या सज्जनांच्या ठिकाणीं प्रत्यक्ष रोखठोक देव आहे. प्रत्यक्षावगम परमेश्वर तेथें आहे.

भारतीय संतांनीं अशा रीतीनें हा वस्तुपाठ आम्हांस दिला. परंतु त्यांतील महान् अर्थ कधींही आम्ही मनांत आणला नाहीं. संगमावर व समुद्रांत स्नानें करून पापें पळणार नाहींत. त्या संगमावर व समुद्रांत स्नानें करून परत आल्यावर त्यांचा महान अद्वैताचा संदेश प्रत्यक्ष जीवनांत आणला तर समाज निष्पाप होईल, निर्दोष होईल. समाजांत वाण उरणार नाहीं, घाण राहणार नाहीं, दुःख दिसणार नाहीं. सर्वत्र प्रसन्न असें वातावरण निर्माण होईल.

अद्वैताचा अशा रीतीनें जीवनांत साक्षात्कार कोणता भारतपुत्र करूं पहात आहे? आपण सर्वत्र डबकीं निर्माण केलीं आहेत. चित्पावन, कऱ्हाडे, देशस्थ,

यजुर्वेदी, शुक्ल यजुर्वेदी, मैत्रायणी, हिरण्यकेशी, अशीं ब्राह्मणांतच शेंकडों डबकीं आहेत. आधीं एकेका जातीचें डबकें व त्या डबक्यांत पुनः आणखी डबकीं. डबकीं करून राहणारे व अहंकाराने टरोंटरों करणारे आपण सगळे बेडूक झालों आहोंत. चिखलांत उड्या मारावयाच्या व चिखल खायचा हे आपलें पवित्र ध्येय झालें आहे.

जातीजातींचीं, स्पृश्यास्पृश्यांचीं, ब्राह्मणब्राह्मणेतरांचीं, हिंदु-मुसलमानांची शेंकडों डबकीं आहेत. गुजराथी, महाराष्ट्रीयन, मद्रासी व बंगाली ही प्रांतीय डबकीं शिवाय आहेतच! डबक्यांत राहणाऱ्यांस प्रसन्नतेचा प्रसाद प्राप्त होत नसतो. डबकीं सांचलीं कीं घाण निर्माण होते. डांस-मच्छर यांचा बुजबुजाट होतो. रोग उत्पन्न होतात. भरतभूमीला भले दिवस यावेत अशी जर इच्छा असेल तर हीं डबकीं दूर करण्यासाठीं आपण उठलें पाहिजे. मेदांच्या भिंती जमिनदोस्त केल्या पाहिजेत. सारे प्रवाह प्रेमानें जवळ येऊं देत. उचंबळूं दे सागर.

''जाळीन मी भेद। येथें प्रमाण तो वेद।।''

अशी तुकाराम महाराज प्रतिज्ञा करीत आहेत. समाजाच्या कल्याणाची तळमळ असणारा प्रत्येक मनुष्य अशीच प्रतिज्ञा करील.

भारतीय संस्कृतीच्या उपासकांनो! केलेंत पाप तेवढें पुरें. उठा व हरिजनांना पोटाशीं धरा. सर्व पददलित जनतेला प्रेमानें कवटाळा. एकाच ईश्वराचीं आपण सारीं लेकरें. एकाच शुभ्र, स्वच्छ चैतन्याची आपण रूपें. जितकें जितकें आपण प्रेममय होऊं, अद्वैत होऊं तितकें आनंदाने, भाग्यानें उचंबळूं.

जो दुसऱ्यास तिरस्कृत करील, तो स्वतः तिरस्कारिला जाईल. जो दुसऱ्यास तुच्छ लेखील, त्यालाही लाथा बसतील. आपण आपल्याच पापांचीं फळें आज भोगीत आहोंत. आपण दास्य पेरलें तें आज पोटभर मिळत आहे. आपण सर्वत्र गुलामगिरीला पुष्ट केलें. पुरुषांची स्त्रियांवर लादलेली गुलामगिरी, स्पृश्यांची अस्पृश्यांवर गुलामगिरी, रावांची रंकांवरील गुलामगिरी, सावकारांची कुळांवर गुलामगिरी, ज्ञानवंतांनीं अज्ञानी जनतेवर लादलेली गुलामगिरी! शतमुखी गुलामगिरी आपण निर्माण केली व आज संपूर्णपणें गुलाम झालों आहोंत. मराठ्यांचें राज्य अद्वैताच्या आधारानें निर्माण झाले, परंतु भेदाभेद निर्माण होतांच तें नाहींसे झालें. 'मराठा तितुका मेळवावा' या मंत्रानें मराठ्यांचें राज्य अस्तित्वांत आलें. परंतु ब्राह्मण, मराठे, प्रभु, शूद्र यांची आपसांत स्पर्धा सुरू झाली. उच्चनीचपणा

सुरू झाला आणि भगवा झेंडा भस्मीभूत झाला. मराठे उत्तर हिंदुस्थानांत गेले. त्यांनीं रजपूत, जाट वगैरे लोकांना जवळ घेतलें नाहीं, त्यामुळे मराठ्यांचा मोड झाला. हळू हळू ऐक्यमंत्र वाढवीत गेलें पाहिजे होते. 'मराठा तितुका मेळवावा' असें सांगणारे समर्थ झाले. पेशव्यांच्या काळांत 'हिंदुमात्र मेळवावा' असें सांगणारा दुसरा कोणी समर्थ पाहिजे होता आणि आज 'हिंदीमात्र मेळवावा' असें सांगणारा महात्मा पाहिजे आहे.

जीवनांत असें अद्वैत अनुभवणारे महात्मे हीच मानवजातीची आशा आहे. मनुष्यजातीला किती उंच जातां येतें हें महापुरुष दाखवीत असतात! आकाशांत कोट्यवधि अंशांच्या उष्णतेनें सूर्य जळत असतो तेव्हां आपल्या अंगांत ९८ अंश उष्णता असूं शकते. भगवान् बुद्धासारखे महात्मे वाघिणीवरहि प्रेम करतात तेव्हां कोठें मनुष्य शेजारच्या माणसावर थोडी दया करावयास सिद्ध होतो! समाज पुढें जावा, वर जावा, यासाठीं विश्वप्रेमी पुरुषांची नितान्त आवश्यकता असते! ते प्रेमाचा समुद्र जीवनांत उचंबळावतील, तेव्हां कोठें प्रेमाचा बिंदु आमच्या जीवनांत येणें शक्य आहे! संत हे आपल्या प्रेमानें व तपश्चर्येनें समाजाचें धारण करीत असतात.

''संतो तपसा भूमिं धारयन्ति''

अद्वैताचा मंत्र जपत जीवनांत संगीत आणणारे पूर्वज होते. हिंदु-मुसलमानांतहि ते आशेनें ऐक्य आणीत होते. हिंदूंच्या देवस्थानांना मुसलमानी राजांनीं देणग्या दिल्या व मुसलमानी पोरांना हिंदु राजांनी वतनें दिलीं. हिंदु राजे मोहरम साजरा करीत व हिंदु-उत्सवांत मुसलमानहि येत. अंमळनेरच्या सखाराम महाराजांच्या रथाला पहिली मोगरी देण्याचा मान मुसलमानांना आहे! आणि त्यांना नारळ प्रसाद म्हणून देण्यांत येतो! हिंदूंच्या रथाला मुसलमानबंधूंनीं मोगरी पहिल्याने द्यायची! आजच्या काळांत हा मूर्खपणा व स्वाभिमानशून्यपणा समजला जाईल. परंतु पूर्वजांची दृष्टि फार थोर होती. भारतांत आलेल्या सर्वांमध्यें प्रेमाचे संबंध निर्माण करणें हें त्यांचें परंपरित पवित्र कर्तव्य होतें. आस्तिकानें पेटवलेला तो नंदादीप त्यांना विझवायचा नव्हता. मुसलमानांच्या मोहरमांत हिंदूहि सामील होत. हिंदु जमिनदारांच्या घरीं ताबूत यावयाचे. मुसलमानांस नारळ व गूळ देण्यांत यावयाचा. आमच्या लहानपणीं आमच्या गांवांत हे प्रेमळ संबंध मीं पाहिले आहेत. गरीब मुसलमान मुलें आमच्याजवळ कागद मागावयास येत व आम्ही त्यांना देत असूं.

माझ्या शेजारच्या बंधूचा होऊं दे चांगला डोला!

हिंदूंच्या उत्सवाला मुसलमानांस बोलाविलें तर ते येतात, माझ्या एका मित्राजवळ एक मुसलमान मुलगा प्रेमानें गणपति अथर्वशीर्ष शिकला. माझ्या एका अंमळनेरच्या मित्राकडे दत्तजयंतीला मुसलमान मित्र आले होते.

आपल्यापेक्षां आपले पूर्वज अधिक समाजशास्त्रज्ञ होते. आपण आज साम्राज्यवादी परसत्तेचे गुलाम झालों आहोंत. भेदांवर अभेद हेंच औषध आहे. विषावर अमृताचाच उपाय. दुसरा चालणार नाही.

पूर्वजांचे प्रयोग आपण पुढें नेऊं या. अद्वैत अधिक साक्षात्कारूं या. भरतभूमींत ऐक्य निर्मून मग जगाला आपण हांक मारू. ही भरतभूमी मानवजातीचें तीर्थक्षेत्र होईल, सारे धर्म, भिन्न भिन्न संस्कृति, येथे एकत्र नांदत आहेत हें ऐकून सर्व देश भरतभूमीच्या पायांपाशीं येतील! हें ईश्वरदत्त महान् कार्य आपणांस साधावयाचे आहे! हें महान् ध्येय आपणांस बोलावीत आहे. या महान् ध्येयासाठीं बाकी सारी क्षुद्रता आपण झडझडून फेंकून दिली पाहिजे. भारतीय संस्कृतीच्या उपासकांनी श्रद्धेनें त्यागपूर्वक यासाठीं उठलें पाहिजे.

प्रकरण तिसरें

बुद्धीचा महिमा

भारतीय संस्कृतींत अंधश्रद्धेला स्थान नाहीं. विचाराचा महिमा सर्वत्र गायिलेला दिसून येईल. भारतीय संस्कृतीचा वेद हा पाया मानला जातो. परंतु वेद म्हणजे काय? वेद या शब्दाचा अर्थ ज्ञान असा आहे. ज्ञान हा भारतीय संस्कृतीचा आधार आहे. ज्ञानावर उभारलेली ही भव्य संकृति आहे.

वेद किती आहेत? वेद अनंत आहेत. ऋग्वेद, यजुर्वेद, सामवेद, अथर्ववेद एवढेच वेद नाहींत. भारतीय संस्कृतीचा एकच ऋषि नाहीं, एकच पैगंबर नाहीं, एकच वेद नाहीं. भारतीय संस्कृति गगनाप्रमाणें विशाल व सागराप्रमाणें अपार आहे.

जीवनाला सुंदर करणारा प्रत्येक विचार म्हणजे वेद आहे. आपलें आयुष्य आनंदी व उत्साही कसें राहील हे आयुर्वेद सांगेल, समाजाचें रक्षण कसें करावें तें धनुर्वेद सांगेल. समाजाची कशी करमणूक करावी, समाजाला दु:खाचा विसर कसा पाडावा, तें गांधर्ववेद सांगेल. हे सारे वेदच आहेत.

काल अनंत आहे व ज्ञानहि अनंत आहे. नवीन नवीन ज्ञान उदयास येईल व भारतीय संस्कृति सर्वांआधीं त्या ज्ञानाचा सत्कार करावयास उभी राहील. भारतीय संस्कृतीला ज्ञानाहून दुसरें कांहींही पवित्र वाटत नाहीं. ज्ञानोपासकांबद्दल भारतीय संस्कृतीला नितान्त आदर आहे.

भारतीय संस्कृति एका काळीं सारे ऋषि झाले असें कधींहि मानणार नाहीं. असें

म्हणणें अहंकार आहे. तो परमेश्वराचा अपमान आहे. सारें ज्ञान जर खलास झालें असेल तर सृष्टीच्या अस्तित्वाची कांही जरूरच नाहीं. कणसें आलीं कीं ज्वारी कापून टाकायची एवढेंच उरतें. त्याप्रमाणें शोधावयास कांहीं जर शिल्लकच नसेल तर मानवाच्या उत्पत्तीला कांहीं अर्थ उरत नाहीं.

नवीन नवीन विचार उत्पन्न होतात, नवीन नवीन ज्ञान आपणांस मिळतें. युरेनस व नेप्चून पूर्वी दिसत नव्हते. ते आतां दिसू लागले. खगोलांत ज्याप्रमाणें नवीन नवीन तारे दिसतात त्याप्रमाणें जीवनाच्या शास्त्रांतही नवीन नवीन विचार उत्पन्न होत असतात. खरें पाहिलें तर इतर सर्व शास्त्रांच्या मानानें हें जीवनशास्त्र फारच प्रयोगावस्थेंत आहे असें म्हणावे लागेल. ह्या जीवनाच्या शास्त्रांत अद्याप काहिंहि ठरलें नाहीं. भूमितीमध्यें स्वयंसिद्ध, शंकातीत, संशयातीत अशीं कांहीं तत्त्वें आहेत. गणितशास्त्रांत पृथ्वीच्या पाठीवर कोठेंहि गेलेत तरी दोन नी दोन चार यांत फरक होणार नाहीं. परंतु जीवनाच्या शास्त्रांत असें एकहि तत्त्व विशंकपणें अपवादरहित असें मांडतां येणार नाहीं. सत्य चांगलें कीं वाईट, अहिंसा योग्य कीं अयोग्य, ब्रह्मचर्य असावें कीं नसावें, यांची निश्चित उत्तरें अद्याप मानवी मनास देतां येत नाहींत.

असें असल्यामुळे भारतीय संस्कृति कशाचा आग्रह धरीत नाहीं. "बुद्धेः फलमनाग्रहः" कोणत्याहि तत्त्वाचा आग्रह बुद्धिमान मनुष्य धरणार नाहीं. श्रीकृष्णांनी शेवटीं अर्जुनाला "यथेच्छसि तथा कुरू" असें सांगून त्याच्या बुद्धीला महत्त्व दिलें. वेदधर्म म्हणजे विचाराप्रमाणें वागणें. बुद्धि सांगेल त्याप्रमाणें वागणें. "अंतरिचा ज्ञान दिवा मालवूं नको रे" असें भारतीय संस्कृति सांगत आहे. तुझ्या स्वतःच्या हृदयांतील बुद्धि काय सांगते तें भारतीय संस्कृति सांगत आहे. तुझ्या स्वतःच्या हृदयांतील बुद्धि काय सांगते हे बघ. त्या बुद्धीचा जो विशंक आवाज येईल त्याप्रमाणे वाग. "मनःपूतं समाचरेत्" या वचनाचा अर्थ हाच. अमुक ऋषि सांगतो म्हणून नाहीं, तमुक तत्त्वज्ञानी सांगतो म्हणून नाहीं, तर तुझ्या मनाला जें पवित्र वाटेल तें तूं कर. तूं तुझ्या आत्म्याचा अपमान करूं नकोस. तूं तुझ्या बुद्धीचा गळा दाबूं नकोस.

वेद अपौरुषेय आहेत वगैरे सर्व भ्रामक कल्पना आहेत. मानवी बुद्धीचा हा सारा पसारा आहे. वेदाला मानणें म्हणजे बुद्धीला मानणें. वेदांतील सर्वांत पवित्र मंत्र म्हणजे गायत्री मंत्र, या गायत्री मंत्राला एवढें महत्त्व कां? या मंत्राची उपासना

करूनच मनुष्याचा पुनर्जन्म होतो. या मंत्रांत एवढें काय आहे? या मंत्रांत बुद्धीची निर्मळता मागितली आहे.

"त्या तेजस्वी प्रेरणा देणाऱ्या सूर्याच्या परमश्रेष्ठ तेजाची आम्ही उपासना करतों. तो सूर्य आमच्या बुद्धीस चालना देतो." विश्वामित्र ऋषीनें देवळाजवळ आपल्या समाजासाठीं निर्मळ बुद्धीची देणगी मागितली. वेदामध्यें गायी दे, पुत्र दे, यश दे, इत्यादि शेंकडों याचना देवाजवळ केलेल्या आहेत. परंतु त्या सर्व मंत्रांपेक्षां हा लहान मंत्र परमश्रेष्ठ ठरला. यावरून भारतीय पूर्वज कोणत्या वस्तूला सर्वांत अधिक महत्त्व देत होते तें दिसून येईल.

मनूनें एके ठिकाणीं स्वच्छ सांगितलें आहे कीं, "माझें म्हणणें तर्कास पटत असेल तर घ्या. नाहीं तर फेकून द्या." शंकराचार्य म्हणतात, "शेंकडों श्रुती येऊन अग्नि थंड आहे म्हणून सांगूं लागल्या तरी त्याला कोण महत्त्व देईल?" तर्काच्या कसोटीवर घांसून घांसून जें शंभर नंबरी असेल तेंच ज्ञानधन पूज्य माना, असें ते प्राचीन कवी सांगत आहेत.

महाभारतांत "कोऽयं धर्मः कुतो धर्मः" असा भीष्माला प्रश्न करण्यांत आलेला आहे. हा धर्म कोठून येतो? हा धर्म का ईश्वर कानांत येऊन सांगतो? भीष्मांनीं सांगितलें, कीं विचारवंत लोक चिंतन करून, अभ्यास तत्त्वें शोधून काढतात. वेदधर्म म्हणजे विचारधर्म. वेदधर्म म्हणजे बुद्धिप्रधान धर्म. श्रुतीचें श्रुतीला पटत नाहीं; स्मृतीचें स्मृतीला जुळत नाहीं, एका ऋषीचें प्रत्येकजण स्वतंत्रपणे तो विचार करी. ऋषी आंधळे नव्हते. ते पोपट नव्हते. ते तेजस्वी गायत्री मंत्राची उपासना करणारे होते. पदोपदीं ते फरक करीत, 'बाबावाक्यं प्रमाणं'ची त्यांना अपार चीड येई. ते चर्चा करीत. बैठका भरवीत, ज्ञानाचा शांतपणे खल करीत.

प्राचीन काळांत सहज ओझरती नजर फेंकली तरी विचारांची प्रचंड चळवळ दिसून येईल. यास्काचार्यांच्या नुसत्या निरुक्तांत पाहिलें तर वेदांच्या अभ्यासासाठीं निरनिराळ्या दृष्टींची शेंकडों मंडळांची नावें त्यांत आलेलीं आहेत. इति नैरुक्तिकाः, 'इति आख्यायिकाः, इति ऐतिहासिकाः- अशीं निरनिराळीं अभ्यासमंडळें यास्क देत आहेत. तसेंच उपनिषत्कालीं सर्वत्र तत्त्वज्ञानाची प्रचंड व अखंड चर्चा चाललेली दिसते. शेंकडों मते, शेंकडों पंथ, शेंकडों सूक्ष्म छटांचे तत्त्वज्ञानी आपणांस दिसून येतात. प्रांजलपणें वाद करीत आहेत, पटलें तर घेत आहेत, त्याप्रमाणें वागूं लागत आहेत, असा तो देखावा दिसतो. निःशंकपणें व निर्भयपणें विचारांची मांडणी

करण्यांत येत असे. त्या चर्चा ऐकावयास लोक जमत असत.

मीमांसक ईश्वर मानीत नसत; चार्वाकपंथी परलोक वगैरे मानीत नसत; कणाद वगैरे सारी सृष्टि परमाणूंपासून झाली असें म्हणत; बुद्धपंथी सारें क्षणिक आहे असें मानीत. शेंकडों मतें होती. परंतु कुणाचा छळ झाला नाही. युरोपमध्यें नवविचार देणाऱ्यांच्या होळ्या करण्यांत आल्या. भारतांत तसें झालें नाहीं. प्रत्येकाचे प्रामाणिक मताला येथें मान देण्यांत येत असे.

ज्ञान म्हणजे पोरकटपणा समजण्यांत येत नसे. एकेक गोष्ट समजून घ्यावयास तपेंच्या तपें देत. उपनिषदांत अनेक ठिकाणीं ज्ञानासाठीं ब्रह्मचर्यपालन करून कशी तपश्चर्या करीत, कसें चिंतनांत गढून जात, तें आलें आहे. ज्ञान मागण्यासाठीं वाटेल त्याच्याकडे जात. ब्राह्मण क्षत्रियाकडे जाई, क्षत्रिय ब्राह्मणाकडे जाई. ब्राह्मण तुलाधारासारख्या वैश्याकडेहि ज्ञानासाठीं नम्रपणें जाई. ज्ञान कोठेंही असों. तें पवित्र आहे. सूर्याचा प्रकाश कोठूनही आला तरी तो घेतला पाहिजे. झाडांचीं मुळें मिळेल तेथून ओलावा घेण्यासाठीं धडपडत असतात. त्याप्रमाणेंच ज्ञानोपासकाची दृष्टि हवी. देवांचा कच दैत्यांच्या गुरूकडेहि जाईल आणि दैत्यांचा गुरुही शत्रूंकडच्या शिष्याला प्रेमानें सारें ज्ञान देईल. ज्ञानाच्या प्रांतात शत्रुमित्र नाहीं.

नचिकेता प्रत्यक्ष मृत्यूजवळहि ज्ञानाचीच भिक्षा मागता झाला. याच्याहून ज्ञानाची थोरवी आणखी कोणती सांगावी? ज्ञानासाठी मृत्यूजवळहि जावें लागेल! ज्ञानाला कशाची भीति नाहीं. ज्ञान मिळवूं पाहणारा साऱ्या त्रिखंडांत जाईल व त्यासाठी वाटेल तो त्याग करावयास तयार होईल.

समाजाला नवविचार देणें म्हणजे फार थोर साधनाच आहे. विचाराचा डोळा समाजाला देणें याहून धन्यतर दुसरे काय आहे? चिंतन करून आपणांस जो विचार सुचला, त्याला पूज्य मानून तो सदैव प्रकट केला पाहिजे. त्याची वाढ केली पाहिजे, तो सर्वांसमोर निर्भयपणें मांडला पाहिजे. तो सोडतां कामा नये.

ज्ञानाचें बाह्यस्वरूप कोणतेंहि असेल. त्या त्या बाह्यांगाची पूजा करण्यासाठीं मनुष्य नि:स्वार्थपणें कसा धडपडतो आहे, तें पाहलें पाहजे. ज्ञानाचें बाह्यांग व्याकरण असेल. व्याकरणरूपी परब्रह्माची एखादा पाणिनी अहोरात्र पूजा करूं पाहील. त्या पाणिनीस भगवान् ही पदवी भारतीय संस्कृति देईल. शंकराचार्य पाणिनीचा उल्लेख भगवान् पाणिनी असा सदैव करतात! पाणिनी ज्ञानाच्या एका स्वरूपांत रमले. त्यांना दुसरें तिसरें कांहीं सुचत नव्हतें, रुचत नव्हतें. एके दिवशीं

तपोवनांत ते व्याकरण शिकवीत असतां एकदम वाघ आला. वाघाला पाहून पाणिनी पळाले नाहींत. वाघाला पाहून व्याघ्र शब्दाची ते व्युत्पत्ति सांगण्याच्या आनंदात होते. शिष्य केव्हांच पळून गेले होते. वाघानें पाणिनीवर झडप घालून खाऊन टाकले! ज्ञानाची किती थोर उपासना! ज्ञानाची उपासना करणारा सर्व कांहीं विसरून जातो. त्या त्या विचारांशीं तो तन्मय होतो. त्याची जणूं समाधि लागते. समाधि म्हणजे सर्वत्र ध्येयाचाच साक्षात्कार होणें. समाधि म्हणजे ध्येयेतर सृष्टीचें विस्मरण! समाधि म्हणजे सर्व सृष्टीचें विस्मरण नव्हे.

ज्ञानाचा प्रांत कोणताहि असो. त्या ज्ञानाच्या पाठोपाठ जाऊन त्याबाबतींतील शेवटचे टोंक जो गांठतो, परमोच्च स्थान जो मिळवतो तोच ऋषि. ज्याची पैशावर किंवा सुखावर दृष्टि असते, तो अशा फंदांत कधीं पडणार नाहीं. तपस्वीच ज्ञान देतात. ज्ञान असो वा विज्ञान असो, तें सिद्ध करण्यासाठीं जीवनांत आणण्यासाठी महात्मेच मरतात. ज्ञानोपासक सारखा पुढें जाईल. ज्ञानदेवाचे दर्शन घेतल्याशिवाय तो थांबणार नाहीं. जीवनाच्या नानाविध क्षेत्रांत अपार संशोधनास वाव आहे. भारतीय संस्कृति त्या त्या संशोधकाचा सन्मान करावयास उभी आहे. ज्ञानसंशोधनांत खाणेंपिणें विसरणारा न्यूटन हा ऋषिच होता. पन्नास वर्षें अध्ययन करून, विचार करून नवदृष्टि देणारा कार्ल मार्क्स हा महर्षिच आहे. जगाच्या विचारांत क्रांति घडवणारा चार्लस डार्विन याला ऋषि कोण म्हणणार नाही? इंग्लंडमधील एका झोपडींत राहून सहकार्याचे नवीन नवीन मार्ग जगाला दाखविण्यासाठीं धडपडणारा तो हद्दपार झालेला थोर क्रापोट्किन- त्याला नाहीं ऋषि म्हणावयाचें तर कोणाला?

भारतीय संस्कृति या सर्वांची पूजा करील. रवींद्रनाथ टागोरांनी जगांतील ऋषींची भारत आपलेपणानें पूजा करतो, हें विश्वभारती विद्यापीठ काढून दाखविलें आहे. जगांतील महान आचार्यांना ते तेथें बोलावून घेतात व त्यांचा सन्मान करतात. रवींद्रनाथ भारतीय संस्कृतीचा आत्मा ओळखतात. भारतीय संस्कृतीचे ते खरे उपासक आहेत.

भारतीय संस्कृतींत ज्ञानाला कधी विरोध नव्हता. अगदीं क्रांतिकारक मत मांडणाऱ्याचाहि येथें गौरव होई, तें मत ऐकिलें जाई. त्या मताच्या पाठीमागें किती तळमळ, किती व्यापकता, केवढा अनुभव, किती चिंतन आहे हें पाहण्यात येई. त्या त्या मतासाठीं मतस्थापक किती त्याग करावयास तयार आहे हें पाहण्यांत येई. भारतीय संस्कृति प्रत्येक नवीन मत पटकन उचली असे नाहीं; परंतु प्रत्येक

मतास वाव असे. सत्य असेल तर काळाच्या ओघांत टिकेल. असत्य असेल तर अदृश्य होईल.''

परमेश्वराचें स्वरूपच मुळी ज्ञान, असें भारतीय संस्कृतींत सांगितलें आहे. परमेश्वराची, ब्रह्माची व्याख्या काय? ''ज्ञान ब्रह्म.'' ज्ञान म्हणजेच ब्रह्म ज्ञान म्हणजेच परमेश्वर. ईश्वराची याच्याहून थोर व्याख्या जगाला कोणीहि दिली नाहीं. ईश्वराची उपासना करणें म्हणजे ज्ञानाची उपासना करणें, ज्ञानाची उपासना अनंत रूपानें करणें. समाजशास्त्र असो, खगोलशास्त्र असो, भूगोल असो, इतिहास असो, आयुर्वेद असो, तत्त्वज्ञान असो, योग असो, कर्मयोग असो, गणित असो, संगीत असो. ती ती ज्ञानस्वरूप परमेश्वराचीच पूजा हाय. एकाच ज्ञानसूर्याचे हे अनंत किरण आहेत. महाभारतांतील श्लोकांइतकींच गणितांतील प्रमेयेंही पूज्य आहेत. श्रुतिस्मृतींच्या अभ्यासाइतकेंच सृष्टिशास्त्राचें अध्ययन पवित्र आहे. सनातन धर्मातील ही थोर दृष्टि आपण पुन्हां उचलली पाहिजे. परमोच्च बौद्धिक विकासाची ज्वाळा पुन्हां पेटली पाहिजे. भारतीय संस्कृति तरच पुन्हां नव तेजानें नटेल. आज संस्कृतिरक्षणाच्या चळवळी होत आहेत. नवीन विचारांचे वारे येऊं नयेत म्हणून सनातनी नांवाची मंडळी किल्लेकोट बांधूं पहात आहेत. परंतु हे संस्कृतिसंरक्षक नसून संस्कृतिभक्षक आहेत. भारतीय संस्कृतीचें मढें ते कवटाळूं पहात आहेत व आंतील प्राण गुदमरवीत आहेत. हे सनातनी नसून असनातनी आहेत.

सनातन या शब्दाचा अर्थच काय? ''सनातनो नित्य नूतनः''. जे नेहमीं नवीन नवीन स्वरूप प्रकट करील तेंच टिकेल. ज्या झाडाला नवीन पालवी फुटेनाशी झाली, तें झाड मरणार असें समजावें. ज्ञानेश्वरीच्या शेवटच्या अध्यायांत ज्ञानेश्वर लिहितात,

''हें नित्यनूतन देखिजे। गीतातत्त्व।।''

गीतेंतील शब्दांचे अर्थ निरनिराळे दिसूं लागतील. कारण त्या शब्दांकडे आज विसाव्या शतकांतील परिस्थितींतून आपण पाहणार! अर्थाचा विकास होत असतो. शब्द लहान असतो, परंतु त्यांतील अर्थ अनन्त आहे. विचारांची उत्क्रांति सदैव होत असते.

भारतीय संस्कृतीची भव्य इमारत नवीन विचारांच्या वाऱ्यानें पडेल अशी कां या संस्कृतिरक्षकांना भीति वाटते? या नवीन विचारांच्या वाऱ्यांनी जर ती पडण्यासारखी असेल तर ती टिकण्यांत तरी अर्थ काय? जरा आलेली वाऱ्याची

झुळूक ज्याला सहन होत नाहीं, तो क्षयी लवकरच मरणार, असाच नाहीं कां ध्वनि निघत? भारतीय संस्कृति का अशी लेचीपेची आहे? आमच्या दृष्टीनें ती तशी नाहीं. ज्ञानावर, अनुभवावर ज्या संस्कृतीचा पाया रचला आहे, त्या संस्कृतीला कधींहि भय नाहीं. किल्लेकोट बांधून, भिंत बांधून ती बुरखा घेऊन बसणार नाहीं. हें बुरख्यांतील बावळट पावित्र्य भारतीय संस्कृतीस नको आहे. नवीन विचारांचे भारतीय संस्कृतीस वावडें नाहीं. जगांतील कोणतीहि अनुभवाच्या कसोटीस उतरलेली, ज्ञानावर उभारलेली संस्कृति आणा, भारतीय संस्कृतीचा तिच्याशीं विरोध नाहीं.

जगांतील प्रयोगांचा भारत उपयोग करून घेईल. भारतीय संस्कृतीचे दरवाजे मोकळे आहेत. साम्यवादाचे विचार आले तर त्यांत श्रीकृष्णाचें बालचरित्र भारतीय संस्कृतीस दिसेल. गोकुळांतील लोणी चोरणारा श्रीकृष्ण, सर्व पददलितांची बाजू घेणारा श्रीकृष्ण, सर्व साम्राज्यें धुळींत मिळविणारा श्रीकृष्ण, त्याचेंच दर्शन साम्यवादांत भारतीय संस्कृतीचा आत्मा ओळखणाऱ्यास होईल. ''सत्या असत्यासि मन केले ग्वाहि'' असें म्हणणाऱ्या तुकारामाचेंच दर्शन स्वतःच्या बुद्धीला पटेल तें करा असें सांगणाऱ्या ध्येयवादी नवविचारवंतांत खऱ्या संस्कृतीच्या उपासकाला घडेल! भारतीय संस्कृतीस भीति, नाश व मरण हे शब्द माहीत नाहींत. कारण ज्ञानाला नाश नाहीं आणि ज्ञानावर ही संस्कृति उभी आहे!

भारतीय संस्कृति प्रत्येक पाऊल बुद्धिपूर्वक टाकावयास सांगत आहे. ''दृष्टिपूतं न्यसेत्पादम् वस्त्रपूतं पिबेज्जलम्।।'' विचार करून वागा. पाहून पाऊल टाका. गाळून पाणी प्या. भारतीय संस्कृति सांगते कीं, विचार सर्वत्र घेऊन जा. धर्म म्हणजे काय? धर्म म्हणजे प्रत्येक क्रिया डोळस करणें, सकाळीं सात वाजतां स्नान करून संध्या करणें, एवढाच धर्म या शब्दाचा अर्थ नव्हे. धर्म म्हणजे चोवीस तास होणारीं कर्में. जन्मभर होणारीं कर्में. धर्म का देवघरापुरता असतो? धर्म सर्वत्र आहे. हवा ज्याप्रमाणें आपण जेथें जेथें जाऊ तेथें तेथें पाहिजे, त्याचप्रमाणें धर्म सर्वत्र हवा. तुम्ही विधिमंडळांत जा, स्वयंपाकघरांत जा, कारखान्यांत जा, कोठेंहि जा; जें जें कर्म कराल तें धर्ममय पाहिजे.

धर्ममय पाहिजे म्हणजे वेदमय पाहिजे, विचारमय पाहिजे. याचाच अर्थ प्रत्येक कर्म बुद्धिपूर्वक करा. परंतु बुद्धि शुद्ध व्हावयास हृदयाचीहि जरूर असते. हृदय शुद्ध व्हावयास बुद्धीची जरूर असते. हृदय व बुद्धि यांच्या एकतानतेंतून जो

महाविचार निर्माण होईल तो धर्म होय! अशी एकतानता ज्याची होते, त्यालाच आपण धर्मस्थापक म्हणतों. समर्थांनी एकच धर्मस्थापक सांगितला नाहीं.

धर्मस्थापनेचे नर । झाले आहेत पुढें होणार ।।

त्या त्या काळांतील परिस्थितीचा खोल विचार करून, त्या त्या काळांतील बहुजनसमाजाच्या सुखदु:खांचा एकरूपतेनें विचार करून, महापुरुष त्या त्या काळांतील युगधर्म देत असतो. त्या त्या काळाला नवीन दृष्टि देतो, नवीन विचार देतो. अशा रीतीनें धर्म वाढत जातो.

भारतीय धर्म हा वर्धिष्णु धर्म आहे. नवीन नवीन तो घेईल व पुढें जाईल. नवीन नवीन क्षेत्रांत घुसेल. सारें ज्ञान आपलेंसे करून समाजाचें धारण करूं पाहील. विचाराशिवाय समाजाचें धारण कसें होणार? ज्ञान ही शक्ति आहे. तें ज्ञान खरा सनातन धर्म घेतल्याशिवाय कसा राहील?

मारुति ज्याप्रमाणें लाल दिसणाऱ्या सूर्याला धरावयास उडाला, त्याप्रमाणें भारतीय संस्कृति क्षितिजावर दिसणाऱ्या भव्य, दिव्य, नव्य, विचारांना कवटाळूं पाहील. भारतीय संस्कृति ही स्थाणूंची स्थाणू संस्कृति नाहीं. ती गतिशील आहे, पुढें जाणारी आहे. ती कधी थांबणार नाहीं. सत्याचीं नवनवीन दर्शनें घ्यावयास भारतीय आत्मा तडफडेल. सत्याचा संशोधक "आता बस्स झालें" असें कधीं म्हणणार नाही. अनंत क्षेत्र त्याच्या डोळ्यासमोर उघडें असतें. आज महात्मा गांधीच पहा. जीवनाचें असे एक क्षेत्र नाहीं कीं ज्या क्षेत्रांत ते बुद्धीचा दीप घेऊन शिरले नाहींत! राजकारणाच्या क्षेत्रांत नवीन प्रयोग त्यांनीं चालविलेच आहेत. उद्योगधंद्यांची गोष्ट घ्या, त्यांतही ते शिरतीलच. राष्ट्रीय शिक्षण असो, आरोग्य असो, खाण्यापिण्याचे प्रयोग असोत, ब्रह्मचर्यादि मानसिक प्रश्न असोत, प्रत्येक क्षेत्रांत शिरतील, ते बुद्धीचे उपासक आहेत. शुद्ध हृदयाची शुद्ध बुद्धीला जोड देऊन ते प्रयोग करीत असतात. खऱ्या सनातनी वेदधर्माचे ते खरे अनुयायी आहेत.

बुद्धिवादी मनुष्यनिर्भय असतो. तो कुणाचें तुणतुणें वाजवीत बसणार नाहीं. तो आपल्या विशंकतेनें पुढें पाऊल टाकील. जुने श्लोक कलियुग कलियुग म्हणतात. नवीन लोक यंत्रयुग यंत्रयुग म्हणतात, गांधी म्हणतील, "मी माझें युग निर्माण करीन. मी चरख्याचें युग आणीन. ग्रामोद्योगांचें युग आणीन." बुद्धिमान मनुष्य री ओढीत बसणार नाहीं. तो स्वत:च्या विचारांचे युग आपल्याभोंवतीं निर्माण करूं पाहतो.

जगांत स्वतंत्र बुद्धि फार थोडी असते. सनातनी लोक दहा हजार वर्षांपूर्वीच्या ऋषींचे गुलाम होतात तर नवीन लोक पाश्चिमात्य पंडितांचे गुलाम होतात. परंतु भारतीय संस्कृति स्वतंत्र दिवा लावावयास सांगत आहे. तुमच्या देशाच्या स्थितीचा विचार करा, परंपरेचा विचार करा, आजुबाजूंच्या देशांचाही विचार करा आणि स्वत:च्या समाजाला काय हितकर तें बघा.

सत्याची तहान या सत्यकामाच्या भूमींत आज उत्पन्न झाली आहे की नाहीं? मानव जातींने जे जे उद्योग सुरू केले आहेत, जे जे विचारप्रांत उत्पन्न केले आहेत, त्या सर्व ठिकाणीं आपण गेलें पाहिजे. यंत्रशास्त्र, वास्तुशास्त्र, शिल्पशास्त्र, शिक्षणशास्त्र, साहित्य, कला, रसायन, व्यायाम, क्रीडांगणें, समाजशास्त्र, अर्थशास्त्र, मानसशास्त्र- सर्व सत्याच्या साक्षात्कारांच्या क्षेत्रांत न थकतां न दमतां पुढें घुसणारे लोक भारतीय संस्कृतीच्या उपासकांत निर्माण झाले पाहिजेत. सहकारी चळवळी असोत, मजुरांची संघटना असो, शेती सुधारणे असो; नवीन उद्योगधंदे सुरू करणें असो, सर्वत्र आपण गेलें पाहिजे. अभ्यास केला पाहिजे, प्रयोग केले पाहिजे. हीच परमेश्वराची पूजा, देवानें दिलेलें वाढवणे म्हणजेच त्याची पूजा. परमेश्वरानें दिलेल्या बुद्धीचा विकास करणें म्हणजेच खरा धर्म.

त्या त्या काळांतील प्रश्न त्या त्या विचारवंतांना सोडवावयाचे असतात. अर्वाचीन बुद्धीसमोर अर्वाचीन प्रश्न आहेत. भारतीय संस्कृतींत ही हिंमत नाहीं का? जगांतील राष्ट्रांच्या मांडीशीं मांडी लावून बसण्याचा हक्क वेद घोकून मिळणार नाहीं, पूर्वजांचीं स्तुतिस्तोत्रें गाऊन मिळणार नाहीं. नवीन प्रश्नांस आपण हात घातला पाहिजे. प्रयोगालयें म्हणजे होमशाळा वाटल्या पाहिजेत. होऊं देत सुरू प्रयोग. सत्यदेवाचें सर्वांगीण स्वरूप समजून घेण्याचे प्रयोग!

आतां कोठेंहि आडतां कामा नये. आपले घोडे सर्वत्र दौडत जाऊं देत. ग्रामसंघटनं, खादीशास्त्र, समाजशास्त्र, नवनीतिवाद, कोणतेंहि क्षेत्र असो. त्या त्या विषयांत घुसूं व नवीन ज्ञान निर्मू. ठिकठिकाणीं संग्रहालयें, प्रयोगालयें, ग्रंथालयें स्थापूं. बौद्धिक व वैचारिक सहकार्य मिळवूं. ज्ञान ही सहकार्याची वस्तु आहे. प्रत्येक विचार हा सहकार्यातून निर्माण झाला आहे. पूर्वीच्या शेंकडों विचारांच्या खांद्यावर नवीन विचार उभा रहात असतो. गांधी-टिळकांच्या कल्पनांचा विकास करतील. जवाहरलाल गांधींना पुढें नेतील. ज्ञानाच्या प्रत्येक प्रांतात अशी स्थिती

आहे. तेथें अहंकार नाहीं. तेथें नम्र व निष्ठापूर्वक ज्ञानेश्वराची पूजा आहे.

भारतीय संस्कृति सांगत आहे, "माझ्या मुलांनो! जगांत ज्ञानासाठी जीवनेंच्या जीवनें देणारे शेंकडों लोक निर्माण होतात. येथेंही होऊं देत. येथेंही विचारपूजा सुरू होऊं दे."

विचार तरवारीपेक्षां प्रखर आहे. विचार नवजीवन देतो. "वन्हि तो पेटवावा रे." विचारांचा वन्हि पुन्हां प्रखरतेने पेटल्याशिवाय कश्मलें जळून जाणार नाहींत.

भारतांत आज क्रांतीचा समय आलेला आहे. ही क्रांति केवळ राजकीय नाहीं. ही शतमुखी क्रांति आहे. सारा संसार धांडुळावयाचा आहे. साऱ्या कल्पना पारखून घ्यावयाच्या आहेत. नवीन काळ नवीन दृष्टि! मजुराला पोटभर घास कसा मिळेल हें पाहणें म्हणजे आज महान धर्म आहे. राष्ट्राच्या एखाद्या नवीन उद्योगांत रात्रंदिवस गढून जाणे म्हणजे संन्यासी होणें आहे.

निर्मळ विचार व शुद्ध दृष्टि यांची आज नितान्त आवश्यकता आहे. येथें अधीरता नको, उतावीळ नको, स्वार्थ नको, आळस नको, निर्मळ हवा असेल तर खोल अभ्यासाची आवश्यकता आहे. प्रयत्न व कष्ट यांची जरूर आहे. समाजाबद्दल प्रेम व कळकळ यांची जरूरी आहे. समाजाला सुखी कसें करतां येईल ही तळमळ लागली म्हणजे मग तुम्ही विचार करूं लागाल. मग जो विचार स्फुरेल, त्याचा आचार सुरू होईल. आणि त्या विचाराला व आचाराला युगधर्म असें नांव दिले जाईल.

प्रकरण चवथें

प्रयोग करणारे ऋषी

भारतीय संस्कृति ही बुद्धिप्रधान संस्कृति आहे. परंतु केवळ बुद्धिच नाही तर हृदयाचीही हांक येथें ऐकिली जाईल. निर्मळ बुद्धि व निर्मळ हृदय ही वस्तुतः एकरूपच आहेत. निर्मळ बुद्धींत ओलावा असतो व निर्मळ हृदयांत बुद्धीचा प्रकाश असतो. निर्मळ हृदय व निर्मळ बुद्धि यांच्या बळावर भारतीय संस्कृति उभारण्यांत आलेली आहे.

उदार विचारावर ही संस्कृति आधारलेली असल्यामुळें तिच्यांत शेंकडों फेरबदल झालेले आहेत. धर्मांत दोन भाग असतात. एक शाश्वत तत्त्वांचा भाग व एक अशाश्वत तत्त्वांचा भाग. जगांत सर्वत्र या दोन गोष्टी आपणांस दिसून येतील. आपलें शरीर बदलत असते, परंतु आंतील आत्मा तोच असतो. समाजांतील व्यक्ति जन्मतात-मरतात, परंतु समाज चिरंतन आहे. नदीच्या प्रवाहांतील जलबिंदु सारखे बदलत असतात, परंतु प्रवाह कायम असतो.

धर्मातील यमरूप भाग बदलत नसतो; परंतु नियमरूप भाग बदलत असतो. यम म्हणजे धर्मांतील त्रिकालाबाधित भाग. सत्य, अहिंसा, संयम, दया, प्रेम, परोपकार, ब्रह्मचर्य इत्यादि गोष्टींना यम अशी संज्ञा आहे. संध्या करणें, स्नान करणें, खाणेपिणें, जानवें घालणें, गंध लावणें, हजामत करणें, इत्यादि गोष्टी नियमांत येतात. यम म्हणजे अचल धर्म व नियम म्हणजे चलधर्म. स्मृतींतून स्वच्छ सांगितलें आहे कीं, यमाचा विचार न करतां केवळ नियमांनाच जेव्हां

महत्त्व प्राप्त होतें, त्या वेळेस समाजाचा नाश होतो. परंतु या स्मृतिवचनांचें स्मरणहि आम्हांस आज नाहीं. आज नियमांचे स्तोम आम्ही माजविले आहे. जानवें, गंध, शेंडी यांचाच जणूं धर्म बनला आहे. यमाची कदर आम्हांस नाहीं. नियम म्हणजेच आमचें सर्वस्व.

चल वस्तूला जेव्हां आम्ही अचल मानूं लागतो व अचल वस्तूचें जेव्हां महत्त्व वाटत नाहींसें होतें, तेव्हां धर्माचें सुंदर स्वरूप नष्ट होतें. नियम आपणांस पदोपदी बाजूला ठेवावे लागत असतात; परंतु आपण ते बाजूला करीत नाहीं. परंतु आपले पूर्वज असे नव्हते. नियमांच्यावर यमधर्माचें अंकुशत्व ते सदैव ठेवीत असत.

एका काळीं नियोगाची चाल धर्म म्हणून मानली जात होती. ज्या वेळेस आर्यावर्तांत जमीन भरपूर होती व लोकसंख्याच फार कमी होती त्या वेळेस नियोगाचा नियम करण्यांत आला. परंतु पुढें हा नियम बदलण्यांत आला. हा नियम नष्ट करण्यांत आला. त्या त्या वेळचे विचार करणारे पुरुष समाजाचें नीट धारण व्हावें म्हणून त्या त्या काळाला उपयुक्त असे नियम करीत असतात. समाजांत स्त्रियांची संख्या कमी असेल तर अनेक पती मिळून एक पत्नी असा नीतिनियम करावा लागेल. समाजांतील स्त्रियांची संख्या पुष्कळ व पुरुषांची कमी असेल तर एका पुरुषानें अनेक स्त्रिया करण्यास हरकत नाहीं असा नियम होईल. अरबस्तानांत महंमदाला स्त्रियांची संख्या अधिक असल्यामुळे बहुपत्नीत्वाची चाल सांगावी लागली. ह्या चाली, ह्या रूढी, हे नियम, तत्कालानुरूपी असतात. समाजाची स्थिति बदलतांच हे नियमहि बदलतात.

प्राचीन काळांतील इतिहास पाहिला तर शेंकडों फेरबदल आपणांस दिसतील. वेदकाळांत बहिण व भाऊ यांच्या विवाहाचे उल्लेख आहेत; यम-यमी संवाद ह्यासाठीं प्रसिद्ध आहे. यमी यमाला म्हणते, "भाऊ! तूं माझ्याशी विवाहबद्ध कां होत नाहींस?" यम म्हणतो, "पूर्वी तसें करीत. परंतु आतां तसें करणें अधर्म मानलें जाईल. आपणांस नांवें ठेवतील." समजा नियमबद्ध होत होता. समाज प्रयोग करीत होता. एके ठिकाणीं पुढील वचन आहे.

"सप्तमर्यादा कवयस्ततक्षुः"

"ह्या सात मर्यादा शहाण्या लोकांनीं आतां आंखून दिल्या आहेत." ह्या सात मर्यादांचें उल्लंघन होणें पाप समजले जाई. त्या काळांतील कवी म्हणजे विचारवंत लोक समाजाची परिस्थिती विशाल व सूक्ष्म दृष्टीनें पाहून, नवीन मर्यादा, नवीन नवीन

नियम घालून देत असत. एका सूक्तांत वसिष्ठ ऋषि म्हणतात, ''उपैमि चिकितुषे जनाय'' चिकित्सा करणाऱ्या प्रज्ञावंताकडे माझें काय चुकलें, तें विचारावयास मी जातों. समाजांत असे महात्मे असत. त्यांचा सल्ला घेतला जाई.

नागपूरचे विद्वद्रत्न दप्तरी यांनीं लिहिलें आहे, कीं त्या त्या युगांत सप्तर्षि नवधर्म देत असत. मनु व सप्तर्षि त्या त्या काळांतील युगधर्म सांगत मनु म्हणजे जिज्ञासु जीव म्हणा. जिज्ञासु जीव त्या त्या काळांतील पूज्य अशा सात पुरुषांकडे जाई. हे सात पुरुष एकमतानें जो धर्म सांगत तो त्या काळांतील धर्म मानला जाई.

उदाहरणार्थ, आजच्या आंदोलनाचे काळांत जर योग्य धर्म पाहिजे असेल तर आजच्या भारतवर्षांतील सात थोर पुरुष एकत्र बसवावेत. ते एकमतानें ज्या गोष्टी ठरवतील तो आजचा युगधर्म होईल. रवींद्रनाथ, महात्मा गांधी, डॉक्टर कूर्तकोटी, पं. मदन मोहन मालवीय, जवाहरलाल, डॉ. आंबेडकर, डॉ. मुंजे अशी विविध विचारांची मंडळी एकत्र बसवावी. जे कांहीं नियम सर्वानुमतें ते ठरवितील तो आजचा धर्म, ती आजची स्मृति. अशा प्रकारची आपली प्राचीन काळांतील पद्धति होती.

स्मृतिग्रंथांतून नुसतें वरवर चाळीत गेलें तरी शेंकडों फरक आपणांस दिसतील. एके काळीं मुलांच्या मौंजीबंधनाप्रमाणें मुलींचेही मौंजीबंधन करण्यांत येत असे. ह्याचा अर्थ मुलांप्रमाणें मुलींनींहि शिकावें असा त्या वेळचा धर्म होता. प्राचीन काळांत वादविवाद करणाऱ्या पंडिता नारी पदोपदीं आढळतात. वेदांमध्यें स्त्री-ऋषींचीं सूक्तें आहेत. रामायणांत गोदावरीच्या तीरावर संध्या करणाऱ्या सीतेचें वर्णन आहे. स्त्रियांना ज्ञानाचा अधिकार होता. ब्रह्मवादिनी त्या होत. सभांतून चर्चा करीत. महाभारताच्या उद्योगपर्वांत सत्तर वर्षांचें वय होईपर्यंत ब्रह्मचारिणी व ब्रह्मवादिनी म्हणून वागणारी एक तेजस्वी नारी विवाह करूं पाहते, असा उल्लेख आहे.

संस्कृत नाटकांतून ऋषींच्या आश्रमांत विद्यार्थी व विद्यार्थिनी एकत्र शिकत असे उल्लेख आहेत. शाकुंतलांत अनसूया, प्रियंवदा वगैरे शिकण्यासाठींच राहिलेल्या मुली आहेत. उत्तर रामचरित्रांत वाल्मिकींच्या आश्रमांत मुलीही शिकत, असे उल्लेख आहेत. एका शाळेंतून दुसऱ्या शाळेंत जावें, एका आश्रमांत अभ्यासाचें जर नीट न जमलें तर दुसऱ्या आश्रमांत जावें, असाहि प्रकार होता. ज्या वेळेस मुलींचे मौंजीबंधन होई व त्या शिकत त्या वेळेस अर्थातच प्रौढ विवाह समाजांत

असले पाहिजेत आणि प्रौढविवाह पुष्कळसे प्रेमविवाहहि असतील. परंतु प्रौढविवाह पुढें कदाचित बदलावे असें कांहीं विचारवंतांस वाटलें असेल. हिंदुस्थानांत एकत्र कुटुंबपद्धति प्राचीन काळापासून आहे. एकत्र कुटुंबपद्धति यशस्वी होण्यासाठीं स्त्रियांवर जबाबदारी आहे. प्रौढ मुलींना सासरची सर्व मंडळी आपलीशीं वाटत नाहींत. पतीपुरतें त्याचें प्रेम असतें. जर मुलींचे विवाह लहानपणींच केलें, तर त्या मुली लहानपणींच मधून मधून सासरीं जातील. लहानपणीं प्रेमाचे संबंध जडतात. दिरांबद्दल, सासरच्या मंडळींबद्दल आपलेपणा त्या मुलींच्या मनांत साहचर्यानें व परिचयानें लहानपणीं उत्पन्न होण्याचा संभव अधिक. एकत्र कुटुंबपद्धतीचा प्रयोग करणाऱ्यांनी कदाचित यासाठीं प्रौढ विवाह रद्द करून बालविवाह रूढ केले असतील.

किंवा मुलें-मुली शिकल्यावर कदाचित भराभरा भिक्षु-भिक्षुणी होऊन जातील; परंतु कामवासना जिंकतां न आल्यामुळें हे भिक्षुभिक्षुणींचे संघ व्यभिचारी होतील; अशी भीति वाटल्यामुळें समाजाचें नियमन करणाऱ्यांनीं बालविवाह रूढ केले असतील?

कारणें कोणतींहि असोत. त्यांनीं फरक केला ही गोष्ट खरी. ते पूर्वज प्रयोग करणारे होते. अमुक नियम अविचल असें ते मानीत नसत. पूर्वी वरचे वर्ण खालच्या सर्व वर्णांशीं विवाह करीत. वरिष्ठ वर्णांच्या पुरुषाला कनिष्ठ वर्णाच्या मुलीशीं धर्ममय लग्न लावतां येई. मनुस्मृति "भार्या चतस्त्रो विप्राणाम्" म्हणून सांगते. ब्राह्मण चारी वर्णांच्या स्त्रिया करूं शकेल. याज्ञवल्क्यानें या बाबतींत बदल केला. तो म्हणाला, "ब्राह्मणानें तीन वर्णांतील मुलींशींच विवाह करावा. शुद्र वधूशीं विवाह करूं नये." असे बदल स्मृतिकार करीत असत.

कांहीं स्मृतींतून पुनर्विवाहास परवानगी आहे; कांहींत नाहीं. कलियुगासाठीं म्हणून जी पराशर स्मृति सांगतात, त्या स्मृतींत पुनर्विवाहास संमति आहे. पुण्यांतील थोर न्यायाधीश रामशास्त्री प्रभुणे यांची गोष्ट प्रसिद्धच आहे. त्यांनीं पुनर्विवाहास संमति दिली होती. आणि तुळशीबागेंत एका स्त्री कीर्तनकारिणीनें समोर बसलेल्या रामशास्त्र्यांस प्रश्न केला, "रामशास्त्री! पुरुषांना पुन्हां पुन्हां विवाह करावयास सदैव परवानगी आहे. पहिली पत्नी मरून दहा दिवस झाले नाहींत, तोंच दुसऱ्या लग्नाची तो तयारी करूं शकतो. मग स्त्रियांनींच असे काय पाप केलें आहे? स्त्रियांना पति मेल्यावर जर पुनर्विवाहाची इच्छा झाली तर तशी परवानगी

कां नसावी?" रामशास्त्री म्हणाले, "स्मृति ह्या पुरुषांनी लिहिल्या. त्यांनीं पुरुषांची सुखसोय पाहिली. स्त्रियांच्या सुखदुःखाची त्यांना काय कल्पना?"

ह्या चालीरीती सर्व बदलत असतात एवढाच याचा अर्थ. परंतु आपला समाज जेव्हां बदल करीत नाहीं, तेव्हां तो फार मोठी चूक करीत असतो, हें त्याच्या लक्षांत येत नाहीं. जुन्या जीर्णशीर्ण रूढी आज कशा चालतील! लहानपणचा अंगरखा मोठेपणीं मुलाला कसा येईल? अंगरखा तरी मोठा करा, नाहीं तर मला तरी सदैव लहान ठेवा, असें त्या मुलाला म्हणावें लागेल. रूढींचे कपडे हे सदैव बदलत असावेत. उन्हाळ्यांतील कपडे थंडींत चालणार नाहींत, थंडींतील कपडे उन्हाळ्यात चालणार नाहींत! हा नियम आहे. असा बदल न कराल तर थंडींत गारठून मराल व उन्हाळ्यांत उकडून मराल.

'हिंदु धर्म बुडाला बुडाला' असें कांहीं म्हणत असतात. कोणाच्या डोक्यावर शेंडी दिसली नाहीं, कपाळावर गंध दिसलें नाही, तोंडावर मिशी दिसली नाहीं, गळ्यांत जानवें दिसलें नाहीं म्हणजे त्यांना वाटतें, कीं धर्म रसातळास गेला. चित्रावती घातल्या नाहींत, प्राणहुती घेतल्या नाहींत, आचमनें अघमर्षणे केलीं नाहींत, म्हणजे म्हणतात धर्म बुडाला. परंतु हा धर्म आधीं किती लोकांचा आहे? आणि ह्या धर्माचें महत्त्व तरी काय?

हीं बाह्यचिन्हें बदलतात व बदलणारच. नवीन काळांत नवीन चिन्हे निर्माण होत असतात. एके काळी डोक्यावर घालून जाणें मंगल वाटे, आतां डोक्यावर कांहीं न घालणें म्हणजेच कोणाला ऐक्याचें चिन्ह वाटेल. परंतु यांत धर्माचा बुडण्यातरण्याचा काय प्रश्न आहे?

हिंदु धर्म कांहीं चहाच्या पेल्यांत बुडून जाण्याइतका किंवा मिशा काढतांच भरून जाण्याइतकां लेचापेचा नाहीं. हिंदुधर्म तेव्हां मरेल जेव्हां बुद्धीची उपासना मरेल. "आमची बुद्धि तेजस्वी राहो" ही गायत्रीमंत्रांतील प्रार्थना जेव्हां मरेल तेव्हां हिंदु धर्म मरेल. पंडित मोतीलाल नेहरू स्नानसंध्या करीत नसतील, वाटेल ते खातपीत असतील; परंतु ते जें कांहीं करीत तें त्यांच्या बुद्धीला त्या त्या वेळेस जें योग्य दिसें तें करीत. ते गायत्रीमंत्राचे आमरण उपासक होते. त्यांच्या गळ्यांत जानवें नसेल, परंतु खरा गायत्रीमंत्र त्यांच्याजवळ अहोरात्र जिवंत होता. आणि मरतांना त्या महापुरुषाच्या ओठांवर गायत्रीमंत्र होता! गायत्रीमंत्र गात गात त्यांचा आत्महंस उडून गेला!

मरतांना सर्वांत महत्त्वाची वस्तु जीव बरोबरी घेऊन जातो. आपण एका गांवाहून दुसऱ्या गांवीं जाऊं लागलों, कीं सर्वांत महत्त्वाच्या वस्तू आपण बरोबर घेतो. केरकचरा टाकून देतो. या जगाच्या खोलींतून मोतीलाल परलोकच्या दुसऱ्या खोलींत जावयास निघाले. कोणती महत्त्वाची वस्तु त्यांनी बरोबर घेतली? त्यांच्या जिवाला कशाची भूक होती? शुद्ध विचारांची. बुद्धीच्या स्वातंत्र्याची. ज्ञानाच्या प्रकाशाची. जर्मन कवि गटे मरतांना "अधिक प्रकाश, अधिक प्रकाश" असें म्हणत मेला. मोतीलाल नेहरू 'तेजस्वी बुद्धि, स्वतंत्र बुद्धि" असें जपत निघून गेले.

प्रत्यहीं जानवें हातांत धरून गायत्रीमंत्र जपणाऱ्यांना मरतांना गायत्री मंत्र आठवेल का? तो महान मंत्र त्यांच्या रोमरोमांत गेला आहे का? त्यांना जानवें महत्त्वाचें वाटतें; परंतु गायत्रीमंत्रांतील दिव्य विचार महत्त्वाचा वाटत नाहीं. विचाराची उपासना करणारा, ज्ञानासाठीं धडपडणारा, तोच खरा गायत्रीचा सांभाळकर्ता आहे आणि यासाठींच स्वामी विवेकानंद म्हणत, "ब्राह्मण पाश्चिमात्यांत अधिक आहेत." ज्ञानाची उपासना आमरण क्षणाक्षणाला करणारे आपणांत कोठे आहेत? जानवी सांभाळून हिंदुधर्म सांभाळला जात नसतो. जानवीं सांभाळणारे किल्ल्या व कानकुरणीं सांभाळतात. हातांतील आंगठी व सल्लेजोडी सांभाळतात.

समाजांत धर्म आहे कीं नाहीं हें कशावरून ओळखायचें? त्यागावरून. ज्यांच्याजवळ त्याग दिसेल त्यांच्याजवळ धर्माचा आत्मा आहे. ज्या तरुणांना आज धर्महीन म्हणून म्हणण्यात येतें त्यांच्याजवळ जर त्याग असेल तर त्यांच्याजवळ धर्म आहे. शेंडीसाठीं पूर्वी युद्धे झालीं. ती शेंडी आज न ठेवणारे धर्महीन आहेत हें म्हणणें पोरकटपणाचें आहे. शेंडी न ठेवणाऱ्यांजवळ ज्याच्यासाठी मरावें असें दुसरें कांहीं आहे कीं नाही? सत्याग्रहाच्या चळवळींत तुरुंगांत नित्यनेमाची टकळी सूत कांतावयास मिळाली नाहीं म्हणून मरेतों उपवास करणारे लोक निघाले. प्रत्येकाला कांहीं महत्त्वाचे वाटत असतें. पूर्वीचीं चित्रें व पूर्वीचीं प्रतीकें, पूर्वीची व्रतें व पूर्वीचे नियम ह्यात बदल होईल. नवीन व्रतें व नवीन प्रतीकें येतील. त्या त्या प्रतीकांसाठीं व व्रतांसाठीं प्राणार्पण करूं पाहणारें तेज असलें म्हणजे झालें.

इंग्लंडमध्यें बर्ट्रांड रसेल एक प्रज्ञावंत पुरुष आहे. त्यानें एके ठिकाणीं लिहिलें आहे कीं, नीति दोन प्रकारची असते. एक ऋण-नीति व दुसरी धन-नीति. ऋणनीति समाजाच्या हिताचें कांहीं एक करीत नसते. माळा जपतील, गायत्रीमंत्र म्हणतील, तीनतीनदां स्नानें करतील, भस्में लावतील, गंधें लावतील. हें सारें ऋणनीतीचा उपासक करतो. परंतु जर आपण त्याला विचारलें, "समाजांतील उपासमार दूर करण्यासाठी काय केलेंस? समाजांत चांगले शिक्षण मिळावें म्हणून काय केलेंस? समाजांतील दास्य जावें, अन्याय जावेत, भांडणें जावींत म्हणून काय केलेंस? स्त्रियांची स्थिती सुधारावी म्हणून काय केलेंस?" या सर्व प्रश्नांना त्यांचे उत्तर "नेति नेति" असेंच येईल. याच्या उलट धन-नीति असते. धन-नीतीचा उपासक स्नानसंध्या करीत नसेल, देवदर्शनास, कथाकीर्तनास जात नसेल, माळा-भस्में यांची उपासना करीत नसेल, परंतु समाजांतील अन्याय दूर करण्यासाठी तो धांव घेतो. तो पददलितांची बाजू घेतो. सारी घाण जाळावयास तो उभा राहतो. जेथे जेथे विपत्ती असेल, संकट असेल, जुलूम असेल, अशरणता असेल, अरेरावी असेल, तेथें तेथें तो वीराप्रमाणे उभा राहील. स्वत:चे बलिदानहि वेळ पडली तर तो देईल.

सनातनी लोक ऋणनीतीचे उपासक असतात. नवीन कार्यकर्ते धननीतीचे उपासक असतात. ज्या समाजांत कर्मशून्य ऋणनीतीचाच पसारा फार दिसतो, त्या समाजाला धुळींत मिळावें लागतें. ज्या समाजांत प्रत्यक्ष सेवा करणारे धननीतीचे उपासक असतात तो समाज वर येतो.

या धननीतीच्या उपासकांना समाजाचा छळ सोसावा लागतो. शंकराचार्यांनी नुसते अद्वैत सिद्ध केलें नाहीं. समाजाच्या व्यवहारांत आणण्यासाठी त्यांनीं कष्ट केले. दक्षिण देशांत भिन्न भिन्न देवतांची उपासना करणारे संप्रदाय होते. या संप्रदायामध्यें प्रचंड वैर असत. परंतु शंकराचार्य म्हणाले, "अरे सारीं एका शक्तीची रूपें, गणपति असो वा सूर्य असो, शिव असो, शक्ति असो, विष्णु असो; या पांचीहि देवतांची एकत्र पूजा करा. पंचायतन पूजा सुरू करा. भेदांत अभेद आणा. अद्वैत कृतींत येऊं दे व कलहही मिटूं देत."

पंचायतन पूजा शंकराचार्यांनी सुरू केली. नवीन प्रयोग त्यांनीं केला. अद्वैताचा प्रात्यक्षिक प्रयोग, शंकराचार्यांचा त्यासाठीं छळ झाला. हे सबगोलंकार करणारे आहेत, हे प्रच्छन्न बुद्धपंथीच आहेत, नाना दूषणें त्यांना मिळाली. त्यांच्यावर

बहिष्कार घालण्यांत आला. शंकराचार्य मरणोन्मुख आईला भेटावयास गेले. आई मरण पावली. त्या वेळेस त्या मातेच्या मृत देहाला नेण्यासाठीं कोणी मिळेना! शंकराचार्यांनी आईच्या देहाचे तीन तुकडे केले. एकेक तुकडा त्यांनीं स्मशानांत नेला व अग्नि दिला! आज मलबार प्रांतांत मेलेल्या मनुष्याच्या अंगावर तीन रेषा ओढतात. तीन तुकड्यांची ती कठोर निशाणी आहे!

संतांनीं संस्कृतांतील ज्ञान लोकांच्या भाषेंत आणण्याचें महान कार्य सुरू केलें. मनुष्याला ज्ञानाशिवाय कसें जगतां येईल? सूर्याचे किरण सर्वांना हवेत, त्याप्रमाणें ज्ञानाचेहि किरण जीवनमात्रास हवेत. ज्ञान कांहीं लोकांची वतनदारी असणें म्हणजे घोर अन्याय होता. संतांनीं बंड पुकारलें. ज्ञानेश्वर, मुकुंदराय, एकनाथ सारे बंडांत सामील झाले. तुकाराम तर म्हणूं लागले, "अरे घोक्यांनो! पाठीवर भार वाहून चव कळत नाही!"

वेदांचा तो अर्थ आम्हांसीच ठावा।
येरांनीं वहावा भार माथां।।

प्रत्यक्ष जीवनांत जे अद्वैत अनुभवूं लागले, त्यासाठीं सनातनींचे होणारे विरोध न जुमानतां जे वागूं लागले, त्यांनाच वेद समजत होता. वेद म्हणजे ज्ञानाचा साक्षात्कार! ज्ञान हें साक्षात्कारासाठीं आहे. भरल्यापोटीं चर्चेसाठीं नाहीं.

पहिले बाजीराव पेशवे मस्तानीपासून झालेल्या पुत्राची मुंज करूं पहात होते. त्यांचें हंसें झालें. त्यांना अपमान सहन करावे लागले. परंतु भारतीय संस्कृतीचा आत्मा त्यांनी ओळखला होता.

गीतेंत चार प्रकारचे भक्त सांगितले आहेत. माझ्या मतें त्यांत फार थोर दृष्टि आहे. सारे समाजाची उन्नति करणारे शास्त्रच जणूं त्यांत आलें आहे.

आर्तो जिज्ञासु-रर्थार्थी। ज्ञानीच भरतर्षभ ।।

आर्त, जिज्ञासु, अर्थार्थी व ज्ञानी असे हे चार भक्त आहेत.

आर्त भक्त म्हणजे काय? आर्त म्हणजे दु:ख सांगणारा, देवाजवळ दु:ख सांगणारा. हें कोणाचें दु:ख? मला वाटतें भक्तजो असेल तो केवळ स्वत:चे दु:ख उगाळीत बसणार नाहीं. हा उदार आर्त आहे. या चारी भक्तांना उदार म्हटलें आहे. जगाच्या दु:खानें तो आर्तभक्त दु:खी होतो. सर्व सामाजांतील भीषण अन्याय पाहून त्याचें अंत:करण तळमळतें. समर्थांनी लहानपणींच आईला सांगितलें,

"आई! चिंता करितों विश्वाची."

समर्थांसारख्या उदार आर्त भक्तांना समाजाची चिंता प्रथम असते. या समाजाचें भलें कसें होईल, समाज सुसंपन्न, सुसंस्कृत, सुश्लिष्ट, कसा होईल, समाजांत अन्नवस्त्राची, ज्ञानविज्ञानाची, विपुलता कशानें होईल, याची त्यांना चिंता लागते. या एकाच चिंतेने त्यांच्या हृदयाची होळी पेटत असते.

झाडूं संतांचे मार्ग । आडरानीं भरलें जग ।।

सारा संसार रानांत शिरलेला त्यांना दिसतो. चुकीच्या मार्गानें लोक जात आहेत व त्यामुळें दु:खांत पडत आहेत, असे त्यांना दिसतें. या उदार आर्त भक्तांना चैन पडत नाहीं. किंकाळ्या त्यांच्या कानावर येत असतात. भक्ताची ही पहिली स्थिती असतें. जगाच्या दु:खाशीं तो एकरूप होतो.

या उदार आर्तीतून मग उदार जिज्ञासा उत्पन्न होते. दु:ख तर आहे, परंतु हे दु:ख कां आहे याची कारणमीमांसा तो आर्त भक्त करूं लागतो. आर्तभक्तींतून जिज्ञासा उत्पन्न होते. प्लेग कां येतो, चला शोधूं त्याचीं कारणें. स्वत:च्या अंगांत टोंचून घेऊं या. प्रयोग करू या. पीतज्वर कां होतो? उपदंश कां होतो? भूकंप कां होतात? ज्वालामुखींचे स्फोट कां होतात? वादळे कां होतात? पिकांचे रोग कां येतात? समाजांत व्यभिचार कां आहेत? चोऱ्या माऱ्या कां आहेत? समाजांत एकीकडे मोठमोठ्या माड्या, एकीकडे मातीच्या झोंपड्या, असे चित्र कां? कांहींचे गाल फुगलेले, कांहींचे बसलेले. कांहीं अनवाणी तर काहीं नवीन बूट घातलेले, कांहीं मरमर मरतात, कांहीं खुशाल खांद्यावर मांसाच्या गोळ्याप्रमाणें लोळतात, कांहीं अजीर्णानें मरतात, कांहीं भुकेनें मरतात; काहींना ज्ञानाचा गंध नाहीं, कांहीं आमरण शिकतच आहेत! ही अनन्त दु:खें का? याची मीमांसा तो आर्त भक्त करूं लागतो. राष्ट्राराष्ट्रांत लढाया कां, भेद कां, साम्राज्यवाद कां, गुलामगिरी कां? कां हे सारें?

अशा रीतीनें मनुष्य विचार करूं लागला म्हणजे त्याला नाना प्रकारचीं कारणें दिसतात. ती कारणें दूर करण्याचे उपाय शोधू लागतो. परंतु खरा उपाय कोणता? दु:खें दूर करण्याचे अनेक मार्ग त्या जिज्ञासू भक्ताला दिसूं लागतात. परंतु सारे मार्ग हितकारकच असतील असें नाहीं. भक्तीची तिसरी स्थिती तो आतां अनुभवतो. अर्थार्थी भक्त दु:ख दूर करण्यासाठीं जे जे उपाय सुचले, त्यांतील कोणत्या उपायानें खरोखर अर्थ साधेल? अर्थ म्हणजे कल्याण. मनांतील मांगल्याचा अर्थ कोणत्या मार्गानें गेलें असतां साधेल? अर्थार्थी म्हणजे प्रत्येक गोष्टींत अर्थ पाहणारा. प्रत्येक

गोष्टीचें मूल्यमापन करणारा. तिचें महत्त्वमापन करणारा.

समाजांतील विरोध व वैषम्यें, हे भेद व हीं दुर्भिक्ष्यें दूर करण्यासाठीं साम्यवाद चांगला का? हीं यंत्रें चांगली आहेत कीं वाईट आहेत? ग्रामोद्योग सुरू करावेत कीं यंत्राची पूजा सुरू करावी? हिंदुमुसलमानांचे प्रश्न आर्थिक आहेत कीं दुसरीं काहीं कारणें आहेत? हिंसेचा अवलंब करावा कीं अहिंसेचा? नि:शस्त्र प्रतिकार हितकर आहे कीं वांझोटा आहे? साम्राज्यांतर्गत स्वराज्य चांगलें कीं फुटून निघणें चांगलें? मुलेंमुली एकत्र शिकण्यांत हित आहे की अहित आहे? शिक्षण स्वभाषेंतून असावें की परभाषेंतून? प्रौढविवाह असावेत कीं बालविवाह? पोषाख एक असावा कीं नसावा? घटस्फोटाची जरुरी आहे का? स्त्रियांचा वारसा हक्क कां असूं नये?

समाजांतील शेंकडों दु:खांना शेंकडों उपाय त्या जिज्ञासू आर्ताला सुचतात. त्या उपायांतील जे उपाय हितकर वाटतील ते उपाय भक्त हृदयाशीं धरतो. जे निरनिराळे विचार त्याला स्फुरतात, त्यांतील अत्यंत हितकर विचारांना तो मिठी मारतो. अर्थार्थी भक्त आतां ज्ञानी होतो. म्हणजे जें ज्ञान त्याला निर्मळ वाटतें, नि:शंक वाटतें, अर्थमय वाटतें, त्या ज्ञानाशीं स्वत:चे तो लग्न लावतो. त्या ज्ञानाचा प्रयोग तो सुरू करतो. त्या प्रयोगासाठीं सारे उर्वरित जीवन वेंचतो. त्या प्रयोगासाठी साऱ्या निंदा, सारे अपमान, सारे कष्ट, तो हंसत हंसत सहन करतो. फांस असो वा गोळी असो, सर्वांठायीं त्याची आतां तयारी असते. त्या ज्ञानाची, त्या सत्याच्या प्रयोगाची पूजा करण्यात, त्या सत्याचा महिमा वाढवण्यांत, अपार आनंद त्याला होत असतो. तोच त्याचा मोक्ष. तेंच त्याचें सर्वस्व.

लोकांच्या सुखदु:खांशीं एकरूप होणें, त्यांच्या वेदनांनी विव्हळ होणें, त्या वेदनांची मीमांसा करणे, जे उपाय सुचतील त्यांतील कोणते उपाय अधिक परिणामकारक, अधिक सत्यमय, अधिक मंगलावह पाहणें व असे जे उपाय दिसतील त्यांच्यासाठीं सारें आयुष्य देणें हें ऋषीचें महान् ध्येय असतें. अशा रीतीनें ते प्रयोग करतात व प्राण अर्पण करतात. प्राचीन काळापासून असे संत भारतीय संस्कृतींत झाले आहेत; आजहि दिसत आहेत. अशा प्रयोग करणाऱ्या निर्भय, सत्यमय, ध्येयनिष्ठ वीरांनींच समाजाला पुढें नेलें आहे.

विष्णुवीर गाढे । कळिकाळ पायां पडे ।।

असे ज्ञानोपासक विष्णुवीर कोणाला भीक घालीत नाहींत. कोणत्याहि सत्तेला ते भीत नाहीत. ध्येय-देवासमोर ते लवतात. ध्येयवादाला पूजितात. दुसरा देव

त्यांना माहीत नाही!

असा ध्येयानें पेटलेला महात्मा सामाजांत उभा राहिला म्हणजे सारा समाज शेवटीं पेटल्याशिवाय रहात नाहीं. त्याच्या महान प्रयोगांत जनता सामील होते. ज्याप्रमाणें एखादा महान वृक्ष हळू हळू तपस्येनें वाढतो त्याला फळेंफुलें येतात; मग वारा येतो, त्या वृक्षाचीं बीजें तो महान वारा दशदिशांत फेंकतो आणि जंगलेच्या जंगलें उभीं राहतात; त्याप्रमाणें एक असा दिव्य-भव्य सत्याचे प्रयोग करणारा उभा राहतो. त्याच्या प्रयोगाचीं बीजें लाखों हृदयांत पडतात. मग त्याच्याभोवतीं त्या ध्येयाचे लाखों उपासक उभे राहतात! कारण शेवटीं मनुष्य हा सत्यमय आहे. त्याच्या आत्म्याचा नैसर्गिक स्वभाव जागृत होतो. मांगल्याची हांक त्याच्या हृदयाला ऐकूं येते.

अशा रीतीनें महान चळवळी होतात. प्रचंड क्रांती होतात. मानवजाति एक पाऊल पुढें टाकिते. असे प्रयोग करीत मानवजात चालली आहे. जो समाज असे प्रयोग करणार नाहीं तो मरेल. जी संस्कृति असे प्रयोग करणार नाहीं, ती पै किंमतीची होईल.

प्रकरण पांचवें

वर्ण

वर्णाश्रमधर्म हा शब्दसमुच्चय आपण अनेकदां ऐकतों. वर्णाश्रम-स्वराज्यसंघ वगैरे संघहि अस्तित्वांत आलेले आहेत. परंतु वर्ण म्हणजे काय? आश्रम म्हणजे काय यासंबंधी गंभीर विचार फारसा केलेला आढळत नाही. प्रस्तुत प्रकरणांत आपण वर्ण म्हणजे काय यासंबंधीं थोडेसें विवेचन करूं.

आपापल्या वर्णाप्रमाणें प्रत्येकाने वागावें असें आपणांस सांगण्यात येत असतें. परंतु वर्णाप्रमाणें वागणे म्हणजे काय? ब्राह्मणाने ब्राह्मणधर्माप्रमाणें वागावें, क्षत्रियानें क्षत्रियधर्माप्रमाणें वागावे, वैश्यानें वैश्यधर्मानुसार व शूद्रानें शूद्रवृत्त्यनुसार वागावें, असें याचें स्पष्टीकरण करण्यांत येत असतें.

या सर्व बोलण्यासांगण्यांत एक वस्तु गृहीत धरलेली असते, कीं आई-बापांचेच सारे गुणधर्म मुलांत उतरत असतात. परंतु प्रत्यक्ष संसारांत अनुभव तर तसा येत नाहीं. आईबापांच्याच आवडीनिवडी अपत्यांत आलेल्या असतात, असें नाहीं. मायबापांपेक्षां अत्यंत भिन्न वृत्तीची मुलें आपणांस दिसून येत असतात. हिरण्यकश्यपूच्या पोटीं प्रल्हाद येतो.

परंतु आईबापांचे गुणधर्म उतरत नसले तरी मुलें लहानपणापासून जें सभोंवतीं पाहतील त्याचाच ठसा त्यांच्या जीवनावर उमटल्याशिवाय राहणार नाहीं. त्या वातावरणाचा त्यांच्या मनावर परिणाम होईल. कीर्तनकाराचा मुलगा लहानपणापासून घरांत कविता, आख्यानें वगैरे ऐकेल. गाणाऱ्याचा मुलगा गाणें, तंबोरा, तबला, पेटी, यांच्या संगतींत वाढेल. विणकराचा मुलगा हातमाग, पाजणी, ताणाबाणा,

धोटा, यांच्याशी परिचित असेल. शेतकऱ्याच्या मुलाला नांगर, वखर पांभर, पेरणी, निंदणी, खुरपणी, मोट, नाडा यांचा सराव असेल. सैन्यांतील शिलेदाराचा मुलगा घोड्यावर बसेल, भाला फेंकील, तरवार खेळवील. वाण्याचा मुलगा तराजू तोलील, मालाचे भाव सांगेल, नीट पुडी बांधून देईल, जमाखर्च राखील. चित्रकाराचा मुलगा रंगांशीं रमेल, चर्मकाराचा मुलगा चामड्याशीं खेळेल. अशाप्रकारें त्या त्या मुलाच्याभोंवतीं जें वातावरण असेल त्या वातावरणाचा तो बनेल.

मनुष्य केवळ परिस्थितीचाच गोळा आहे का? सभोंवतालच्या वातावरणाचा परिणाम होतो हें खरें. परंतु मुळांत कांहीं असेल तर त्याच्यावर परिणाम होईल बीजच नसेल तर कितीहि पाणी ओतलें म्हणून का अंकूर वर येणार आहे? मुळांत बीज हवें. आंत जन्मतःच कांहींतरी पाहिजे.

आईबापांचेच गुणधर्म मुलांत येतात, वातावरणामुळें आईबापांचाच वर्ण मुलांच्या जीवनाचा असणें शक्य व संभवनीय दिसतें, असें प्राचीन काळांत मानलें गेलें. परंतु त्या वेळच्या प्रयोगांप्रमाणें व संशोधनाप्रमाणें तसें ठरवलें गेलें म्हणून आजहि तसेंच मानलें पाहिजे असें नाही. आज शास्त्रें वाढली आहेत. जास्त शास्त्रीय दृष्टींनें वर्णचिकित्सा आज करतां येणें शक्य आहे.

ज्यानें त्यानें आपल्या वर्णाप्रमाणें वागावें हा सिद्धान्त त्रिकालाबाधित आहे. आपण चार वर्ण कल्पिले. परंतु हे फार व्यापक तऱ्हेनें कल्पिले. ज्ञानाची उपासना करणारा ब्राह्मणवर्ण. परंतु ज्ञान शेंकडों प्रकारचे आहे. अनंत वेद आहेत. वाढत्या काळाप्रमाणें ज्ञान वाढत आहे. मानसशास्त्र, नीतिशास्त्र, अध्यात्मशास्त्र, पुनर्जन्मशास्त्र, सृष्टिशास्त्र, ज्योतिषशास्त्र, रसायनशास्त्र, वातावरणशास्त्र, विद्युत्छास्त्र, संगीतशास्त्र, शारीरशास्त्र, शस्त्रप्रक्रियाशास्त्र, भूगर्भशास्त्र, प्राणिशास्त्र, उद्‌भिज्यशास्त्र, शेंकडों शास्त्रें आहेत. ज्ञानाची उपासना करणें हा एक वर्ण झाला. परंतु या एका वर्णाचीं हीं शेंकडों अंगें आहेत.

तसेंच क्षत्रिय वर्णाचें, विमानयुद्ध, नाविकयुद्ध, जलयुद्ध, वातयुद्ध, शेंकडों प्रकारचीं युद्धें अस्तित्वात येत आहेत.

वैश्य वर्ण. कृषिगोरक्ष्यवाणिज्य म्हणजे वैश्यकर्म. परंतु प्रत्येकांत शेंकडों भाग आहेत. कोणी अफू पेरील, तर कोणी तमाखू लावील. कोणी कपाशी पेरील, तर कोणी भुईमूग; कोणी संत्रीं लावील तर कोणी द्राक्षें लावील. ज्याप्रमाणें शेतीचे शेंकडों प्रकार त्याप्रमाणें वाणिज्याचेहि शेंकडों प्रकार. हा कापसाचा व्यापारी, हा धान्याचा व्यापारी, हा तुपाचा व्यापारी, हा तेलाचा व्यापारी, हा गिरणीवाला, हा लोखंडवाला, शेंकडों प्रकार आहेत.

आणि धंदे हजारों प्रकारचे, यामुळें हजारों ठिकाणीं मजुरी करणारे शूद्रहि हजारों कामांत पडतील.

या चार वर्णांत हजारों प्रकार सामावतात. या हजारों प्रकारांतील कोणती गोष्ट मुलानें उचलावी? मुलानें कोणत्या वर्णातील कोणता भाग पूजावा?

वर्ण या शब्दाचा अर्थ रंग असा आहे. आपण म्हणतो, कीं आकाशाचा वर्ण निळा आहे. मराठींत वर्ण या शब्दापासून वाण हा शब्द आला आहे. "गुण नाही पण वाण लागला" अशी जी म्हण आहे, त्या म्हणींतील वाण शब्दाचा अर्थ रंग हाच आहे. मी अमक्या वर्णाचा आहे. याचा अर्थ मी अमक्या रंगाचा आहे.

देवानें कोणता रंग देऊन मला पाठविलें आहे? कोणते गुणधर्म देऊन मला पाठविलें आहे? कूऊ करणें हा कोकिळेचा जीवनरंग आहे. मधुर सुगंध देणें हा गुलाबाचा जीवनधर्म आहे. माझ्यांतून कोणता रंग कोणता गंध बाहेर पडणार? कोणत्या रंगाचा विकास मला करावयाचा आहे?

मुलांच्या गुणधर्मांचें परीक्षण केल्याशिवाय हें कसें कळणार? कोणता रंग घेऊन बालक जन्मलें आहे याचें शास्त्रीय संशोधन करावयास हवें. स्मृतींतून असें सांगितलें आहे, कीं आपण जन्मतांना सारे एकाच वर्णाचे असतों. आपणांस आधी वर्ण नसतो. वर्ण नसतो म्हणजे काय? वर्ण असतो. परंतु तो अस्पष्ट असतो, अप्रकट असतो. आठ वर्षांचे होईपर्यंत आपण वर्णहीनच असतों. वर्ण कळला म्हणजे उपनयन करावयाचें. वर्ण कळल्याशिवाय उपनयन तरी कसें करावयाचें हा प्रश्नच आहे.

आठ दहा वर्षांचा मुलगा होईपर्यंत त्याचे गुणधर्म आपणांस कळूं लागतात. एखाद्याला वाचनाचीच आवड दिसते. एखादा गातच बसतो. एखादा वाजवीत बसतो. एखादा घड्याळ जोडीत बसतो. एखादा फुलझाडांशी खेळतो. एखादा कुस्ती मारामारी करतो. एखादा पक्ष्यांना गोफण मारतो. भिन्न भिन्न प्रवृत्ती मुलांच्या दिसून येतात. भिन्न भिन्न गुणधर्म मुलांचे दिसून येतात.

स्वतंत्र देशांत निरनिराळ्या प्रकारचे शिक्षणप्रयोग होत असतात. मुलांचें वर्णशोधन करण्याचा प्रयत्न होत असतो. एखाद्या दिवाणखान्यांत शेंकडों वस्तू ठेवतात. तेथें रंग असतात, वाद्ये असतात, यंत्रे असतात, पुस्तकें असतात, तेथें बाहेर घोडे असतात, फुले असतात, धान्यें पेरलेली असतात, सायकली असतात, कोणत्या वस्तूबरोबर मुलगा रमतो हें शिक्षकानें पहावयाचे असतें. हीं बाल-फुलपांखरें तेथे सोडून द्यावयाचीं. हिंडत, फिरत, गुंगत तीं कोठें अधिक काळ रमतात तें नमूद करून ठेवावयाचें. पुष्कळ दिवसांच्या निरीक्षणानें त्या मुलाच्या

आवडीनिवडी शिक्षकास कळण्याचा संभव असतो. तो शिक्षक मग पालकांस कळवील कीं, तुमचा मुलगा चित्रकार होईल, असें वाटतें. तुमचा मुलगा उत्कृष्ट माळी होईल असें दिसतें. यांत्रिक संशोधनाची बुद्धि तुमच्या मुलाची दिसते. मुलाचे गुणधर्म कळल्यावर त्या गुणाचा जेथें विकास होईल तेथें त्याला पाठवणें हें पालकाचें व शिक्षणखात्याचें कर्तव्य ठरतें.

उपनयन म्हणजे गुरूजवळ नेणें. कोणत्या गुरूजवळ न्यावयाचें? मुलाच्या विशिष्ट वर्णाचा विकास करूं शकणाऱ्या गुरूजवळ न्यावयाचें. संगीताची आवड असणाऱ्या मुलाला आंकडेमोड करणाऱ्या शिक्षकाकडे नेऊन काय फायदा? तो त्या मुलाची संगीत-वृत्ति गुदमरवून टाकील. बाळकोकिळेचा गळा दाबला जाईल. तो त्या मुलाच्या आत्म्याचा वधच होय.

ज्या राष्ट्रांत, ज्या राज्यपद्धतींत व्यक्तीच्या वर्णाचें शास्त्रीय संशोधन होऊन त्याच्या वर्णाच्या विकासाला पूर्णपणें अवसर असतो, त्या वर्णविकासाच्या मार्गातील साऱ्या अडचणी दूर करण्यांत येत असतात, तें राष्ट्र परम थोर होय. तेथील राज्यपद्धति खरी आदर्शभूत समजली पाहिजे.

परंतु स्वराज्य असल्याशिवाय हें कसें शक्य होईल? स्वराज्य यासाठी पाहिजे आहे. व्यक्तीच्या विकासासाठीं स्वराज्य पाहिजे आहे. व्यक्तीचें ईश्वरी देणें वाढीस लागावें, यासाठीं स्वराज्य पाहिजे आहे. जोपर्यंत स्वराज्य नाहीं तोंपर्यंत खरा वर्ण नाहीं. नामधारी वर्ण तोपर्यंत दिसतील. परंतु व्यक्तींच्या गुणधर्मांचे शास्त्रीय परीक्षण-निरीक्षण होणार नाही. विकासांतील अडथळे दूर होणार नाहींत.

आज शाळेतील शिक्षकास कोणते अनुभव येतात? निरनिराळ्या गुणधर्मांच्या मुलांची आज कत्तल होत आहे. सर्वांना सदैव एकच शिक्षण. वर्णविकासास आज अवसर नाहीं. दारिद्र्यामुळें आज कोणत्याहि मुलाला स्वतःच्या आवडीचें शिक्षण घेतां येत नाहीं. खरा वर्णाभिमानी मनुष्य आधीं स्वराज्यासाठीं मरावयास सिद्ध होईल.

एखाद्या श्रीमंताला स्वतःच्या वर्णाप्रमाणें वागतां येईल. परंतु सर्वांना तें शक्य आहे का? लोकमान्य टिळकांचा कोणता वर्ण होता? तत्त्वज्ञानांत रमावें, गणितशास्त्रांत डुंबावें, हा त्यांच्या आत्म्याचा धर्म होता. कदाचित् त्यांना त्या गुणधर्माचा विकास करणें शक्य झालें असतें. परंतु त्यांच्या डोळ्यांना दिसलें कीं, लाखों जिवांना आपल्या गुणधर्माचा विकास करून घेणें या सर्वभक्षक पारतंत्र्यांत शक्य नाहीं. म्हणून ते म्हणाले, "सर्वांच्या विकासमार्गात आड येणारें पारतंत्र्य हें आधीं दूर करूं या." स्वराज्यासाठीं लोकमान्य गेले. राष्ट्राचा वर्णविकास नीट

व्हावा, राष्ट्रांत खरा वर्णधर्म आज ना उद्या केव्हां तरी यावा म्हणून ते अविरत श्रमले.

महात्मा गांधी एकदां असेंच म्हणाले. समाजसुधारक वृत्तीचे महात्माजी आहेत. परंतु राष्ट्राच्या विकासांत पारतंत्र्य हा मोठा अडथळा असल्यामुळें तो दूर करण्यासाठीं ते उठले. इतिहासाचार्य राजवाडे दु:खसंतापानें म्हणत "पदोपदीं स्वराज्याची आठवण येते." स्वराज्य असतें तर राजवाड्यांनी केवढा ज्ञानप्रांत जिंकून घेतला असता त्याची कल्पनाहि करवत नाहीं.

किती तरी कलावान, कितीतरी शास्त्रज्ञ, किती तरी शोधक बुद्धीचे कल्पक आज या दास्यांत धुळींत पडून मरत आहेत. पारतंत्र्यांत सर्वांत मोठें नुकसान जगाचें होत असेल तर तें हेंच होय.

वर्णविकासासाठीं स्वराज्य पाहिजे. परंतु कोणत्या प्रकारच्या स्वराज्यांत सर्वांच्या वर्णाचा विकास होईल? जें स्वराज्य मूठभर भांडवलवाल्यांचें आहे, त्या स्वराज्यांत गोरगरिबांच्या मुलांचे गुणधर्म नीट संवर्धिले जातील का? सर्वांचा वर्णविकास व्हावयास पाहिजे असेल तर साम्यवादाशिवाय गत्यंतर नाहीं. साम्यवादी राज्यपद्धतींतच सर्वांचे योग्य तें उपनयन होईल.

"स्वधर्मे निधनं श्रेय: परधर्मो भयावह:" हा श्री गीतेंतील चरण वारंवार म्हटला जातो. या चरणांतील धर्म या शब्दाचा अर्थ हिंदु-धर्म, मुसलमान-धर्म असा नाहीं. येथील धर्म शब्दाचा अर्थ वर्ण असा आहे. अर्जुनाची क्षत्रिय वृत्ति होती. उत्तरगोग्रहणापर्यंत हजारों शत्रूंचीं मुंडकीं चेंडूप्रमाणें उडवणें यांत त्याला आनंद वाटत होता. जन्मल्यापासून हाडींमासीं खिळलेली ही क्षत्रियवृत्ति अर्जुन मोहामुळें टाकूं इच्छित होता. तो संन्यासाच्या गप्पा मारूं लागतो. भिक्षा मागून जगेन म्हणतो. परंतु हें त्याचें स्मशानवैराग्य टिकलें असतें का? तो रानावनांत जाता व तेथेंही हरणे-पांखरें मारूं लागता व त्यांचें मांस मिटक्या मारून खाता, अर्जुनाची फजीती झाली असती. वृत्तीनें, वैराग्यानें, चिंतनानें खरी संन्यासभूमिका सिद्ध झाली नसतांना केवळ लहर म्हणून संन्यासी होणें यांत दंभ आला असता.

जी वृत्ति अद्याप आपल्या आत्म्याची झाली नाहीं, ती एकदम अंगिकारूं पाहणें भयावहच आहे. अंतरंगी आसक्ति असलेल्यानें संन्यस्त होणे यांत स्वत:चा व समाजाचा अध:पात आहे. मनांत शिक्षणाची आस्था नसणाऱ्यानें शाळेंत शिकवणें यांत स्वत:लाहि समाधान नाहीं व राष्ट्रांतील भावि पिढीचेंहि अपरंपार नुकसान आहे. आपला वर्ण समाजांत कमी समजण्यांत येत असला तरी त्या वर्णानुरूप समाजाची सेवा करीत राहणें यांतच विकास असतो. पाण्यापेक्षां दूध मोलवान

आहे. परंतु मासा पाण्यांतच वाढेल, दुधांत जगणार नाहीं.

"यज्जीवन जीवन तो दुग्धीं वांचेल काय हो मीन?"

ज्यानें त्यानें स्वतःच्या धर्माप्रमाणें वागावें म्हणजे स्वतःच्या वर्णधर्माप्रमाणें वागावें. स्वतःच्या गुणधर्माप्रमाणें वागावें व समाजसेवा करावी.

संस्कृतांत न्यायशास्त्रांत धर्म शब्दाची व्याख्या विशिष्ट अर्थानें करण्यांत येत असते. ज्याशिवाय पदार्थ असूंच शकत नाहीं, तो धर्म होय. उदाहरणार्थ, जाळणें हा अग्नीचा धर्म होय. उष्णतेंशिवाय अग्नि असूंच शकत नाहीं. शीतलत्वाशिवाय पाणी संभवत नाहीं. प्रकाशण्याशिवाय सूर्याला अर्थ नाहीं. आपण सूर्याला जर म्हणूं "तूं तपूं नकोस," तर तो म्हणेल, "मी न तपणें म्हणजे मी मरणें." आपण वाऱ्याला जर म्हणूं "तूं वाहूं नकोस," तर तो म्हणेल, "मी वाहूं नको तर काय करूं? वाहणें म्हणजेच माझें जीवन."

धर्म शब्दाचा हा अर्थ आहे. महात्माजींना विचारा कीं, "तुम्ही चरखा कांतूं नका, तर ते म्हणतील, "मग मी जगेन कसा?" जवाहरलालांना विचारा, "तुम्ही पददलितांसाठीं नका असें जिवाचें रान करूं;" तर ते म्हणतील, "मग माझ्या श्वासोच्छ्‌वासाला अर्थ काय?"

ज्याच्याशिवाय आपण जगू शकत नाहीं, ज्याच्यासाठीं जगावें व मरावें असें वाटतें तो आपला वर्णधर्म होय. शेतकऱ्याला म्हणा. "तूं शेत पेरूं नकोस, गायीगुरें पोसूं नकोस, मोट हांकूं नकोस" त्याला कंटाळा येईल. शिक्षकाला-खऱ्या शिक्षकाला-मे महिन्याची सुट्टी कंटाळवाणी वाटते. शिकवणें हाच त्याचा परमानंद असतो. वाण्याला म्हणाला, "दुकानांत बसूं नकोस; भाव काय आहे त्याची चौकशी करूं नकोस," तर त्याला जीवनांत गोडी वाटणार नाहीं. आपल्या आवडीचें सेवेंचे कर्म म्हणजे आपला प्राण होय. त्यांच्यासाठी जगावें, मरावें असें वाटत असतें.

असा जो स्वतःचा वर्ण, असा जो स्वतःचा सेवाधर्म त्याच्यासाठीं आपले सारे उद्योग असावेत. त्या वर्णाचा, त्या रंगाचा आपण रात्रंदिवस प्रयत्न करून विकास करावा आणि मेल्यावर देवाजवळ जाऊन म्हणावें, "देवा! हें भांडवल तूं मला दिलें होतेंस, त्याची अशी मी वाढ केली. त्या भांडवलाची वाढ करून मी समाजाला सुखी केलें, समाज-पुरुषाची मी पूजा केली." देव संतोषेल व तुम्हाला हृदयाशी धरील!

प्रकरण सहावें

कर्म

भारतीय संस्कृतींत समाजाला महत्त्व आहे कीं व्यक्तीला महत्त्व आहे? समाजासाठीं व्यक्ति आहे. व्यक्ति म्हणजे माया आहे. समाज सत्य आहे. अद्वैत सत्य आहे. द्वैत मिथ्या आहे. शंकराचार्य संसाराला मिथ्या मानतात, याचा अर्थ काय? व्यक्तीचा संसार मिथ्या आहे. मी केवळ माझ्यापुरतें पाहणें म्हणजे मिथ्या आहे. माझ्या आजुबाजूला दु:ख असतांना मी एकटा सुखी होऊं पाहणें म्हणजे भ्रम आहे. आजुबाजूला आग लागली असतां माझें एकट्याचें घर सुरक्षित कसें राहील? जगांत केवळ स्वत:साठीं पाहतां येणार नाहीं. कुटुंबातील प्रत्येक व्यक्ति जर केवळ स्वत:पुरतें पाहील तर कुटुंबाचा विचका होईल. त्या कुटुंबांत आनंद कसा दिसेल, समाधान कसें नांदेल? ज्या कुटुंबांतील प्रत्येक व्यक्ति इतरांच्या सुखांत स्वत:चें सुख मानते, तेंच कुटुंब भरभराटेल, सुखी व आनंदी दिसेल.

जो नियम कुटुंबाला लागूं तोच समाजाला, सर्व संसाराला. आपण समाजासाठीं आहोंत, या मानवजातीसाठीं आहोत, या सर्व प्राणिमात्रांसाठीं आहोंत. दगड अलग पडला तर त्याला महत्त्व नाहीं. परंतु तो इमारतींत संयमपूर्वक बसेल तर त्याला अमरता येते, त्याला महत्त्व येतें. आपण या समाजाच्या सुंदर इमारतींत योग्य ठिकाणीं बसलें पाहिजे व तेथें शोभलें पाहिजे.

समाजाला सत्यता आहे, व्यक्तीला नाहीं. परंतु याचा अर्थ व्यक्तीला स्वातंत्र्य

नाहीं असे नाहीं. समाजासाठीं व्यक्ति आहे. परंतु व्यक्ति आपल्या गुणधर्माप्रमाणें समाजासाठीं जगेल. माझ्या ठायीं जो वर्ण आहे, त्या वर्णाच्या विकासानें मी समाजाची सेवा करीन. मी समाजाची सेवा करीन हें खरें, परंतु माझ्या विशिष्ट आवडीप्रमाणें मी सेवा करीन. माझा वर्ण समाज मरणार नाहीं. माझ्या वर्णाच्या विकासासाठीं समाज सोयी करून देईल. परंतु माझ्या विकासानें मी समाजाचीच पूजा करीन. माझा विकास हा समाजाला शोभवील, सुखवील, हंसवील, पोषवील. मी समाजासाठीं व समाज माझ्यासाठीं. समाजाला माझ्यामुळें शोभा व समाजामुळें मला शोभा. असा हा अन्योन्य संबंध आहे.

मनुष्यानें समाजाची सेवा करावयाची. परंतु कोणती सेवा त्यानें करावयाची? त्याची निवड कोणी करावयाची? कोणी हें ठरवावयाचें?

कर्माशिवाय मनुष्य जगूंच शकत नाहीं. आपण सारे कर्मशून्य होऊं तर समाज चालेल कसा? सारी सृष्टि कर्म करून राहिली आहे. प्रत्येकानें कर्म केलेंच पाहिजे. प्रत्येकाला शरीर, हृदय व बुद्धि आहे. शरीरानें कर्म करावयाचें. त्या कर्मात हृदयाचा जिव्हाळा ओतावयाचा व तें कर्म करताना बुद्धि वापरावयाची. अशा रीतीनें प्रत्येक व्यक्तीने शरीर, हृदय व बुद्धि तिहींच्या योगानें समाजासाठी रात्रंदिवस झिजावयाचें, आनंदानें श्रमावयाचें.

परंतु कोणत्या कर्मांत रमावयाचें? आपल्या आवडीच्या कर्मात, आपला जो वर्ण असेल, आपली जी वृत्ति असेल, त्याला अनुरूप अशा कर्मांत रमावयाचें. त्याच कर्मांत आपण अखंड रमूं, जें कर्म आपणांवर लादलेलें नसून, जें आपल्या आवडीचें असूं शकेल.

जें कर्म माझ्या इच्छेविरुद्ध मला करावें लागेल. त्यानें माझा आत्मा शिणेल. त्यांत मला आनंद वाटणार नाहीं. तें कर्म योग्य रीतीनें माझ्याकडून होणार नाहीं. रडत राउतांना घोड्यावर बसविण्यांत काय अर्थ?

आपल्या आवडीनुसार कोणतेंहि सेवेचें कर्म आपण उचलावें व तद्वारा समाजदेवाची पूजा करावी. सेवेचीं सर्व कर्में पवित्र आहेत. कोणतेंहि सेवाकर्म तुच्छ नाहीं, हीन नाहीं. वर्णामध्यें श्रेष्ठकनिष्ठ भाव नाहीं. सारे वर्ण देवाघरीं सारख्याच योग्यतेचे. सेवेच्या सर्व कर्मांची सारखीच किंमत.

समाजाला तत्कालानुरूप नवविचार देणारा पुरुष जितका थोर तितकाच समाजाला धान्य देणारा शेतकरीहि थोर. समाजांचें रक्षण करणारा योद्धा जितका

थोर, तितकाच समाजाला मोट करून देणारा चांभारहि थोर. शाळेंतील शिक्षक जितका थोर, तितकाच रस्ता झाडणारा झाडूहि थोर. हृदय ओतून विचारपूर्वक केलेले कोणतेंही सेवाकर्म मोक्ष देणारे आहे. गीतेमध्ये मोक्ष मिळविण्याचें साधन म्हणून स्वकर्म सांगितले आहे.

"स्वकर्मकुसुमीं त्यास पूजितां मोक्ष लाभतो"

ईश्वराला दुसऱ्या फुलांची आवड नाहीं. तुमची दैनंदिन होणारीं हजारों कर्मे म्हणजेच फुलें. हीं कर्मफुलें रसमय, गंधमय आहेत कीं नाहीत एवढें पाहणें म्हणजेच खरा धर्म.

हें स्वकर्म प्रत्येकाचें भिन्न भिन्न असूं शकतें व असणारच. ईश्वर एकाच मासल्याचीं माणसें उत्पन्न करीत नाहीं. छापखान्यांतून भराभरा आवृत्ति निघतात, त्याप्रमाणें ईश्वर करीत नाहीं. ईश्वराची प्रतिभा दुबळी नाहीं. शेंकडों गंधांची व रंगांची तो फुलें फुलवितो. शेंकडों गुणधर्मांची माणसेंहि तो या जगदुद्यानांत पाठवतो. बागेंत शेंकडों फुलें असतात. परंतु कोणतें फूल थोर, कोणतें अधिक योग्यतेचें? बागेंत एकाच रंगाचीं व एकाच गंधाचीं फुलें आपणांस आवडणार नाहींत. गुलाब, मोगरा, जाईजुई, शेवंती यांच्याबरोबरच झेंडू, तेरडे हीं फुलेंहि हवींत. प्रत्येकाचा रंग निराळा, गंध निराळा. सर्वांमुळें बाग नयनमनोहर दिसते. त्या फुलांच्या भोंवतीं हिरवेंहिरवें गवतहि पाहिजे. गवताला ना फूल ना फळ. परंतु तें हिरवें गवत-तें साधें गवत-तेथें नसेल तर तीं फुले शोभणार नाहींत.

मानवी समाजांत एकाच वर्णाचे सारे असतील तर किती निरस होईल तें जीवन. सारेच गाणारे, सारेच वाजवणारे, सारेच शास्त्रज्ञ, सारेच कुंभार-असें जर असेल तर समाज चालणार नाहीं. सामाजांत आनंद दिसणार नाहीं. विविधतेंत आनंद आहे. परंतु ही विविधता साऱ्या समाजासाठी आहे.

या विविधतेंत तेव्हांच आनंद राहील, ज्या वेळेस खोटे श्रेष्ठकनिष्ठपणाचे भाव समाजांत माजणार नाहींत. भारतीय संस्कृतींत ज्या वेळेपासून वर्णावर्णात श्रेष्ठकनिष्ठपणाचें बंड घुसलें, त्या वेळेपासून संस्कृति पोखरली जाऊं लागली. समाजाचा अध:पात आंतून न कळत हळू हळू सुरू झाला. भगवान् श्रीकृष्णांनीं या वृत्तीविरुद्ध बंड पुकारलें. समाजसेवेचें प्रत्येक कर्म थोर आहे हे श्रीकृष्णानें स्वत:च्या कृतीनें दाखविले आहे. श्रीकृष्णानें गायी चारल्या, घोडे हांकले, शेणगोळे फांसले, उष्टीं उचललीं, गीताहि सांगितली. प्रत्येक कर्म पवित्र आहे, अशी त्या

महापुरुषानें घोषणा केली.

'स्त्रियो वैश्यास्तथा शूद्रास्तेऽपि यान्ति परां गतिम्।' मोक्षाचीं दारें श्रीकृष्णानें खाड खाड सर्वांसाठीं मोकळीं केली. स्त्रियांना म्हणे ज्ञानाचा अधिकार नाहीं, मोक्षाचा अधिकार नाहीं! श्रीकृष्ण म्हणतो, ''चुलीजवळ बसणारी, दळण दळणारी, शेण लावणारी, पाळणा हलविणारीहि स्त्री मोक्षाची अधिकारी आहे.'' जी पतीच्या इच्छेंत स्वतःची इच्छा मिळवून टाकते, मुलाबाळांच्या संवर्धनांत स्वतःला विसरते, त्या कर्मयोगिनी स्त्रीस मोक्ष नाहीं तर मग कोण बाबा मोक्षाचा अधिकारी?

समाजाच्या सेवेचें कोणतेंहि कर्म हातीं घ्या. त्यानें तुम्ही मुक्त व्हाल. सारे संत ही गोष्ट सांगत आहेत. संत टाळकुट्ये नव्हते. संत आळशी नव्हते. परपुष्ट नव्हते. समाजावर स्वतःचा भार त्यांनीं कधींच घातला नाहीं. कोणताहि संत घ्या. कोणतें तरी समाजोपयोगी कार्य तो करीत असे. कबीर वस्त्रें विणी, गोरा कुंभार मडकी भाजी, सावंता माळी भाजी देई; सेना न्हावी हजामती करी, जनाबाई दळी, तुलाधार वैश्य-वाण्याचा धंदा करी; सजन कसाई खाटकाचा धंदा करी. हे सारे संत मोक्षाचे अधिकारी होते.

कसाई मुक्त कसा असा कोणी प्रश्न करील? समाजांत जोपर्यंत मांस खाणारे लोक आहेत तोपर्यंत समाजांत कसायचा धंदा करणारे लोक असणारच. तो धंदा समाजाच्या सेवेचाच झाला म्हणावयाचा. कसाईखाने म्युनिसिपालिटीस बांधून द्यावे लागणार. जो कसाई प्राण्याचे हाल न करतां त्याला मारील, त्या कसाईपणाच्या कामांतहि ज्ञान वापरील तो मुक्त होईल. तो घाण होऊं देणार नाहीं, वाटेल तेथें पशुहत्या करणार नाहीं, लहान मुलाबाळांच्या डोळ्यांआड कोठें तरी तें कर्म करील. कसाई स्वतः मांस खातहि नसेल, परंतु पूर्वजांचा धंदा चालत आला आहे, समाजाला तो धंदा पाहिजे आहे, तर मग त्या धंद्यांत अनभ्यस्त माणसानें पडून पशूंचे अधिक हाल करण्याऐवजीं त्या धंद्याचें नीट ज्ञान असणारानेंच पडणें, भूतदयेच्याहि दृष्टिनें अधिक श्रेयस्कर आहे. अनासक्त राहून तें कर्म तो करील.

कसायाप्रमाणेंच फांशी देणारा मांगहि. समाजांत जोपर्यंत फांशीची शिक्षा आहे, तोपर्यंत फांशी देणारे कोणी तरी पाहिजेतच. कोणा अनभ्यस्त माणसानें कसा तरी वेडावांकडा फांस गळ्यांला लावून घ्यावा व तो दुर्दैवी अपराधी धडपडत अधिक वेळ लोंबकळावा यांत किती दुःख आहे. फांशी द्यावयाचेंच आहे तर त्याला नीट द्या. पटकन फांस बसेल व झटकन फार वेदना न होतां, फार हाल न

होतां, प्राण जाईल असें करा, आणि ही गोष्ट त्या कर्मात कुशल असा मनुष्यच करूं शकेल. इंग्लंडमध्यें कुऱ्हाडीनें डोकें तोडावयाचें अशी शिक्षा असे. ज्या वेळेस मोठमोठ्या मोहऱ्यांना ही शिक्षा देण्यांत येई, त्या वेळेस मुद्दाम दूरदूरचे कुऱ्हाडवाले बोलावण्यांत येत. एका घावासरसें मुंडकें सफाईने दूर करील अशाला मुख्यत्त्वेंकरून बोलावून आणीत. हेतु हाच कीं त्या कैद्याला कमी दु:ख व्हावें.

फांशी देणाऱ्या मांगानें तो फांस नीट काळजीपूर्वक दिला, कसायानें पशूला फार त्रास न होतां एकदम नीट मारलें, तर तो मांग व तो कसाई मुक्त आहेत. दोषी कोणी असलेंच तर सारा समाज दोषी आहे.

अशा रीतीनें समाजाच्या सेवेची जीं जीं कर्मे आहेत तीं तीं करणारे मुक्त होतात असें गीता-महाभारत सांगत आहे. त्या त्या कर्माची योग्यता सारखीच. कोणालाहि अहंकार नको. कोणाची मान मी श्रेष्ठ वर्णाचा म्हणून फार वर व्हावयास नको, कोणाचीहि मान मी नीच वर्णाचा असें मनांत येऊन खालीं व्हावयास नको. सर्वांची मान सरळ असूं दे. सर्वांची एकच उंची, एकच किंमत.

उपनिषदांत एक सुंदर गोष्ट आहे. एकदां इंद्र, वायु, अग्नि वगैरे देवांत फार वाद माजला. प्रत्येकजण म्हणे मी श्रेष्ठ. इंद्र म्हणाला, "मी पाऊस पाडतो. पाऊस न पडेल तर पृथ्वी सुकेल. जीवन अशक्य होईल." वायु म्हणाला, "एक वेळ पाणी नसलें तरी चालेल. परंतु हवा तर आधीं हवी. मी सर्वांत श्रेष्ठ आहे." अग्नि म्हणाला "ऊब आधीं हवी. उष्णता हवी. उष्णता नाहींशी होतांच मनुष्य थंडगार होतो. पाय गार पडत चालले असें लोक म्हणतात. अग्नी शिवाय, उष्णतेशिवाय सारें मिथ्या आहे."

असे वाद चालले असतांना तेथें एकदम एक तेजस्वी देवता आली. ही देवता कोण कोठली वगैरेचें देवांना गूढ पडलें. अग्नि म्हणाला, "मी त्या देवतेजवळ जाऊन तिच माहिती विचारून येतों." अग्नि त्या देवतेजवळ गेला व म्हणाला, "आपण कोण?"

त्या देवतेनें उलट प्रश्न केला, "आपण कोण?"

अग्नि चिडून म्हणाला, "माझें नांव माहीत नाहीं? मी अग्नि!"

देवता म्हणाली, "आपण काय करीत असतां?"

अग्नि संतापानें म्हणाला, "अहो, सारें ब्रह्मांड एका क्षणांत मी जाळून टाकीन. माझा पराक्रम का तुम्हांला माहीत नाहीं?"

ती देवता म्हणाली, "असेल तुमचा तसा पराक्रम. परंतु माझ्या ऐकिवांत नाहीं. परंतु ही एक येथें काडी आहे, ती जाळून दाखवा बरें."

अग्नीनें आपल्या साऱ्या ज्वाळा प्रज्वलित केल्या. परंतु ती काडी त्याच्यानें जाळवेना. अग्नि खट्टू झाला. खालीं मान घालून तो निघून गेला.

नंतर वारा आला.

"आपण कोण?" वासुदेवानें प्रश्न केला.

"आपण कोण?" देवतेनें उलट विचारलें.

"अहो मी वारा." वायु अहंकारानें म्हणाला.

"म्हणजे काय करतां आपण?" देवतेनें प्रश्न केला.

"अहो मी पर्वतांचे चेंडू करतों. वृक्ष उपटतों. पाण्याला नाचवतों. प्रचंड लाटा निर्माण करून गलबतें बुडवतों. माझा पराक्रम तुम्हाला माहीत नाहीं?" वायूनें रागारागानें विचारले.

"नाहीं; ही येथें एक काडी आहे, ती उडवून दाखवा बरे." देवतेनें सांगितले.

वाऱ्यानें सारी शक्ति एकवटिली. परंतु ती क्षुद्र काडी त्याला जागची हालवतां आली नाही. वारा लज्जेने खालीं मान घालून गेला. अशा रीतीनें ते सारे भांडखोर अहंमन्य देव फजीत झाले. शेवटीं ती अध्यात्म देवता उमा त्या देवांना म्हणाली, "अरे वेड्यांनो, मी श्रेष्ठ, मी श्रेष्ठ असें भांडतां काय? कोणीहि श्रेष्ठ नाहीं, कोणीहि कनिष्ठ नाहीं. त्या विश्वशक्तीनें इंद्राच्या ठिकाणीं पाऊस पाडण्याची शक्ति ठेविली आहे, म्हणून इंद्र पाऊस पाडूं शकतो. अग्नीच्या ठिकाणीं जाळण्याची शक्ति ठेविलेली आहे म्हणून अग्नि जाळतो. वाऱ्याच्या ठिकाणीं वाहण्याची शक्ति ठेविलेली आहे म्हणून वारा वाहतो. त्या विश्वशक्तीनें ती शक्ति जर काढून घेतली तर तुम्ही शून्य आहांत. मढी आहांत. त्या त्या शक्तींचा अहंकार नका बाळगूं. त्या त्या विशिष्ट शक्तीमुळें दुसऱ्यांस हीन नका समजूं."

ही गोष्ट अत्यंत बोधप्रद आहे. ज्ञान देणाऱ्या ऋषीनें रस्ता झाडणाऱ्या झाडूवाल्यास तुच्छ लेखूं नये. चित्रकारानें गवयास हीन समजूं नये. कुंभारानें विणकरास कमी मानूं नये. आपण सर्वांनी एकमेकांस रामराम करावयाचा. रामराम म्हणजे काय? तूं राम व मी राम. तूंहि पवित्र व मीहि पवित्र.

"हे मलमूत्र नेणाऱ्या भंगीदादा, तूं राम आहेस-प्रणाम घे." असें सद्‌गदित होऊन ऋषि म्हणेल.

"हे दिव्य ज्ञान देणाऱ्या ऋषे! माझा प्रणाम घे. तूंहि रामच आहेस." असें भंगी गहिंवरून नम्रपणें म्हणेल.

"रामराम," "सलाम आलेकू, आलेकू सलाम" असें म्हणत सर्वांनी आनंदानें नांदावयाचें आहे.

परंतु ही भगवान श्रीकृष्णांची थोर दृष्टि भारतवर्ष विसरला. संतांचें दिव्य जीवनकर्म सारें विसरलें. आणि श्रेष्ठकनिष्ठपणाचे वाद समाजांत माजून सारा समाज पोखरला गेला. बुद्धिजिवी आणि श्रमजिवी असे समाजपुरुषाचे तुकडे पाडण्यांत आले. बुद्धिजिवी स्वत:ला श्रेष्ठ समजूं लागले. श्रमजिवी मनुष्याला सारे हीन समजूं लागले. संपत्ति निर्माण करणारा तुच्छ मानला जाऊं लागला. संपत्तीचा गादीवर बसून उपभोग घेणारे देवाप्रमाणें मानले जाऊं लागले.

रामायणांत एक लहानशी गोष्ट आहे. रामचंद्र ज्या वेळेस शबरीला भेटावयास आले त्या वेळेचा तो प्रसंग आहे. ज्या वनांत राम बसले होते त्या वनांत सर्वत्र फुलें फुललीं होतीं. तीं फुले कोमेजत नसत. सुकत नसत. सदैव मधुर गंध त्यांचा सुटलेला असे. राम शबरीला म्हणाले, "ही फुलें कोणी लाविलीं?"

शबरी म्हणाली, "रामा, त्याचा इतिहास आहे."

रामानें विचारले, "कोणता इतिहास?"

शबरी म्हणाली, "रामा! ऐक. एकदां मतंग ऋषि आश्रमांत जळण नव्हतें म्हणून मनांत विचार करीत होते. येथें मतंग ऋषींचा आश्रम होता. त्यांच्या आश्रमांत पुष्कळ विद्यार्थी असत. आश्रमांत ऋषिमुनीहि दूरदूरचे कांहीं दिवस येऊन रहात. पावसाळा जवळ येत होता. पावसाळ्यासाठीं चार महिने पुरेल इतकें जळण सांठवून ठेवण्याची जरूर होती. परंतु विद्यार्थी निघेनात. शेवटीं वृद्ध मतंग ऋषि खांद्यावर कुऱ्हाड घेऊन निघाले. आचार्य निघतांच सारे छात्रहि उठले. आश्रमांतील पाहुणेहि निघाले. सारे दूर रानांत गेले. वाळलेलीं काष्ठें त्यांनी तोडलीं. मोठमोठ्या मोळ्या त्यांनीं बांधल्या. त्या मोळ्या डोक्यावर घेऊन सारी मंडळी परत फिरली.

रामा! ते भर उन्हाळ्याचे दिवस. प्रखर ऊन पडलें होतें. सारी मंडळी घामाघूम होऊन गेली होती. त्यांच्या अंगप्रत्यंगांतून घाम निथळत होता. तो घाम जमिनीवर गळत होता. तिसरे प्रहरी सर्व आश्रमांत परत आले. त्या दिवशीं मग सुटी होती. सारे श्रांत होते. थकले भागले होते. लौकर झोंपले.

पहांटे मतंग ऋषि उठले. सारे विद्यार्थी उठले. स्नानाला निघाली मंडळी.

एकदम सुगंध आला. त्या मंद मंद उष:कालीन वाऱ्याच्या झुळकांबरोबर प्रसन्न वास आला. तसा सुगंध पूर्वी कधीही आला नव्हता. कोठून येतो वास, कोठून येतो वास, असें सारे विस्मयानें बोलूं लागले. शेवटी मतंग ऋषि म्हणाले, "जा रे पाहून या." मुलें हरणाप्रमाणें उड्या मारीत निघालीं तों त्यांना काय दिसलें? ज्या ज्या ठिकाणीं रानांतून मोळ्या आणीत असतांना घाम गळला होता, त्या त्या ठिकाणीं एक एक सुंदर फूल फुललेले त्यांना दिसले!

"रामा! हीं घामांतून निर्माण झालेलीं फुलें आहेत." ज्या वेळेस रामायणांत मी हें वाचलें त्या वेळेस मी नाचलों. मी गहिंवरलों. "धर्मजानि कुसुमानि!" घामांतून निर्माण झालेली फुलें! निढळाचा घाम ढाळणाऱ्या आपल्या मुलांकडे भूमाता जणूं शत डोळे उघडून पहात होती. तीं फुलें नव्हतीं. भूमातेचे ते प्रेमळ पवित्र डोळे होते. माझीं मुलें कशीं श्रमताहेत तें ती पहात होती. मी मनांत विचार करूं लागलों. जगांत कोणतें पाणी श्रेष्ठ असा मी स्वत:ला प्रश्न विचारला. गंगा-यमुनांचे, कृष्णा-गोदावरीचें, सप्तसमुद्राचें पाणी का पवित्र? स्वाती नक्षत्राचे का पाणी मोलवान? पश्चात्तापानें डोळ्यांतून अश्रू येतात ते का पवित्र? दुसऱ्याच्या दु:खानें डोळ्यांतून अश्रू येतात ते का पवित्र? प्रेमळ माणसाचें स्मरण येऊन डोळे डबडबतात, त्या अश्रूधारा का सर्वांत थोर?

मी म्हटलें, "श्रमजीवि माणसाच्या अंगांतून गळणारें घामाचें पाणी हें सर्वांत थोर." तें पाणी म्हणजे जगाचें पोषण आहे. देव पाऊस पाडील. परंतु शेतकरी स्वत:च्या घामाचा पाऊस जर शेतांत पाडणार नाहीं, तर काय पिकणार आहे? माणसांना दाणे मिळणार नाहींत, पाखरांना दाणे मिळणार नाहींत. सारी सृष्टि मरेल!

इंग्लंडमधील अत्यंत प्रतिभावान व थोर मनाचा कवि शेले एके ठिकाणीं म्हणतो, "जगांतील सर्वांत थोर कलावान कोण? तर शेतकरी." किती यथार्थ आहे त्याचें म्हणणें. भगभगीत उजाड दिसणाऱ्या जमिनीला तो हिरवी हिरवी गार करतो. फुलाफळांनीं तिला नटवितो, हंसवितो. परंतु अशा त्या थोर शेतकऱ्याची आज काय स्थिती आहे? या ऋषींच्या भूमींत त्या शेतकऱ्याची काय दैना आहे? सारे त्याला तुच्छ लेखतात. सारे त्याला अपमानितात. त्याला कोणी गादीशीं बसवणार नाहीं. सारे त्याला दारांत बसवतील. ज्या दिवशीं शेतकऱ्याला प्रथम लोड मिळेल त्या दिवशीं भारतीय संस्कृति लोकांना समजू लागली असें मी म्हणेन. परंतु आज

सर्वांना पोसणाऱ्या या शेतकऱ्याच्या जीवनवृक्षावर बांडगुळाप्रमाणें जगणाऱ्यांनाच मान मिळत आहे! किती विद्रूप व नीच आहे हा देखावा?

आज आपल्या समाजांत धडें व मुंडकीं दूर दूर पडलेलीं आहेत. धडाला मुंडकें नाहीं व मुंडक्याला धड नाहीं. समाजपुरुष असा मरून पडला आहे. बुद्धिजीवी लोक, डोकेबाज लोक, श्रमजीवि माणसाची कदर करीत नाही. परंतु हे मुंडकें धडाजवळ गेल्याशिवाय राष्ट्रांत जिवंतपणा उत्पन्न होणार नाहीं. श्रमजीवि व बुद्धिजीवी एकत्र येऊं देत. बुद्धिवादी श्रम करूं देत व श्रमणाऱ्याला विचाराचा आनंद मिळूं दे. असें होईल तो सुदिन.

भारतीय संस्कृति कर्ममय आहे. कर्माला महत्त्व देणारी ही संस्कृति आहे. या संस्कृतीला आळस खपत नाहीं. या संस्कृतीस कोणतेहि सेवाकर्म तुच्छ नाहीं. कर्माचा महिमा भारतीय संस्कृतींत किती वाढलेला आहे हे जरा पहा तरी. तीं तीं कर्माची साधनेंसुद्धां आपण पवित्र मानली आहेत. साधनेंसुद्धां पवित्र, मग तें कर्म किती पवित्र असेल!

बायका केरसुणीला पाय लावूं देत नाहींत, जात्याला पाय लावूं देत नाहींत. चुलीला पाय लावूं देत नाहींत. याचा अर्थ काय? बायकांची हीं सेवासाधनें आहेत. केर काढून, दळून, स्वयंपाक करून त्या सेवा करतात. त्या सेवेनें त्या मुक्त होतात. त्यांच्या मोक्षप्राप्तीचीं साधनें म्हणजे ती केरसुणी व ती चूल. केरसुणीला पाय लावणें म्हणजे पाप ही गोष्ट ज्या संस्कृतीनें शिकवली त्या संस्कृतीच्या भक्तांनीं व उपासकांनीं केर कढण्याचे काम तुच्छ मानावें, झाडूला पतित समजावें, हीन मानावें-ही केवढी खेदाची गोष्ट!

शेतकरी नांगराला पाय लावणार नाहीं. पंडित पुस्तकास पाय लावणार नाहीं. चांभार आपल्या दारावर कातड्यांच्या तुकड्यांचें तोरण लावील, महार हाडें दारावर लावील. यांत महान अर्थ आहे. तें तें सेवाकर्म पवित्र आहे. ब्राह्मण समाजाची सेवा ज्ञानदानानें करीत असेल, तर सेवासाधन जें पुस्तक तें तो स्वत: पवित्र मानील आणि इतरहि त्याचें तें सेवासाधन तुच्छ मानणार नाहींत. महार-चांभार मृत ढोरें फाडून समाजाची सेवा करीत असतील तर, ती हाडें, तीं चर्में पवित्र आहेत. त्यांतून संपत्ति ते निर्माण करीत आहेत. स्मशानांत शिव राहतो व त्याच्या गळ्यांत हाडांचे

अलंकार आहेत. महारचांभार म्हणजेच शिवशंकराची मूर्ति होय.

महाभारतांत, अर्जुनाला गांडीव धनुष्याची निंदा सहन होत नसे अशी गोष्ट आहे. गांडीवाची निंदा करणाऱ्या धर्मराजासहि मारावयास तो थांबला. अर्जुनाला गांडीव इतकें प्रिय व पवित्र कां वाटे? कारण तें सेवासाधन होतें. समाजाचें दुष्टांपासून संरक्षण करण्याचें, दीनदुबळ्यांचे संरक्षण करण्याचें तें धनुष्य साधन होतें. त्याचीं निंदा अर्जुनाला सहन होणार नाही.

तीं तीं सेवासाधनेंहि पवित्र आहेत. मग तीं कर्में पवित्र नाहींत का? लेखणी असो वा तरवार असो. तराजू असो वा नांगर असो. चूल असो की झाडू असो. आरी असो की व वस्तरा असो. हीं सारीं सेवासाधनें भारतीय संस्कृति पवित्र मानते आणि नव्या युगांत जीं नवीन सेवासाधनें निघतील तींहि भारतीय संस्कृति पवित्र मानील.

सेवेच्या साधनांची किती तरी काळजी घेण्याबद्दल सांगितलें आहे. सेवासाधनें सदैव स्वच्छ ठेवावीं. नाहीं तर सेवा उत्कृष्ट करतां येणार नाही. पंडिताजवळचीं पुस्तकें नीट व्यवस्थित असावींत. वीराजवळचीं शस्त्रें घांसून पुसून ठेवलेलीं असावींत. चूल सारवलेली असावी. कोयती, विळा धार लावलेलां असावीं. सेवेचीं साधनें नीट न ठेवलीं तर उत्कृष्ट सेवा करता येणार नाहीं.

परंतु येथें एक गोष्ट सांगाविशीं वाटते. मनुष्य सेवासाधनें काळजीपूर्वक वापरतो. परंतु कांही साधनांकडे तो दुर्लक्ष करतो. सेवासाधनें दोन प्रकारची आहेत. सजीव व निर्जीव.

सेवासाधनें

सजीव	निर्जीव
कुळें, शिक्षक, मजूर, हमाल, माणसें गायीबैल, घोडे, खेंचरें वगैरे पशु.	पुस्तकें, छापखाने, कारखाने, यंत्रें, नांगर, मोटार इत्यादी.

मनुष्य सजीव साधनांपेक्षां निर्जीव साधनांची अधिक काळजी घेतो असें आपणांस दिसून येतें. एखादा जमिनदार बैलगाडी नीट ठेवील. चाक नीट आहे कीं नाहीं पाहील, तेल घातलेलें आहे कीं नाहीं पाहील. परंतु बैलाला पोटभर चारा मिळाला कीं नाहीं, वेळेवर पाणी मिळालें कीं नाहीं हें पाहणार नाहीं. त्याचप्रमाणें

बैल हांकणारा त्याचा गडी, त्या गड्याला पोटभर खायला मिळतें कीं नाहीं, त्याच्या अंगावर पुरेसा कपडा आहे कीं नाहीं हें तो पाहणार नाहीं.

मोठ्या कारखान्यांत तुम्ही जा. तेथें यंत्राला सारखें तेल मिळत असतें. यंत्राची खूप चिंता वाहण्यांत येते. यंत्रें वरचेवर स्वच्छ करण्यांत येतात. परंतु या निर्जीव यंत्रासमोर जें एक सजीव यंत्र असतें, त्याची कोण काळजी घेतो? त्या मजुरांच्या शरीरयंत्राला तेलातुपाचें ओंगण भरपूर मिळतें कीं नाहीं यांची काळजी कोणता कारखानदार घेतो?

कारखाना हें सेवेंचे साधन आहे. कारखान्यांतून समाजाला उपयुक्त वस्तू पुरविण्यांत येतात. कारखाना ही पवित्र वस्तु आहे. या पवित्र कर्माची सर्व साधनेंहि पवित्र आहेत. म्हणूनच यंत्राची नीट काळजीं घेणें म्हणजे महान धर्म होय. देवाची मूर्ति म्हणजे माझा सांचा. तो सांचा घांसून पुसून ठेवणें म्हणजे देवाची मूर्ति घांसणें होय. परंतु निर्जीव यंत्राच्या पूजेबरोबरच सजीव यंत्राचीहि पूजा कारखानदारानें केली पाहिजे. त्या मजुरांना चांगलें अन्न, पुरेसे कपडे, रहावयाला नीट हवाशीर घरें, प्यायला स्वच्छ पाणी, अपघातांत तत्काल मदत, मजुरांचा विमा, त्यांना पगारी रजा, त्यांना करमणूक इत्यादि सर्व गोष्टी आहेत कीं नाहींत हें पाहणें म्हणजे महान धर्म होय. हा महान धर्म न पाळणारा नरकाचा धनी आहे. साऱ्या समाजांत तो दास्यदारिद्र्याचा नरक निर्माण करील. दुर्गुणांचा नरक निर्माण करील. व्यभिचार, चोरी, दारू, खून यांचा प्रसार करील.

समाजांत हा दुःखप्रद देखावा दिसतो आहे. श्रीमंत मनुष्य मोटार स्वच्छ ठेवण्यासाठीं जितके पैसे खर्च करील, तितके तो नोकराला देणार नाहीं. मोटार ठेवण्यासाठीं जितकी सुंदर खोली बांधील तितकी गड्याला रहावयासाठीं बांधणार नाहीं. माणसांपेक्षां मोटारी पूज्य आहेत, मजुरांपेक्षां यंत्रें मोलवान आहेत. परंतु हीं सजीव सेवासाधनें जर उपेक्षिलीं गेलीं तर सारा संसार भयाण होईल, ह्याची ह्या विचारहीन स्वार्थी कारखानदारांस कल्पनाही नसते.

गीतेंतील पंधराव्या अध्यायांत क्षर व अक्षर दोन प्रकारचा पुरुष सांगितला आहे आणि या दोघांना व्यापून असणारा तो पुरुषोत्तम. क्षर-सृष्टि, अक्षर-सृष्टि व त्यांना वेढून असणारा परमात्मा. तिघेंहि पवित्र. क्षर-सृष्टि म्हणजे आजुबाजूची बदलणारी सृष्टि. या क्षरसृष्टींतून आपणांस सेवेचीं साधने मिळतात. फुलें, फळें, धान्य, सारें मिळतें. लांकूड, धातू, दगड सारें मिळतें.

कालची चूल फुटली, आज नवीन घातली. पहिली मोटार बिघडली, नवीन घेतली. पहिला दिवा बिघडला, नवीन घेतला. अशाप्रकारें हीं साधनें बदलत आहेत. परंतु हीं क्षर साधनेंहि पुरुषोत्तमाचेंच रूप. ही क्षरसृष्टिहि पूज्यच आहे.

मोठमोठ्या कारखान्यांतील मजूर हीसुद्धा एक प्रकारची क्षर सृष्टिच आहे. कारखाना शंभर वर्षे चालेल. जुने मजूर गेले, नवीन आले. मजूर नेहमीं बदलत राहतील. परंतु मजूर कोठलाहि असो; तो पवित्रच आहे. हे बदलणारे मजूर सारे पुरुषोत्तमाचींच रूपें आहेत. त्यांची पूजा करणें हें कर्तव्य आहे.

कारखानदाराच्या दृष्टीनें मजूर क्षर आहे. परंतु तो मजूर अक्षरहि आहे. त्यांच्यांत अमर परमात्मा आहे. तो कधीं नष्ट होत नाहीं. त्या अमर परमात्म्याची ओळख तो मजूर स्वतःच्या सेवाकर्मानें करून घेईल.

सेवेचें कर्म उत्कृष्ट व्हावयास पाहिजे असेल तर साधनें पवित्र माना. सजीव निर्जीव साधनें पवित्र माना. त्यांना प्रसन्न ठेवा. दुसरा देव नाहीं, दुसरा धर्म नाहीं. जो कारखानदार मजुरांना देवाप्रमाणें मानील, त्यांना स्वसेवेचीं पवित्र साधनें मानून त्यांना संतुष्ट ठेवील, त्याच्याहून देवाला कोण अधिक प्रिय वाटेल?

भारतीय संस्कृतीच्या उपासकांनो! कोणतेहि कर्म-सेवाकर्म-तुच्छ मानूं नका. मरेपर्यंत सेवा करा. स्वतःच्या आवडींचें कर्म करा. स्वतःचा वर्ण ओळखून तद्नुसार वागा. तें तें कर्म उत्कृष्ट करा. त्या कर्माची सजीव निर्जीव साधनें पवित्र मानून त्याची काळजी घ्या. आणि अशा रीतीनें स्वकर्म उत्कृष्ट करून त्या जनताजनार्दनाची, या समाज-पुरुषाची पूजा करा. हा श्री गीतेचा धर्म आहे. परंतु या धर्माची खरी ओळख आज कितीकांना आहे बरे?

प्रकरण सातवें

भक्ति

व्यक्तीनें स्वतःच्या वर्णानुसार म्हणजेच स्वतःच्या गुणधर्मानुसार समाजाची सेवा करावयाची हें आपण पाहिलें. ही सेवा केव्हां बरें उत्कृष्ट होईल? या सेवेच्या कर्मानें आपण कसे बरें मुक्त होऊं?

मुक्त होणें म्हणजे तरी काय? मुक्त होणें म्हणजे बांधलेलें नसणें. मुक्त होणें म्हणजे मोकळे आहोंत असें वाटणें. कोणतेंहि आपणांवर दडपण नाहीं असे अनुभवास येणें म्हणजेच मुक्त होणें. ना वासनांचा गुलाम, ना जगांत कोणत्याहि सत्तेचा गुलाम. स्वतःच्या समाधानानें, आनंदानें, उत्साहानें कर्म करीत राहणें म्हणजेच मोक्ष होय.

आपण हजारों कर्में करीत असतों. परंतु त्यांचा आपणांवर बोजा असतों. त्या कर्मामुळें आपण मेटाकुटीस येत असतों. आपण त्रस्त होत असतों. रडकुंडीस येत असतों. असें कां होतें? याचीं दोन कारणें आहेत. एक तर जें कर्म आपण करीत असतों, ते आपल्या आवडीचें नसतें. ते आपल्या वर्णाचें नसते. तो परधर्म असतों. परंतु मोहानें तो आपण अंगिकारलेला असतो. असा हा परधर्म भयावह असणार, आपणांस संत्रस्त करणार हें गीता गर्जून सांगत आहे.

एखादा शिक्षक घ्या. ज्याला शिक्षकाच्या कर्मांत आनंद नाहीं, मुलांच्या हार्दिक व बौद्धिक विकासांत आनंद नाहीं, अशा शिक्षकाला त्या अध्यापन कर्मांत कसा आनंद वाटेल? मुलांचे गृहपाठ तपासतांना तो संतापेल. त्यांचीं प्रश्नोत्तरपत्रें

तपासतांनां तो भराभरा रेघोट्या मारील. त्यांच्या शंका ऐकून चिडेल, नवीन ग्रंथ वाचण्याचा त्याला बोजा वाटेल. अशा शिक्षकाला सारखें वाटत असेल कीं, दिवाळीची सुट्टी कधी येईल, नाताळ केव्हां येईल, मे महिना कधीं उजाडेल! तें शिक्षकाचें कर्म त्याच्या उरावर बसतें. ते भूत त्याच्या मानगुटीस बसतें. परंतु पोटासाठी म्हणून तो तें रडत रडत चिडतचरफडत करीत असतो. तो त्याचा वर्ण नसतो.

आज सर्व समाजांत हेंच दिसत आहे. वर्णाला स्थानच नाहीं. त्यामुळें वाटेल तें कर्म वाटेल तो करीत आहे. आवड असो वा नसो. ते ते गुणधर्म असोत वा नसोत, पोटाला मिळेल ना, उचला तें काम, करा कसें तरी, असें होत आहे. ज्या समाजांत अशीं कर्मे होत असतात, त्या समाजाला कळा कशी चढणार? तो समाज सुखी, समृद्ध कसा होणार?

ज्या समाजांतील कर्मांत तेज नाहीं, आनंद नाहीं, उत्साह नाहीं, श्रद्धा नाहीं, त्या कर्मानें त्या कर्म करणाऱ्यालाहि असमाधान व तें कर्म नीट न झाल्यामुळें समाजाचेंहि नुकसान. स्वतःचा अधःपात व समाजाचा अधःपात. स्वतःची प्रतारणा व समाजाचीहि वंचना.

जें कर्म आपल्या आवडीचें असतें त्याचा कंटाळा आपणांस येत नाहीं. कोकिळेला जर आपण म्हणूं, "आज तूं सुटी घे, आज कूऊ करूं नकोस." तर ती म्हणेल, "एक वेळ खाणेंपिणें नसलें तरी चालेल, परंतु मला कुऊ करूं दे. त्यानें मला त्रास नाहीं. तो माझा आनंद आहे. तें कूऊ करणें म्हणजेच माझें जीवन." सर्व सृष्टींत हेंच आहे. सूर्यचंद्र, तारेवारे यांना रविवारची सुटी नाहीं. समुद्र सारखी गर्जना करून राहिला आहे, नद्या सारख्या जीवन असेंपर्यंत वहात आहेत. जीवन आहे तों विश्रांति नाहीं. विश्रांतीची जरूरच नाहीं. कर्म म्हणजे विश्रांति. कारण कर्म म्हणजेच आनंद!

मुलें खेळत असतात. त्या वेळेस त्यांना किती तरी श्रम होतात. त्या श्रमांचा बोजा त्यांना वाटत नाहीं. परंतु त्यांच्या इच्छेविरुद्ध त्यांना मैल अर्धा मैल जावयास सांगा. त्यांना तें जड वाटेल. त्यांचे पाय दुखतील. ज्या कर्मांत आत्मा रंगत नाहीं, हृदय समरस होत नाहीं, ते कर्म म्हणजे मरण होय. तें कर्म म्हणजे शृंखला होय. आपण सारे अशा ह्या वर्णहीन कर्माच्या शृंखलांनीं रात्रंदिवस बद्ध झालेले आहोंत. आपण सारें बद्ध आहोंत. मुक्त कोणीच नाहीं.

कर्माचा बोजा वाढावयास नको असेल तर स्वधर्म शोधा. स्वधर्म म्हणजे स्वतःचा वर्ण शोधा. स्वतःच्या आवडीचें सेवाकर्म उचला. त्यांत तुम्ही रमाल,

रंगाल. इतकें तास काम केलें, असें मनांतही मग येणार नाहीं. काळाचें भान तुम्हांस राहणार नाही. तुम्ही काळाचे काळ व्हाल. वेळ कसा दवडावा अशी चिंता, असें संकट तुम्हांस पडणार नाहीं.

कर्म उत्कृष्ट व्हावयास आणि कर्माचा कंटाळा न वाटावा म्हणून कर्माची आवड असली पाहिजे. आणि दुसरी गोष्ट म्हणजे ज्यांच्यासाठीं कर्म करावयाचें त्यांच्याबद्दल मनांत प्रेम हवें कर्मबद्दल मनांत प्रेम हवे. तें कर्म ज्यांच्यासाठीं करावयाचें त्यांच्याबद्दलही अपार प्रेम हवें, अध्यापन कर्मबद्दल आवड हवी व लहान मुलांबद्दल प्रेम हवें; तरच शिक्षक शिक्षणाच्या कर्मांत रंगेल. तें कर्म त्याला बद्ध न करतां मुक्त करील. सर्व मुलांच्या हृदयांशीं, सर्व छात्रांच्या आत्म्यांशीं तें कर्म त्याला जोडील. त्या कर्मानें या शरीरांत कोंडलेला त्याचा आत्मा बाहेरच्या अनंत आत्म्यांशीं समरस होईल. म्हणजे मोक्ष!

कर्में आपल्या उरावर बसतात याचें एक कारण त्या कर्मांबद्दल अप्रीति; व दुसरें कारण म्हणजे ज्यांच्यासाठी कर्म करावयाचें त्यांच्याबद्दलही अप्रीति. ही दोन कारणें जर दूर झालीं तर मोक्ष जवळ आला. कर्मबद्दल प्रेम वाटूं दे व त्या कर्माचा ज्यांच्याशीं संबंध आहे, त्यांच्याबद्दलहि प्रेम वाटूं दे.

आपण रुग्णालयांतील उदाहरण घेऊं या. तेथें एखादी परिचारिका असेल. शुश्रूषेचें कर्म तिला प्रिय आहे. तिचा तो वर्ण आहे. परंतु आजारी पडलेल्या जीवाबद्दल जर तिला प्रेम वाटलें नाहीं, तर तें कर्म तितकेसें उत्कृष्ट होणार नाहीं. ज्या रोग्याबद्दल तिला आपलेपणा वाटेल, प्रेम वाटेल, त्याची सेवा करावयास ती कंटाळणार नाहीं. परंतु ज्याच्याबद्दल प्रेम वाटणार नाहीं, त्याचीहि सेवाशुश्रूषा ती करील; परंतु ती सेवा तिला मुक्त करणार नाहीं. ती सेवा तिला ओझें वाटेल.

माता स्वतःच्या मुलांची सेवा किती प्रेमानें करते. त्या सेवेचा तिला त्रास नाहीं. एखाद्या मातेचा मुलगा आजारी असूं दे. ती रात्रंदिवस त्याच्या उशापायथ्याशीं बसते. तुम्ही त्या मातेला म्हणा, "माते! फार श्रमलीस, फार दमलीस. या मुलाला मी रुग्णालयांत ठेवण्याची व्यवस्था करतो." तर ती माता काय म्हणेल? "मला कसले आहेत श्रम? दोन हातांऐवजीं दहा हात असते तर आणखी सेवा केली असती. ही सेवा म्हणजे माझें समाधान आहे. तुम्ही मुलाला जर दूर न्याल तर मात्र मी कष्टी होईन!"

संत तीं तीं सेवाकर्में करून मुक्त झाले. याचें हेंच कारण होय. कबीर वस्त्रें विणी. वस्त्रें विणण्याचा त्याला कंटाळा नसे. तो त्या कर्मांत रमे. तो वेठ मारीत नसे.

''समाजरूपी देवाला हीं वस्त्रें द्यावयाचीं आहेत. या माझ्या कर्मकुसुमांनीं समाजदेव पूजावयाचा आहे,'' अशी भावना त्याच्या हृदयांत असे. त्यामुळें त्याचें तें कर्म उत्कृष्ट होई. भक्तिविजयांत लिहिलें आहे, की बाजारांत कबीर वस्त्रें मांडून बसे. लोक तीं सणंगें पहात; परंतु तीं विकत घेण्याचें धाडस त्यांना होत नसे. त्या वस्त्रांची अनंत किंमत असेल असें त्यांना वाटे. हीं सणंगें अमोल आहेत असें लोंक म्हणत. त्या सणंगावर लोकांची दृष्टि खिळून बसे. तीं वस्त्रें ते पहात उभे रहात. खरेंच आहे. तीं साधीं वस्त्रें नव्हतीं. त्या वस्त्रांत कबिराचें हृदय ओतलेलें असे. ज्या कर्मांत हृदय ओतलेलें आहे, आत्मा ओतलेला आहे, त्या कर्माचें मोल कोण करील? त्या कर्मानें परमेश्वर मिळत असतो, मोक्ष लाभत असतो.

गोरा कुंभार मडकीं घडवी. त्याचें तें आवडीचें कर्म होतें. परंतु ज्यांना मडकीं द्यावयाचीं, त्या गिऱ्हाइकांबद्दल त्याला अपरंपार प्रेम वाटे. जनता म्हणजे त्याला रामाचें रूप वाटे. लोकांना फसवावयाचा विचारही त्याच्या मनांत येत नसे. आज दिलेलें मडकें उद्यां फुटेल, मग लौकर नवीन मडकें खपेल, असा विचार तो करीत नसे. बापानें विकत घेतलेलें मडकें मुलाच्या हयातींतहि दिसेल, अशा वृत्तीनें गोरा कुंभार मडकीं बनवी.

म्हणून मडक्यांची माती तुडवितांना तो कंटाळत नसे. तें माती तुडवण्याचें काम वेद लिहिण्याइतकेंच, गणितांतील गहन सिद्धान्ताइतकेंच पवित्रं व महत्त्वाचें त्याला वाटे. ती माती तुडवितां तुडवितां तो स्वतःला विसरे. त्या मातींत स्वतःचें रांगत आलेले मूल तुडविलें गेलें तरी त्याला भान नव्हतें. जनताजनार्दन त्याच्या अंतश्चक्षूंसमोर होता. मडकें विकत घ्यावयास येणारा परमेश्वर त्याला दिसत होता. अशी तन्मयता मोक्ष देत असते. जीवनांत अखंड आनंद निर्माण करीत असते. त्या आनंदाला तोटा नाहीं, त्या आनंदाचा वीट येत नाहीं. तो अवीट अखूट, अतूट असा निर्मळ आनंद असतो.

कर्म लहान कीं मोठें हा प्रश्नच नाहीं. तें कर्म करताना तुम्ही स्वतःला किती विसरतां, हा प्रश्न आहे. कर्माची किंमत स्वतःला विसरण्यावर आहे. एखादा म्युनिसिपालिटीचा अध्यक्ष घ्या. तो लाखों लोकांची सेवा करीत असतो. परंतु त्याचा अहंकारहि तेवढाच जर मोठा असेल तर त्या कर्माची किंमत नाहीं.

आपण ही गोष्ट गणितांत मांडू या.

$$\frac{\textbf{तीन लाख लोकांची सेवा}}{\textbf{अहंकारहि तेवढाच}}$$

या अपूर्णांकाची किंमत काय? किंमत एक.

आतां एका मातेचें उदाहरण घ्या. ती एकाच मुलाची सेवा करते. परंतु सेवा करतांना स्वतःला विसरते. त्या सेवेचा रिपोर्ट ती लिहून प्रसिद्ध करीत नाहीं. तसे रिपोर्ट ती छापील तर महाभारतें होतील. परंतु इतकें ती करतें तरी कांहींच नाहीं असें तिला वाटतें. तिच्या कर्माची गणितांत मांडणी करा.

$$\frac{\text{एका मुलाची सेवा}}{\text{पूर्ण निरहंकारता. (स्वतःला शून्य करणें)}}$$

या अपूर्णांकाची काय किंमत? एकाच शून्यानें भागिलें तर भाग कितीचा लावावयाचा? तेथें कोणताहि भाग लावा, तो अपुराच पडतो. एक भागिलें पूज्य १/० या अपूर्णांकाची किंमत अनंत आहे. आणि अनंत म्हणजेच मोक्ष!

एका लहानशा कर्मानेंहि मोक्ष मिळेल जर कर्मांत जिव्हाळा असेल, जर त्या कर्मांत आत्मा असेल. आपण दक्षिणा देतों. त्या वेळेस ती ओली करून देतों. हेतु काय? ती दक्षिणा रुकाभर असेल, एक पै असेल, परंतु हृदयाचा ओलावा त्या दक्षिणेंत आहे. म्हणून ती पै श्रीमंतांच्या अहंकारी लक्षावधि रुपयांच्या दानाहून अनंत पटीनें श्रेष्ठ आहे. रुक्मिणीचें एक भावभक्तीचें तुळशीपत्र सत्यभामेच्या सोन्याचांदीच्या, हिरेमाणकांच्या राशींहून वजनदार ठरतें. सर्वस्वाचा त्याग करणाऱ्या शिवाच्या जटेंतील एक केंस कुबेराच्या संपत्तीहून वजनदार ठरतो.

म्हणून कर्म भक्तिमय करा. ज्याच्यासाठी कर्म करावयाचें त्यालाच देव माना. असें तुम्ही करूं लागलांत म्हणजे तुमच्या जड कर्मांत किती रसमयता येते, याचा अनुभव तर घेऊन पहा. समजा माझी खानावळ आहे. माझा एखादा प्रिय मित्र जर जेवावयास यावयाचा असेल तर मी किती काळजीपूर्वक स्वयंपाक करीन. किती प्रेमानें करीन. ती भाकरी भाजतांना मला त्रास होणार नाहीं, चटणी वाटतांना हात दुखणार नाहींत. मी ताट स्वच्छ ठेवीन. तांब्या स्वच्छ भरून ठेवीन. हातरुमाल स्वच्छ ठेवीन. माशा दूर करण्याची दक्षता बाळगीन. माझ्या मित्रासाठीं काय करूं काय न करूं असें मला होईल. माझ्या मित्रासाठीं जर मी इतकें करीन, तर माझ्याकडे जेवायला येणारे म्हणजे भगवंताच्याच मूर्ती आहेत अशी जर भावना

मी करीन, तर माझ्या खानावळीचें कसें स्वरूप दिसेल बरें! किती स्वच्छता, किती प्रेम, किती अगत्य, किती आनंद, किती प्रसन्न वातावरण असेल नाहीं? प्रत्यक्ष मोक्ष- लक्ष्मी तेथें अवतरलेली दिसेल!

समाजसेवेचें कोणतेंहि कर्म घ्या. शाळा असो, खानावळ असो, दुकान असो, सलून असो. मामलेदार व्हा वा म्युनिसिपल अधिकारी व्हा. या समाजदेवाची पूजा करावयाची आहे हें विसरूं नका. म्हणजे तुमचें कर्म दिव्य झाल्याशिवाय राहणार नाहीं.

परंतु आज समाजांत काय दिसतें? गव्हर्नर यावयाचा असला म्हणजे म्युनिसिपालिटी जागी होते. मग रस्ते साफ होतात, गटारें धुतलीं जातात. परंतु लाखों लोक म्युनिसिपल हद्दींत राहतात, तीं का मढीं आहेत? त्यांना का स्वच्छता नको? त्यांना का घाणीच्या नरकांत ठेवायचें? आज बडे लोक आपले देव झाले आहेत. ते आले म्हणजे आपण कर्में नीट करूं लागतों. परंतु लाखों माणसें हीं परब्रह्में आहेत ही भावना बाळगून कर्में होऊं लागतील तेव्हां भाग्य येईल, मोक्ष येईल, स्वातंत्र्य येईल. तोपर्यंत सर्वत्र अवकळाच असावयाची. सर्व समाजावर मृतकळाच यावयाची. तोपर्यंत आपलीं दुकानें, आपली हॉटेलें, आपल्या खानावळी, आपल्या कचेऱ्या म्हणजे घाण, अव्यवस्था, निष्काळजीपणा, स्वार्थ यांनींच बरबटलेलीं असावयाचीं आणि भारतीय संस्कृति हीन आहे असाच शेरा सारें जग मारील यांत संशय नाहीं.

मोक्ष जपतपांत नसून धर्मांत आहे; सेवाकर्मांत आहे; आवडीचें कर्म हृदय ओतून करण्यांत आहे; समाजदेवाची ही कर्ममय पूजा रसमय गंधमय करण्यांत आहे. त्या कर्माचाच जप करावयाचा. हें कर्म कसें उत्कृष्ट होईल, कसें तन्मयतेनें करतां येईल, याचीच चिंता बाळगावयाची.

यज्ञानां जपयज्ञोऽस्मि।

असें गीता सांगते. जप म्हणजे निदिध्यास. कालच्यापेक्षां आजचें कर्म अधिक सुंदर होवो, आजच्यापेक्षां उद्यांचें होवो, असें सारखें मनांत वाटणें म्हणजेच जप. यानेंच मोक्षाचे अधिकारी आपण होत असतों. हीच ती तळमळ. सेवा निर्दोष होण्याची तळमळ, सेवा नि:स्वार्थी होण्याची तळमळ.

रात्रीं ईश्वराला प्रत्यहींचीं कर्में आपण करावयाचीं असतात. या कर्माचा नैवेद्य, त्याला दाखवावयाचा आणि म्हणावयाचें, "देवा! अजून हें कर्म निर्दोष होत नाहीं.

कर्म करतांना अजून स्वत:चा पूर्ण विसर पडत नाहीं. कीर्तीची, मानाची, पैशाची स्पृहा असते. निंदास्तुतींनीं मी खचतों. परंतु उद्यां आजच्यापेक्षां अधिक सुंदर करीन बरें कर्म. प्रयत्न करीन.''

आपल्या हातून पूर्ण निर्दोष कर्म होत नाहीं म्हणून वाईट वाटणे यांत सारा धर्म आहे. हे जे अपूर्णत्वाचे अश्रू डोळ्यांतून घळघळतात त्यांत भक्तीचा जन्म आहे. गटे या जर्मन कवीनें एके ठिकाणीं म्हटले आहे. ''जो कधीं रडला नाहीं, त्याला देव दिसणार नाहीं.'' स्वत:च्या अपूर्णतेचे अश्रू डोळ्यांत येऊन डोळे धुतले जातात. डोळे निर्मळ होतात. सर्वत्र भगवंत दिसूं लागतो आणि या भगवंताची सेवामय पूजा करावयास अपरंपार उत्साह व उल्हास वाटतो.

अशा जिव्हाळ्यानें कर्मे करा, म्हणजे कधीं थकवा वाटणार नाहीं. जनाबाई दळून कधीं दमत नसे. नामदेवाचे घरीं नेहमीं संत यावयाचे. जनाबाई त्यांच्या भक्तिप्रेमाच्या, ज्ञानाच्या गोष्टी ऐकावयास जात नसे, ती दळीत बसे. ''आज माझ्या घरीं देव आले आहेत, त्यांना चांगली भाकर पाहिजे. दाणे निवडून नीट बारीक दळूं दे;'' अशा भावनेनें जनाबाई दळी. तिचे हात दमत नसत. त्या हातांत देव जणूं येऊन बसे. ते जनाबाईचे हात नसत. ते देवाचे हात होऊन जात. तें दळणें अपौरुषेय होत असे. तें दळणें म्हणजे अपौरुषेय वेद होता.

जवाहरलाल आठ आठ महिने दौरा काढीत हिंडतात. क्षणाची विश्रांती घेत नाहींत. दिवसांतून दहा दहा सभा. विमानांतून, मोटारींतून, घोड्यावरून, उंटावरून, सायकलीवरून, पायीं, भिरिभिरी हिंडणें सदैव चाललें आहे. हा उत्साह कोठून येतो? त्या सेवेंत ते तन्मय असतात. या दरिद्री नारायणाला कसा हंसवूं, कसा अन्नवस्त्रानें नटवूं, ज्ञानानें सजवूं, हीच चिंता त्यांना असते. ती कर्ममय थोर पूजा असते.

महात्माजींचा क्षणन्‌क्षण सेवेंत जात असतो. गांधी-आयर्विन कराराच्या वेळेला दिल्लीला महात्माजींस कधीं कधीं अर्धा तास झोंप मिळाली. रात्रीं दोन वाजतां बोलणेंचालणें संपवून येत, आणि राहिलेलें सूत कांतण्यासाठी त्या वेळेस चरखा घेऊन बसत! ती त्यांची मूर्ति डोळ्यांसमोर आणा म्हणजें हृदय सद्गदित झाल्याशिवाय राहणार नाहीं.

भक्तिमय कर्मांत असा आनंद आहे. त्या कर्माचें ओझें नाहीं. एखादा मोठा लांकडाचा ओंडा असावा. तो किती जड असतो. कोणाच्या डोक्यांत घातला तर कपाळमोक्षच व्हावयाचा. परंतु त्या लांकडाच्या ओंडक्याला काडी लावा. त्या

ओंडक्याची चिमूटभर निरुपद्रवी राख होईल. मऊ मऊ राख, खुशाल अंगाला फांसावी. खुपणार नाहीं, रुतणार नाहीं. कर्माचें तसेंच आहे. जें कर्म बोजारूप वाटत असतें, तेंच भक्तिभावानें करूं लागलें म्हणजे सहज वाटतें. खादी घरोघर जाऊन विकणें किती कठीण! परंतु त्या कर्मांत भक्ति ओता, म्हणजे तें खादीचें गांठोडें म्हणजे मोक्षाचे गाठोडें वाटेल. मग तें गांठोडें आपण खालीं ठेवणार नाहीं. पुडलिकानें प्रत्यक्ष परमेश्वर समोर उभा राहिला तरी आईबापांचे पाय सोडले नाहींत. पुंडलिकाला माहित होतें कीं या सेवाकर्मानें देव दारांत आला आहे. हें सेवाकर्म सोडून मी देवाकडे जाईन तर देव पळेल. परंतु हें सेवाकर्म जोंपर्यंत मी करीत आहे तोंपर्यंत युगें अठ्ठावीस हा पांडुरंग माझ्यासमोर उभा राहील व कृपादृष्टीची वृष्टी करील!

तुकारामांनी मोठ्या प्रेमानें लिहिलें–

"कां रे पुंड्या मातलासि। उभें केलें विठोबासी।।"

पुंडलिका माजलास होय तूं! माझ्या विठोबाला सारखें उभे करून ठेविलें आहेस तूं!

परंतु तुकारामांनीं तेच केले. देव समोर आला तरी माझें भजन थांबणार नाहीं असें ते म्हणतात. सेवेचें कर्म म्हणजेच सारें कांहीं.

विठ्ठल टाळ विठ्ठल दिंडी
विठ्ठल तोंडी उच्चारा।
विठ्ठल अवघ्या भांडवला
विठ्ठल बोला विठ्ठल।
विठ्ठल नाद विठ्ठल भेद
विठ्ठल छंद विठ्ठल।
विठ्ठल सुखा विठ्ठल दुःखा
तुकया मुखा विठ्ठल।

या अभंगांत सारें जीवनाचें तत्त्वज्ञान आलें आहे. आपलें कर्म, आपल्या कर्माची साधनें, म्हणजे सारें ईश्वराचेच रूप. माझा चरखा म्हणजे माझा देव, माझी चूल म्हणजे देव, माझा कारखाना म्हणजे देव, माझी खादी म्हणजे देव, माझी व्यायामशाळा म्हणजे देव, तेथील उपकरणें म्हणजे देव, प्रयोगशाळा म्हणजे देव, तेथील गॅस, तेथील ॲसिडें म्हणजे देव, सर्वत्र देवाचेंच रूप!

कॉंग्रेसची संघटना असो, मजुरांची संघटना असो, शेतकरी-संघ असोत,

युवक-संघ असोत, ग्रामोद्योग असोत, प्रचंड कारखाने असोत, व्यायामशाळा काढा वा औद्योगिक केंद्रे उघडा; हीं सारीं सेवेची कर्मे असतील तर तीं मंदीरें आहेत. तेथे सर्वत्र विठ्ठल आहे.

तीं कर्मे करतांना सुख मिळो वा दु:ख मिळो तेंही विठ्ठलाचें रूप, तीं कर्मे करतांना गळ्याला फांस लागो वा फुलांचा हार गळ्यांत पडो; दोन्ही सारखीच. मनाची चलबिचल नाहीं. भक्तीच्या प्रकाशांत सारें सुंदर व सारें मंगलच आहे.

महात्माजींना एकदां एकानें प्रश्न विचारला, ''तुमच्यावर इतक्या टीका होतात. तुम्हाला काय वाटतें?'' तो महापुरुष म्हणाला, ''माझ्या अंतरंगीं तंबोरा लागलेला असतो.'' महात्माजींच्या हृदयांत अखंड संगीत आहे. तेथें प्रक्षुब्धता नाहीं. सागरावर अनंत लाटा उसळतात; परंतु आंत खालीं समुद्र गंभीर असतो. तेथें प्रशांत शांति असते.

महापुरुषांना हें कसें शक्य होतें? कारण स्वार्थाचा लवलेशही तेथें नसतो. जनतेची सेवा हेंच एक ध्येय असतें. आपण समुद्रांत बुड्या मारतों. त्या वेळेस किती तरी घन फूट पाणी आपल्या डोक्यावर असतें; परंतु त्या पाण्याचा बोजा वाटत नाहीं. आपण पुन:पुन्हा बुड्या मारतों. पाण्यांत लपतों, खेळतों, ठाव आणतों. परंतु त्या पाण्यांतून बाहेर या. स्वत:साठीं एक घागर भरून घ्या. ती घागर तुमच्या डोक्याला त्रास दिल्याशिवाय राहणार नाहीं. तुमच्या डोक्याला, तुमच्या कमरेला तिचें ओझें झाल्याशिवाय राहणार नाहीं.

स्वत:च्या केवळ सुखासाठीं केलेलें प्रत्येक स्वार्थी कर्म म्हणजे बोजा आहे. त्याचें जिवाला ओझें होतें. तो जोजार होतो. परंतु हें कर्म जनतेसाठीं आहे असें म्हणा; म्हणजे ओझें नाहीं. जनसागरांत बुडा; तुमच्या स्वत:चा बिंदु जनतासिंधूंत मिसळून टाका. म्हणजे मग जीवनांत संगीत आल्याशिवाय राहणार नाहीं.

''शांताकारं भुजगशयनं'' असें परमेश्वराचें वर्णन केलेलें आहे. परमेश्वर सहस्त्र कणांच्या शेषावर निजला आहे, परंतु शांतपणें पहुडला आहे. याचा अर्थ काय? परमेश्वर कोट्यवधि कर्मे करीत आहे. आपण झोंपलों तरी देव झोंपत नाहीं. तो मेघ पाठवीत असतो, तारे हंसवीत असतो, कळ्या फुलवीत असतो. परमेश्वर झोंपून विश्व कसें चालेल?

या विश्वाचा पसारा मांडणाऱ्या परमेश्वराला किती शिव्याशाप मिळत असतील? या जगांत सर्वांत मोठा हुतात्मा कोणी असेल तर तो परमेश्वर होय. परंतु तो परमेश्वर या शिव्याशापांकडे लक्ष देत नाहीं. त्याला जें योग्य व परिणामी हिताचें वाटते तें तो

करीतच आहे. शांतपणें अविरत करीतच आहे.

परमेश्वराचें हें वर्णन महापुरुषाला लागूं पडतें. महापुरुषहि असेंच शांतपणें ध्येयावर दृष्टि ठेवून पुढें जात असतात. त्यांची नितान्त निःस्वार्थता त्यांना अपार धैर्य व शांति देत असतें. स्वार्थाला भय आहे. निःस्वार्थी वृत्तीला भय नाहीं.

एकच कर्म नेहमीं करावें लागेल असें नाहीं. कधीं कधीं नेहमींचीं वर्ण कर्में दूर ठेवून इतर कर्मेंही अंगीकारावीं लागतील. आग लागली असतां सर्वांनी धांवलें पाहिजे. भूकंप झाला असतां सर्वांनी स्वयंसेवक झालें पाहिजे. बिहारमध्यें भूकंप झाला होता. धांवले जवाहरलाल. तेथें स्वयंसेवक भेदरून उभे होते. मातींतून मुडदे काढण्याचे धैर्य त्यांना होईना. जवाहरलालांनीं हात सरसावले. घेतलें कुदळ, फावडें. लागले उकरायला. त्याबरोबर सारे स्वयंसेवक संस्फूर्त झाले. प्रसंगीं कोणतेंहि कर्म येवो, त्या कर्मात तितक्याच तडफेनें, तितक्याच तन्मयतेनें पडलें पाहिजे.

आज भारतवर्ष दास्यांत आहे. या पतित राष्ट्रास मुक्त करणें हा आज सर्वांचा मुख्य धर्म आहे. आपापल्या आवडीनिवडी क्षणभर बाजूस ठेवाव्या लागतील आणि स्वातंत्र्याच्या कोठल्याना कोठल्या कर्मांत रमावें लागेल. लोकमान्यांनीं वेदवेदांताचा, गणित-ज्योतिषाचा आनंद सोडला, हा त्यांचा सर्वांत मोठा त्याग होय. नामदार गोखल्यांना अर्थशास्त्रावर ग्रंथ लिहावयाचा होता, न्यायमूर्तींचें चरित्र लिहावयाचें होतें. परंतु हें सारें त्यांना दूर ठेवावें लागलें. प्रफुल्ल चंद्रांना शास्त्र आवडतें. परंतु बंगाली खेड्यांत म्हातारपणीं चरखा देत हिंडतात. राष्ट्र ज्या ज्या योगें बलवान होईल, तें तें कर्म आज हातांत घ्या. राष्ट्रोद्धाराचे जे अनेक उद्योग आहेत, त्यांतला जो आवडेल तो उचला. परंतु जें कांहीं उचलाल त्यांत हृदय ओता. त्याचा अहर्निश जप करा. म्हणजे तो उद्योग तुम्हाला मोक्ष देऊन तुमच्या राष्ट्रालाहि मोक्ष दिल्याशिवाय राहणार नाहीं.

एका जपानी कामगाराला कोणी विचारलें "तूं चांगले स्क्रू करतोस का?" त्या कामगारानें उत्तर दिलें "नुसते चांगलेच नाहीं, तर उत्कृष्ट स्क्रू मी तयार करतों" हेंच उत्तर आपणा सर्वांस देतां आलें पाहिजे. मी जें जें कर्म करतों तें उत्कृष्ट करतों, असें ज्याला म्हणतां येईल तो धन्य होय.

एक जपानी मजूर गलबतें बांधण्याच्या कामावर असे. तो वाचावयास शिकत होता. कोणी त्याला विचारले, "तूं आतां मोठा झालास. कशाला वाचायला शिकतोस?" तो म्हणाला, "समजा, रशियाशीं आमच्या देशाची लढाई सुरू

झाली. त्या लढाईंत आरमारी युद्धेंहि होतील. एखाद्या आरमारी युद्धांत जपानी आरमाराचा जर विजय झाला, आणि तो विजय मिळवून देणाऱ्या गलबतांत जर हें गलबत असेल तर मला किती आनंद होईल! ज्या गलबतांना मी तयार करीत होतों, त्या गलबतांचीं नावें जर मी वर्तमानपत्रांत वाचलीं तर मला कृतकृत्य वाटेल. मी म्हणेन कीं, त्या गलबतांत मी दोन खिळे मारले होते, मी दोन पत्रे ठोकले होते, मी दोन स्क्रू पिळवटले होते. मीहि माझ्या देशाच्या स्वातंत्र्ययुद्धांत, माझ्या देशाच्या विजयांत थोडा भागीदार आहें, असें मला वाटेल. तें वर्तमानपत्र वाचतां यावे म्हणून मी शिकत आहे.''

आपल्या लहानशा कर्माबद्दल केवढी ही थोर दृष्टि! माझें हें लहानसें कर्मही देशाच्या उपयोगी पडेल, समाजाच्या उपयोगास येईल, म्हणून ते मी करीत आहें व शक्य तितकें उत्कृष्ट करीत आहे, असें मनांत वागवणें यांत केवढा कर्ममहिमा आहे?

कर्म लहान असो वा मोठें असो. तें कर्म समाजाला मोक्ष देणारें करा. समाजाच्या उपयोगास येईल असें करा. समाजाच्या पूजेच्या कामीं तें येईल असें करा. लेख लिहा वा व्याख्यान द्या. उच्चारलेला शब्द, लिहिलेली ओळ समाजाचें भलें करील अशी मनांत खात्री असूं दे. मी दिलेला माल समाजाला पुष्टि देईल, रोग देणार नाहीं, ही सर्वांची अंतरीं निष्ठा असूं दे. बौद्धिक खाणीं द्या वा शारीरिक खाणीं द्या. तीं समाजाला धष्टपुष्ट करतील अशीं असूं देत. विषारीं खाणीं कृपा करून समाजाला देऊं नका.

अशा दिव्य कर्ममय जीवनाचा सर्वांस ध्यास लागूं दे. ''मोक्षाचें तों आम्हा नाहीं अवघड'' मोक्ष दारांत आहे, शेतांत आहे, कचेरींत आहे, चूलीजवळ आहे, कारखान्यांत आहे, शाळेंत आहे, सर्वत्र आहे. समाजाचा बुडालेला धंदा पुन्हां सजीव करून समाजाला भाकर देऊं पाहणारा महापुरुष हा खरोखर संत आहे. समाजांतील घाण दूर करून त्यांना स्वच्छतेंत रहावयास शिकविणारा तो परम थोर ऋषि आहे. परपुष्ट कर्मशून्य जीव आतां तुच्छ वाटूं देत. केवळ हरिहरि म्हणणारे व भोगांसाठी लालचावलेले जीव हे किडे वाटूं देत.

पोटापुरतें काम । आणि अगत्य तो राम ।।

पोटासाठीं कोणतें तरी कर्म करा. परंतु तें कर्म करतांना रामाला विसरूं नका.

दारूचे गुत्ते घालून पोटाला मिळवूं नका. रामाला स्मरणें म्हणजे मंगलाला स्मरणें. समाजाच्या कल्याणाला स्मरणें.

कोणी कोणी मुखानें 'राम राम' म्हणत बसतात, परंतु मुखानें राम म्हणा व हातानें काम करा, सेवा करा, मी माझ्या आईचा नुसता जप करीन तर तें आईला रुचणार नाहीं. आई म्हणेल, "माझे चार धंदे कर. जा कळशी भरून आण." आईची सेवा न करतां मी आई आई म्हणत बसेन तर तो दंभ नाहीं का होणार? देवाचें नांव उच्चारा व हातानें सारखी सेवा चालू दे. ती सेवा म्हणजेच देवाचें नांव. महात्माजी एकदां म्हणाले, "चरखा हें माझ्या देवाचेंच एक नांव आहे." ईश्वराला सहस्त्रावधि नांवें आहेत. प्रत्येक मंगल वस्तु म्हणजे त्याचेंच स्वरूप आहे, त्याचेंच नांव आहे.

मुखांत देवाचें नांव व हातांत सेवेचें काम. कधीं कधीं ईश्वराचें अपरंपार प्रेम दाटून आपोआप कर्म माझ्या हातून गळेल. समजा माझ्या खानावळींत जेवणाऱ्या लोकांकडे हीं देवाचीं रूपें आहेत या भावनेनें मी पाहूं लागलों. एकादे वेळेस ही भावना इतकी वाढेल की मी वाढणें विसरून जाईन. त्या देवांच्या मूर्तींकडे पहातच राहीन. माझे डोळे घळघळ वाहूं लागतील. अष्टभाव दाटतील. रोमांच उभे राहतील.

'तनुवरी गुढियाच उभारती'

असा अनुभव येईल.

अशा रीतीनें कर्म गळून पडणें म्हणजेच शेवटची स्थिती. ती कर्माची परमोच्च दशा होय. त्या वेळेस समोरचे जेवणारे न खातां तृप्त होतील. त्या वाढणाऱ्याच्या डोळ्यांतील प्रेमगंगांनीं ते पुष्ट होतील. म्हणून रामकृष्ण परमहंस म्हणत, "ईश्वराचें नांव उच्चारतांच जोंपर्यंत तुझे डोळे भरून येत नाहींत, तोंपर्यंत कर्म सोडूं नकोस."

परंतु ही धन्यतेची स्थिती न येतांच जे पापात्मे खुशालचेंडूप्रमाणें भोजनें झोडतात, आणि मुखानें वरवर नारायण नारायण म्हणतात, त्यांना समाजानें शेणगोळ्याप्रमाणें दूर भिरकावून दिले पाहिजे. भारतीय संस्कृति असें भिरकावून देण्यास सांगत आहे.

भारतीय संस्कृति सांगते "कोणतें तरी सेवाकर्म हातीं घ्या. त्यांत रमा. निरहंकार व्हा. निःस्वार्थ व्हा. त्या कर्मानें समाजदेवाची पूजा करावयाची आहे हें विसरूं

नका. आणि उत्तरोत्तर तें सेवाकर्म उत्कृष्ट करीत एक दिवस हा देहू पडूं दे व त्याचें सोनें होऊं दे.'' भारतीय संस्कृति म्हणजे सेवेचा, कर्माचा अपरंपार महिमा.

परंतु आज ही संस्कृति मारली गेली आहे. मी रस्त्यांत कर्मशून्य होऊन नारायण म्हणत बसलों तर माझ्यापुढे पैशाचे ढीग पडतात. परंतु मी रस्त्यांतील घाण दूर करीन, विष्टा उचलीन, तर मला प्यायला पाणी मिळत नाहीं, मग पोटभर जेवावयाची तर गोष्ट दूरच राहिली. कर्महीनांना पाद्यपूजा मिळत आहेत. आणि कर्ममय, श्रममय ज्यांचें जीवन आहे, त्यांना लाथा बसत आहेत, त्यांचा पदोपदीं उपहास होत आहे. भारतीय संस्कृतीचा आत्मा चिरडला गेला आहे. ज्यांना ज्यांना भारतीय संस्कृतीचा अभिमान असेल, त्यांनीं स्वतः कर्ममय बनून कर्ममय ज्यांचें जीवन आहे त्यांना पूजावयास उठले पाहिजे.

तैं झडझडून वाहिला नीघ । इये भक्तीचिये वाटे लाग ।
तैं पावसी अव्यंग । निजधाम माझें ।।

मोक्षाचें, आनंदाचें परमधाम पाहिजे असेल, जेथें कोणतेंही व्यंग, दुःख नाहीं, वैषम्य नाहीं, दुष्काळ नाहीं, दारिद्र्य नाहीं, अज्ञान नाहीं, घाण नाहीं, रोग नाहीं, भांडण नाहीं, क्रोधमत्सर नाही, असें तें परम मंगल स्वातंत्र्याचें धाम पाहिजे असेल तर सारे मिथ्या अभिमान, सारी श्रेष्ठकनिष्ठपणाचीं कुभांडे, सर्व आलस्य, सारे स्वार्थ, सर्व भ्रामक कल्पना, झडझडून फेंकून द्या आणि या सेवामय, कर्ममय, वर्णधर्ममय भक्तीच्या वाटेला लागा.

एक हात भू नांगरणें शतव्याख्यानांहुन थोर
एक हात खादी विणणें मंत्रजपांहुन तें थोर
एक वस्त्र वा रंगविणें तव पांडित्याहुन थोर
शेतकरी, तसे विणकरी, तसे रंगारी, बना देशाचे
आळशी न कुणि कामाचे, यापुढें।।
एक नीट मडकें करणें तव व्याख्यानाहुन थोर
एक नीट जोडा शिवणें तव श्रीमंतीहुन थोर
चाकास धांव बसविणें तव विद्वत्तेहुन थोर
कुंभार, तसे चांभार, तसे लोहार बना देशाचे
आळशी न कुणि कामाचें, या पुढें ।।

हा आतां आपला मंत्र. ही आहे भारतीय संस्कृति.

बेंजामिन फ्रँकलिन इंग्लंडमधून अमेरिकेंत जेव्हां परत गेला, तेव्हां त्याला विचारण्यांत आलें, ''इंग्लंडांत काय पाहिलेंत?''

बेंजामिन म्हणाला, "इंग्लंडमध्यें सारे लोक उद्योगी आहेत. तेथें प्रत्येक जण कांहींना कांहीं करीतच असतो. इंग्लंडमध्यें वारा, वाफ वगैरेंनाहि कामाला लावण्यांत आलें आहे. पवनचक्या फिरत असतात, वाफेनें यंत्रें चालत असतात. इंग्लंडमध्यें सारे श्रमजीवी लोक आहेत. तेथें एकच जंटलमन मला दिसला.

"कोण तो?" सर्वांनी एकदम विचारलें.

बेंजामिन म्हणाला, "पिग-डुक्कर. हें डुक्कर मात्र कांहीं काम करीत नव्हतें. घूं घूं करीत भराभरा विष्टा खात हिंडत होते."

बेंजामिन श्रम न करणाऱ्याला डुक्कर म्हणत आहे. शिष्ट मनुष्याला, जंटलमनला बेंजामिन काय पदवी देत आहे तें पहा. बेंजामिन श्रमहीनास सूकर म्हणत आहे. परंतु आपल्या देशांत श्रमहीनास देव समजण्यांत येत असतें. अमेरिका वैभवांत कां व आपण दारिद्र्याच्या गर्तेत कां, हे यावरून दिसून येईल.

पूज्य शेतकऱ्याला आपण धिक्कारीत आहोंत. हरिजनांना बहिष्कृत करीत आहोंत. आणि कर्महीन श्रीमंतांना व धर्माच्या नांवानें सर्वांना लुबाडणाऱ्यांना भ्रष्टाकार माजवणाऱ्यांना, स्त्रियांचीं पातिव्रत्यें धुळींत मिळविणाऱ्यांना पूजित बसलों आहोंत. अत:पर भारतीय संस्कृतीच्या उपासकांनी हा बावळटपणा, हा मूर्खपणा, हा करंटेपणा दूर फेंकून दिला पाहिजे. धुळींत काम करून मळलेला हा सर्वांहून मंगल व पवित्र असें मानावयास शिकलें पाहिजे. आपणांस वाटत असतें धुळींत मळलेला मनुष्य अमंगळ, परंतु त्याचा कोठा स्वच्छ असतो. त्याला अंत:शुद्धि असते, याच्या उलट बाहेरचे कपडे परीटघडीचे वापरणारा, अंगाला रोज साबण लावणारा, केंस विंचरणारा, असा हा बाह्य स्वच्छतेचा पुतळा-परंतु त्याचें पोट तपासून पहा. त्याच्या पोटांत सारी घाण. त्याला सदैव अपचन व अजीर्ण. त्याच्या शौचाची सदैव तक्रार. त्याला बद्धकोष्ठाची व्यथा. श्रम करील तर ना कोठा स्वच्छ राहील!

सर्वांनीं विचार करा. भारतीय संस्कृतीचा आत्मा ओळखा. गीतेचें अंतरंग पहा. घोड्यांचे खरारे करणारा व पितांबराचा तोबारा करून त्यांतून घोड्यांना चंदी चारणारा तो गोपाळकृष्ण डोळ्यांसमोर आणा आणि जीवनाला शुद्ध वळण द्या. आजचा हा रडका संसार सुखमय, समृद्ध व आनंदमय करा. भारतीय संस्कृतीची उपासना करणारें राष्ट्र कधीं दरिद्री व दास होणार नाहीं. खऱ्या सद्धर्माजवळ श्री, वैभव, जय हीं ठेविलेलींच असतात!

प्रकरण आठवें

ज्ञान

आपण आवडीप्रमाणें स्वतःच्या वर्णानुसार समाजसेवेचें कर्म उचललें. त्यांत हृदयाची भक्ति ओतली, जिव्हाळा ओतला, तरी एवढ्यानें भागत नाहीं. त्या कर्मांत ज्ञान आल्याशिवाय त्या कर्माला पूर्णता येणार नाहीं. कर्मांत ज्ञान व भक्ति यांचा समन्वय पाहिजे.

ज्ञान दोन प्रकारचें आहे. एक आध्यात्मिक ज्ञान व दुसरें विज्ञान. कर्म चांगलें व्हावयास या दोन्ही हातांची आवश्यकता आहे. आध्यात्मिक ज्ञान म्हणजेच अद्वैत. सारी मानवजात माझी आहे. हे सर्व माझेच भाऊ. आणि यांची सेवा करावयासाठीं मला विज्ञान पाहिजे आहें. अशी जी ही दृष्टि ती ज्ञानविज्ञानात्मक दृष्टि.

ही दृष्टि जोंपर्यंत नाहीं, तोपर्यंत विज्ञान सुरक्षित नाहीं. विज्ञानाच्या पाठीमागें हें अद्वैताचें तत्त्वज्ञान, हें एकत्वाचें तत्त्वज्ञान, हें प्रेमाचें तत्त्वज्ञान जर नसेल, तर विज्ञान सर्व जगाची होळी करील. विज्ञानानें संसार सुंदर होण्याऐवजी संसार भयाण होईल.

टॉलस्टॉय म्हणूनच म्हणत असे, कीं "इतर शास्त्रांचे अभ्यास आधीं बंद करा. समाजांत परस्परांविषयीं कसें वागावयाचें त्याचें शास्त्र आधीं सिद्ध होऊं दे." सर्व शास्त्रांत मुख्य शास्त्र म्हणजे हें समाजशास्त्र आहे. भारतीय संस्कृति म्हणूनच अद्वैताचें शास्त्र पुढें करून प्रगति करूं पाहाते. समाजांत सर्वांना सुख मिळावें, सर्वांना ज्ञान मिळावें, सर्वांना पोटभर खायला, अंगभर ल्यायला मिळावें, सर्वांच्या

विकासाला वाव असावा, कोणी कोणास हिणवूं नये, प्रबळानें दुर्बळाला पिळूं नये, दुसऱ्यास गुलाम करूं नये, स्वतःच्या हवेल्या बांधून दुसऱ्यांच्या घरांच्या होळ्या करूं नयेत, इटालियन जगावेत म्हणून अबिसीनियानें मरावें असें होऊं नये, अशा प्रकारचा सिद्धान्त आधीं स्थापना झाला पाहिजे. राष्ट्राराष्ट्रांचे, जातीजातींचे असे प्रेमाचे संबंध जोंपर्यंत मानण्यांत येत नाहींत, तोंपर्यंत जगांत खरी शांति येणार नाहीं, खरें स्वातंत्र्य येणार नाही.

आज जगांत कोण स्वतंत्र आहे? कोणीहि स्वतंत्र नाहीं. आपणांस वाटतें कीं इटाली स्वतंत्र आहे, जर्मनी स्वतंत्र आहे, जपान स्वतंत्र आहे. परंतु ही भूल आहे. एक गुलाम असतांना दुसरा स्वतंत्र होऊ शकत नाहीं.

आपण सिंह हा पशूंचा राजा मानतों. परंतु सिंह हा सारखा मागें पहात असतो. त्याला वाटत असते कीं, आपणांस कोणी खावयास येईल. तो सिंह हत्तीचें रक्त प्राशून आलेला असतो. त्याचें मन त्याला खातें. त्याचें मन म्हणतें, "तुला कोणी खावयास येईल, तुझें रक्त पिण्यास येईल."

जगांतील स्वतंत्र राष्ट्रांची हीच दशा आहे. जपानला वाटतें रशिया प्रबळ झाला. रशियाला वाटतें जर्मनी स्वारी करील. इंग्लंडला वाटतें कीं इटाली प्रबळ होत आहे. फ्रान्स जर्मनीला भीतच असतो. अशा प्रकारें सर्वत्र भीतीचें साम्राज्य आहे. बंदुकीवर हात ठेवून सारे सुखाची भाकरी खाऊं पहात आहेत! बॉंबगोळे जवळ ठेवून चहा पीत आहेत! तरवारी उशाला घेऊन झोंपत आहेत! त्यानें गुप्त तह नाहीं ना कोठें केला, त्यानें न कळत आरमार नाहीं ना वाढविलें, त्यानें नवीन मारक शोध नाहीना लावला, अशी धास्ती सर्वांना वाटत असते. जिकडे तिकडे गुप्त पोलिसांचा सुळसुळाट, सर्वत्र कारस्थानें, कट, कारवाया. असें हें जगाचें नरकाचे रूप आहे. सर्वत्र भय, भीती, धोका आहे. शाश्वति क्षणाची नाहीं. केव्हां आग-डोंब पेटेल याचा नेम नाहीं.

जगांत जोंपर्यंत हिंसा आहे, स्वार्थ आहे, तोंपर्यंत जगाचें असेंच स्वरूप रहावयाचें. माझ्या पोळीवर तूप पाहिजे, मला माडी पाहिजे, दुसऱ्याचे कांहीं कां होईना. ही वृत्ति जोंपर्यंत आहे तोंपर्यंत सारे भयभीतच राहणार. हिंसा ही भित्री आहे. हिंसेला आपली कोणी हिंसा करील का अशी सदैव भीति असते. जगांत प्रेमच निर्भय असतें.

"आनंदं ब्रह्मणो विद्वान् न बिमेति कदा च न ।।" ब्रह्माची गांठ घेणारा निर्भय

असतो. त्याला स्वपर नाहीं. सर्वांचे कल्याण व्हावें म्हणून तो धडपडतो.

आज विमानांतून बाँबगोळे फेंकून जीवनें धुळींत मिळविलीं जात आहेत. आज विषारी गॅस सोडून लोक मारण्यांत येत आहेत. प्रचंड यंत्रांचे शोध करून मजुरांना पिळून काढण्यांत येत आहे. विज्ञानाचा अशा रीतीनें दुरुपयोग होत आहे. बुद्धीचा आग लावण्याकडे उपयोग होत आहे.

अद्वैताची दृष्टि आल्याशिवाय, आत्मौपम्य आल्याशिवाय विज्ञान फुकट आहे. ज्ञानहीन विज्ञानाच्या हातांत समाज सोपविणें म्हणजे माकडाच्या हातांत कोलित देण्याप्रमाणेंच आहे. म्हणून आधीं सारे भाऊ भाऊ व्हा. सारे एका ईश्वराचे व्हा. कोणी आर्य नाहीं, कोणी अनार्य नाहीं, कोणी हिंदु नाहीं, कोणी मुसलमान नाहीं. सारे मानव आहोंत. या मानवांची निरपवाद पूजा विज्ञानमय कर्मानें करावयाची आहे.

जर्मनींतून ज्यू लोकांची हकालपट्टी हिटलरनें केली. आर्य लोकांशीं ज्यूंचा संबंध नको. आर्य म्हणजे श्रेष्ठ. असला आचरटपणा व रानवटपणा तो हिटलर करीत आहे. परंतु आश्चर्याची गोष्ट ही कीं, कांहीं हिंदु संघटनावाले हिटलरचा हा कित्ता गिरवण्यास हिंदूंस सांगत आहेत. "पहा तो हडेलहप्पी हिटलर. कसा तो ज्यूंची हकालपट्टी करीत आहे. तुम्ही तशीच मुसलमानांची करा." असलें व्रात्य तत्त्वज्ञान सांगण्यात येत आहे. ही भारतीय संस्कृति नाहीं. भारतीय संस्कृति सर्व जगांतील मानवांना हांक मारील. भारतांत "शृण्वन्तु सर्वे अमृतस्य पुत्रः" "अमृतस्वरूपी देवाच्या लेकरांनों, ऐका" अशी ऋषी गर्जना करील. भारतीय संस्कृति हें करीत आली, हेंच पुढें करील. आर्य असोत, अनार्य असोत, कृष्ण असोत, पीत असोत, रक्त असोत, बसक्या नाकाचे असोत, जाड ओठांचे असोत, रुंद जबड्याचे असोत वा घाऱ्या डोळ्यांचे असोत, ठेंगणे असोत वा उंच असोत. सारे मानव स्वतःच्या दिव्य झेंड्याखालीं घेण्यासाठीं भारतीय संस्कृति उभी आहे.

तात्पुरत्या विजयानें हुरळून हिटलरी अनुकरणें करून पशु होणें योग्य नव्हे. आपला थोर वारसा आहे. आपण दिव्य मानव्यासाठीं जगूं या व मरूं या. प्रत्येक मानवजातींत थोर पुरुष उत्पन्न झालेले आहेत. मानवजातीस ज्यांचा निरंतर अभिमान वाटावा अशीं नरनारीरत्नें सर्व मानववंशांत जन्मले आहेत. कोणी कोणास हंसण्याची जरूर नाहीं.

ही मानवी ऐक्याची भव्य कल्पना भारतीय संस्कृतीचा प्राण आहे. कोणतेंहि

कर्म करतांना ही दृष्टि हवी. भक्ति म्हणजे हें अद्वैत ज्ञानच. दुसऱ्याबद्दल तेव्हांच प्रेम व भक्ति वाटेल, ज्या वेळेस तो माझ्यासारखाच आहे. एकच सत्तत्त्व सर्वांत आहे असें समजले तेव्हां. तो म्हणजे मीच आहें, आणि म्हणूनच त्याच्यावर मीं प्रेम केलें पाहिजे. मी दुसऱ्यावर प्रेम करतों, म्हणजे स्वत:वरच प्रेम करतों.

कर्मांमध्यें हें आत्मौपम्य आलें म्हणजे कर्म मनापासून होईल. परंतु तें कर्म हितकर व्हावें म्हणून त्यांत विज्ञानहि हवें. विज्ञान म्हणजे तें तें कर्म कसें करावयाचें याची माहिती. केवळ प्रेम असून भागत नाहीं. समजा एखाद्या रोग्याची मी शुश्रूषा करीत आहे. त्या रोग्याबद्दल मला प्रेम आहे. त्याच्याबद्दल मला आपलेपणा आहे, परंतु त्याची शुश्रूषा कशी करावयाची ह्याविषयीचें नीट ज्ञान जर मला नसेल तर नुकसान होण्याचा संभव असतो. प्रेमामुळें, जें देऊं नये तेंच मी खावयास देईन. जें करावयास नको तेंच करीन. जें पाजावयास नको तें पाजीन. अशा रितीनें माझें प्रेम तारक होण्याऐवजीं मारकच व्हावयाचें.

प्रेम हें डोळस प्रेम हवें; तरच कर्म हितपरिणामी होईल. आज काल विज्ञान किती तरी वाढलें आहे. प्रत्येक कर्मात त्याची जरूर आहे. स्टोव्ह कसा पेटवावा, पाणी स्वच्छ कसें करावें, कोणती पावडर टाकावी, इलेक्ट्रिकजवळ कसें वागावें, टेलिफोन कसा करावा, सायकल कशी दुरुस्त करावी, इंजेक्शन कसें द्यावें कोणत्या भाज्या चांगल्या, व्हिटॅमिन्स कशांत आहेत, कोणते व्यायामप्रकार चांगले, कोणती शिक्षणपद्धती चांगली, सदीप व्याख्यानें कशी द्यावीं, खेड्यांत आरोग्य कसें सुधारावें, खतें कशी तयार करावीं, बीं किती अंतरावर पेरावें, एक ना दोन-शेंकडों प्रकारचे ज्ञान आपणांस आपल्या रोजच्या व्यवहारात पाहिजे आहे. आपलीं प्रत्यहींचीं कर्मे सुंदर, त्वरित व चांगली व्हावींत म्हणून सर्व प्रकारचें शास्त्रीय ज्ञान आपण हस्तगत केलें पाहिजे.

जर प्रेम असेल तरच आपण हें ज्ञान मिळवूं. माझ्या भावांवर जर माझें प्रेम असेल तरीच त्याच्यासाठीं जें कर्म मी करणार त्यांत विज्ञान वापरीन. शाळेंतील विद्यार्थ्यांवर माझें प्रेम असेल तरच मी शिक्षणशास्त्राचा अभ्यास करीन. मुलांचें मानसशास्त्र अभ्यासीन. मी तें ज्ञान मिळविण्याचा कधींच कंटाळा करणार नाहीं. प्रेमाला आळस माहीत नसतो.

आज भारतीय संस्कृतींत विज्ञानाचा जवळ जवळ अस्तच झाला आहे. विज्ञानाचा दिवा विझला आहे. विज्ञानपूजा लोपली आहे. हा विज्ञानाचा नंदादीप

पुन्हां प्रज्वलित केला पाहिजे. एखादा महापुरुष विशिष्ट क्षेत्रांत संशोधन करतो. मग त्याचा तो शोध सर्वसामान्य जनतेच्या रोजच्या व्यवहारांत येतो. असे संशोधक भारतांत उत्पन्न झाले पाहिजेत. संसाराला सुंदरता आणणारें हें विज्ञान- त्यांत भिण्यासारखें कांहींच नाहीं. लोक पाश्चिमात्यांना केवळ भौतिक म्हणून तुच्छ मानितात. आणि स्वतःला आध्यात्मिक वृत्तीचे समजतात. परंतु आज आपण आध्यात्मिकहि नाहीं व भौतिकहि नाहीं. आपण केवळ मढीं आहोंत.

पाश्चिमात्यांत भौतिक विज्ञानाच्या पाठीमागें अद्वैताची-मानव्याची थोर कल्पना नसल्यामुळें जगांत हैदोस घालण्याचें आसुरी कर्म त्यांनी चालविलें आहे. त्यांच्या भौतिकतेला आध्यात्मिकतेची जोड मिळाली तर सारें सुंदर होईल.

भारतांत भेदांचा बुजबुजाट आहे. श्रेष्ठकनिष्ठपणाचीं बंडें आहेत. मुखानें अद्वैत घोकतील व कृतीनें दुसऱ्यास लाथा मारतील. अध्यात्म ग्रंथांत आहे. भारतीय संस्कृतींतील अध्यात्म आज विठ्ठल झालें आहे. तें आपण कृतींत आणूं या. सर्वांस सुखविण्याची इच्छा धरूं या. आणि ही इच्छा मूर्त करण्याकरितां विज्ञानाचीहि कांस धरूं या.

पाश्चिमात्यांस केवळ आध्यात्मिकतेची वाण आहे; परंतु आपण दोन्ही दृष्टींनीं दिवाळखोर आहोंत. ज्ञान आणि विज्ञान दोन्ही येथें भरून पडलीं आहेत. आर्यभट्टांच्या व भगवान् बुद्धांच्या या भरतभूमीत पुनरपि ज्ञान-विज्ञानांची जोपासना नाहीं का सुरू होणार? अध्यात्म विद्या व भौतिक विद्या यांचा संगम नाहीं का होणार?

ईशोपनिषदांत हीच गोष्ट प्रामुख्यानें सांगितलेली आहे. विद्या व अविद्या, संभूति व असंभूति, यांचा समन्वय करावयास ऋषीनें सांगितलें आहे.

विद्यां च अविद्यां च यस्तद्वेद उभयं सह

अविद्यया मृत्युं तीर्त्वा विद्ययाऽमृतमश्नुते ।।

अविद्या म्हणजे भौतिक ज्ञान. या भौतिक ज्ञानानें आपण मृत्यू तरतों. म्हणजे हा मृत्युलोक तरतों. संसारांतील दुःखें, रोग संकटे यांचा परिहार करतों. संसारयात्रा सुखकर करतो. आणि विद्येनें अमृतत्व मिळतें. अध्यात्मज्ञानानें या शरीराच्या आंतील, या या आकारांतील चैतन्य एकच आहे हे कळून अमरता अनुभवास येते.

जो केवळ विद्येला भजेल किंवा केवळ अविद्येला भजेल तो पतित होईल.

एवढेंच नव्हे तर हें उपनिषद सांगतें कीं केवळ अविद्येची उपासना एक वेळ पत्करली; परंतु केवळ अध्यात्मांत रमणारा तर फारच घोर नरकांत पडतो. कारण विज्ञानाची उपासना करणारा संसाराला, निदान स्वतःच्या राष्ट्राच्या संसाराला तरी शोभा आणील. परंतु कर्मशून्य वेदान्ती सर्व समाजाला धुळींत मिळवितो. समाजांत तो दंभ निर्माण करतो. अध्यात्म व भौतिकशास्त्र यांत कोणत्या एकाचीच कांस धरावयाची असेल तर ईशोपनिषद् म्हणतें "भौतिकशास्त्रांची कांस धर." केवळ भौतिकशास्त्रांची कांस धरल्यानें पतित होशील. परंतु तितका पतित होणार नाहींस जितकीं केवळ अध्यात्मवादी झाल्यानें होशील.

अंधं तमः प्रविशन्ति ये उ अविद्यायां रताः

ततो भूय एव तमः प्रविशन्ति ये उ विद्यायां रताः।।

कर्मे करीत शंभर वर्षे उत्साहानें जगा असा महान संदेश देणारें हे उपनिषद असें सांगत आहे.

विज्ञानाची कुटाळकी व हेटाळणी करणें हें भारतीय संस्कृतीची जोपासना करणाऱ्यांना शोभत नाहीं. विज्ञान तुच्छ नाहीं. विज्ञान महान वस्तु आहे. हें आतां तरी आपण ओळखूं या.

गीतेमध्यें ज्ञान-विज्ञान हे शब्द नेहमीं बरोबर येतात. विज्ञानाशिवाय ज्ञान निरुपयोगी आहे आणि ज्ञानाशिवाय, अद्वैताशिवाय विज्ञान भेसूर आहे. ज्ञानाच्या पायावर विज्ञानाची इमारत उभारली तर कल्याण होईल. पाश्चिमात्य लोक विज्ञानाची इमारत वाळूवर उभारीत आहेत. म्हणून ही इमारत गडगडेल व संस्कृति गडप होईल.

विज्ञानाचा पाया अध्यात्माच्या पायावर उभारणें हें भारतीय संस्कृतीचे भव्य कर्म आहे. हें महान कर्म भारताची वाट पाहत आहे. भारत हें कर्म नाहीं का अंगावर घेणार?

प्रपंच व परमार्थ यांचें हें रमणीय संमीलन आहे. ज्ञानविज्ञानाच्या विवाहांतून मांगल्याचीं बाळें जन्माला येतील व पृथ्वीवर स्वर्ग अवतरेल.

महात्माजी आज हें करीत आहेत. महात्मा गांधींना भेद माहीत नाहींत. अद्वैत त्यांच्या रोमरोमांत बाणलें आहे. सर्वत्र त्यांना नारायणच दिसत आहे. परंतु या नारायणाची सेवा शास्त्रीय दृष्टीनें ते करूं पहात आहेत. महात्माजींना विज्ञान पाहिजे आहे. चरख्यांत सुधारणा करणाऱ्यांना त्यांनीं एक लाख रुपयांचे बक्षिस देऊं केलें

होते. अर्थशास्त्रावर निबंध लिहिणारास एक हजार रुपयांचें बक्षिस त्यांनीं जाहीर केलें आहे. त्यांना संशोधन पाहिजे आहे. कल्याणावह संशोधन पाहिजे आहे. खाण्यापिण्याचे ते प्रयोग करतात. गूळ चांगला कीं साखर चांगली, सडलेले तांदूळ चांगले कीं असडिक तांदूळ चांगले, हातसडीचे तांदूळ हितकर की यांत्रिक तांदूळ सत्त्वयुक्त, कोणते पाले खावेत, घोळीची भाजी, निंबाचा पाला, वगैरेंत कोणतीं तत्त्वें आहेत, चिंचेचें सरबत चांगलें कीं वाईट, कच्चे खावें कीं शिजलेलें खावें, मधाचा काय उपयोग, मधुसंवर्धन विद्या देशांत कशी वाढेल, एक की दोन-शेंकडों प्रकारचा विज्ञानविचार महात्माजी करीत असतात; आजारीपणांत पाणी, माती, प्रकाश वगैरे नैसर्गिक उपचारांचा उपयोग ते करूं पाहतात. कारण हे उपाय स्वस्त व सुलभ आहेत. आपल्या बांधवांचा संसार सुंदर व्हावा म्हणून महात्माजींची कोण आटापीट, केवढे प्रयोग, किती कष्ट!

जीवनाच्या प्रत्येक क्षेत्रांत बुद्धीचा दिवा घेऊन ते जात आहेत. विज्ञानाला घेऊन जात आहेत. संसाराला, सर्व जनतेच्या संसाराला सौंदर्य देणारें, समृद्धि देणारें विज्ञान त्यांना पाहिजे आहे. ज्ञानविज्ञानाची उपासना करणारे व त्यांत भक्तीचा जिव्हाळा ओतणारे असे महात्माजी म्हणजे भारतीय संस्कृतीची मूर्ति आहेत. भारतीय संस्कृति म्हणजे ज्ञानयुक्त, विज्ञानयुक्त व भक्तियुक्त केलेलें शुद्ध कर्म! असें कर्म कसें करावें हे महात्माजींसारख्यापासून शिकावें. महात्माजींच्या रूपानें भारतीय संस्कृतीचा आत्माच अवतरला आहे असें मला वाटतें.

अशी ही भारतीय संस्कृति संपूर्ण आहे. ती कोणत्याहि एकाच गोष्टीला महत्त्व देणारी नाहीं. ती मेळ घालणारी आहे. शरीर व आत्मा दोघांना ती ओळखते. शरीरासाठीं विज्ञान व आत्म्यासाठीं ज्ञान! शरीरानें नटलेल्या या आत्म्याला विज्ञानानें नटलेलें अध्यात्म व अध्यात्मानें नटलेलें विज्ञान यांचीच जरूर आहे. भारतीय जनता हें दिव्य सूत्र ओळखील तो सुदिन!

प्रकरण नववें

संयम

ज्ञानविज्ञानयुक्त, हृदयाचा जिव्हाळा ओतून, अनासक्त होऊन कर्म करावें हें खरें. परंतु हें बोलणें सोपें आहे. असें कर्म सारखें हातून होण्यास भरपूर साधना हवी. जीवनांत संयम हवा. संयमाशिवाय उत्कृष्ट कर्म हातून होणार नाहीं.

भारतीय संस्कृतीचा संयम हा एक प्रकारें आत्मा आहे असें म्हटलें तरी चालेल. भारतीय संस्कृति संयमावर उभारलेली आहे. आपण शंकराच्या देवळांत जातों. परंतु आधीं बाहेर कांसवाची मूर्ति असते. या कांसवाचें दर्शन घेतल्याशिवाय शिवाकडे, मृत्युंजयाकडे जातां येणार नाहीं. आणि कांसव म्हणजे काय? कांसव म्हणजे संयमाची मूर्ति. कांसव आपले सारे अवयव क्षणांत आंत घेतें, क्षणांत बाहेर काढतें. स्वतःच्या विकासास अवसर असेल तर सारे अवयव बाहेर आहेत. स्वतःला धोका असेल तर सारे अवयव आंत आहेत. असें हें कांसव भारतीय संस्कृतीनें गुरुस्थानीं मानलें आहे. देवाकडे जावयाचें असेल, तर कांसवाप्रमाणें होऊन जा. कांसवाप्रमाणें स्वतःच्या इंद्रियांचे स्वामी व्हा. वाटेल तेव्हां इंद्रियें स्वाधीन राखतां आलीं पाहिजेत. ज्याला जगाचें स्वामी व्हावयाचें असेल त्यानें आधीं स्वतःचें स्वामी झाले पाहिजे. ज्याला देव आपलासा करून घ्यावयाचा आहे, त्यानें स्वतःचें मन आधीं आपल्या ताब्यांत घ्यावयास पाहिजे.

शंकराची मूर्ति डोळ्यांसमोर आणा. शंकरांना तिसरा डोळा आहे. दोन डोळ्यांमध्यें हा तृतीय नेत्र आहे. या तृतीय नेत्राचें काय काम? या तृतीय नेत्राचें

काम पहारेकऱ्याचें आहे. डोळ्यांवर, कानांवर, जिभेवर, सर्व इंद्रियांवर या डोळ्याची दृष्टि आहे. या तृतीय नेत्रांत अग्नि आहे. माझ्या जीवनाच्या विकासाला जें जें विरोधी असेल, त्याचें त्याचें भस्म करावयास हा अग्नि सिद्ध आहे. हा तिसरा डोळा उघडा ठेवल्याशिवाय जीवनांत सिद्धी नाहीं.

माझ्या डोळ्यांनी वाटेल तेथें नाहीं जातां कामा, कानांनीं वाटेल तें नाहीं ऐकतां कामा, जिभेनें वाटेल तें नाहीं बोलतां कामा, नाहीं खातां कामा. हातांनी वाटेल तें नाहीं करता कामा, पायांनीं वाटेल तेथें नाहीं जातां कामा. माझ्या ध्येयाला अनुकूल असणाऱ्या गोष्टींकडेच माझीं इंद्रियें गेलीं पाहिजेत. या इंद्रियबैलांनीं माझा जीवनरथ खड्ड्यांत न घालतां माझ्या प्राप्तव्य स्थानीं नेला पाहिजे.

ज्ञानेश्वरीमध्यें योगाचें वर्णन करतांना फारच सुंदर ओंव्या लिहिल्या आहेत. गीतेमध्यें जो

युक्ताहारविहारस्य युक्तचेष्टस्य कर्मसु ।
युक्तस्वप्नावबोधस्य योगो भवति दुःखहा।।

हा श्लोक आहे, त्या श्लोकावरच्या त्या ओंव्या आहेत. ज्याला कर्मयोग साधावयाचा आहे, त्यानें हा संयमयोग अंगीं आणणें आवश्यक आहे.

नियम पाळावे । जरि म्हणसी योगी व्हावें ।

योगी म्हणजे कर्मयोगी. सतत कर्मात रंगून जाणें. सारखी सेवा हातून होणें. यासाठीं काय केलें पाहिजे?

सारें मोजूनमापून केलें पाहिजे. मोजकें खाणें, मोजकें पिणें, मोजकें बोलणें, मोजकें चालणें, मोजकी निद्रा. इंद्रियांना सारें द्यावयाचें. परंतु मोजूनमापून प्रमाणांत द्यावयाचें. असें करीत गेल्यानें जीवनांत प्रसन्नता राहील. ही गोष्ट केवळ काल्पनिक नाहीं. ही अनुभवसिद्ध गोष्ट आहे.

आपण समजा अधिक जेवलों. भजीं आहेत खाल्लीं वाटेल तितकीं. बासुंदी आहे, ओरपली भराभर, तर काय होईल? आलस्य येईल. अधिक खाल्ले कीं अधिक लोळावें लागतें. एवढ्यानें भागेल असें नाहीं. अपचन होईल, अजीर्ण होईल. पोट दुखेल. कदाचित आजारीहि पडण्याचा संभव. क्षणभर जिभेचें सुख अनुभवलें, परंतु पुढें दहा दिवस अन्नाची रुचि वाटणार नाहीं. पुढें दहा दिवस कांहीं करतां येणार नाहीं. कोठलें कर्म नी कोठलें काय?

रात्रीं गाणें आहे, बसलों दोन वाजेपर्यंत ऐकत. मग झोंप पुरी होत नाहीं. झोंप

पुरी मिळाली नाहीं तर पचन नीट होत नाहीं. दुसऱ्या दिवशीं कामहि नीट होणार नाहीं. काम करतांना डोळे पेंगूं लागतील. अशा प्रकारें कर्मसिद्धी होणार नाहीं.

ज्याचें जीवन कांहीं तरी घेण्यासाठीं आहे, ज्याचें जीवन सेवेसाठीं आहे, त्यांनें म्हणून प्रमाणांत सारें केलें पाहिजे. प्रमाणांत सारी शोभा आहे. प्रमाणांत सौंदर्य आहे. संयमांत सौंदर्य आहे. संयमाची पुष्कळ अविवेकी लोक टिंगल करतात. आम्हाला हीं बंधनें नकोत असें ते म्हणतात. परंतु स्वतः स्वतःवर घातलेली बंधनें ही बंधनें नाहींत. आपल्या लहरींचे गुलाम असणें म्हणजे कांहीं स्वातंत्र्य नाहीं. स्वातंत्र्य म्हणजे स्वैराचार नव्हे. स्वातंत्र्य म्हणजे विकास. आणि संयमाशिवाय विकास नाहीं.

तुम्ही सर्व सृष्टींत पहा. सर्वत्र संयम दिसेल. वृक्षच पहा ना. हा वृक्ष मुळांनीं बांधून ठेवलेला आहे. वृक्ष जर म्हणेल, ''मी असा पृथ्वीशी काय म्हणून बांधला जाऊं? उडूं दे मला आकाशांत. तोडां माझीं मुळें, तर तो मरेल,'' जर वृक्षाचीं मुळें तोडलीं, तर वृक्ष जगेल का? वृक्ष मुळांनीं बांधलेला आहे, म्हणूनच तो उंच जात आहे. म्हणूनच फुलेंफळें त्याच्यावर येत आहेत. त्याच्या संपत्तीचें रहस्य त्या दृढ संयमांत आहे.

सतार घ्या. सतारीला तारा असतात. त्या तारा नुसत्या जमिनीवर ठेवा. त्या तारांवरून बोट फिरवा. त्या तारांतून ध्वनि बाहेर पडणार नाहीं. त्या तारांतून संगीत बाहेर पडणार नाहीं. परंतु त्या तारा सतारीच्या खुंटीला बांधा. मग त्या बंधनांत घातलेल्या तारांतून डोलवणारें संगीत स्त्रवूं लागतें. त्या जड तारा चिन्मय होतात. त्यांच्यांतील अपरंपार माधुरी पाझरूं लागते. संयमांतून संगीत प्रकट होतें.

नदी पहा. डोंगरावरील पाणी दाही दिशांस गेलें तर त्याचा प्रवाह होणार नाहीं. परंतु तें पाणी एका विशिष्ट दिशेनें जाईल तर त्याचा प्रवाह होईल. प्रवाहाला तीरांचें बंधन असतें. नदी दोन तटांनी बांधलेली आहे. त्या दोन तीरांतून ती वाहते. मला हें तीरांचें बंधन नको असें जर ती म्हणेल तर काय होईल? पाणी सर्वत्र पसरेल व चार दिवसांत तें आटून जाईल. नदीला बंधन आहे म्हणून तिला गति आहे, खोली आहे, गंभीरता आहे. तिला बंधन आहे म्हणूनच ती पुढें पुढें वाढत जाते व महासागराला जाऊन भेटते. तिला बंधन आहे म्हणूनच हजारों एकर जमीन ती सुपीक करते. सदैव ओलावा देते. नदीला बंधनामुळें अमरता आली आहे. नदीला संयमामुळें सागराची भेट घेतां येत असते.

वाफ पहा. वाफ बंधनात नसेल तर तिला शक्ति नाहीं. स्वैर संचार करणारी वाफ दुबळी आहे. परंतु नळींत बद्ध केलेली वाफ प्रचंड यंत्रें चालविते. मोठमोठ्या आगगाड्या ओढते.

संयमाला तुच्छ मानूं नका. तुमच्या विकासासाठीं तो आहे. समाजाच्या हितासाठीं तो आहे. आपण संयम पाळला नाहीं तर आपलें काम नीट होणार नाहीं. काम नीट झालें नाहीं म्हणजे समाजाचें नुकसान होणार. आपण केवळ आपल्या स्वत:साठीं नाहीं. आपण समाजासाठीं आहोंत, याची जाणीव आपणांस हवी. हा आपला देह, हें आपलें जीवन समाजाचें आहे. आपलें पोषण सारी सृष्टी करीत आहे. सूर्य प्रकाश देत आहे, मेघ पाणी देत आहेत, वृक्ष फुलेंफळें देत आहेत, शेतकरी धान्य देत आहे, विणकर वस्त्र देत आहे, शाळा शिकवीत आहे. आपण या सर्व सजीवनिर्जिव सृष्टीचे आभारी आहोंत. यासाठीं हें आपलें जीवन त्यांच्या सेवेंत अर्पण करणें हें आपलें काम आहे. हें जीवन ज्यांचें त्याला सेवाद्वारा अर्पण करावयाचें आहे.

या जीवनाला म्हणून कीड लागूं देतां कामां नये. देवाच्या पूजेसाठीं न वासलेलें फूल न्यावयाचें. न कोमेजलेलें, न किडलेलें, रसमय व गंधमय असें स्वच्छ सुंदर फूल न्यावयाचें. आपलें जीवनपुष्पहि समाजदेवाला अर्पण करावयाचें आहे. हें जीवन रसमय व गंधमय व्हावयास पाहिजे असेल तर संयमाची अत्यंत जरूर आहे.

इंद्रियांना उत्तरोत्तर उदात्त आनंदाची संवय लावली पाहिजे. खाण्यापिण्याचा आनंद हा पशुपक्षीहि घेतात. मनुष्य हा केवळ खाण्यापिण्यासाठीं नाहीं. त्याला खाणें पाहिजे. परंतु दुसऱ्या ध्येयासाठीं ते खाणें पाहिजे आहे. खाणें-पिणें-झोपणें हीं माझ्या पूर्णतेच्या ध्येयाची साधनें झालीं पाहिजेत.

न्यायमूर्ति रानड्यांची गोष्ट सांगतात. त्यांना कलमी आंबा आवडत असे. एकदां आंब्यांची करंडी आली होती. रमाबाईंनी आंब्यांच्या फोडी करून न्यायमूर्तींसोमर बशी नेऊन ठेवली. न्यायमूर्तींनीं त्यांतील एक दोन फोडी खाल्ल्या. रमाबाईंनीं कांहीं वेळानें येऊन पाहिलें तर फोडी बऱ्याच शिल्लक. त्यांना वाईट वाटलें. त्या म्हणाल्या, "एवढ्या चिरून आणल्या, तुम्हांला आवडतात, मग कां बरें घेत नाहीं?" न्यायमूर्ति म्हणाले, "आंबा आवडतो म्हणून का आंबाच खात बसूं? खाल्ली एक फोड. जीवनांत दुसरे आनंद आहेत."

खाण्यापिण्याच्या गोष्टींची चर्चा करण्यांत आपला किती वेळ जातो. जणूं जिभेचे गुलाम आहोंत आपण. परंतु आपणांस कळलें पाहिजे कीं शेवटीं गोडी वस्तूंत नसून माझ्यांत आहे. मी माझी गोडी त्या त्या वस्तूंत ओततों व ती वस्तु गोड म्हणून खातों. सर्व मधुरता आपल्या अंतरंगात आहे. ती गोडी ज्याला लाभली, त्याला कांहींहि द्या. त्याला सारें गोडच लागेल.

जगांतील सर्व थोर पुरुष संयमी होते. त्यांचें खाणेंपिणें साधे असे. महंमद पैगंबर साधी भाकर खात व पाणी पीत. लेनिनचा आहार अत्यंत साधा होता. महात्मा गांधी पांच पदार्थांपेक्षा अधिक पदार्थ जेवतांना घेत नाहींत. महात्माजींचा आहारविहार असा नियमित नसता तर इतकें अपरंपार काम त्यांना करताच आलें नसतें. देशबंधु दासांच्या पत्नी वासंतीदेवी देशबंधूंची फार काळजी घ्यावयाच्या. देशबंधूंच्या जेवणाकडे त्यांचें लक्ष असे. देशबंधूंना त्या म्हणावयाच्या, ''आतां पुरे, उठा.''

परंतु या आहारविहारांच्या संयमापेक्षांहि दुसरा संयम आहे. समाजांत आनंद नांदावा म्हणून या उदात्त संयमाचें जितकें महत्त्व गावें तेवढें थोडेंच आहे. आपल्या हिंदुस्थानांत प्राचीन काळापासून एकत्र कुटुंबपद्धति चालत आली आहे. एकत्र कुटुंबपद्धति संयमाशिवाय चालूच शकणार नाहीं. संयम नसेल तर दहांचीं तोंडें दहा दिशांस होतील. कुटुंबांतील प्रत्येक व्यक्ति स्वतःच्यात इच्छांना जर प्राधान्य देऊं लागेल तर सर्वांचें पटावयाचें कसें? सारी आदळआपट व धुसफूस चालेल.

एकत्र कुटुंबपद्धतींत जो मुख्य असतो, त्याच्यावर फारच जबाबदारी असते. त्याला सर्वांची मनें सांभाळावीं लागतात. यासाठीं त्याला अपरंपार त्याग करावा लागतो. तो मुख्य मनुष्य स्वतःच्या मुलाबाळांस आधीं दागिने करणार नाहीं, स्वतःच्या पत्नीस आधीं इरकली लुगडीं घेणार नाहीं. आपल्या लहान भावांची मुलेंबाळें, आपल्या पाठच्या भावांच्या बायका, त्यांची काळजी तो आधीं घेईल. त्यांना आधीं वस्त्रें, अलंकार तो घेईल. असें तो करील तरच त्याच्या शब्दाला मान राहील. तरच त्याच्याबद्दल आदर व आपलेपणा कुटुंबांतील सर्वांस वाटेल. त्यागानें वैभव मिळत असतें ते असें.

संध्येच्या वेळी आपण एक मंत्र म्हणतो. त्यांत पुढील चरण आहे.

''सर्वेषामविरोधेन ब्रह्मकर्म समारभे''

आतां कोणाचाहि विरोध नाहीं. आतां मला माझें ब्रह्मकर्म आरंभूं दे. सर्वांचा

अविरोध. फार महत्त्वाचे आहेत हे शब्द. आधीं कोठलें ब्रह्मकर्म? आधीं कोठली स्नानसंध्या? कोठलें देवदेवतार्चन, कोठले जपतप? समाजांत आधीं सलोखा निर्माण करा, स्नेह निर्माण करा, मानवजातींतील विरोध दूर करा, कलह मिटवा, द्वेष-मत्सर नाहींसे करा. आणि मग तुमचीं ब्रह्मकर्मे आरंभा.

हा अविरोध कसा निर्माण होईल? संयमानें. प्रत्येक जण आपल्या वासना इच्छा यांना जर थोडासा लगाम घालील तर अविरोध निर्माण होणें सुकर होईल. पेटींतील प्रत्येक सूर वाटेल तसा ओरडूं लागला तर संगीत कसें निर्माण होईल? त्या सुरांनीं स्वतःच्या इच्छांना संयत केलें पाहिजे. त्याप्रमाणें जीवनांतून संगीत निर्माण व्हावें असें जर मानवजातीस प्रांजलपणें वाटत असेल तर मानवजातीनें स्वतःच्या सुरावर संयम घातला पाहिजे. इटाली आपला सूर फारच उंच काढील, जर्मनी तिकडून बोंबलत उठेल, जपान आदळआपट करीत भांडत बसेल, तर संगीत कसें निर्माण व्हावयाचें?

भारतीय जीवनांत आज संगीत नाहीं. प्रांताप्रांतांत भांडणें आहेत. मतभेद असूं शकतात, परंतु मतभेदांतून मत्सरांचीं भुतें उठतात, तेव्हा भय वाटतें. भारताचा राष्ट्रव्यापक एकत्र कुटुंबपद्धतीचा प्रयोग आहे. भारत हें एकराष्ट्र आहे. पूर्वजांनी भारताचे तुकडे कधीं कल्पिले नाहींत. आपल्या डोळ्यांसमोर भारतीय ऐक्याची भव्य कल्पना त्यांनीं सदैव ठेविली होती. आपण स्नान करतांना केवळ महाराष्ट्रातील नद्यांचे स्मरण नाहीं करणार, तर सर्व भरतखंडांतील नद्यांचें स्मरण करतों. "हर गंगे, यमुने, नर्मदे, तापि, कृष्णे, गोदावरि, कावेरि" असें आपण म्हणतों. कलशाची पूजा करतांना त्या लहान कलशांत सारा हिंदुस्थान आपण पहात असतों.

गंगे च यमुने चैव गोदावरि सरस्वति
नर्मदे सिंधु कावेरि जलेऽस्मिन् सन्निधिं कुरु ।

अशा प्रमुख नद्यांचें स्मरण आपण करतों. "अयोध्या, मथुरा, माया, काशी, कांची, अवन्तिका। पुरी द्वारावती चैव" अशा ह्या पवित्र सप्त पुऱ्या आपण भारताच्या चारी दिशांत ठेविल्या आहेत.

दुर्लभं भारते जन्म ।

असें ऋषीनें मोठ्या गौरवानें म्हटलें आहे. पूर्वजांच्या डोळ्यांसमोर अंग, वंग, कलिंग, नसे; गुर्जर, विदर्भ, महाराष्ट्र नसे; त्यांच्या डोळ्यांसमोर भारत असे.

या विशाल भारतांत अनेक प्रांत आहेत. मोठ्या कुटुंबांत पुष्कळ भाऊ

असावेत, त्याप्रमाणें या विशाल भारतीय कुटुंबांत पुष्कळ भाऊ आहेत. या भावांनीं परस्परांशी संयमानें वागलें पाहिजे. एका कुटुंबांत रहावयाचें असेल तर आपापलींच तुणतुणीं वाजवून चालणार नाहीं. आपापलेच सूर उंच करून भागणार नाहीं. युरोपांत लहान लहान अनेक देश विभक्त आहेत आणि कापाकापी करीत आहेत. तसें जर भारताचें व्हावयास नको असेल, तर भारतानें जपले पाहिजे. आणि एकत्र कुटुंबांत दुसऱ्याचें सुखदु:खं आधीं पहावयाचें, आधीं माझें नाहीं, आधीं तुझें, हें जसें करावें लागते, तसेंच आपणांस भारतीय संसारांत करावें लागेल. महाराष्ट्रीयानें गुजराथला म्हणावे, "धन्य गुजराथ! महात्माजींस जन्म देणारा गुजराथ धन्य होय." गुजराथनें महाराष्ट्रास म्हणावें, "धन्य महाराष्ट्र! लोकमान्यांना जन्म देणारा, श्री छत्रपति शिवाजीस जन्म देणारा, शूरांचा महाराष्ट्र, धन्य आहे!" बंगालला म्हणावें, "बा वंग देशा! कृतार्थ आहेस तूं. जगदीशचंद्र, प्रफुल्लचंद्र, रवींद्र, यांना जन्म देणाऱ्या! देशबंधु, सुभाषबाबू यांना जन्म देणाऱ्या! श्री रामकृष्ण व विवेकानंद यांना प्रसवणाऱ्या! बलिदान देणाऱ्या शेंकडों सत्पुत्रांनीं शोभणाऱ्या! धन्य आहे तुझी!" पंजाबला म्हणावें, "हे पंजाबा! दयानंदांची तूं कर्मभूमि! स्वाती रामतीर्थांची जन्मभूमि! श्रद्धानंद, लालाजी, भगतसिंग यांची तूं माता! थोर आहेस तूं." सरहद्द प्रांताला म्हणावें, "पंचवीस लाख लोकांतून सोळा हजार सत्याग्रही देणाऱ्या तेजस्वी प्रांता! धन्य आहे तुझी. देवाचे सैनिक देणाऱ्या प्रांता! तूं भारताची शोभा व आशा आहेस!" अशा रीतीनें सारे प्रांत परस्परांची मुक्तकंठानें स्तुति करीत आहेत, एकमेकांचा गौरव करीत आहेत, एकमेकांचा प्रकाश घेत आहेत, एकमेकांपासून स्फूर्ति घेत आहेत, एकमेकांचे हात हातांत घेत आहेत, असा देखावा या भारतांत दिसला पाहिजे. परंतु याला मोठें मन हवें. याला संयम हवा. स्वत:चा अहंकार दूर राखावयास हवा.

जो दुसऱ्याच्या सुखदु:खाचा विचार करूं लागला, त्याला संयम सुलभ वाटतो. मी असें केलें तर त्याला काय वाटेल, मी असें बोललों तर त्याचा काय परिणाम होईल, असें लिहिल्यानें व्यर्थ मनें तर नाहींना दुखवलीं जाणार, जोरानें पाय आपटीत गेलों तर कोणाची झोंप नाहीं ना मोडणार, रात्रीं रस्त्याने मोठ्यानें चर्चा करीत वा गाणीं गात गेलें तर कोणास त्रास नाहीं ना होणार, सभास्थानीं आपण आपसांत चर्चा करूं लागलों तर व्याख्यान ऐकून घेण्यास इतरांस अडचण तर नाहीं ना होणार, एक का दोन, शेंकडों बारीकसारीक गोष्टींच्या वेळीं दुसऱ्यांची

आठवण झाली पाहिजे. परंतु आपल्या देशांत ही संवयच नाहीं. दुसऱ्याचा विचार क्षणभरहि आपल्या मनांत डोकावत नाहीं. कारण सहानुभूति कमी. जेथें सहानुभूति नाहीं तेथें संयम नाहीं.

दुसऱ्याला आपल्या कृत्यापासून उगीच त्रास होईल ही भावनाच आपल्या लोकांच्या मनांतून गेली आहे. जणूं मीच काय तो एकटा जिवंत आहें, आजुबाजूस कोणी नाहीं, या भावनेनें आपण वागत असतों. पाश्चिमात्य देशांत ही वस्तु नाहीं. पाश्चिमात्य देशांत त्यांच्या सार्वजनिक जीवनांत संयम अधिक आहे. रस्त्यांतून उगीच गोंगाट करणार नाहींत. दुसऱ्याला त्रास होईल असें कांहीं करणार नाहींत. सर्वत्र व्यवस्थितपणा आढळेल. संयमाशिवाय व्यवस्थितपणा येत नसतो. जेथें संयम नाहीं तेथें सारी बजबजपुरीच. आपल्या सभा पहा, आपल्या मिरवणुकी पहा, स्टेशनवर तिकिटाच्या तेथें पहा. सर्वत्र संयमहीन जीवन आढळेल. आणि कोणी संयम सुचविला तर त्याचीच टर उडविण्यांत येते. "अहो जरा हळू बोला" असें कोणास सुचविलें तर "गप्प बसा, मोठे आलेत शिष्ट" असे पुणेरी जोडे एकदम मिळावयाचे.

एखादा शब्द आपण एकदम बोलतों आणि कायमचीं मनें तोडलीं जातात. एखादें भरमसाट विधान करतों आणि कायमचीं वैरें उत्पन्न होतात. आणि एकदां तुटलेलीं मनें जोडणें कठीण आहे.

फुटलें मोतीं तुटलें मन । सांधूं न शके विधाता ।।

जगांत जोडणें कठीण आहे. तोडणें सोपें आहे. वृक्ष वाढवणें कठीण आहे. परंतु त्याला एका क्षणांत तोडून टाकतां येतें. घर बांधणें कठीण, पाडणें सोपें. आपणांस जीवनें जोडावयाचीं आहेत. तीं संयमानेंच जोडतां येतील.

आपण रेड्याला कमी मानतों. कारण तो संयमी नाहीं. तो सारखींच शिंगें उगारतो, सारखेच डोळे वटारतो. आपण त्या पशूंना किंमत देतों जे संयमी आहेत. जे लगाम घालून घेतात, गाडीला नीट चालतात, नांगर नीट ओढतात. जो घोडा लगाम घालून घेणार नाहीं, त्याला कोण जवळ करील, त्याला कोण किंमत मोजील? पशूला चामड्याचा लगाम घालावा लागतो. परंतु माणसाला कांहीं असले लगाम घ्यालावयाचे नाहींत. बुद्धि हा माणसाचा लगाम आहे. मनुष्य विचारानें वागतो. जो विचारानें वागणार नाहीं तो मनुष्य नाहीं. संयमी असणें ही मनुष्यत्वाची पहिली खूण आहे. परंतु ही खूण कितीजणांजवळ आपणास आढळेल? आज जगांत माणसें

वृकव्याघ्रासारखींच वागत आहेत. परस्परांस खावयास उठलीं आहेत. स्वतःस उच्च समजून दुसऱ्यांस तुच्छ लेखीत आहेत. संयमाचा संपूर्ण अभाव सर्वत्र दिसत आहे.

दोन दगड एकत्र जोडण्यास सिमेंट लागतें. संयमाचें सिमेंट जर असेल तरच जीवनें जोडलीं जातील. प्रांत प्रांतास, राष्ट्र राष्ट्रास जोडलें जाईल. परंतु अहंकार जर असेल तर हें साधणार नाहीं. एखाद्या प्रांताला उज्ज्वल भूतकाळ असतो. परंतु त्या उज्ज्वल भूतकाळाच्या अहंकारानें आपण इतरांस जर पदोपदीं तुच्छ मानूं लागलो तर काय फायदा? अशा वेळेस उज्ज्वल भूतकाळ नसता तर बरें वाटूं लागतें. ज्या इतिहासामुळें मी घमेंडखोर बनतों, मीच शहाणा बाकी दगड असें मला वाटतें, तो इतिहास नसलेला पत्करला. मला भूतकाळाच्या इतिहासापासून स्फूर्ति मिळावी. परंतु ती शेजारच्या भावास हिणविण्यासाठीं नसावी. महाराष्ट्रानें ही गोष्ट ध्यानांत धरली पाहिजे.

संयम म्हणजे शरणता नव्हे. संयम म्हणजे नेभळटपणा आहे. संयम म्हणजे सामर्थ्य आहे. जीवनाच्या विकासासाठीं तो आहे; कर्म उत्कृष्ट व्हावें म्हणून तो आहे. सेवा उदंड हातून व्हावी म्हणून तो आहे. समाजांत आनंद अधिक यावा, संगीत अधिक यावें, म्हणून तो आहे. संयम ही सार्वभौम वस्तु आहे!

प्रकरण दहावें

कर्मफलत्याग

श्रीगीतेनें कर्मफलत्याग शिकविला आहे. ज्ञानविज्ञानपूर्वक निष्ठेनें व जिव्हाळ्यानें स्ववर्णानुसार म्हणजे स्वतःच्या आवडीचें सेवाकर्म करावयाचें, तें कर्म उत्कृष्टपणें पार पाडतां यावें म्हणून जीवन संयत करावयाचें. आहारविहार नियमित करावयाचे. शरीर आणि मन प्रसन्न व निरोगी राखावयाचीं. अशा रीतीने जीवन सार्थकीं लावावयाचें. सेवाकर्म करीत करीत, उत्तरोत्तर अधिकाधिक तन्मयतेनें करीत करीत, एक दिवस सर्व सृष्टीशीं सख्य जोडावयाचे, मन भेदातीत होऊन केवळ चिन्मयाच्या साम्राज्यांत रमावयाचें.

परंतु हें सर्व साधावयास आणखी एक वस्तु पाहिजे. आणि एक दृष्टि पाहिजे. ती दृष्टि म्हणजे फळाची आशा करीत न बसणें. कर्मातच इतकें रमावयाचें कीं फलाचा विचार करावयास अवसरच नाहीं. कर्ममयच जीवन. ''देवचि खावा, देवचि प्यावा'' असें जनाबाई म्हणे. देव म्हणजे आपलें ध्येय. आपलें सेवाकर्म. हें सेवाकर्मच खावयाचें, सेवाकर्मच प्यावयाचें. याचा अर्थ खातानाहि कर्माचाच विचार. पितांनाहि कर्माचाच विचार. झोपेंतहि कर्माचेंच चिंतन. महात्माजी मागें एकदां म्हणाले होते ''मला हरिजनांच्या सेवेचींच स्वप्ने पडतात. मंदिरें उघडताहेत असें दिसतें.'' रामतीर्थांना झोपेंत गणिताचीं कूटें सुटत. अर्जुनाची गोष्ट अशीच सांगतात. अर्जुनावर श्रीकृष्णाचे प्रेम फार म्हणून उद्धव अर्जुनाचा हेवा करी. श्रीकृष्णाच्या ध्यानांत तें आलें. श्रीकृष्ण उद्धवाला म्हणाला, ''उद्धवा! अर्जुन

काय करतो आहे तें बघून ये.'' उद्धव निघाला. अर्जुन खोलींत गाढ झोंपला होता. परंतु तेथें कृष्ण कृष्ण असा मंजुळ ध्वनिं ऐकूं येत होता. तो आवाज कोठून येत होता? उद्धव पाहूं लागला, शोधूं लागला. तो अर्जुनाच्या जवळ गेला. त्याला काय दिसलें? अर्जुनाच्या रोमारोमांतून कृष्ण कृष्ण असा ध्वनि येत होता. कृष्णाचें प्रेम अर्जुनाच्या जीवनांत ओतप्रोत भरलें होतें. नानकानें म्हटलें आहे ''देवा! तुझें स्मरण श्वासोच्छ्वासाप्रमाणें होऊं दे.'' देवाच्या स्मरणाशिवाय जीवन असह्य होऊं दे. त्याचें स्मरण म्हणजे जीवन, त्याचे विस्मरण म्हणजे मरण. त्याचें स्मरण म्हणजे सफल सुख, त्याचें विस्मरण म्हणजे परम दुःख.

विपद् विस्मरणं विष्णोः संपन्नारायणस्मृतिः

आणि देवाचें स्मरण म्हणजे ध्येयाचें स्मरण, स्वकर्माचे, स्वधर्माचें स्मरण. ज्याच्यासाठीं जगावेंसें वाटतें, ज्याच्यासाठीं मरावेसे वाटतें, तें आपले दैवत. तो आपला देव. त्याच्या चिंतनांत सदैव रमणें म्हणजेच परमसिद्धि.

मनुष्य स्वकर्मांत इतका कधीं रंगेल? ज्या वेळेस त्या कर्मापासून मिळणाऱ्या फळाला विसरेल तेव्हांच. लहान मूल असतें. तें आंब्याची बाठ घेऊन जमिनींत पुरतें. दुसऱ्या दिवशीं सकाळीं उठून ती बाठ तें मूल पुन्हां उकरून पाहातें. अंकुर फुटला आहे कीं नाहीं तें पाहण्याची त्यास उत्कंठा असते; परंतु जर ती बाठ घटकेघटकेला अशी उकरून पाहण्यांत आली तर तिला कधीहि अंकुर फुटणार नाहीं, कधींहि मोहोर येणार नाहीं, रसाळ फळें लागणार नाहींत. याच्या उलट, त्या बाठीला जर रोज पाणी घालण्यांत आलें, खत घालण्यांत आलें, बकरीनें पानें खाऊं नयेत म्हणून कुंपण करण्यांत आलें, आणि अशा रीतीनें त्या आम्रसंवर्धनाच्या कर्मातच जर मनुष्य रमला, तर वर एके दिवशीं रसाळ फळें डोलल्याशिवाय राहणार नाहींत.

मनुष्याचा खरा आनंद फळांत नसून कर्मांतच आहे., असें खोल पाहिले तर दिसेल. आपले हातपाय, आपलें हृदय, आपली बुद्धि हीं सदैव सेवाकर्मांत रंगलेलीं असण्यांतच आनंद आहे. इंग्लंडमधील प्रख्यात इतिहासकार गिबन ज्या मध्यरात्रीं त्याचा तो प्रचंड इतिहास लिहून संपला, त्या वेळेस रडला. बारा वाजून गेले होते. प्रशांत रात्र होती. शेवटचें वाक्य लिहून झालें. पंचवीस वर्षें तो उद्योग गिबनचा चालला होता. प्रत्येक क्षण आनंदांत गेला; परंतु तो इतिहास संपतांच त्याला वाईट वाटलें. तो म्हणाला, ''आतां उद्यां काय करूं? उद्यां कोठला आनंद? आतां काय

वाचूं, काय लिहूं?" तें कर्म करण्यांतच त्याचा आनंद होता.

मुलें खेळतात. खेळतांना आपणांस इतका व्यायाम होईल, आपलें शरीर असें सुधारेल, वगैरे विचार त्यांच्या मनांत नसतात. हे विचार मनांत आणून मुलें खेळतील तर खेळाचा आनंद त्यांना लुटतां येणार नाहीं. आट्यापाट्या खेळतांना माझ्या मांड्यांना आतां व्यायाम होत आहे असा का विचार करून खेळाडू खेळेल? असा विचार करून त्याला कोंडी फोडतां येणार नाहीं. मुले खेळासाठीं म्हणून खेळतात. त्यानें मिळणारें जें व्यायामाचें फळ, त्या फळाकडे खेळतांना त्यांचें लक्ष नसतें.

याचा अर्थ असा नाहीं कीं खेळ खेळणाऱ्याला व्यायामाचें फळ मिळत नाहीं. त्याची प्रकृति निरोगी राहते. तो आनंदी राहतो. तो मनमोकळा होतो. किती तरी फळें त्याला मिळतात. खेळ खेळावयास जाण्यापूर्वी, खेळाला आरंभ करण्यापूर्वी व्यायामाचा विचार त्याच्या मनांत असतो. मी जर रोज खेळत जाईन, तर माझी प्रकृति निकोप राहील असें तो ठरवितो. फळाचा विचार प्रथम मनांत असतो. परंतु एकदां कर्म सुरू झालें म्हणजे त्या फळाचा विसर पडला पाहिजे. तें कर्मच धर्म वाटलें पाहिजे. ती साधनाच साध्यरूप वाटली पाहिजे. प्रत्येक प्रयत्न म्हणजे कर्मसिद्धि आहे, प्रत्येक घाव म्हणजे विजय आहे, प्रत्येक टाकलेलें पाऊल म्हणजे ध्येयप्राप्ति आहे, असें वाटलें पाहिजे. प्रयत्न म्हणजेच सिद्धि.

बेलदार मोगरी हातांत घेऊन दगड फोडीत असतो. समजा दहा घावांनीं दगड फुटला नाहीं, आणि अकराव्या घावास तो फुटला. तर ते पहिले घाव फुकट का गेले? प्रत्येक घाव त्या दगडांतील अणूंना आघात करीतच होता. ते अणू अलग केले जात होते. प्रत्येक घाव ध्येयाकडेच नेत होता.

कर्म उत्कृष्ट व्हावें म्हणूनच कर्मफलत्यागाची जरूरी आहे. फळाचें सतत चिंतन करणाऱ्यापेक्षां, कर्मांतच जो रमला, त्याला अधिक थोर फळ मिळेल. कारण पदोपदीं फळाचें चिंतन करणाऱ्याचा पुष्कळसा वेळ चिंतनांतच जातो. पाऊस नाहीं पडला तर, भाव नीट नाहीं आला तर, उंदीर लागला तर, अशी पदोपदीं जो शेतकरी काळजी आणि विवंचना करीत बसेल, फळाविषयीं विचार करीत बसेल, त्याच्या हातांत भरपूर उत्साह राहणार नाहीं; ह्याच्या मनांत अनंत आशा उरणार नाहीं; त्याचें कर्म उत्कृष्ट होणार नाहीं. ह्याच्या उलट, जो शेतकरी कर्मातच रंगला आहे, खत घालीत आहे, पाणी लावीत आहे, निंदणी करीत आहे, दुसरा विचार करावयास ज्याला वेळच नाहीं, त्याला अधिक उत्कृष्ट फळ मिळेल यांत शंका नाहीं.

कमळ असतें ना. त्याची गोष्ट रामकृष्ण परमहंस नेहमी सांगावयाचे, कमळाला फुलावयाचें असतें. रात्रंदिवस चिखलांत पाय रोंवून ते धडपडतें. सूर्याकडे तोंड करून फुलूं पहात असतें. त्या कमळाची साधना सारखी अखंड सुरू असते. स्वत:चें फुलणें तें विसरून जातें. फळाला जणूं विसरून जातें. थंडी, ऊन, पाऊस, चिखल यांत राहून धडपडत असतें. परंतु एक दिवस उजाडतो. तें कमळ मंद मधुर फुलतें. सूर्याचे किरण त्याला चुंबतात. वारे त्याला आंदुळतात, गाणीं म्हणतात. आपण फुललों आहोंत, याचें भान त्या कमळाला जणूं नसतें. सुगंधानें, पावित्र्यानें, मकरंदानें मी भरून राहिलों आहें, याची जाणीव त्याला नसते. शेवटीं भ्रमर गूं गूं करीत येतो. त्या कमळाभोंवतीं प्रदक्षिणा घालतो. त्या कमळाच्या अंतरंगांत तो शिरतो व सांगतो "पवित्र कमळा! तूं फुलला आहेस. किती गंध, कसा रंग, किती गोड रस!"

मनुष्याचें असेंच झालें पाहिजे. फळाचा विसर पडला पाहिजे. फळ पायाशीं येऊन पडलें तरीहि तिकडे दृष्टि जातां कामा नये. ध्रुवाच्या डोळ्यांसमोर प्रत्यक्ष नारायण येऊन उभा राहिला, तरी त्याचे डोळे मिटलेलेच. नारायणाच्या चिंतनांत तो तल्लीन झाला होता. इतकी समरसता साधनेंत होणें ही महत्त्वाची वस्तु आहे.

भारतीय संस्कृति साधना शिकविते. अधीर होऊं नका, उल्लू होऊं नका. फळासाठीं लालचावलेले होऊं नका, घायकुतीस येऊं नका. महान् फळे चुटकीसरशीं मिळत नाहींत. अनन्त साधना व अखंड अविरत श्रम त्यासाठी लागतात. वडाचें प्रचंड झाड दोन दिवसांत वाढत नाहीं. मेथीची भाजी दोन दिवसांत वाढते, चार दिवसांत सुकते. परंतु वडाचें झाड एकदा उभें राहिलें म्हणजे हजारोंना छाया देतें. त्याच्या शाखा आकाशाला कवटाळायला जातात. त्याचें शिर गगनाला भिडतें, त्याचीं मुळें पाताळगंगेची भेट घेतात. परंतु असा हा स्पृहणीय व महनीय पसारा, हें महान् वैभव, प्राप्त व्हावयास दगडधोंड्यांतून मुळें रोंवीत कित्येक वर्षे त्या वटवृक्षाला धडपडावें लागतें.

विनता व कद्रू यांची गोष्ट सुप्रसिद्ध आहे. कद्रूला एक हजार सर्पबाळें होतांच विनता अधीर झाली. तिनें एक अंडें फोडलें. परंतु तें परिपक्व नव्हतें. त्यांतून लुळापांगळा अरुण बाहेर पडला. विनता कष्टी झाली. तिच्या उतावीळपणाचें बक्षिस तिला मिळालें. परंतु ती अनुभवानें शहाणी झाली. दुसरें अंडें तिने फोडले नाहीं. एक हजार वर्षे ती थांबली आणि मग एक हजार वर्षांनंतर त्या अंड्यांतून

पक्षिराजा गरुड बाहेर पडला. भगवान् विष्णूचें तो वाहन झाला.

तुमच्या कर्मांतून दुबळीं फळें मिळावयास नको असतील व अशीं भव्यदिव्य फळें पाहिजे असतील तर शेंकडों वर्षे श्रमावें लागेल, साधना करावी लागेल. भारतीय संस्कृतीचे उपासक आज साधना विसरले आहेत. त्यांना चुटकीसरशीं फळें हवीं असतात. पटकन स्वातंत्र्य हवे आहे. परंतु लाखों खेड्यापाड्यांत जाऊन वर्षानुवर्ष साधना करावयास नको आहे. क्रांति क्षणांत होत नसते. राष्ट्रीय शिक्षणाचे महान् आचार्य विजापूरकर एकदां म्हणाले, ''इंग्रजांना राज्य घ्यावयास दीडशें वर्षें लागलीं. त्यांना घालवावयास तीनशें लागतील. अशा आशेनें सारखें धडपडलें पाहिजे.''

कर्मफलत्यागी मनुष्य कधीं निराश होत नाहीं. कारण फळाकडे त्याचे डोळेच नाहींत. जो सारखें फळाचें चिंतन करील, तो कष्टी होईल, निराश होईल. भगवान् बुद्ध एकेक गुण अंगीं येण्यासाठीं एकेक जन्म घेत होते. जीवनाची परिपूर्णता गांठावयास त्यांना शेंकडों जन्म घ्यावे लागले.

एकदां दोन साधक तपश्चर्या करीत होते. देव भेटावा अशी त्यांना इच्छा होती. देवदूत प्रथम एकाकडे आला व म्हणाला, ''काय रे, देव कधीं भेटावा असें तुला वाटतें?'' तो म्हणाला, ''या क्षणीं; मी अगदीं अधीर झालों आहे.'' देवदूत म्हणाला, ''तुला हजारों वर्षें झालीं तरी भेटणार नाहीं.'' देवदूत दुसऱ्याकडे गेला. त्यालाहि तोच प्रश्न त्यानें विचारिला. तो साधक म्हणाला, ''किती वर्षांनीं तो भेटूं शकेल?'' देवदूत म्हणाला, ''दशसहस्त्र वर्षांनीं.'' साधक सद्‌गदित होऊन म्हणाला, ''काय इतक्या लौकर देव मला भेटेल? देवाची प्राप्ति व्हावयास कोट्यवधि वर्षें लागतात. मला खरेंच का इतक्या लौकर मिळेल?'' इतक्यांत परमेश्वर तेथे आला व म्हणाला, ''मी आतांच तुला भेटतों. तुझ्या हृदयमंदिरांत येऊन राहतों.''

देवाची प्राप्ति व्हावयास कितीहि साधना केली तरी ती थोडीच आहे. ध्येयप्राप्तीसाठीं अशी ही अमर आशा हवी. प्रयत्नांचा, कष्टांचा, उद्योगांचा कंटाळा येतां कामा नये. उत्तरोत्तर अधिकच उत्कट कर्म होऊं लागलें पाहिजे. जो हजारों वर्षें श्रमावयास तयार आहे, त्याला या घटकेला फळ मिळेल.

परंतु स्वतःच्या मनाचें समाधान हें फळ तर सारखें मिळतच असतें. मी माझी पराकाष्टा करीत आहे, कष्टांची शर्थ करीत आहें, हें माझें आंतरिक समाधान कोण हिरावून नेणार? आपणांस हा देह, ही बुद्धि, हें हृदय यांची जोड मिळाली आहे.

देवानें हें भांडवल आधींच दिले आहे. हें जे मिळालें आहें. त्याचें उतराई होण्यासाठीं म्हणून सेवा केली पाहिजे. समाज आपणांस अपरंपार देत आहे. सृष्टि देत आहे. त्याचे अनृणी होण्यासाठीं म्हणून सदैव झिजणें हें प्रत्येकाचें कर्तव्य आहे.

आणि फळ आपणांस न मिळालें तरी समाज अमर आहे. व्यक्ति जातात, परंतु समाज चिरंतन आहे. कार्य करणारे जातात, परंतु कार्य उरतेंच. तें कार्य पुरें करावयास समाज आहेच. माझें पडलेलें काम दुसरा कोणी उचलील. मी लावलेल्या झाडाला दुसरा कोणी पाणी घालील. माझ्या श्रमाचें फळ कोणाला तरी मिळेलच. आणि ज्या कोणाला मिळेल, तो माझाच आहे. त्यांच्यांत व माझ्यांत भेद आहे कोठें?

आपल्या संस्कृतींत अदृष्ट फळाची एक गोड कल्पना आहे. उथळ बुद्धीचे लोक या कल्पनेची टर उडवितात. परंतु या कल्पनेचा जसा जसा विचार करावा, तसतसा आनंद होतो. तुझ्या प्रयत्नांना फळ लागेल; परंतु तें तुला प्रत्यक्ष दिसणार नाहीं. तुझ्या कल्पनेच्या दिव्य चक्षूंना तें दिसेल. न दिसणारें फळ तुला मिळेलच मिळेल. हिंदुस्थानांत स्वराज्यासाठीं किती तरी मोठमोठीं माणसें आमरण कष्ट करून निघून गेलीं. त्यांच्या प्रयत्नांचे फळ त्यांना मिळालें नाहीं; परंतु अदृष्ट फळ त्यांना मिळतच होतें. न्यायमूर्ति रानडे एकदां म्हणाले, "तो पहा सुखी समृद्ध हिंदुस्थान मला दिसत आहे. ही देवांची आवडती भूमि स्वतंत्र व मुक्त अशी मला दिसत आहे. रोग नाहीं, दुष्काळ नाहीं, अज्ञान नाहीं, रूढि नाहीं, भांडण नाहीं, तंटा नाहीं, द्वेष नाहीं, मत्सर नाहीं, साऱ्या जाति, सारे धर्म, परस्परांशीं गुण्यागोविंदानें वागत आहेत, सर्वांना अन्न आहे, वस्त्र आहे, रहावयाला घरदार आहे, असा तो हिंदुस्थान मला दिसत आहे." न्यायमूर्तींच्या विशाल दृष्टीला शास्त्रपूत व श्रद्धापूत दृष्टीला तें अदृष्ट फळ दिसत होतें. मनुष्याला त्याच्या श्रमांचें अदृष्ट फळ मिळेल म्हणजे त्याचे श्रम फुकट जाणार नाहींत. जगांत कांहींहि फुकट जात नाहीं.

अदृष्ट फळ याचा दुसराहि एक अर्थ आहे. नदी वाहत असते. किती तरी तरुवेलींना ती ओलावा देत असते; परंतु तिला तें माहीत नसतें. किती तरी जलचरांना तिनें पोटाशीं धरलेलें असतें, परंतु त्याची तिला जाणीव नसते. आपण किती जमीन सुपीक व समृद्ध केली, याची तिला जाणीव नसतें किती विहिरींना आपल्यामुळें पाण्याचा पुरवठा झाला, हें तिला माहीत नसतें. नदी वाहत असते. रात्रंदिवस कर्म करीत असते. ओलावा देत असते; परंतु हा ओलावा कोठें कोणाला

किती मिळाला हें तिला काय ठावें? तें फळ तिला माहीत नाहीं. तिला माहीत नाहीं. तिला दिसत नाहीं; परंतु तिच्या नावावर तें जमा आहे. तिच्या कर्माला लागलेलीं तीं अनंत फळें आहेत.

आपण किती ठिकाणचा अंधार दूर केला हें सूर्यास माहीत नसतें. त्याला जर आपण म्हटले, "भगवान् सूर्यनारायणा! केवढा तुझा उपकार! तूं सारा अंधार दूर केलास." सूर्य म्हणेल "कोठला अंधार मी दूर केला? मला आणून दाखवा चिमूटभर. मी अंधार पाहिलाहि नाहीं, मग दूर कोठून करूं? मला प्रकाशणें माहीत. रात्रंदिवस जळत राहणें एवढें मला माहीत."

सूर्यानें आपल्या जीवनाचें यज्ञकुंड सतत पेटत ठेविलें आहे; परंतु त्याला त्या कर्माचें फळ मिळत का नाहीं? सूर्याच्या उष्णतेमुळें प्राणिमात्र जगत आहेत. फुलेंफळें उत्पन्न होत आहेत. वृक्षवनस्पति वाढत आहेत. सर्व विश्वाचा कारभार चालला आहे. सर्व जगाचा तो आत्मा आहे.

"सूर्य आत्मा जगतस्तस्थुषश्च"

त्या स्थिरचर सृष्टीचा तो प्राणदाता आहे. परंतु सूर्याला ह्या महान् फळाची वार्ताहि नाहीं. परंतु हें अदृष्ट फळ त्याला मिळतच आहे.

बाहेर सुंदर सुगंधी फूल फुलतें. किती तरी मानवांच्या जीवनांत त्या फुलाच्या दर्शनानें आनंद उत्पन्न होत असतो; परंतु फुलाला त्याची कोठें कल्पना आहे? वाऱ्याबरोबर त्या फुलाचा परिमळ आसमंतात् पसरतो, व लोकांना सुख होतें. आजाऱ्याला प्रसन्न वाटतें. मधमाशा, फुलपांखरें, भुंगे फुलांशीं येतात, त्याला लुटतात, त्याच्याजवळ गुजगोष्टी करितात. फुलाला त्याची स्मृती नाहीं. त्यानें आपलें जीवन फुलवून ठेवलें आहे. परंतु हजारों जीवांना आनंद दिल्याचें, त्याला माहीत नसलेलें तें अदृष्ट फळ त्याला मिळतच असते.

लहान मूल हंसतें, खेळतें. जगूं का मरूं अशा स्थितींत असणाऱ्या टेनिसनला फुलें व मुलें पाहून आशा मिळते. त्या मुलाला काय माहीत की हें हास्य निराश व निरानंद जीवनांत सुधासिंधु ओतीत आहे? आपल्या आई-बापांना, भावाबहिणींना, शेजाऱ्यापाजऱ्यांना आपल्यामुळें सुखसमाधान मिळत आहे हें त्या मुलाला ठाऊक नसतें; परंतु तें अदृष्ट फळ त्याला मिळत असतें.

आपण खादी विकत घेतली. त्यामुळें कोणत्या खेड्यांत कोणत्या उपास काढणाऱ्या कुटुंबाला दोन घांस मिळाले तें आपणांस माहीत नसतें. परंतु आपणांस

माहीत नसलें तरी तिकडे दोन जीव सुखी झाले ही गोष्ट कांहीं खोटी नाहीं. चिंचेचा पाला शिजवून खाणारे लोक भाकर खाऊं लागले हें खरें आहे. मला दिसो वा न दिसो. तें अदृष्ट फळ मला मिळालेंच आहे.

मनुष्यानें सेवा करीत रहावें. सत्कर्म करीत रहावें. त्यामुळें मनाचें समाधान हें दृष्ट फळ तर त्याला पदोपदीं आहेच. परंतु समाजाला आनंद देण्याचें अदृष्ट फळहि त्याला मिळत असतें. या जगांत जर कांहींच फुकट जात नाहीं, तर सत्कर्म तरी फुकट कसें जाणार? घराजवळ घाण केली तर डांस होतात. घराजवळ स्वच्छता ठेवली तर आरोग्य व आनंद नांदेल. वाईट वा चांगलें-दोघांना फळें येतच असतात. कांटे पेराल तर कांटे खाल. गुलाब लावाल तर गुलाब मिळतील. प्रत्येक गोष्टीचा परिणाम स्वत:वर व सभोंतालच्या सृष्टीवर होत असतो. आकाशांत दूर तारा चमकतो व माझ्या जीवनांत पावित्र्य येतें. ध्रुवतारा दिसतो व माझी नौका सुरक्षित जाते. मनांत आलेल्या भावनांचा व विचारांचाहि जर परिणाम होतो, तर मग केलेल्या कृतींचा परिणाम कसा होणार नाहीं? हा परिणाम अदृष्ट असेल, परंतु तो होत असतो यांत संशय नाहीं.

केवळ कर्मांतच रंगून जाणें हें एकदम साधणार नाहीं. मनुष्य प्रथम लोभानें कर्मास प्रवृत्त होतो. आई मुलाला म्हणते श्री, ग काढ, म्हणजे खारीक देईन. त्या खारकेच्या आशेनें तो पाटी घेतो. वडी मिळेल म्हणून तो शाळेंत जातो; परंतु पुढें विद्येचा आनंद कळतो. विद्येसाठीं म्हणून तो विद्या शिकतो. त्या वेळेस इतर फळें त्याला मिळत नाहींत असें नाहीं. लहानपणीं खारीकच मिळे. परंतु आतां फळाची आशा सोडून विद्येची उपासना करूं लागतांच, त्याला मानसन्मान, कीर्ति, पदव्या सारें मिळतें. त्याला निमंत्रणें येतात, त्याचीं स्वागतें होतात. अनंत फळें त्याच्यापुढें हात जोडून उभीं राहतात. ऋद्धिसिद्धि त्याच्याभोंवती तिष्ठत राहतात; परंतु त्या मानसन्मानांचा त्या विद्यानंद पुरुषास आनंद वाटत नाहीं.

तैं गजवजों लागे कैसा । व्याधें विंधला मृगू जैसा ।।

बाणानें हरिण विद्ध व्हावा, घायाळ व्हावा, त्याप्रमाणें मानसन्मानांनीं तों गजबजून जातो, गांगरून जातो.

तुकाराम महाराजांची कीर्ति ऐकून शिवाजी महाराजांनीं त्यांच्याकडे पालखी वगैरे पाठविली. घोडेस्वार पाठविले. पालखींत घालून तुकारामांना मिरवीत आणावें असें शिवाजी महाराजांस वाटलें; परंतु तुकाराम कष्टी झाले. आपल्या सत्कर्माला

हीं वैभवाचीं लागलेलीं फळें पाहून त्यांना वाईट वाटलें. ते देवाला म्हणाले, "देवा! ह्या दिवट्या, हे घोडे, ह्या पालख्या, हीं छत्रचामरें, कशाला हें सारें? मला का याची आवड आहे?" तुकारामांना सेवेसाठीं सेवा पाहिजे होती. मोक्षाचें फळहि त्यांना नको होतें. मोक्षावरसुद्धां त्यांनीं लाथ मारली.

"दंभ कीर्ति मान । सुखें टाकितों थुंकून ।।
जा रे चाळवी बापुडीं । ज्यांना असे त्याची गोडी ।।"

असें तुकाराम स्वच्छ सांगत आहेत. "कीर्तीला, मनाला आम्ही झुगारून दिलें आहे. त्यांच्या पाठीमागें लागून कर्मच्युत होणारी दीनदुबळीं अहंपूज्य माणसें आम्ही नाहीं. त्या गोष्टींनीं च्युत होणारीं दुसरीं माणसें आहेत."

ही दृष्टि शेवटीं माणसास आली पाहिजे. कर्म म्हणजेच मोक्ष, मोक्ष म्हणजेच संतोष. कर्म म्हणजेच सर्व काहीं. सत्कर्माची सवय झाली पाहिजे. सूर्याला जळणें माहीत, मेघाला वर्षणें माहीत, वाऱ्याला वाहणें माहीत, संताला दुसऱ्याचे अश्रू पुसणें माहीत. सवय झाली म्हणजे अहंकार जातो, फलेच्छा मरते. नाक सारखें श्वासोच्छ्वास करीत आहे, म्हणून त्या नाकाचे आपण आभार मानीत नाहीं. नाकालाहि वाटत नाहीं कीं आपण फार मोठें कांहीं करीत आहोंत. तसें आपलें झालें पाहिजे. स्वतःच्या मुलाचा शेंबूड आई जितक्या सहजतेनें, फलविरहित हेतूनें काढते, तितक्याच सहजतेनें शेजारच्या मुलांचा शेंबूड काढण्याची तिच्या हाताला सवय झाली पाहिजे. प्रथम शेजारच्या मुलाचा शेंबूड काढतांना ती आजूबाजूला पाहील. त्या मुलाची माता "हें काय, तुम्ही कशाला काढलात?" वगैरे बोलून आपला गौरव करीत आहे कीं नाहीं इकडे तिचें लक्ष असेल, परंतु पुढें पुढें हें सारें नाहीसें झालें पाहिजे. हाताचा तो सहजधर्म झाला पाहिजे.

"मामनुस्मर युद्ध्यच"

अशी भगवंताची शिकवण आहे. फळ येवो वा न येवो. सत्याची आठवण ठेवून सदैव कर्म करीत रहा. देवाचें स्मरण ठेवून कर्म करावयाचें. परंतु देवाचें स्मरण म्हणजे काय? सच्चिदानंदाचें स्मरण. माझें कर्म सच्चिदानंदरूपी परमेश्वराचें पूजन करणारें झालें पाहिजे. मांगल्याची पूजा करणारें माझें कर्म आहे कीं नाहीं, हें पाहणें म्हणजे सत्स्वरूप पूजणें, सत्स्वरूप स्मरणें; तसेंच माझें कर्म ज्ञानविज्ञानयुक्त आहे कीं नाहीं, हें पाहणें म्हणजेच चित्स्वरूपी परमेश्वराचें स्मरण; आणि हें कर्म करतांना माझें हृदय उचंबळत आहे कीं नाहीं, मला अपार आनंद होत आहे कीं

नाहीं, हें पाहणें म्हणजे आनंदस्वरूपी परमेश्वराचें स्मरण. कर्मांत समाजाचें मांगल्य हवें, कर्मांत ज्ञान हवें; कर्माचा मला बोजा न वाटतां आनंद वाटायला हवा. याला म्हणतात सच्चिदानंदाची पूजा.

भारतीय संस्कृति जय वा पराजय, सिद्धि वा असिद्धि, यश वा अपयश यांच्याकडे लक्ष देत नाहीं. समुद्राच्या लाटा वर उसळतात व खालीं पडतात, वर चढत व खालीं पडत समुद्र तीराला गांठतो. समुद्राला भरती येते व ओहटी येते; परंतु त्याची धीरगंभीर गर्जना कधीं थांबत नाहीं. त्याचें कर्म चाललें आहे. जीवन वा मरण, संपत्ति वा विपत्ति, दास्य वा स्वातंत्र्य, जय वा पराजय, इकडे लक्ष न देतां ध्येयाकडे सदैव जावयाचें. चारित्र्य ही मुख्य वस्तु आहे. माझा स्वतःचा विकास ही मुख्य वस्तु आहे. सत्कर्म ही मुख्य वस्तु आहे. तिच्यासाठी मी आहे. जयापजयाच्या लाटांशीं झुंजत मी पुढें जाईन. जयानें हुरळणार नाहीं, पराजयानें होरपळून जाणार नाहीं. संपत्तींत गर्वांध होणार नाहीं, विपत्तींत निस्तेज होणार नाहीं. मी माझे कर्म हातांत घेऊन पुढें जात राहीन. भारतीय संस्कृति केवळ विजयाचें तत्त्वज्ञान सांगत नाहीं. केवळ विजयावरच जर ती उभारलेली असेल तर जगांतील निम्मे अनुभवावरच ती उभारलेली आहे असें होईल. सदैव सुखाच्या स्वर्गांत राहशील अशी लालूच भारतीय संस्कृति दाखवीत नाहीं. विजयामुळें उतंमातूं नकोस, पराजयामुळें कष्टी हताश होऊं नकोस- हा भारतीय संस्कृतीचा महान् संदेश आहे. जयापजयांना छाटीत काटीत आपण पुढें जावयाचे. जयाचे वा पराजयाचे साक्षी व्हावयाचें. ख्रिस्तावर क्रॉसवर जाण्याची वेळ आली. तरी तो महापुरुष म्हणाला, "प्रभो! जशी तुझी इच्छा!" कर्म करीत असतांना फांस मिळो वा सिंहासन मिळो, हार मिळो वा हाल मिळोत, यश मिळो वा अपयश मिळो. माझा आत्मा मलिन होणार नाहीं. अशी खऱ्या कर्मवीराची श्रद्धा असते. अदृष्ट फळ त्याला दिसत असतें. शेवटीं सत्याचा विजय होईल हें त्याच्या दृष्टीला दिसत असतें. विजयाचे नगारे वाजवूं नकोस, पराजयाचीं रडगाणीं गाऊं नकोस. दोहोंच्यावर जाऊन, दोहोंच्यावर स्वार होऊन, निर्द्वंद्व होऊन, सदैव स्वकर्म करीत रहा, त्यांत तन्मय हो, तोच तुझा मोक्ष, तीच पूजा, तोच खरा महान् धर्म, असें भारतीय संस्कृति सांगत आहे. पण कोण ऐकणार?

प्रकरण अकरावें

गुरुशिष्य

भारतीय संस्कृतींत गुरुभक्ति म्हणजे एक अत्यंत मधुर असें काव्य आहे. ज्ञानेश्वरांनीं ज्ञानेश्वरीच्या तेराव्या अध्यायांत या गुरुभक्तीचा अपार महिमा गायिला आहे. पुष्कळांना या गुरुभक्तितींल महान् अर्थ समजत नाहीं. दंभाचा पसारा सर्वत्र वाढल्यामुळें, दिखाऊपणाचें स्तोम जिकडे तिकडे माजल्यामुळें थोर गुरुभक्तीचें महान् तत्त्व आज धुळींत पडलें आहे.

गुरु म्हणजे केवळ शिक्षक नव्हे. केवळ आचार्य नव्हे. शिक्षक किंवा आचार्य त्या त्या विशिष्ट ज्ञानाशीं आपला थोडा फार परिचय करून देत असतात. त्यांचा हात धरून आपण ज्ञानाच्या अंगणांत येतों; परंतु गुरु आपणांस ज्ञानाच्या गाभाऱ्यांत घेऊन जोतो. त्या त्या ध्येयभूत ज्ञानाशीं गुरु आपणांस एकरूप करून टाकतो. ज्ञानाशी तन्मय झालेला गुरु शिष्याचीहि समाधि लावतो. शाळेंत विद्यार्थी प्रश्न विचारतात. परंतु गुरूजवळ फारशीं प्रश्नोत्तरे नसतात. येथें न बोलतां शंका फिटतात. न सांगता उत्तरें मिळतात. येथें पहावयाचें, ऐकावयाचें, न बोलतां गुरु शिकवतो. न विचारतां शिष्य शिकतो. गुरु म्हणजे उचंबळणारा ज्ञानसागर. सच्छिष्याचा मुखचंद्र पाहून गुरु हेलावत असतो.

गीतेंमध्ये ज्ञानार्जनाचे प्रकार सांगितले आहेत :-

तद्विद्धि प्रणिपातेन। परिप्रश्नेन सेवया ।।

तें ज्ञान प्रणामानें, पुनः पुन्हां प्रश्न विचारण्यानें, सेवेनें प्राप्त करून घे.

शिक्षकांजवळ परिश्रमानें आपण ज्ञान मिळवितों. परंतु गुरुजवळ प्रणाम व सेवा हेच ज्ञानाचे दोन मार्ग असतात. नम्रता हा ज्ञानाचा खरा आरंभ आहे. गुरूजवळ शिष्य रिकामें मन घेऊन जातो. विहिरींत अपरंपार पाणी आहे; परंतु भांडें जर वांकणार नाहीं तर त्या भांड्यांत त्या अनंत पाण्यांतील एक थेंबहि शिरणार नाहीं. तसेंच ज्ञानाचे जे सागर असतात, त्यांच्याजवळ जोपर्यंत आपण वांकणार नाहीं, निमूटपणें त्यांच्या चरणांजवळ बसणार नाहीं, तोपर्यंत ज्ञान आपणांस मिळणार नाहीं. भरण्यासाठीं वांकावयाचें असतें. वाढण्यासाठीं नमावयाचें असतें.

एखादा संगीत शिकूं पाहणारा मुलगा एखाद्या संगीत शाळेंत जातों. तेथे कांहीं वर्षे तो शिकतो; परंतु संगीताचें खरें ज्ञान त्याला होत नाहीं. संगीताशीं त्याचा परिचय होतो. संगीताचा आत्मा त्याला केव्हां दिसणार, केव्हां समजणार? एखाद्या महान् गायकाच्या संगतींत जेव्हां साधक होऊन तो वर्षानुवर्षे राहील, त्या गुरूची भक्तिप्रेमानें सेवा करील, जेव्हां जेव्हां गुरु राग आळवूं लागेल तेव्हां तेव्हां नम्रपणें सर्व इंद्रियांचे कान करून तो राग तो ऐकेल, तेव्हांच खरी विद्या त्याला प्राप्त होईल. त्याच्या ओबडधोबड विद्येला तेव्हांच सुसंस्कृतता येईल, कळा चढेल.

केवळ विनम्र होऊन येणारा हा जो ज्ञानोपासक शिष्य त्याची जातकुळी गुरु विचारीत नाहीं. तळमळ ही एकच वस्तु गुरु ओळखतो. शत्रूकडचा कचहि प्रेमानें पायाशीं आला तर शुक्राचार्य त्याला संजीविनी देतील. रिकामा घडा घेऊन गुरुजवळ कोणीहि या व वांका. तुमचा घडा भरून जाईल.

गुरु आपणांस संपूर्ण ज्ञानाची भेट करवितो. त्या त्या ज्ञानप्रांतांतील या क्षणापर्यंतच्या सकल ज्ञानाशीं तो आपली सांगड घालून देतो. सर्व भूतकाळ तो आपणांस दाखवितो. वर्तमानकाळाची ओळख देतो. भविष्यकाळाची दिशा सांगतो. गुरु म्हणजे आतांपर्यंतचें संपूर्ण ज्ञान.

गुरु म्हणजे एक प्रकारें आपलें ध्येय. आपल्याला ज्या ज्ञानाची तहान आहे, तें ज्ञान अधिक यथार्थपणें ज्याच्या ठिकाणीं आपणांस प्रतीत होतें, तो आपला गुरु होतो. गुरुभक्ति म्हणजे एक प्रकारें ध्येयभक्ति. गुरु या शब्दाऐवजीं ध्येय शब्द योजा. म्हणजे गुरुभक्ति मग वेडगळपणा वाटणार नाहीं. फुललेल्या कमळांतील रस पिण्यासाठीं, रुंझी घालीत, अधीर होऊन ज्याप्रमाणें भुंगा येतो, अलगत त्या कमळाजवळ बसतो, त्या कमळांतील रस पितापितां तल्लीन होतो, तसेंच सच्छिष्यांचें गुरूजवळ होतें. गुरुला तो लुटतो. गुरूला सोडीत नाहीं. गुरूला रिकामें

करण्यासाठीं तो तडफडतो. परंतु गुरूला तेव्हांच रितें करतां येईल, जेव्हां शिष्य स्वत: रिकामा असेल. स्वत:च्या जीवनाचें भांडें जितकें मोठें व खोल, त्या मानानें गुरूपासून आपणांस घेतां येईल.

समर्थांनी लिहिले आहे, "नेणतपण सोडूं नये." आपण नेणते आहोंत, आपण अजून रिकामे आहोंत, अजून भरपूर आपणांस शिकावयाचें आहे, असें सदैव वाटलें पाहिजे. आणखी पुढें, आणखी पुढें, असें सदैव म्हटलें पाहिजे. हाच विकासाचा मार्ग आहे. मी सारें समजलों, सारें शिकलों, असें म्हणतांच विकास थांबतो.

ध्येय सदैव वाढतच असतें. ध्येयरूपी गुरु अनंत आहे. त्याची सेवा किती केली तरी ती अपुरीच आहे. जन्मोजन्मीं त्याची भक्ति करावी लागेल, तेव्हां कदाचित् परिपूर्णता लाभेल. न्यूटन म्हणणार "माझें ज्ञान सिंधूंत बिंदु आहे." साक्रेटिस म्हणणार, "मला कांहीं समजत नाहीं, एवढेंच मला समजलें."

त्या त्या शास्त्रांतील अनंत ज्ञानासाठीं कसें तडफडावें, कसें वेडें व्हावें, हें गुरु शिकवीत असतो. गुरु म्हणजे अनंत ज्ञानाची मूर्ति असें शिष्याला वाटतें. गुरु म्हणजे एक प्रतीक होतें. गुरु म्हणजे मूर्त ज्ञानपिपासा. गुरु म्हणजे अनंत ज्ञानाची तळमळ, गुरु म्हणजे सत्याच्या प्रयोगाची उत्कटता. माझ्या गुरूला आदि नाहीं, अंत नाहीं. माझ्या गुरूला पूर्व नाहीं, पश्चिम नाहीं. माझा गुरु म्हणजे परिपूर्णता.

अशा गुरूला कांहीं द्यावें लागत नाहीं. त्याला कितीहि दिलें तरी तें थोडें आहे, कितीहि दिलें तरी तें पुष्कळ आहे. मनुस्मृतींत सांगितले आहे, "अरे तुझ्याजवळ द्यावयास कांहींच नसेल तर खडावांचा एक जोड दे, एक उदकुंभ भरून दे, एक फूल दे." शिष्यानें किती दिलें हें पहावयाचें नसतें. जें दिलें त्यांत कृतज्ञतेचा सागर भरलेला असतो, सारें हृदय त्यांत ओतलेलें असतें.

युरोपखंडांत मी अमक्याचा शिष्य, मी अमक्या गुरूच्या पायांशीं बसून शिकलों, असें सांगण्यांत मोठा अभिमान बाळगतात. सॉक्रेटिसाचा शिष्य म्हणवून घेण्यांत प्लेटोला धन्यता वाटे. प्लेटोचा शिष्य म्हणवून घेण्यांत ॲरिस्टॉटलला कृतार्थ वाटे. इब्सेनचा अनुयायी म्हणवून घेण्यांत शॉला मोठेपणा वाटेल तर मार्क्सचा शिष्य म्हणवून घेण्यांत लेनिनला गौरव वाटला असेल.

आपण कोणाचे तरी आहोंत ही भावना फार थोर आहे. त्या भावनेंत कृतज्ञता आहे. मी जगांत एकांडे शिलेदार नाहीं. जगांत सहकार्य आहे. त्याचा मला आधार, माझा पुढच्याला आधार. जगांत कोणीहि संपूर्ण स्वतंत्रपणें सर्व ज्ञान शोधून काढलें

आहे असें नाहीं. प्रत्येक जण पूर्वीच्या लोकांच्या खांद्यावर उभा राहतो व आणखी दूरचें पाहतो. ज्ञानाचा इतिहास म्हणजे सहकार्याचा इतिहास, अखंड परंपरेचा इतिहास.

खरा गुरु आपल्या पुढें जाणाऱ्या शिष्याचें कौतुकच करतो. शिष्याकडून पराजय होण्यांत गुरूला अपार आनंद होतो. कारण शिष्याचा विजय हा गुरूचाच विजय असतो. गुरूनें जें पेरलें त्याचाच तो विकास असतो. गुरु ज्या ज्ञानाची उपासना करीत होता, त्या ज्ञानाचीच ती पूजा असते. त्या ज्ञानाचेंच तें वाढतें वैभव असतें. अण्णासाहेब पटवर्धन लोकमान्यांना शत आशीर्वाद देत व गोखले गांधींचीं स्तुतिस्तोत्रें गात.

गुरु स्वतःचें सारें ज्ञान शिष्याला देतो. त्याच्यापासून तो कांहींहि लपवून ठेवीत नाहीं. स्वतःचें महत्त्व कमी होईल म्हणून स्वतःजवळची सर्व ज्ञानपुंजी न देणारे अहंभावी गुरू पुष्कळ असतात; परंतु ते गुरु नव्हेत. त्यांचें ज्ञान त्यांच्याबरोबर मरतें. ज्या ज्ञानाची आपण उपासना केली, तें मरावें असें कोणास वाटेल? खऱ्या गुरूला ज्ञानाचा वृक्ष वाढत जावा असें वाटत असतें. ज्ञानरूपानें गुरु अमर होत असतो. मिळविलेलें देऊन टाकावयाचें. एके दिवशीं श्री रामकृष्ण परमहंस विवेकानंदांना म्हणाले, ''मी सारें तुला आज देऊन टाकतों. माझी सारी साधना आज तुझ्यांत ओततों.'' केवढा दिव्य तो क्षण असेल! शिष्याला स्वतःच्या जीवनांतील सारें अर्पण करणें!

गुरु म्हणजे विशिष्ट ज्ञानाचें प्रतीक. गुरूच्या विचारांतील किंवा सिद्धान्तांतील काहीं चूक शिष्याला आढळली तर ती चूक सच्छिष्य लपवणार नाहीं. गुरूनें दिलेलें ज्ञान अधिक निर्दोष करणें म्हणजेच गुरुपूजा. गुरूच्या चुका उराशी धरावयाच्या नाहींत. तो गुरूचा अपमान होईल. ज्ञानाची पूजा म्हणजेच गुरुभक्ति. गुरु जिवंत असता, तर ती चूक दाखविल्याबद्दल गुरु रागावला नसता. उलट, त्यानें शिष्याला पोटाशीं धरलें असतें, त्याचें कौतुक केलें असतें.

गुरूची आंधळी भक्ति गुरूला आवडत नाहीं. गुरूचे सिद्धान्त पुढें नेणें, गुरूचे प्रयोग आणखी चालविणे यांतच खरी सेवा आहे. निर्भयपणें परंतु नम्रपणें ज्ञानाची उपासना करीत राहणें यांत गुरुभक्ति आहे. एका दृष्टीनें सारा भूतकाळ हा आपला गुरु आहे. सारे पूर्वज आपले गुरु आहेत. परंतु भूतकाळांतील कांहीं गोष्टी आतां चुकीच्या वाटल्या तर त्या दूर न करणें म्हणजे भूतकाळाचा अपमान

आहे. भूतकाळांतील भ्रामक गोष्टी जर तशाच पुढें चालवूं तर तें उचित नाहीं. तो भूतकाळाचा गौरव नाहीं. तो पूर्वजांचा गौरव नाहीं. उलट त्या थोर पूर्वजांना तो उपमर्द वाटेल.

आपणांस प्रिय व पूज्य असें कुटुंबातील कर्ते माणूस जर मेलें तर आपणांस वाईट वाटतें; परंतु त्या मृतास मोहानें कवटाळित का आपण बसणार! शेवटीं त्या प्रिय परंतु मृत माणसाचे प्रेत आपणांस अग्नीच्या स्वाधीन करावें लागतें. तें प्रेत घरात ठेवणें म्हणजे सडूं देणें. ती त्या प्रेताची विटंबना होईल. त्याचप्रमाणें पूर्वजांच्या मृत चालीरीती, सदोष विचारसरणी यांना आपण नम्रपणें आणि भक्तिभावानें मूठमाती देणें यांतच पूर्वजांची पूजा आहे.

गुरुभक्ति म्हणजे शेवटीं ज्ञानभक्ति हें विसरतां कामा नये. पूर्वजांबद्दल आदर म्हणजे पूर्वजांच्या सदनुभवांबद्दल आदर. त्यांच्या प्रयत्नांबद्दल आदर. त्यांच्या धडाडीबद्दल, ज्ञाननिष्ठेबद्दल आदर. गुरूची पूजा म्हणजे सत्याची पूजा, ज्ञानाची पूजा, अनुभवाची पूजा, विचारांची पूजा. जोपर्यंत मनुष्याला ज्ञानाची तहान आहे, ज्ञानाबद्दल आदर आहे, तोपर्यंत जगांत गरुभक्ति राहणार.

भारतांत गुरु शब्दापेक्षां सद्गुरु-शब्दाचा महिमा आहे. सद्गुरू म्हणजे काय? गुरु त्या त्या ज्ञानप्रांतांत किंवा त्या त्या कलेंत आपणांस पुढें पुढें नेतो. परंतु सद्गुरु जीवनाची कला शिकवितो. संगीताचा आत्मा तानसेन दाखवील. चित्रकलेचा आत्मा अवनींद्रनाथ दाखवतील. नृत्यांतील दिव्यता उदयशंकर दाखवतील. सृष्टिज्ञानांतील अनंतता श्री. रामन् दाखवतील. परंतु जीवनांतील अनंतता कोण दाखवणार? जीवनांतील संगीत कोण शिकवणार? जीवनांतील मधुर नाच कोण शिकवणार?

"अध्यात्मविद्या विद्यानाम्" असें गीता सांगते. जीवन सुंदर करणें, स्वतःचें जीवन निर्दोष, निष्काम, निरुपाधि करणें ही सर्वांत थोर विद्या. ही विद्या शिकविणारा तो सद्गुरु. नेपोलियन युद्धशास्त्र शिकणाऱ्यांचा गुरू आहे; परंतु स्वतःच्या जीवनांतील कामक्रोधांच्या वेगांशी लढावयास शिकविणारा तो सद्गुरु होय.

उत्कृष्ट वाद्य वाजविणारा मुलाबाळांवर संतापून त्यांना रडायला लावील. डामरांतून सुंदर रंग काढणारा शास्त्रज्ञ जीवनाला डामर फांसूं शकेल. प्रकाशाची उपासना करणारे चंद्रशेखर रामन् प्रत्यक्ष संसारांत प्रांतीय भेदभावांचा अंधार उत्पन्न करतील. सुंदर विचार देणारा पंडित बेकन खुशाल लाचलुचपत घेईल.

जगांत शास्त्रांचा कितीहि विकास झाला तरी जोंपर्यंत जीवनकला माणसास साधत नाहीं तोंपर्यंत सारें व्यर्थ होय. समाजांत परस्परांशीं कसें वागावयाचें तें आधीं शिका, असें महर्षि टॉलस्टाय म्हणत असत. संत जीवन मधुर कसें करावें हें सांगतात. रेडिओ ऐकून संसारांत संगीत येणार नाहीं. तुमच्या या बाह्य टाकंटिक्यांनीं रडका संसार मधुर होणार नाहीं. संगीत आंत अंतरंगात सुरू झालें पाहिजे. हें जीवनांतील सागरसंगीत सद्गुरु शिकवितो. तो हृदयांत प्रकाश पाडतो. बुद्धीला सम करतो. प्रेमाचे डोळे देतो. तो कामक्रोधादि सर्पांचे दांत पाडतो. द्वेषमत्सरादि व्याघ्रांना कोंकरें बनवितो. सद्गुरु हा असा मोठा किमयागार असतो.

म्हणून भारतांत सत्संग किंवा सज्जनांची सेवा यांना फार महत्त्व आहे.

सज्जनसंगति रेका । भवति भवार्णव-तारण-नौका ।।

रवींद्रनाथ सृष्टीकडें कसे पाहतात, महात्माजी शांतपणें अविरत कसे कार्यमग्न असतात, हें त्यांच्याजवळ बसल्यानेंच कळेल.

थोरांच्या संगतींत क्षणभर राहिलें तरी संस्कार होतो. भगवान् बुद्धांच्या चरित्रांत एक गोष्ट आहे. एकदां भगवान बुद्ध एका नगराबाहेरच्या विशाल उद्यानांत उतरले होते. त्यांच्या दर्शनासाठीं लहान मोठे, स्त्री-पुरुष, रावरंक सारे जात होते. एके दिवशीं प्रातःकाळीं राजा एकटाच पायीं दर्शनास जात होता. तिकडून दुसरा एक श्रीमंत व्यापारीहि जात होता.

त्यांना वाटेंत एक माळी भेटला. माळ्याच्या हातांत एक रमणीय सुगंधी कमळ होतें. शरद् ऋतु संपून शिशिर ऋतु सुरू झालेला होता. कमळें दुर्मिळ झालीं होतीं. तें दुर्मिळ कमळ विकत घेऊन आपण बुद्धदेवांच्या चरणीं वहावें असें राजास व त्या सावकारास-दोघांसहि वाटलें.

राजा माळ्याला म्हणाला, "माळीदादा! फुलाची काय किंमत?"

माळीं म्हणाला, "चार पैसे."

राजा म्हणाला, "मी दोन आणे देतों. मला तें दे."

सावकार म्हणाला, "माळीदादा! मी चार आणे देतों मला दे."

राजा म्हणाला, "मी आठ आणे देतों."

सावकार म्हणाला, ""मी रुपया देतों."

अशा रीतीनें किंमत वाढूं लागली. माळी मनांत म्हणाला, "हे दोघे ज्या गृहस्थाला कमळ नेऊन देणार, त्याला जर तें आपणच नेऊन दिलें तर आपणांस

अधिक किंमत मिळेल." अशा विचारानें तो माळी त्या दोघांस म्हणाला, "मी कोणासच देत नाहीं. तुम्ही जा."

राजा व सावकार निघाले. त्यांच्या पाठोपाठ तो माळीहि निघाला. भगवान् बुद्ध एका शिलाखंडावर बसले होते. हजारों लोक उपदेश ऐकत होते. राजानें वंदन केलें व निमूटपणें तो दूर जाऊन बसला. सावकारानें प्रणाम केला व तो दूर जाऊन बसला. त्यांच्या पाठोपाठ तो माळीहि होताच. भगवान् बुद्धांच्या पायांवर तें कमळ ठेऊन तोहि नम्रपणें दूर जाऊन बसला.

भगवान बुद्धांना पाहतांच पैशाचे स्वार्थी विचार माळ्याच्या मनांत उभे राहिले नाहींत. त्या पवित्र मूर्तीसमोर पवित्र विचारांनींच त्यांचें हृदय भरून आलें. त्या वातावरणांत स्वार्थी विचार क्षणभरहि जगूं शकत नव्हते.

एका क्षणभर भेटीचा जर इतका परिणाम, तर तपेच्या तपें अशा महात्म्यांच्या संगतींत दवडलीं तर जीवनाचें सोनं कां होणार नाहीं! संत कसे बोलतात, कसे चालतात, निरनिराळ्या परिस्थितींत कसे वागतात, कसे निर्भय असतात, कसे निःस्पृह असतात, किती निरिच्छ, किती संयमी, किती मृदु, परंतु किती निश्चयी, कसे निरहंकारी, कसे सेवासागर, किती निरलस, किती क्षमी, कसें त्यांचें वैराग्य, कशी निर्मळ दृष्टि, कसा विवेक, कसा अनासक्त व्यवहार, हें सारें त्यांच्या सहवासांत नित्य राहिल्यानेंच समजत असतें.

आपलें गढूळ जीवन अशा सद्गुरुच्या सहवासांत निर्मळ होऊं लागतें. पटलें जातात. प्रकाश येतो. प्रत्यक्ष प्रायोगिक शिक्षण प्रत्येक क्षणाक्षणाला मिळतें. सद्गुरूच्या श्वासोच्छ्वासाबरोबर पावित्र्य येत असतें. आईबाप देह देतात. जन्म देतात; परंतु या मातीच्या देहाचें सोनें कसे करावें हे सद्गुरु शिकवितो. भौतिक शास्त्रांतील गुरु मातीचीं माणकें बनवतील. परंतु सद्गुरु जीवनाच्या मातीचीं माणिकमोतीं बनवतो. गुरु पशूचा मनुष्य करतो. वैचारिक जन्म देतो. सत्यदृष्टि देतो. अशा सद्गुरूचे उतराई कसे होणार? ज्यानें माकडाचें माणूस केलें, पशूचें पशुपति होण्याची हातीं किल्ली दिली, त्या सद्गुरूचें ऋण कसें फिटणार? त्याचें कोणत्या शब्दांनीं स्तवन करूं! त्याला किती वानूं, किती मानूं, किती वाखाणूं?

गुरुर्ब्रह्मा गुरुर्विष्णु गुरुर्देवो महेश्वरः ।
गुरुः साक्षात् परब्रह्म तस्मै श्री गुरवे नमः ।।

सद्गुरुचें वर्णन करावयास वाणी तोकडी पडते. गुरु म्हणजे देव, महादेव. गुरु

म्हणजेच सर्व काहीं.

आपणांकडे सद्गुरूंची परंपरा सांगण्याचा प्रघात आहे. सर्वांचा आदिगुरु म्हणजेच कैलासराणा शिवचंद्र मौळी. निर्मल धवल अशा उंच कैलासावर राहणारा, शीलाचा चंद्र मिरवणारा, ज्ञानगंगा मस्तकीं धारण करणारा, सर्पांना निर्विष करून फुलांच्या हाराप्रमाणें अंगावर खेळवणारा, सर्वस्वाचा त्याग करून विभूतीचें वैभव मानणारा, जगासाठीं स्वत: हालाहल पिणारा, भुतें-प्रेतें-पिशाच्चें अशा पाप योनींनाहि प्रेमानें जवळ घेऊन त्यांना मांगल्याचा पथ दाखवणारा, वैराग्याचा तृतीय नेत्र उघडा ठेवून वासनांचें भस्म करणारा, असा हा पशुपति मृत्युंजय शिव सर्वांचा आदिगुरु. त्याच्यापासून सर्वांची ज्ञानपरंपरा.

जनकाचा याज्ञवल्क्य गुरु, जनक शुक्राचार्यांचा गुरु. निवृत्तींचा शिष्य ज्ञानदेव, रामानंदाचे शिष्य कबीर. असे हे संबंध शब्दांनीं वर्णन करतां येणार नाहींत. जीवन स्वच्छ, शुद्ध, शांत व्हावें, अशी जोपर्यंत तळमळ माणसास राहील, तोपर्यंत हे संबंधहि जगांत राहतील. हे संबंध भारतांतच नाहीं तर जगांतहि राहतील यांत शंका नाहीं. तें राहण्यांतच जगाचें कल्याण आहे!

प्रकरण बारावें

चार पुरुषार्थ

धर्म, अर्थ, काम, मोक्ष हे चार पुरुषार्थ आहेत. या संसारांत प्रयत्न करून मिळविण्यासारख्या या चार वस्तु आहेत. पुरुषार्थ म्हणजे पुरुषानें प्राप्त करून घेण्यासारख्या गोष्टी. मनुष्यानें संपादण्यासारख्या वस्तु. पुरुषार्थ या शब्दाचा अर्थ मराठींत आतां कृतार्थता, पराक्रम, सार्थकता, प्रौढी अशासारखा झाला आहे. ''असें करण्यांत कांहीं पुरुषार्थ नाहीं'' असें आपण म्हणतों. याचा अर्थ, असें करणें माणसास शोभत नाहीं, साजत नाहीं, यांत कौतुक करण्यासारखें काहीं नाहीं, यांत पराक्रम कांहीं नांहीं, असा होतो.

भारतीय संस्कृति सांगते कीं संसारांत चार वस्तु मिळवा. चार वस्तु जोडा. भारतीय संस्कृति एकाच वस्तूवर जोर देत नाहीं. ती व्यापक आहे, एकांगी नाहीं. भारतीय संस्कृति दैन्य नैराश्याची गाणीं गाणारी नाहीं. भारतीय संस्कृति वमनवत् समजत नाहीं. अर्थ ही एक पुरुषार्थाची वस्तु आहे. द्रव्य संपत्ति त्याज्य नाहीं. प्रयत्नानें द्रव्य जोडा, संपत्ति मिळवा. संपत्तीचें भारतीय संस्कृतीस वावडें नाहीं. संपत्तीला पचविणारी भारतीय संस्कृति आहे. संपत्तीप्रमाणेंच कामोपभोग. भारतीय संस्कृति कामाला सन्मान्य स्थान देत आहे. काम ही एक पुरुषार्थाची वस्तु मानली गेली आहे. संपत्ति पवित्र आहे, कामहि पवित्र आहे. अर्थ आणि काम माणसानें मिळवावेत. संपत्ति मिळवावी आणि तिचा नीट उपभोगहि घ्यावा. काम म्हणजे केवळ रतिसुख एवढाच येथें अर्थ नाहीं. काम म्हणजे उपभोग, सुखोपभोग. काम

म्हणजे विषयसुख, पंचेंद्रियांचें सुख. पंचविषयांचें सेवन. अशा व्यापक अर्थी काम शब्द घेतला पाहिजे.

तुकारामाच्या एका अभंगांत एक फार थोर वचन येऊन गेलें आहे.

विधिनें सेवन। धर्माचें पालन।

विषयांचे विधियुक्त सेवन कराल, तर तें धर्महीन नाहीं. मर्यादित प्रमाणांत विषयभोग घेणें यांत धर्माची च्युति नाहीं. धर्म म्हणजेच विधियुक्त ग्रहण. तुकारामांचा दुसराहि एक चरण आहे.

जोडूनीयां धन उत्तम व्यवहारें।
उदार विचारें खर्च करी।।

धन मिळवूं नका असें हा थोर संत सांगत नाहीं. परंतु धन उत्तम व्यवहारानें जोडा. आणि तें जोडलेलें धन विवेकानें व उदारपणानें खर्च करा असें तो सांगत आहे.

विधि म्हणजे आज्ञा. स्मृतींतून विधि शब्द नेहमीं येत असतो. कोणतेंहि कर्म विधिपुरस्सर करा असें स्मृति सांगत असते. विधि म्हणजे शास्त्रवचन. विधि म्हणजे स्मृतींतील विधान. विधि म्हणजे धर्म. जें कर्म विधियुक्त नाहीं तें अधार्मिक होय असें स्मृतिकार सांगतात. परंतु विधि कसला? कशाविषयीं विधि? कशाविषयीं आज्ञा? कशाविषयीं बंधन? कशाविषयीं मर्यादा?

भारतीय संस्कृति मानवी मन ओळखतें. मनुष्याच्या हृदयाच्या भुका ती ओळखते. मनुष्याला वासनाविकार आहेत ही गोष्ट भारतीय संस्कृति डोळ्यांआड करीत नाहीं. भारतीय संस्कृतीचें ध्येय परमोच्च असलें तरी मर्यादा ओळखते. मानवी आत्मा या मातीच्या शरीरांत अडकलेला आहे. हा आत्महंस या चिखलांत रुतलेला आहे. त्याला हळू हळू या चिखलांतून बाहेर काढलें पाहिजे ही गोष्ट भारतीय संस्कृति कधीं विसरत नाहीं.

सारी मानवी संस्कृति चिखलांतूनच वर आली आहे. चिखलांत किडेहि होतात; परंतु चिखलांतून पंकजहि फुलतें. चिखलांतून कमळें फुलविणें हें भारतीय संस्कृतीचें ध्येय आहे. अंधारांतून प्रकाश निर्माण करणें, मातींतून हिरे व माणकें निर्माण करणें, मरणांतून अमरता मिळविणें हें भारतीय संस्कृतीचें ध्येय आहे.

रवींद्रनाथांची एक सुंदर कविता आहे. त्या कवितेंत रवींद्रनाथ म्हणतात, ''फुलापासून दिलेल्या गंधाची, दिलेल्या रंगाची देव मागणी करतो. कोकिळेपासून

दिलेल्या कुऊकुऊची तो फक्त अपेक्षा करतो. वृक्षापासून विवक्षित फळाचीच तो आशा राखतो. परंतु मानवाच्या बाबतींत देवाचा नियम निराळा आहे. त्यानें मनुष्याला दुःख दिलें आहे व त्यांतून माणसानें सुख मिळवावें, अशी त्याची अपेक्षा आहे. त्यानें माणसाला अंधार दिला आहे. ''या अंधारांतून प्रकाश प्रकट करा'' असे तो सांगतो. त्यानें माणसास मर्त्य केले आहे. ''या मरणांतून अमृतत्व मिळवा'' असें तो म्हणतो. त्यानें आजूबाजूस घाण ठेविली आहे, असत् ठेवलें आहे. ''या असतांतून सत् मिळवा, या विषांतून सूधा सृजा, या अमंगलांतून मंगलता निर्माण करा'' असें तो म्हणतो. देवाचा मानवाच्या बाबतींतच असा पक्षपात कां बरें? मानवावरच ही महान् जबाबदारी कां? मानवाच्या बाबतींत कां ही कठोरता, कां ही अशक्य अपेक्षा? नाहीं. देव कठोर नाहीं, दुष्ट नाहीं. सर्व सृष्टीत मानवप्राणी थोर असें देवाला वाटतें. मानवापासून या गोष्टी त्यानें नाहीं अपेक्षावयाच्या तर कोणापासून? यांत मानवाचा गौरव आहे. एखाद्या वीराला लहानसा किडा मारावयास सांगणें हा जसा त्याचा अपमान आहे, तद्वत् मानवापासून क्षुद्र वस्तूंची अपेक्षा राखणें म्हणजे त्याच्या शक्तीचा अपमान आहे. माझा लाडका मनुष्यप्राणी हें सर्व करूं शकेल अशी देवाला आशा आहे. चौऱ्याऐंशी लक्ष योनींनंतर जन्माला आलेला हा थोर मानवप्राणी, हा सर्व सृष्टीचा मुकुटमणि, माझी आशा फोल करणार नाहीं, अशी देवाला श्रद्धा आहे.''

किती सुंदर आहे ही कविता, किती थोर आहे हा विचार, किती विशाल व गंभीर आहे ही सृष्टि. शेक्सपिअरनें एके ठिकाणीं मानवाचा मोठेपणा असाच वर्णिला आहे. ''कसा बोलतो, कसा सुरेख चालतो, कसा सुंदर दिसतो, कसें थोर हृदय, कशी विचार करण्याची शक्ति, कशी विशाल दृष्टि; मनुष्य म्हणजे भगवंताची मूर्तीच होय'' अशा अर्थाचें तें वर्णन आहे.

नरदेहाची थोरवी भारतीय संतांनींहि वर्णिली आहे.

धन्य धन्य हा नरदेहो । येथील अपूर्वता पहा हो ।।

असे समर्थांनीं थोर उद्गार काढले आहेत.

बहुता पुण्यपुण्येन कीतेयं कायानौस्त्वया ।।

अरे हा मानवी देह मोठा भाग्यानें तुला मिळाला असें वचन सांगत आहे. तुकारामांनी तर नरदेहाला ''सोनियाचा कलश'' असें म्हटलें आहे. या नरदेहांत जन्मून नराचा नारायण होणें हें महत्त्वाचें ध्येय असें भारतीय संत सांगत आहेत.

मनुष्यापासून किती थोर अपेक्षा! परंतु ही अपेक्षा मनुष्य कशी पुरी करणार? पशूप्रमाणें वागणाराहि मनुष्य देवाप्रमाणें केव्हां होणार? बर्नार्ड शॉनें एके ठिकाणीं म्हटलें आहे, ''मनुष्याला निर्मून हजारों वर्षे झालीं. आशेनें देव वाट पहात आहे. देव स्वतःचे हेतू पूर्ण करून घेण्यासाठीं निरनिराळे प्रयोग करीत होता. निरनिराळे प्राणी निर्माण करीत होता. हा प्राणी आपले हेतू पूर्ण करील, आपल्या आशा सफळ करील असें करीत करीत देवानें हजारों प्राणी निर्माण केले; परंतु त्याच्या आशा अपूर्णच राहिल्या. पूर्वीच्या अनुभवानें शहाणा होऊन, देव नवीन प्राणी निर्माण करीत असे; परंतु तो नवीन प्राणी पुन्हां देवाच्या तोंडाला पानें पुशी. असें करतां करतां देवानें मानव निर्माण केला. सर्व चातुरी खर्चून सर्व अनंत अनुभव ओतून हा दिव्य जीव देवानें निर्मिला आणि देव थांबला. दमलेला देव निजला. त्याला वाटलें कीं हा मानवप्राणी माझ्या सर्व आशा पूर्ण करील, माझे मनोरथ पुरवील. निःशंकपणें देव निजला. आपण जागें होऊं तेव्हां त्या मानवी प्राण्याची दिव्य कृति पहावयास सांपडेल व आपल्या डोळ्यांचें पारणें फिटेल या आशेनें देव झोंपला आहे. परंतु आता हजारों वर्षे होऊन गेलीं आणि देव जर जागा झाला तर त्याला काय दिसेल? देवाला प्रसन्न वाटेल का? त्या परात्पर पित्याला धन्य धन्य वाटेल का? मानवी संसाराचा सोहळा पाहून त्याच्या डोळ्यांतून आनंदाश्रू घळघळतील का? त्याचें हृदय प्रेमानें वोसंडून येईल का? या मानवाला तो पोटाशीं धरून त्याला प्रेमाश्रूंनी न्हाणील का?

छे छे. मनुष्य मनुष्याला गुलाम करीत आहे. मनुष्य मनुष्याला छळीत आहे, पिळीत आहे; गांजीत आहे, भाजीत आहे. राष्ट्रें राष्ट्रांचे लचके तोडीत आहेत. दांतओंठ खाऊन एकमेकांकडे पहात आहेत. वृकव्याघ्र बरे; सर्पसिंह बरे; घारीगिधाडें पत्करलीं; परंतु मनुष्य नको. सर्व सृष्टीचा त्यानें संहार चालविला आहे. तो पाले खातो, फुलेंफळें खातो. तो पशुपक्षी मारून खातो. कधीं कधीं लीलेनें त्यांची शिकार करतो. परंतु हें एक वेळ जाऊं दे. तो स्वतःच्या जातीचाहि निःपात करीत आहे. वाघीण स्वतःचीं पिलें खाते. तिचें एखादें पिलूं वांचतें. मांजरीहि स्वतःचीं पिलें कधीं कधीं खाते. प्रसववेदनांनीं कष्टी झालेली ती माता स्वतःचींच पोरें मटकावते. स्वतःच्या पोटाची वखवख, भुकेची आग शांत करण्याकरितां स्वतःचीं पोटचीं पोरें वाघीण भक्षितें. परंतु मानवहि तेंच करीत आहे. स्वतःच्या पोटाची आग शांत करण्याकरितां तो शेजारच्या राष्ट्रांना खाऊन टाकतो. मानव मानवाला भक्षीत आहे. मनुष्य म्हणजे बुद्धिमान वाघ! क्रौर्याला बुद्धीची जोड मिळाली मग काय?

वाघाला फक्त नखें व दांत आहेत. प्राणि जवळ आला तरच त्याला वाघ खाऊन टाकील, फाडून खाईल. परंतु बुद्धिवान् मानवी वाघानें चमत्कार केले आहेत. तो पंचवीस मैलांवरून मारूं शकतो. तो हवेंतून मारील, पाण्यांतून मारील. रात्री मारील, दिवसा मारील. हवेनें मारील, किरणांनी मारील. सर्व सृष्टींतील संहारतत्त्वें शोधून त्यांचा तो उपासक होत आहे. मारण्याचीं साधनें शोधून काढणें हीच त्याची संस्कृति. रक्तानें भरलेला हा मानवी संसार आहे. येथें आरोळ्या व आक्रोश आहे. बळी दुर्बळाला रगडीत आहे. मारक शक्तीचे गोडवे गायले जात आहेत. पाशवी बळाचीं उपनिषदें पढविलीं जात आहेत. कोणी सुखांत तर कोणी दुःखात; कोणी विलासांत तर कोणी विलयांत; माड्यामहालांत, तर कोणी रस्त्यावर पडलेले; कोणी अजीर्णानें मरत आहेत तर शेंकडों अन्नाविणें मरत आहेत; कोणी वस्त्रांनी गुदमरत आहेत तर कोणी वस्त्र नाहीं म्हणून गारठत आहेत. कोणी सदैव गाद्यांवर लोळत आहेत, शरीराला श्रम नाहीं, हातपाय मळत नाहीं, थंडी ऊन लागत नाहीं; तर दुसऱ्यांना सुखाची झोंप ठाऊक नाहीं, विश्रांति ठाऊक नाही; ऊन असो पाऊस असो, दिवस असो रात्र असो, खायला असो खायला नसो, आजारीपण असो वा बरें असो, घरात मुलें तडफडत असोत, बायको मरत असो, सदैव काम करावेंच लागत आहे. एकीकडे संगीत, एकीकडे विव्हळणें, एकीकडे चैन, एकीकडे वाण. एकीकडे मजा, एकीकडे मरण. काय हा मानवी संसार!

अरेरे! देवाला हें हृदय फाडून टाकणारें दृश्य पाहून काय वाटेल? स्वतःच्या साऱ्या आशाआकांक्षा धुळींत मिळालेल्या पाहून त्या जगदीश्वराला काय वाटेल? निराशेनें तो वेडापिसा होईल. त्याची अनंत आशा संपेल. त्याच्या सहनशीलतेचा शेवटचा क्षण येईल. तो मानवाकडे संतापानें पेटलेल्या डोळ्यांनी पाहील. मानवाचें भस्म होऊन जाईल. तो मानवाला सृष्टींतून साफ पुसून टाकील. हा प्रयोग फसला असें तो ठरवील. कदाचित् दुसरा प्रयोग तो करील. कोणाला माहीत?"

बर्नार्ड शॉला देव मानवाला पुसून टाकील असें वाटत आहे. परंतु तसें देव करणार नाहीं. कारण या मानवीप्राण्यांत काय शक्ति आहे तें त्याच्या अनुभवास आलें आहे. याच राक्षसी व मुर्दाड मानवांतून भगवान् बुद्ध जन्माला आले. भगवान् ख्रिस्त जन्माला आले. याच मानवीप्राण्यांतून सेंट फ्रॅन्सिस बाहेर पडले, तुळसीदास बाहेर पडले. याच मानवीप्राण्यांतून महात्माजी प्रकट झाले आहेत, रवींद्रनाथ जन्मले आहेत. देवाला आशा आहे. आंबट फळाचा त्याग करूं नये. ती आंबट कच्ची कैरी एक दिवस पिकेल. तिच्या आंबटपणाचें मधुर रसांत परिवर्तन होईल.

त्याप्रमाणें मानवप्राणी पिकतील. कांहीं पिकलेलीं फळें फारच मधुर निघालीं. देवानें हें पाहिलें आहे. तो आशेनें अनंत काळ वाट पहात बसेल.

रामतीर्थ म्हणत असत, "ज्ञानाची शिडी चढणारीं आपण सारीं बाळें आहोंत. कोणी सर्व पायऱ्या चढून वरच्या दिवाणखान्यांत गेलीं, कोणी वरच्या शेवटच्या पायरीवर आहेत, कोणी मध्यें आहेत, कोणी खालच्या पायरीवर आहेत. कोणी शिडीजवळ उभी आहेत, कोणी शिडीकडे धांवत येत आहेत. एक दिवस सारीं बाळे दिवाणखान्यांत येतील व अपूर्व सोहळा होईल, मधुरतम संगीत सुरू होईल."

मानवीयात्रा सुरू झाली आहे. आपण सारे यात्रेकरू आहोंत. मांगल्याकडे जाणारे यात्रेकरू. नदी सागराकडे जाते. ती का सरळ जाते? ती का एकाच गतीनें, एकाच वेगानें जाते? नदी कधीं वाकडी जाते, कधी कड्यावरून निःशंकपणें उडी घेते, कधीं उच्छृंखळ होते, कधीं गांवेचीं गांवें उध्वस्त करते, कधीं गंभीर तर कधीं उथळ, कधीं हंसते तर कधीं रडते, कधीं भरलेली तर कधीं रिती, कधीं रानावनांत, काट्याकुट्यांत शिरते, तर कधीं प्रसन्नपणें मैदानातून जाते. परंतु शेवटीं सागराच्या पायांवर जाऊन पडते. आणि नदीची वाट पाहणारा, त्या सहस्त्र सरितांची रात्रंदिवस वाट पाहणारा तो सागर सहस्त्र हातांनीं त्यांना हृदयाशीं धरतो, स्वतःशीं एकरूप करितों.

ते पर्वत, ते सरितांचे जन्मदाते! ते आपल्या मुलींवर संतापत नाहींत. ते आशेनें मुलींकडे पहात असतात. ते आपले आशीर्वाद पाठवीत असतात. ते जीवनाचा पुरवठा करीत असतात. माझ्या मुली शेवटीं अनंत सागराकडे जातील, वेड्यावांकड्या गेल्या तरी ध्येयाला जाऊन गांठतील अशी पर्वताला अमर आशा असते. स्वतः वितळून तो हिमालय त्यांना पाणी पुरवतो. "जा, बाळांनो जा. मी श्रद्धावान् आहे. गंगे-यमुने जा. माझा तुमच्यावर विश्वास आहे." असे तो भव्य हिमालय मुकेपणानें सांगत असतो.

परमेश्वराची अशीच आशा आहे. मानवप्राणी शेवटीं माझ्याकडे येईल, प्रेमाकडे, सहकार्याकडे, ऐक्याकडे, मांगल्याकडे, पावित्र्याकडे येईल, अशी त्याला श्रद्धा आहे. या श्रद्धेनेंच तो चंद्रसूर्य पेटवीत आहे, तारे पेटवीत आहे, मेघ पाठवीत आहे, फुलेंफळें निर्मीत आहे, वारे नाचवीत आहे, धान्य पिकवीत आहे.

मनुष्याला या ध्येयाकडे घेऊन जाणें हें धर्माचें काम आहे. संस्कृतीचें हेंच प्राप्तव्य, हेंच गंतव्य. संत याच ध्येयाकडे मानवी समाजाला घेऊन जाण्यासाठीं तडफडत असतात. संत हे मुक्त असतात. परंतु बुद्धांना मुक्त करण्यासाठीं ते

स्वतः बद्ध होतात. चिखलांत रुतलेल्यांना काढण्यासाठीं ते पुन्हां चिखलांत येतात. वरती दिवाणखान्यांत त्यांना बसवत नाहीं. रानावनांत भटकणाऱ्या बंधूंना ज्ञानाच्या सोपानाकडे आणण्यासाठीं कमर कसून आशेनें संत प्रयत्न करतात. स्वतःचे बलिदान देतात.

संत मनुष्याला चुचकारून चुचकारून ध्येयाकडे घेऊन जात आहेत. घोड्याला चुचकारावें लागतें. तसेंच मानवीप्राण्याचें आहे. संत म्हणतात, "विषयोपभोग घे. संपत्ती जोड, कांहीं हरकत नाहीं; परंतु थोडी मर्यादा सांभाळ." खा, पी, झोंप घे, विषय भोग, संपत्ती मिळव, मारामारी कर, हिंसा कर, या गोष्टी मनुष्याला शिकविण्याची जरूर नाहीं. या त्याच्या रक्तांतच आहेत. या उपजत वृत्तीच आहेत. धर्म या गोष्टी सांगत नाहीं. धर्म या वृत्तींना मारीतही नाहीं. धर्म म्हणतो, "या वृत्तींना मर्यादा घाल." तुला खायचें असेल तर खा बाबा. परंतु गड्या जरा बेतानें खा. तेलतिखट खाऊं नको. शिळेंपाकें खाऊं नको. मांसमच्छर खाऊं नकोस. वाटेल तेव्हां खाऊं नकोस. भूक लागेल तेव्हांच खा. खाण्याची वेळही ठरव. निजायच्या आधीं दोन तास खा. खाल्ल्याबरोबर फार व्यायाम करूं नकोस. जें पचेल तेंच खा. मांसमच्छरही खावयाचें असेल तर वाटेल त्या प्राण्याचें खाऊं नकोस. जें पचण्यासारखें असेल तेंच खा. तेथेंही नियम पाळ, विचार कर.

तुला झोंपायचें असेल तर झोंप. परंतु लौकर झोंप व लौकर उठ. फार झोपूं नकोस. त्यामुळें आळस येईल. शरीरही दुबळें बनेल. मोकळ्या हवेंत झोंप. कुशीवर झोंप, पाय लांब करून झोंप. रात्रींच्या वेळींच झोंप. दिवसा झोंपूं नकोस. विधिपूर्वक झोंप घे.

विषयभोग तुला भोगावयाचा आहे, भोग बाबा. परंतु नेंहमीं भोगच भोगणें शोभत नाहीं. पशुपक्षीही संयम पाळतात. तूं तर मनुष्य. अमावस्या वर्ज्य कर, अमुक वार वर्ज्य कर. कांहीं तरी बंधन पाळ. व्रत ठेव. तुला पुष्कळ दिवस विषयसेवन करतां यावें म्हणून तरी संयम पाळ. ज्याप्रमाणें एकच दिवस खूप खाल्लेस तर मरशील. परंतु रोज बेताचें खाल्लेंस तर रसनेचें सुख पुष्कळ वर्षे तुला घेतां येईल. त्याप्रमाणें प्रमाणांत विषयसेवन करशील तर तुझी शक्ती पुष्कळ काळ पुरेल. तुझ्या सुखासाठीं तूं बंधन पाळ.

तुला हिंसा करावयाचीच आहे, कर बाबा. परंतु तेथेंही कांहीं नियम पाळ. विषारी वायू सोडूं नकोस; बाँबगोळे फेकूं नकोस; गदायुद्धांत कमरेखालीं मारूं नकोस; रात्रीं लढाई करूं नकोस; एकावर अनेकांनी हल्ला करूं नका; स्त्रिया, मुलें,

वृद्धपुरुष यांना मारूं नका; उगीच अन्यायानें मारूं नकोस; तुला कोणी मारायला आला, तरच प्रतिकार करावयास उभा रहा; कपटानें मारूं नकोस.

संपत्ती मिळवावयाची आहे, मिळव. परंतु उत्तम व्यवहारानें मिळव. कोणाला फसवूं नको, लुबाडूं नको. चोरीमारी करूं नकोस. गरिबांस पिळूं नकोस. फार फायदा घेऊं नकोस. फार व्याज घेऊं नकोस. दुसऱ्या देशांतील लोकांना दारू पाजून पैसे नको मिळवूं. दुसऱ्या देशांतील लोकांना तरवारीच्या धारेखालीं अफू खायला देऊन पैसे नको मिळवूं. दुसऱ्या देशातील लोकांना बेकार करून, त्यांचे उद्योगधंदे मारून, त्यांना गुलाम करून पैसे नको मिळवूं. दुसऱ्यांचीं घरें पाडून स्वतःच्या माड्या नको बांधूं. दुसऱ्याला नाडून स्वतः नको नटूं. दुसऱ्याला रडवून स्वतः नको हंसूं."

असें धर्म सांगतो. हळू हळू तुम्हांला प्रगतीकडे धर्मस्थापनेचे नर घेऊन जात असतात. धर्म, अर्थ, काम, मोक्ष. अर्थ आणि काम यांच्या आरंभीं धर्म आहे व अंतीं मोक्ष आहे. मनुष्याचा प्रयत्न मोक्षासाठीं आहे. मोक्ष म्हणजे मोकळेपणा, आनंद. मोक्ष म्हणजे दुःखापासून, चिंतेपासून सुटका. मोक्ष म्हणजे परम सुख, केवळ शांती. हा मोक्ष मिळविण्यासाठीं मानवाची धडपड आहे. हा मोक्ष कसा मिळेल? वासनाविकारांचा केवळ गोळा असा जो हा दुबळा मानव त्याला ही परमशांती कशानें मिळेल?

केवळ भोगानें शांती मिळेल का? भोग भोगतांना हंसणारा व भोगल्यावर रडणारा असा हा मानव आहे. भोगानें खरें सुख नाहीं. अनिर्बंध, मर्यादाहीन भोगांत सुख नाहीं. विधिहीन, व्रतहीन, संयमहीन भोग रडवितो. स्वतःला रडवितो व समाजासही रडवितो. भोग भोगण्याचे प्रयोग मानवानें करून पाहिले आहेत. ययातीनें सारखा विषयभोगाचा प्रयोग करून पाहिला. पुनः पुन्हां तो तरुण होत होता. आपल्या मुलांचें तारुण्य तो घेई व पुन्हां भोग भोगी. परंतु शेवटीं कंटाळला बिचारा. हजारों वर्षें हा प्रयोग करून पुढील सिद्धान्त त्यानें मानव जातीला दिला आहे.

"न जातु कामः कामानामुपभोगन शाम्यति"

कामांचा वर्षानुवर्ष उपभोग घेतला तरी काम शांत होणें शक्य नाहीं. अग्नींत आहुती दिल्यानें अग्नी न विझतां अधिकच प्रज्वलित होतो.

तेव्हां हा प्रयोग फसला. मग काय करावयाचें? इंद्रियें तर भोगासाठीं लालचावलीं

आहेत.

इंद्रियांचीं दीनें । आम्हीं केलों नारायणें ।।

या इंद्रियांचे आपण गुलाम आहोंत. हीं इंद्रियें एकदम स्वाधीन कशीं करून घ्यावयाचीं? त्यांना अजिबात भोग न दिला तर तीं वखवखतील. आणि संधी सापडतांच बेफाम होतील. त्यांना उपाशीं ठेवणें, बळजबरीनें त्यांना माणसाळवणें हेंही कठिण आहे. त्यांना मोकाट व स्वैर सोडणें म्हणजेही नाशकारक आहे. भारतीय संस्कृति सांगते, ''भोग दे. परंतु प्रमाणांत दे. बेतानें दे. मोजका दे.''

अर्थ आणि काम यांच्या पाठीशीं धर्म हवा. आधीं धर्माचें अधिष्ठान. धर्माच्या पायावर अर्थकामाचीं मंदिरें बांधा. अर्थ आणि काम यांचा सांगाती जर धर्म असेल, तर तेंच अर्थकाम सुखकर होतील. बद्ध करणारे न होतां मुक्त करणारे होतील. अर्थ आणि काम यांच्यांतही अर्थाला प्राधान्य. कारण अर्थ नसेल तर कोठला काम? मला खायला प्यायला नाहीं तर मी मरेन. मग कामोपभोग कोठला! अर्थ म्हणजे कामाचीं साधनें. अर्थाशिवाय कामवासना, निरनिराळ्या विषयभोगेच्छा कशा तृप्त होणार? द्रव्याशिवाय सर्व फुकट, धनधान्याशिवाय काम तडफडून मरेल.

अर्थ आणि काम या ज्या दोन प्रवृत्ती, त्यांतही अर्थाचें स्थान आधीं हें भारतीय संस्कृतीनें ओळखलें. आणि अशा ह्या दोन वृत्तींच्या पाठीमागे धर्माचें बंधन ठेवलें. अर्थ, काम धर्मानें नियंत्रित करा. परंतु धर्मानें नियंत्रित करणें म्हणजे काय? धर्म म्हणजे काय? धर्म म्हणजे का शेंडी, धर्म म्हणजे का गंध? धर्म म्हणजे का माळा, धर्म म्हणजे का जानवें? धर्म म्हणजे का हरिहरी म्हणणें, जप करणें? धर्म म्हणजे का कांहीं न करता भोग भोगायचे? धर्म म्हणजे का घंटा वाजविणे, शंख फुंकणें? धर्म म्हणजे का वाद्यबंदी, धर्म म्हणजे का वाद्यें वाजविणें? धर्म म्हणजे काय?

धर्माची अत्यंत शास्त्रीय व्याख्या भारतीय संस्कृतीनें केली आहे. ''धारणात् धर्म:'' ही ती व्याख्या. सर्व समाजाचें धारण ज्यानें होतें तो धर्म. धारण कोणाचें? माझें, माझ्या जातीचें, माझ्या देशाचें, मानवजातीचें का चराचर सृष्टीचें? मानव हा सर्व सृष्टींतील थोर प्राणी आहे. थोरवी फुकाफुकीं मिळत नसते. थोरवी म्हणजे जबाबदारी. मानवानें सर्वांची व्यवस्था लावायची. मानवाच्या नीतिशास्त्रांत सर्व सृष्टीचा विचार हवा. मानवानें मानवाशीं कसें वागावयाचें याचा विचार पाहिजेच. परंतु पशुपक्ष्यांशीं, तृणवृक्षवनस्पतींशीं, नदीनाल्यांशीं, कसें वागावें याचेंहि विवेचन मानवी नीतिशास्त्र करील.

मनूनें आपल्या स्मृतीला मानव धर्मशास्त्र असें नांव दिलें. आर्यांचें, भारतीयांचें, असें नांव त्यानें दिलें नाहीं. मनु मानवांचा धर्म सांगत आहे. मनु त्याच्या दृष्टीनें मानव्याचा आचार सांगत आहे. मनूचे विचार आज पटणार नाहींत. त्याची दृष्टी आज सदोष वाटेल. परंतु मनु मानवजातीचा विचार करीत आहे ही गोष्ट थोर आहे. "मानवधर्मशास्त्र" हा शब्दच हृदयाला व बुद्धीला आनंद देतो.

तेव्हां धर्म धारण करणार तें मानवजातीचें. मानवेतर सृष्टी क्षणभर दूर ठेवूं या. निदान मानवांचें कल्याण तरी पाहूं या. मनु सांगतो, "सर्व मानवांचा विचार करा." अर्थशास्त्र सर्व मानव जातीच्या कल्याणावर उभारलेलें असलें पाहिजे. जें अर्थशास्त्र विवक्षित जात, विविक्षित धर्म, विविक्षित राष्ट्र यांचाच विचार करतें तें अर्थशास्त्र धर्ममूल नाहीं. धर्ममूल अर्थशास्त्र सर्वांचा विचार करील.

हिंदुस्थानला भिकार करून इंग्लंड धनकनकसंपन्न होणार असेल तर इंग्लंडचें अर्थशास्त्र अधर्ममूल आहे. चीनचा गळा दाबून जपान गबर होत असेल तर जपानचें अर्थशास्त्र अन्यायाचें आहे. अनार्य जातींना दास करून केवळ आर्यांचा उदोउदो करूं पाहणारें अर्थशास्त्र सदोष आहे. मुसलमानांस वगळून केवळ हिंदूंना श्रीमंत करणारें अर्थशास्त्र सनातन संस्कृतीचें नाहीं. ब्राह्मणेतरांना वगळून ब्राह्मण श्रीमंत होऊं पाहतील, हरिजनांना वगळून ब्राह्मणेतर धनिक होऊं पाहतील, महाराष्ट्राला मारून गुजराथ श्रीमंत होत असेल, बंगालला बुडवून मारवाडी कुबेर होत असतील तर तेथें धर्ममय अर्थशास्त्र आहे असें म्हणता येणार नाहीं. कुळांना लाचार करून, रात्रंदिवस गुलामाप्रमाणें राबवून, त्यांनीं पिकविलेलें आयतें आपल्या कोठारांत भरून श्रीमंत होणारा जमीनदार पापी आहे; मजुरांना दहादहा तास बैलाप्रमाणें राबवून, पोटभर खायला न देणारा, त्यांच्या राहण्याची नीट सोय न लावणारा, त्यांच्या मुलाबाळांची फिकीर न करणारा, त्यांना पगारी रजा न देणारा, त्यांच्या सुखाची काळजी न घेणारा असा श्रीमंत होणारा कारखानदार हा पापी आहे. ह्या सर्वांचे अर्थशास्त्र अन्यायावर, अधर्मावर उभारलेलें आहे. शेतकऱ्याला पिको न पिको, भरमसाट व्याजाचे दर आकारून त्याच्या पिकावर जप्ती नेऊन त्याच्या घरादारावर नांगर फिरविणारा, त्याचीं आवडतीं गायीगुरें बांधून घेऊन जाणारा, मुलाबाळांना अन्नास मोताद करणारा, खुशालचेंडू हृदयहीन कृपणमति सावकार हा अधर्माचें अर्थशास्त्र चालवीत आहे.

आज सर्व जगांत हेंच अधर्माचें अर्थशास्त्र अमलांत आहे. म्हणून तर सर्वत्र विषमता आहे. म्हणून दुःख, दैन्य, दारिद्र्य, यांचा सुकाळ आहे. कांहीं भांडवलवाले

सर्व जगावर सत्ता गाजवीत आहेत. भारतीय संस्कृती ही गोष्ट सहन करणार नाहीं. भारतीय संस्कृती अद्वैतावर उभारलेली, समाजधारणेवर उभारलेली आहे.

सर्वे सुखिनः सन्तु
सर्वे सन्तु निरामयाः
सर्वे भद्राणि पश्यन्तु ।।

ही भारतीय संस्कृतीचीं ध्येयें आहेत. एकाला सुखी करण्यासाठीं, एकाला चैनींत लोळावयास मिळावें म्हणून लाखों लोकांनीं कसें तरी कीडामुंगीप्रमाणें जगावें, मरमर मरावें असें भारतीय संस्कृती सांगत नाहीं.

अवघाचि संसार सुखाचा करीन ।
आनंदें भरीन तिन्ही लोक ।।

ही भारतीय संतांची घोषणा आहे. सर्वांना सुखी व समृद्ध करण्याचा झेंडा संतांनीं खांद्यावर घेतला आहे. मजुरांना पशूप्रमाणें, गुलामाप्रमाणें वागवणारे दांभिक कारखानदार, शेतकऱ्यांना पिळणारे दांभिक सावकार, कुळांना गांजणारे खोत व जमीनदार, आणि या पिळवणुकीला आशीर्वाद देणारे दांभिक संतमहंत हे भारतीय संस्कृतीचे उपासक नाहींत. सनातन संस्कृती त्यांना कळत नाहीं, समजत नाहीं. विशाल हृदयाच्या थोर ऋषींनी भारतीय संस्कृती निर्मिली आहे. संकुचित व क्षुद्र वृत्तीच्या अनुदार लोकांना ती समजेल असें मला वाटत नाहीं. आज भारतीय संस्कृतीच्या नांवाखालीं मोठमोठ्या गप्पा मारणारे लोक विषमता निशंक पहात आहेत. त्यांना त्याचें दुःख नाहीं. श्रमहीन छळणाऱ्या श्रीमंतांना त्यांचे शत आशीर्वाद आहेत. हे श्रीमंत किती जणांना रडवीत आहेत इकडे त्यांचें लक्ष नसतें. 'भारतीय संस्कृती, भारतीय संस्कृती' म्हणून गाजावाजा करणारे हे लोक भारतीय संस्कृतीचा वध करीत आहेत. संतांना व ऋषींना धुळींत मिळवीत आहेत. उपनिषदें व वेदान्त यांना मूठमाती देत आहेत. भारतीय संस्कृतीचा आत्मा साम्यवादीच ओळखूं शकेल.

''दरिद्रान् भर कौन्तेय''

असा महाभारतांत अर्थशास्त्राचा सिद्धान्त सांगितला आहे. जो दरिद्री आहे, त्याचें भरण केलें पाहिजे. जे खळगे असतील ते भरून काढले पाहिजेत. परंतु एकीकडचे खळगे भरून काढावयास, दुसरीकडच्या टेकड्या खणाव्या लागतील. आज समाजांत एकीकडे पैशाचे ढीग आहेत आणि दुसरीकडे कवडी नाहीं. हे

पैशाचे ढीग सर्वत्र वांटून दिले पाहिजेत.

समाजांतील संपत्तीचीं साधनें समाजाच्या मालकीचीं हवींत. व्यक्तीची मालकी अपायकारक आहे. विशेषत: प्रचंड उत्पादनाचीं साधनें तरी खाजगी असता कामा नये. याशिवाय समाजांतील हे खळगे दूर करतां येणार नाहींत. समाजांत जी संपत्ती निर्माण होईल, तिचें नीट विभाजन झालें पाहिजे.

आजपर्यंत जो तो आपल्या विशेष गुणधर्मांची विशेष किंमत करीत असे. परंतु कोणत्याही कर्माची, कोणत्याही कौशल्याची किंमत आपण कशी ठरविणार? मजुराच्या आठ तास अंग मोडून केलेल्या कामाची का दोन आणेच किंमत, आणि डॉक्टरच्या पांच मिनिटें भेटीची का तीन रुपये किंमत? कारकुनाच्या कामाची का महिना पंधरा रुपयेच किंमत आणि मामलेदाराच्या श्रमांची चारशें रुपये? प्राथमिक शाळेंतील शिक्षकाच्या अध्यापनाची का वीस रुपये किंमत आणि प्रोफेसरच्या प्रत्यहीं दोन-तीन तास शिकविण्याची का हजार-पांचशें किंमत? थंडीवाऱ्यात, रात्रींबेरात्रीं दिवा दाखवणाऱ्या रेल्वेच्या कामगाराची का दहा रुपये किंमत आणि गाडीवरून हिंडणारा इंजिनियर त्याच्या श्रमांची का पांचशें रुपये किंमत? रस्ता झाडणाऱ्याला महिना पांच रुपये आणि एका गवयाच्या तासभर गायनाला पांचशें रुपये?

या किंमती कोण ठरवितो, हें मोल कसें निश्चित करावयाचें? एखाद्या मिलचा मालक म्हणतो, ''मीं प्रथम माझें भांडवल घातलें. मी हिंडलों. शेअर जमविले. भांडवल वाढविलें. सर्व योजना आंखली. संघटना केली. म्हणून ही गिरणी उभी राहिली. माझ्या या कर्तबगारीची किंमत करतां येणार नाहीं. मजुरांना थोडीशी मजुरी देऊन बाकी उरेल तो सारा फायदा माझ्या संघटनाबुद्धीची, माझ्या कल्पकतेची, माझ्या व्यवस्थाचातुर्याची किंमत आहे. मी ती घेणार. यांत अन्याय नाहीं. यांत अधर्म नाहीं. माझ्या विशेष गुणांचा मोबदला मी कां न घ्यावा?''

परंतु या लोकांना समजत नाहीं कीं तो गुणसुद्धा विशिष्ट वातावरणामुळें व परिस्थितीमुळें त्यांना मिळाला. मनुष्याचे गुण हे समाजनिर्मित आहेत. त्या गुणांचें श्रेय त्याला नसून विशेष परिस्थितीला आहे. त्या गुणांची ऐट मनुष्याला नको. निरनिराळे गुण माणसांत आढळतात. त्या गुणांचा अभिमान त्याला नको. त्या त्या गुणांसाठीं त्यानें समाजाचें ऋणी राहिलें पाहिजे. आणि त्या गुणांचा फायदा समाजाला दिला पाहिजे.

एखादा बलभीम येऊन जर म्हणेल ''मी बलवान् आहे. माझ्या शक्तीचा मी

वाटेल तो उपयोग करीन. इतरांस तुडवीन, बुडवीन, छळीन, पिळीन.'' तर तें योग्य होईल का? माझ्याजवळ शक्ती आहे ती इतरांच्या रक्षणार्थ आहे. दुसऱ्यांच्या कल्याणासाठीं आहे. कारण माझी शक्ती माझी नाहीं. तीही समाजानें दिली आहे. समाजानें मला खायला प्यायला दिलें. सृष्टीनें मला प्रकाश दिला, हवा दिली. म्हणून मी जगलों, बलवान् झालों. माझी शक्ती मी मला वाढवणाऱ्या समाजाच्या सेवेंत खर्चिली पाहिजे.

भारतीय संस्कृती सांगते कीं, आपापल्या वर्णाप्रमाणें सेवेचीं कर्में उचला. परंतु त्या कर्मांत प्रतवारी लावूं नका. बौद्धिक कर्माची विशेष किंमत, शारीरिक श्रमांची कमी किंमत-असें नका लेखूं. कोणत्या कर्माची कोणत्या क्षणीं किती किंमत येईल त्याची कल्पना करतां येणार नाहीं. ज्यानें त्यानें आपल्यां विशिष्ट गुणधर्मांप्रमाणें, आपल्या शक्तीप्रमाणें, आपल्या पात्रतेप्रमाणें कर्म करावें. ज्याला देखरेख करतां येईल त्यानें देखरेख करावी; यंत्र दुरुस्त करतां येईल त्यानें यंत्र दुरुस्त करावें; यंत्र चालवतां येईल त्याने चालवावें. कर्मे निरनिराळीं असलीं म्हणून त्याचा मोबदला कमीअधिक नको.

लायकीप्रमाणें काम व जरूरीप्रमाणें मोबदला हा धार्मिक अर्थशास्त्राचा सिद्धान्त आहे. दोन मजूर आहेत. एक अधिक कुशल आहे. दुसरा तितका नाहीं. परंतु जो कुशल आहे त्याला दोनच मुलें आहेत व जरा कमी कुशल आहे त्याला चार आहेत समजा. तर हुशार मजुरापेक्षां त्या कमी कुशल मजुराला अधिक मजुरी द्यावी लागेल. कारण त्याची गरज अधिक आहे. समाजानें त्या मुलांची स्वतंत्र रीतीनें तरी व्यवस्था करावी; किंवा मजुराला मजुरी अधिक द्यावी.

कारकुनाला चार मुलें असतील व मामलेदाराला मुळींच मूल नसेल, तर कारकुनाला पन्नास रुपये पगार द्या व मामलेदाराला पंधरा द्या. मामलेदार झाला म्हणजे तो खंडीभर खातो अशांतला भाग नाहीं. पगार हा आवश्यक गरजा भागवण्यासाठीं आहे. मामलेदाराला हिंडावें लागत असेल तर त्याची व्यवस्था सरकार निराळ्या रीतीनें करील. परंतु केवळ खाण्यापिण्यासाठीं म्हणून अधिक पगार नको. मामलेदाराकडे पुष्कळ लोक येणार जाणार तर त्याच्यासाठीं कायमचा एक बंगला बांधून ठेवण्यांत येईल म्हणजे झालें.

मामलेदार अधिक लायक असतील, अधिक शिकलेले असतील, कायद्यांचा नीट अभ्यास केलेले असतील तर त्यांच्या हातांत सत्ता अधिक द्या. त्यांच्या लायकीचें काम त्यांना द्या. परंतु पगार हा लायकीवर अवलंबून ठेवणें योग्य नाहीं.

लायकीप्रमाणें काम व जरूरीप्रमाणे पगार. हें तत्त्व अंमलात आणणें म्हणजे वर्णधर्म पाळला असें होईल. वर्णधर्म म्हणजे लायकीप्रमाणें समाजाचें काम उचलणें व पोटापुरतें लागेल तें घेणें.

भारतीय संस्कृतींत जें यज्ञतत्त्व सांगितलें आहे त्यांत महान् अर्थ आहे. वर्णधर्मात लायकीप्रमाणें कर्म उचला हें तत्त्व आहे. तर यज्ञधर्म सांगतों कीं सर्वांची काळजी घ्या. यज्ञ म्हणजे काय? यज्ञ या शब्दांत खोल अर्थ आहे. देवांसाठीं यज्ञ करावयाचा. देव आपणांस पाऊस देतात, प्रकाश देतात, वारे देतात. देव आपणांसाठीं झिजतात. देव झिजतात तर त्यांची झीज आपण भरून काढली पाहिजे. यासाठीं आपण देवांना अविर्भाग द्यावयाचा. आपणांजवळची जी तुपाची संपत्ती, त्याचा भाग देवांना अर्पण करावयाचा. देव आपणांसाठीं झिजले, आपण देवासाठी झिजूं या. यज्ञ म्हणजे परस्परांची झीज भरून काढणें. तूं माझ्यासाठीं झीज, मी तुझ्यासाठी झिजतों. मी तुला जीवन देतों, तूं मला जीवन दे.

जीवो जीवस्य जीवनम् ।।

या वचनाचा एक प्रकारें विशेषही अर्थ आहे. प्रत्येक जीव दुसऱ्या जीवाचें जीवन आहे. प्रत्येक प्राणी दुसऱ्यासाठीं झिजत आहे. आपण सारे एकमेकांसाठीं झिजून, त्याग करून, एकमेकांना जीवन देत आहोंत.

कारखानदार मजुरासाठीं झिजो, मजूर त्याच्यासाठीं झिजोत. कुळें खोतासाठीं झिजलीं, खोत कुळांसाठीं झिजो. शेतकरी सावकारासाठीं झिजले, सावकार त्यांच्यासाठीं झिजो. प्रजा सरकारासाठीं झिजते, सरकार प्रजेसाठीं झिजो. परस्परांची झीज भरून काढूं या.

आपण शेती करतों. पृथ्वीची झीज होते. ती झिजून आपणांस धान्य देते. तिचा कस, तिचें सत्त्व कमी होतें. आपण तिची झीज भरून काढली पाहिजे. आपण तिला नांगरून ठेवतो. सूर्याची उष्णता तिच्या आंत शिरते. आपण तिच्यांत खत घालतो. अशा रीतीनें तिचा कस पुन्हां आपण भरून काढतो. आपण पृथ्वीसाठीं जी ही झीज सोसली, उन्हांत नांगरलें, खत ओतून पैसे खर्च केले; ही जी आपण शारीरिक व आर्थिक झीज पृथ्वीसाठीं केली, ती झीज उत्कृष्ट पीक देऊन पृथ्वी भरून काढते. पृथ्वी माझ्यासाठीं झिजते, मी तिच्यासाठीं झिजतों.

गीतेच्या तिसऱ्या अध्यायांत हें महान् यज्ञतत्त्व सांगितलें आहे. परमेश्वरानें सृष्टी निर्माण करतानांच यज्ञतत्त्व निर्माण केलें आहे.

सहयज्ञाः प्रजाः सृष्ट्वा पुरोवाच प्रजाप्रतिः
अनेन प्रसविष्यध्वम् एष वोऽ स्त्विष्टकामधुक् ।।

प्रभु म्हणाला, "लोक हो! हा यज्ञही तुमच्याबरोबरच मी निर्माण केला आहे. या यज्ञानें सर्व काहीं मिळवून घ्या. या यज्ञालाच कामधेनु समजा." परमेश्वरानें सकलसुखाचें साधन जें यज्ञ तें आपल्या स्वाधीन केलें आहे. परमेश्वराच्या नांवानें आतां रडण्यांत कांहीं अर्थ नाहीं. त्याच्या नांवानें हांक मारूं नका. त्याच्या नांवानें बोटें मोडूं नका. आपणांस जर दुःख असेल, समाजांत जर विषमता असेल, दुःखदारिद्र्य असेल, समाजांत जर असमाधान, अशांती असेल, प्रक्षुब्धता असेल, तर आपण यज्ञधर्माची नीट उपासना केली नाहीं हेंच त्याचें कारण. तें दुःख दूर व्हावें असें वाटत असेल तर आपण यज्ञाची पूजा केली पाहिजे. यज्ञ म्हणजेच साधन. यज्ञ म्हणजेच धर्म. यज्ञ म्हणजेच ईश्वर. आपण ईश्वराचें वर्णन "यज्ञस्वरूपी नारायण" असें केलें आहे.

आज मानवी समाजांत हें यज्ञतत्त्व पाळण्यांत येत नाहीं म्हणून मानवी समाज दुःखी आहे. कांहीं वर्ग दुसऱ्यासाठीं सारखे झिजत आहेत. परंतु त्यांची झीज भरून काढण्यासाठीं मात्र कोणी झिजत नाहींत. मंजूर झिजून झिजून भांडवलदारासाठीं चिपाट होत आहेत. भांडवलदार झिजून झिजून चिपाट होत नाहीं. तो सारखा लठ्ठच होत आहे. त्याच्या मोटारी वाढत आहेत, त्याची चैन वाढत आहे. मजूर सुखी व्हावे म्हणून ही चैन कमी होत नाहीं. परंतु सृष्टी सांगते "मेघासाठीं नद्या कोरड्या झाल्या; वापीतलाव शुष्क झालें; पुष्करिणी आटल्या. परंतु त्यांना पुन्हां भरून टाकण्यासाठीं मेघ रिकामे होतील. मेघांजवळची पाण्याची संपत्ती नदीनाल्यांनीं उन्हानें वाफाळून दिली आहे. त्या नदीनाल्यांची ती तपश्चर्या, ती सेवा मेघ विसरत नाहींत. ते कृतज्ञतेनें ओथंबून खाली येतात व सर्वस्व अर्पण करून रिते होतात. पुन्हां त्या भरलेल्या नद्या प्रेमानें आटून मेघांनी भरून टाकतात. असा हा प्रेमाचा अन्योन्य यज्ञधर्म आहे.

मजुरांनीं म्हणावयाचें "शेठजी! तुमच्यासाठीं आम्ही यंत्राजवळ झिजतों. सारी संपत्ती तुमच्या हातांत देतों; घ्या." शेठजीनें म्हणावंयाचें " बंधूंनों! ही सारी संपत्ती पुन्हा तुमच्यासाठीं मी देऊन टाकतो; घ्या." अशा रीतीनेंच समाजांत आनंद राहील.

परस्पर जर याप्रमाणें वागतील, तर समाजांत समता राहील. एकीकडे खळगे व एकीकडे टेकाडे दिसणार नाहींत. एकीकडे प्रचंड प्रासाद व एकीकडे क्षुद्र झोंपड्या

हें दुःख दिसणार नाहीं. एकीकडे आनंदमय संगीत तर दुसरीकडे शोकाचें रडगाणें असा हृदयभेदक देखावा दिसणार नाहीं.

पाण्याचा धर्म समान पातळींत राहणें हा आहे. तुम्ही पाण्यांतून एक घागर भरून घ्या. तेथें झालेला तो खळगा भरून काढण्यासाठीं आजूबाजूचे सारे जलबिंदू धांवतात. तो खळगा भरून येतो. एका क्षणार्धांत भरून निघतो. तो खळगा पाहण्यांत आजूबाजूच्या बिंदूंना आनंद वाटत नाहीं. परंतु याच्या उलट, रस्त्यावरचे खडीचे ढीग पहा. एक बाजूनें तुम्ही जर खडी नेलीत, तर तेथील खळगा भरून काढण्यासाठीं आजूबाजूची खडी धांवणार नाहीं. तो खळगा आपणांस दिसतो. चार दोन खडे, अगदीं जवळचे खडे धांवतात. परंतु पुष्कळसे गंमतच पहातात. दगडत ते. त्यांना थोडेंच दुःख आहे!

समाजांत हीच दगडांची स्थिति आहे. पाण्याच्या बिंदुप्रमाणें आपण सहृदय नाहीं म्हणूनच जीवन मुक्त चाललें आहे. आपण परस्परांचें खळगे भरून काढून समता निर्मीत नाहीं. यज्ञधर्माचा लोप झाला आहे. अग्निहोत्रांचे यज्ञ व बोकडांचे यज्ञ विक्षिप्त लोक पुन्हां सुरू करीत आहेत. परंतु "परस्पर भावयन्तः श्रेयः परमवाप्स्यात" एकमेकांची काळजी घेऊन एकमेकांबद्दल भावना बाळगून, आनंद मिळवून घ्या; खरें कल्याण, खरें श्रेय (स्वतःचे फक्त नव्हे) प्राप्त करून घ्या" असें जें भगवद्गीत यज्ञकर्म, त्याचें पुनरुज्जीवन करावयाचें कोणाच्याच मनांत नाहीं. आणि "हें यज्ञकर्म करा; झिजणाऱ्या मजुरांची, श्रमणाऱ्या शेतकऱ्यांची झीज नीट भरून काढा" असें अट्टाहासानें सांगणाऱ्या साम्यवादी ध्येयवादी जवाहरलालांसारख्यांची धर्मशून्य म्हणून संभावना होत आहे. जवाहरलाल गीतेचा महान् यज्ञधर्म आंचरा व परमश्रेय प्राप्त करून घ्या असें सांगत आहेत. थोर यज्ञधर्माची दीक्षा यज्ञहीनांस देऊं पाहणारे ते थोर धर्मसेवक आहेत.

साम्यवादी लोक म्हणत असतात "धर्म वगैरे आम्ही कांहीं समजत नाहीं. धर्म म्हणजे अफूची गोळी आहे. आम्हांला सर्वांना सुखी कसें करावें याची प्रखर चिंता आहे. हाच आमचा धर्म." साम्यवादी लोक "धर्म या शब्दाला का कंटाळणार नाहींत? जो धर्म लाखों लोकांची दैना आनंदानें बघतो, तो का धर्म? त्या धर्माचें नांव त्यांना कसें सहन होईल?

उपनिषदांत म्हटलें आहे "येन ज्ञातं तेन न ज्ञातम्। येन न ज्ञातम् तेन ज्ञातम्." जो म्हणेल कीं मला समजतें त्याला कांहींही समजलें नाहीं. आणि जो म्हणेल कीं मला कांहीं कळत नाहीं, त्यालाच सारें कळलें. त्याप्रमाणें जे धर्म धर्म म्हणून शंख

करतात व लाखों लोकांची उपासमार होत असतां सुखांत नांदतात त्यांना धर्म नाहीं. आणि जे "धर्मबिर्म आम्हांस समजत नाहीं; परंतु सारा समाज सुखी, आनंदी, ज्ञानी कसा होईल याचा ध्यास आम्हांस लागला आहे, यासाठीं आम्हीं जगूं मरूं" असें म्हणतात व रात्रंदिवस तडफडत काम करतात, रक्ताचा बिंदून्‌बिंदू आटवतात, त्यांच्याजवळच धर्माची पवित्र मूर्ती आहे.

जे कां रंजले गांजले । त्यांसी म्हणे जो आपुले ।।
तोचि साधु ओळखावा । देव तेथेंची जाणावा ।।

ज्ञानेश्वरीवर, गीताभागवतावर प्रवचनें करणारे, श्रम न करतां शिरापुरी खाणारे, पाद्यपूजा घेणारे, पुड्या खाणारे, सुखांत राहून अद्वैतावर भाषणें करणारे हे संत नव्हेत. त्यांच्याजवळ ना देव ना धर्म. धर्म त्यांच्याजवळ आहे, जो रंजल्यागांजल्यांची बाजू घेतो; त्यांना पोटाशीं घेतो.

दया करी जे पुत्रांसी । तेचि दासां आणि दासीं

अशा भेदातील वृत्तीनें सर्वांची दु:खें दूर करावयासाठीं जो प्राणपर कष्ट करतो. हिंदु-मुसलमान बघत नाहीं. पीडलेले सारे मजूर-शेतकरी माझें. त्यांच्यासाठीं मी तळमळेन, स्पेनमधील गरीब जनता तडफडत आहे का? एक आणा त्यांना पाठवूं दे. पैसा नसेल तर सहानुभूती तरी दाखवूं दे. त्यांचें दु:ख तें माझें दु:ख आहे. माझा केवळ सहानुभूतीचा शब्दही त्यांना धीर देईल. आज सारी सृष्टी जवळ येत आहे. आगगाडी, आगबोट, विमान, बिनतारी यंत्र, आकाशवाणी, सर्व साधनांनीं मानव जवळ जवळ येत आहेत. दूर दूर असलेले भाऊ जवळ येत आहेत. घेऊं दे त्यांना जवळ. त्यांच्यापासून का मी दूर राहूं? माझा हात सर्वांसाठी आहे. माझे अश्रू सर्वांसाठीं आहेत. माझें हृदय सर्व पददलितांसाठीं तडफडत आहे. असें जो म्हणेल, असा जो वागेल, हें ज्याचें महनीय स्तवनीय ध्येय, त्याच्याजवळ संतत्व आहे, ऋषित्व आहे. त्याच्याजवळ खरा धर्म आहे, त्याच्याजवळ देव कोठें असलाच तर असण्याचा संभव आहे.

तीर्थी धोंडा पाणी । देव रोकडा सज्जनीं

अशा महान् सज्जनांजवळ प्रत्यक्ष रोकडा देव आहे.

अग्नी म्हणजे देवांचे सुख. आपणांसाठीं झिजलेल्या देवांचें तोंड म्हणजे अग्नी. या अग्नींत आहुति द्या म्हणजे देव तृप्त होतील.

अग्नि वैं देवानां मुखम्

हा अग्नी कोठें आहे? लाखों श्रम करणाऱ्या लोकांचा जठराग्नी पेटला आहे. त्या अग्नींत आहुति द्या. त्या श्रमणाऱ्या देवांच्या पोटांत आग पेटली आहे. ती आग शांत करण्यासाठीं उठा सारे सनातनी, उठा सारे शेठसावकार, उठा धर्माच्या नांवानें गप्पा मारणाऱ्या खोतांनो, जमीनदारांनो, संतमहंतांनों-महाराजांनों! हा भावाबहिणींच्या, त्यांच्या गोड मुलाबाळांच्या पोटांतील अग्नी तृप्त करणें म्हणजे महान् यज्ञ. म्हणजे खरा धर्म!

परंतु हा यज्ञ सनातनींस समजेनासा झाला आहे. लाखों गरिबांची हायहाय त्यांना दिसत नाहीं. त्यांची बुद्धी मेली आहे, हृदय सडलें आहे. केवळ कार्पण्य त्यांच्याजवळ उरलें आहे. दुसऱ्याची उपासमार पाहून त्यांचें पोट दुखत नाहीं. सज्जनगडावरची एक गोष्ट जुने लोक सांगतात. दासनवमीचा सज्जनगडावर नऊ दिवस उत्सव असतो. नऊ दिवस गडावर येणाऱ्या सर्वांस जेवण मिळतें. समर्थांच्या गादीवर जे महाराज असतील त्यांनीं गडावर कोणी उपाशी नाहींना अशी सर्वत्र चौकशी करून मग रात्रीं जेवावयाचें. एकदां काय झालें, असा उत्सव चालला होता. परंतु एके दिवशीं मध्यरात्रीं महाराजांचें पोट दुखूं लागलें. कांहीं केल्या राहिना. शेवटीं महाराज म्हणाले, ''गडावर कोणी उपाशी तर नाहींना राहिला? जा पाहून या.'' मंडळी मशाली पाजळून धांवली, चौकशी सुरू झाली. एका झाडाखालीं एक माणूस आंधळा का पांगळा भुकेनें तडफडत होता. मंडळींनी त्याला उचलून नेलें. महाराजांनीं त्याला पोटभर गोड बोलून जेवूं घातलें. महाराजांचें पोट दुखायचें थांबलें. गरिबाचें पेटलेलें पोट शांत होतांच महाराजांचे पोट शांत झालें.

अशी ही धर्ममय पोटदुखी किती सनातनींना आहे? किती संस्कृतिसंरक्षकांना आहे? धर्माच्या नांवानें कंठशोष करणाऱ्यांत आहे? दुसऱ्यांचीं पेटलेलीं पोटें, तीं यज्ञकुंडें, ते पवित्र जठराग्नी, शांत होत नाहींत म्हणून किती जणांना अशांती वाटते, किती जणांचे डोळे दुःखानें ओले होतात, संतापानें पेटतात? ज्याचें असे पोट दुखेल तो खरा समर्थांचा भक्त; ज्याचें असें पोट दुखेल तो भारतीय संस्कृतीचा खरा उपासक; तो संतांचा सेवक, ऋषींचा पूजक. म्हणून महात्माजी, जवाहरलाल यांच्यासारखे तळमळणारे आत्मे हे खरोखरच संस्कृतिसंरक्षक आहेत; संतांचे व ऋषींचे सत्पुत्र म्हणून शोभतात. खरें अहोरात्र अग्निहोत्र त्यांनीं चालविलें आहे. व महान् प्रखर दीक्षा शेंकडों तरुणांस ते देत आहेत.

धर्ममय अर्थशास्त्र अशा दृष्टीचें आहे. धर्मार्थकाममोक्ष या चतुर्विध पुरुषांतील अर्थ अशा थोर धर्माच्या पायावर उभारला गेला पाहिजे. सर्व समाजांतील शक्तीचें

नीट धारण होईल, नीट पोषण होईल अशा स्वरूपाचें हे अर्थशास्त्र पाहिजे. सर्व मानवजातीचें हित पाहणारें असें मग हें अर्थशास्त्र होईल. या अर्थशास्त्राला अजून आरंभही झाला नाहीं. म्हणून जगांत मोक्ष किंवा स्वातंत्र्य अद्याप कोठेंच नाहीं. मोक्षाचा जन्म अद्याप व्हावयाचा आहे. आपण सारे गुलाम आहोंत. हिंदुस्थानच इंग्लंडचें गुलाम आहे असें नाहीं तर इंग्लंडही हिंदुस्थानचें गुलाम आहे. हिंदुस्थान माल घेईल तरच इंग्लंड जगणार! चार नोकर श्रीमंत धन्याला कुबड्या देत चालवतात त्यांतलाच हा प्रकार आहे. ते नोकर श्रीमंताचे गुलाम व तो श्रीमंत त्या नोकरांचा गुलाम. ते नोकर जर आधार देणार नाहींत तर तो लुळापांगळा श्रीमंत धुळींत मिळेल. हिंदुस्थान इंग्लंडचे आधार काढून घेईल तर इंग्लंड मरेल. दुसऱ्यास गुलाम करणारा स्वतःही न कळत गुलाम होत असतो. जें पेरावें तें मिळत असतें. एक श्रीमंत गुलाम व एक दरिद्र गुलाम. एक ढेरपोट्या गुलाम व एक पोटाची दामटी वळलेला गुलाम. एक गाल वर आलेला गुलछबू गुलाम, एकबसक्या गालांचा निस्तेज गुलाम. परंतु दोघे शेवटीं गुलामच!

जगांत जोपर्यंत धर्ममय अर्थशास्त्र येत नाहीं, सर्वोदय करणारें, मानवास साजेसें अर्थशास्त्र येत नाहीं, तोपर्यंत जगांत खरें स्वातंत्र्य नाहीं. आज स्वातंत्र्याचीं सोंगे आहेत. स्वातंत्र्याच्या पडछाया आहेत. स्वातंत्र्याचीं पिशाच्चें आहेत. खरें मंगलदायक व आनंददायक, सर्वांचा सर्वांगीण विकास निरपवाद करूं पाहणारें स्वातंत्र्य अद्याप बहुत दूर आहे. पृथ्वीला या मंगलमय बालकाच्या प्रसववेदना थोड्या थोड्या लागल्या आहेत. पृथ्वीच्या पोटाच्या एका कोंपऱ्यांत या कळा सुरू झाल्या आहेत. परंतु प्रसववेदना पूर्ण होऊन दिव्य स्वातंत्र्य बालक जन्माला यावयास किती युगें लागतील तें कोण सांगूं शकेल?

धर्ममय अर्थशास्त्र, त्याप्रमाणेंच धर्ममय कामशास्त्र. भारतीय संस्कृती कामाला गाडूं पहात नाहीं. काम म्हणतांच कानांवर हात ठेवूं पाहणारी ती नाहीं. मानवी विकारांची व्यवस्था लावणारी ही संस्कृती आहे. विकारांतून विकास करूं पाहणारी ही संस्कृती आहे. श्रीभगवद्गीता म्हणते -

''धर्माऽविरुद्धो भूतेषु कामोऽस्मि भरतर्षभ''

ज्या कामाचा धर्माशीं विरोध नाहीं तो मर्यादित काम म्हणजे माझेंच स्वरूप. तो मर्यादित काम म्हणजे मी परमेश्वर. ती माझीच एक दिव्य विभूती!

भारतीय संस्कृतीनें कामालाही धर्माचें अधिष्ठान दिलें; आणि धर्म म्हणजे

समाजाचें धारण. मानवजातीचें धारण. माझ्या विषयभोगानें समाजाचें स्वास्थ्य बिघडतां कामा नये, समाजांत अशांती उत्पन्न होतां कामा नये. समाजांत दुःख, दैन्य, दास्य, दारिद्र्य उत्पन्न होतां कामा नये. माझा विषयभोगही समाजाला सुखकर झाला पाहिजे.

काम या शब्दांत पंचेंद्रियांचे जरी भोग आले, तरी मुख्यतः स्त्री-पुरुष संबंधच आपल्या दृष्टीसमोर उभा राहतो. आणि स्त्री-पुरुषसंबंध ही महत्त्वाचीच गोष्ट आहे. या संबंधावर समाजाचें स्वास्थ्यच नव्हे तर समाजाचें अस्तित्वही अवलंबून आहे.

अती विषयी सर्वदा दैन्यवाणा ।

सदैव विषयांतच जो रमला, तो दीनदुबळा होणार. त्याला उत्साह राहणार नाहीं. मग समाजाची सेवा तो काय करणाार? स्वतःचें कर्म नीट कसें पार पाडणार? समाजाचें कर्म नीट पार पाडतां यावें म्हणून आपण मर्यादितच विषयसुख घेतलें पाहिजे.

स्त्री-पुरुषांचे परस्पर संबंध प्रेमाचे हवेत. स्त्री म्हणजे कांही सत्तेची एक वस्तू नाहीं. तिला हृदय आहे, बुद्धी आहे. तिला भावना आहेत. तिला स्वाभिमान आहे, तिला आत्मा आहे. तिला सुख-दुःख आहे. या सर्व गोष्टींची जाणीव पुरुषानें ठेवली पाहिजे. स्त्री म्हणजे जगांतील महान् शक्ती. या शक्तीशीं वागणाऱ्या पुरुषानें शिव झालें पाहिजे. शिव व शक्ती यांच्या प्रेमावर सर्व समाजाचा प्राण अवलंबून आहे. शिव व शक्ती यांच्या प्रेममय परंतु संयममय संबंधांपासूनच कर्तृत्ववान् कुमारांचा संभव होत असतो. शौर्य-धैर्याचे सागर, विद्येचे आगर असे सत्पुत्र जन्माला येतात.

मनुष्याने नेहमीं आपल्या कृतीचा परिणाम काय होईल याचा विचार करून त्या कृतीला आरंभ केला पाहिजे. स्त्री-पुरुषसंबंधापासून मुलेंबाळें जन्मणार. एक मूल जन्माला घालणें म्हणजे एक देवाची मूर्ती निर्माण करणें होय. या देवाची आपणांस नीट काळजी घेतां येईल का, याला पोटाला पुरेसें देतां येईल का, याच्या वर्णाची नीट विकास करतां येईल का, याचा विचार आई-बापांनी करावयास हवा. नाहीं तर घरांत खंडीभर मुलें चिरचिरीं, रोगीं दिसत आहेत. त्यांना ना शिक्षण, ना संरक्षण. अशानें सुखाचा संसार कसा होणार, आणि तो समाजही कसा तेजस्वी राहणार? त्या समाजाचें धारण कसें होणार?

खरें पाहिलें तर अर्थशास्त्र सुधारल्याशिवाय कामशास्त्र सुधारणार नाही. धर्ममय, समाजाचें नीट धारणपोषण करणारें, सर्वांचा विकास करूं पाहणारें अर्थशास्त्र जोंपर्यंत नाहीं, तोपर्यंत तेजस्वी कामशास्त्र तरी कसें संभवणार? मजुराला का आम्हीं ब्रह्मचर्याचे धडे शिकवीत बसायचें? वरच्या वर्गांनीं वाटेल तशी चैन करावयाची आणि मजुरांच्या मुलांची उपासमार व्हावयाची! श्रीमंत दोन तऱ्हांनीं पाप करीत आहेत. श्रीमंत आतां संततिनियमन करून खुशाल माड्या-महालांत भोग भोगीत असतात. समाजाला बालकेंहि ते देत नाहींत. समाजाचें हें महान कर्म ते टाळूं पहात आहेत. समाजांत संपत्तीची निर्मिती मजुरांनींच करावयाची आणि मुलांची निर्मिती करून समाजाचें अस्तित्वही त्यांनीच टिकवावयाचें. परंतु मजुरांच्या मुलांना पोटभर खायला मिळेल अशी व्यवस्थाही हे श्रीमंत करूं इच्छित नाहींत. श्रीमंत स्वत: संतती निर्माण करीत नाहींत, आणि जे संतती निर्माण करितात त्यांच्याजवळ संपत्ती निर्माण करूनही संपत्ती नाहीं. गरिबांनींच झिजून संपत्ती निर्माण करावयाची आणि गरिबांच्या बायकांनींच झिजून संततिही निर्माण करावयाची! मेणबत्ती बिचारी दोन्हीकडून पेटली तर लवकरच खलास होईल झालें.

मजुरांजवळ पोटाला पुरेसें नाहीं आणि संततिनियमनाचीं साधनेंही त्यांच्याजवळ नाहींत. संततिनियमनाविरुद्ध सनातनी आरडाओरड करितात, परंतु मजुरांच्या मुलांना पोटभर खावयाला मिळेल, त्या मुलांच्या वर्णाप्रमाणें त्यांना शिक्षण मिळेल, असें धर्ममय अर्थशास्त्र समाजांत निर्माण करण्यासाठीं मात्र ते ओरडत नाहींत. जोंपर्यंत समाजांत ही विषमता आहे, तोपर्यंत गरिबाला संततिनियमनाशिवाय कोणता मार्ग? त्याला का ब्रह्मचर्याचे उपदेश पाजणार? ती दु:खावर डागणी आहे.

परंतु हे संततिनियमनाचें ज्ञान तरी मजुराला कोण देणार? ज्ञानाचीं साधनेंही श्रीमंतांसाठींच आहेत. ते उपायही श्रीमंतच करूं शकतात. औषधाला दिडकी ज्याच्यावळ नाहीं, तो कोठून आणणार डॉक्टर? साध्या आरोग्याचें ज्याला ज्ञान नाहीं, तो या गुंतागुंतीच्या शास्त्रांत कसा नीट वागणार? मजुराच्या संसारात खायला नाहीं. ल्यायला नाहीं, शिकायला नाहीं, तेथें सारा अंधार आहे. मुलें उत्पन्न होणार व समाज दिवसेंदिवस दीन दरिद्री दु:खी होणार.

धर्ममय अर्थशास्त्र समाजांत आल्यावर तें या सर्व गोष्टींचा विचार करील. पृथ्वीवर किती माणसें जगूं शकतील? कितींचें पोषण होईल? पडित जमिनी लागवडीस आणूं. सुधारलेली शेती करूं, विद्युत उष्णता देऊन वर्षातून चार-चार, पांच-पांच पिकें घेऊं. वाळवंटेंही सुपीक करूं. कृत्रिम पाऊस पाडूं. लोकसंख्या

वाढत चालली अशी उगीच हाकाटी धर्ममय अर्थशास्त्र करणार नाही. आणि किती लोकसंख्या पृथ्वीला चालेल हें पाहून मग नियमन घालील. इतकींच मुलें निर्माण करा असें हें धर्ममय अर्थशास्त्र आज्ञा करील. ज्याप्रमाणें यंत्रांतून जरूर तितकी वस्त्रें निर्माण केलीं जातील, त्याप्रमाणें धर्ममय अर्थशास्त्रही जरूर तेवढीं मुलें समाजाला देईल.

ज्या वेळेस हिंदुस्थानांत भरपूर जमीन होती, लोकसंख्याच कमी होती त्या वेळेस "अष्टपुत्रा सौभाग्यवती भव" असा आशीर्वाद देणें म्हणजे धर्म्यवस्तु होती. परंतु समाजांत धर्ममय अर्थशास्त्र नसतांना आणि समाजांत लोकसंख्या मात्र भरपूर असतांना "अष्टपुत्रा भव" असा आशीर्वाद देणें म्हणजे शापच आहे. आपण काय बोलतों हेंच आपणांस समजत नाहींसें झालें आहे. "अष्टपुत्रा भव" असा आशीर्वाद देणाऱ्याला जर म्हटले, "त्या आठ पुत्रांचे पोषण व्हावें म्हणून साम्यवाद समाजांत आणशील का?" तर तो म्हणेल, "अब्रह्मण्यम्! साम्यवादाचें पाप कशाला? नांव काढूं नका. त्या भ्रष्ट साम्यवादाचें!" मग पुन्हां त्या आशीर्वाद देणाऱ्याला म्हणा, "आठ पुत्र घेऊन काय करूं? संततिनियमन मला शिकव. तुझा आशीर्वाद नसला तरी मला मुलें होणार. परंतु त्यांचें पोषण कसें करूं? पोषण करावयास, समाजाचें धारण करणारें साम्यवादी अर्थशास्त्र आणा असें म्हणतांच तुम्ही रागावतां. तर मग मुलें न होतांच कसा भोग भोगूं ते सांगा. भोग न भोगणें जमणार नाहीं. तें देवांना शक्य झालें नाहीं. ऋषिमुनींना शक्य झालें नाहीं. कोणी भिल्लीण पाहून भुलले. कोणी कोळीण पाहून भुलले. तेव्हां उगीच ब्रह्मचर्याचा मंत्र बोलूं नका. भोग भोगावयाचा परंतु समाजांत रडकीं दुबळीं मुलें पाहण्याचें तरी दुःख नको. आपले पोटचे गोळे वस्त्रहीन, अन्नहीन, ज्ञानहीन, पाहणें मायबापांना का आवडेल? अहो, आपण गायीबैलांनाही थंडींत झूल करतों. तेव्हां तुम्ही "संततिनियमनाचें शास्त्र सांगा." तर तो धर्ममार्तंड "अब्रह्मण्यम्" म्हणून पळून जाईल!

साम्यवाद तरी आणा नाहीं तर संततिनियमनाचा तरी प्रचार गोरगरिबांत करा. तो प्रचार करणें म्हणजे आज महान धर्म आहे. परंतु हे दोन्ही महान धर्म न करतां त्या दोन्ही गोष्टींना अविवेकानें नांवें ठेवणें हे जडत्वाचें लक्षण आहे. हृदयें दगड झाल्याची ती खूण आहे. यांत ना धर्म, ना माणुसकी, ना बुद्धी ना शास्त्र. हा राक्षसीपणा आहे.

स्त्रियांच्या मनाची तर कोणीच काळजी घेत नाहीं. बिचारीला पोटभर खायला

नाहीं, विश्रांती नाहीं. आणि पुन:पुन्हां बाळंतपणें. आसन्नप्रसवा अशी स्त्री अपार कष्ट करतांना पाहून कोणाचे डोळे भरून येणार नाहींत! स्त्रियांची विषयनिवृत्ती होते, परंतु पुरुषांची होत नाहीं. एक थोर माता माझ्याजवळ म्हणाली, "आपल्या लेकीसुनांची मुलें पाळण्यांत असतांना स्वत:च्या मुलांचेही पाळणे शेजारीं असावेत, याची मला लाज वाटते. परंतु काय करायचे? त्यांच्यासाठीं सारें सहन करायचें. त्यांचें पाऊल वांकडें पडूं नये म्हणून जपायचें!"

ते उद्‌गार मी कधीं विसरणार नाहीं. स्त्रियांना विसांवाच पुरुष देत नाहीं. स्त्रियांनाही कामवासना असते. परंतु कामवासनेचें नियमन जोपर्यंत करतां येत नाहीं, आणि समाजांतही जोपर्यंत विषमता आहे, तोपर्यंत संततिनियमन करून भोग भोगणें हाच मर्यादित धर्म ठरतो.

समाजांत रोगी मुलें उत्पन्न होऊं नयेत याची धर्ममय कामशास्त्र काळजी घेईल. आपण पशूंची अवलाद चांगली व्हावी म्हणून खटपटी करीत आहोंत, परंतु माणसांची अवलाद चांगली निघावी म्हणून कोण शास्त्रीय दृष्टीनें खटपट करणार? एकदां गोरक्षणाच्या सभेला अध्यक्ष व्हा म्हणून विवेकानंदांना सांगण्यांत आलें. ते म्हणाले, "मानवरक्षणाच्या सभेचा मी अध्यक्ष होईन." याचा अर्थ ते गोरक्षण कमी मानीत होते असें नाहीं. परंतु माणसें पशूंसारखीं झालीं आहेत, याची कोणी काळजी घ्यावयाची?

जर्मनींत म्हणून नालायक पुरुषांची कायद्यानें खच्ची करण्यांत आली. समाजाच्या कल्याणासाठीं मनुष्य स्वत:वर विवेकाचें बंधन जर न घालील, तर कायद्याचें बंधन त्याच्यावर घालावें लागेल. घोड्याला लगाम द्यावा लागतो. त्याप्रमाणे कायद्याचा काटेरी लगाम मनुष्यरूपी पशूला घालणें अवश्य होईल. प्रेम, विवेक, संयम या गोष्टी मनुष्याला शेवटीं कायद्यानें शिकवाव्या लागणार का? मनुष्यानें सर्वांसाठीं झिजलें पाहिजे परंतु तो झिजत नाहीं. मग कायद्याचें व क्रांतीचें साम्यवादी सरकार येतें आणि कायद्यानें झिजवायला लावतें. जे रोगी आहेत त्यांनीं संतती निर्माण करूं नये परंतु ते ऐकत नाहींत. मग कायद्यानें त्यांना खच्ची करणें भाग पडतें.

आपल्या स्मृतींतून म्हणून विवाह करण्याच्या आधीं वधुवरांची भिषग्रतांकडून नीट परीक्षा केली जावी असें सांगितलें आहे.

"स्त्रीत्वे पुंस्त्वे परीक्षित:"

वधू गर्भधारणक्षम आहे ना, कांहीं दोष नाहीं ना, कांहीं रोग नाहीं ना, हें आधीं

परीक्षून घ्यावयाचें. तसेंच वर नपुंसक नाहीं, रोगी नाहीं, उत्कृष्ट शक्तीने संपन्न आहे, हें तपासून घ्यावयाचें आणि मग लग्न लावावयाचें. तरच तें लग्न समाजाच्या कल्याणाचें व वधूवरांनाही आनंद देणारें होईल. परंतु मला किती तरी उदाहरणें माहीत आहेत कीं क्लीब पुरुषांनी पुनः पुनः लग्नें केलीं आहेत. परंतु क्लीबानें शतदां लग्नें केली म्हणून का संतती होणार आहे!

एक संतांच्या गादीवरचे महाराज एका श्रीमंताकडे गेले. त्या श्रीमंताला नव्हतें मूलबाळ. ते गादीवरचे महाराज म्हणाले, "पुन्हां लग्न करा. होईल आशीर्वादें मूल!" त्या श्रीमंतानें पुन्हा लग्नाची तयारी केली. परंतु त्या क्लीबला का संतती झाली असती? गादीवरच्या महाराजांनीं दुसरें कांहीं प्रयोग केले असते, आशीर्वादाच्या जोडीला कांहीं व्यभिचार जोडले असते, तर कदाचित् झालें असतें मूलबाळ. हे गादीवरचे महाराज विचार करीत नाहींत. पुनः पुन्हां लग्नें करावयास सांगतात. आणि स्त्रियांची जीवनें निराश व निरानंद करण्यांत येतात. अशा स्त्रिया वेड्या होतात. भ्रमिष्ट होतात, किंवा कांहीं घरच्या धष्टपुष्ट हिंदु वा मुसलमान नोकरांजवळ विषय भोगतात. अशा कांहीं निरानंद व भ्रमिष्ट स्त्रियांना भुतानें पछाडलें आहे असेंही मग ठरविण्यांत येतें व भूत काढण्यासाठीं त्यांना मारहाण होतें! अरेरे, काय हा धर्म, काय ही संस्कृती!

लग्न लावणाऱ्या आचार्यानें आधीं विचारलें पाहिजे, "या वधूवरांची नीट परीक्षा घेतली आहे का? तरच हा धार्मिक विवाह होईल." परंतु असें विचारणें म्हणजे आचार्याला अब्रह्मण्यं वाटतें! इतर साऱ्या चौकशा करतात. हुंड्याची चौकशी, शिक्षणाची चौकशी सारें होतें. परंतु वैद्यकीय चौकशी मात्र होत नाहीं.

वधूवरांचे गुणधर्म म्हणजे मानसिक परीक्षा व वधूवरांचें आरोग्य म्हणजे शारीरपरीक्षा, ह्या दोन परीक्षा झाल्या पाहिजेत. समान वर्णाचा विवाह हवा. आणि वर्ण म्हणजे आवड, रंग असें आपण मागें पाहिलें आहे. मुलीला कसली आवड आहे, कोणतें काम तिला येतें, तिच्या बुद्धीला, हृदयाला कोणता रंग आहे हें पाहिलें पाहिजे. परंतू मुलीच्या अंगाचा वर्ण पाहण्यांत येतो. तिच्या बुद्धिचा व हृदयाचा वर्ण, तिच्या अंतरात्म्याचा वर्ण यांच्याकडे कोणाचें लक्षही नाहीं. उलट, स्त्रियांना आत्माच नाहीं म्हणजे एक प्रकारें त्यांना वर्णच नाहीं असें समजण्यांत येतें. म्हणून आजचे सारे विवाह हे अशास्त्रीय व अधार्मिक विवाह आहेत. ज्या विवाहांत स्त्री-पुरुषांच्या हृदयबुद्धीचा वर्ण पाहण्यांत येईल, त्यांच्या शरीरांची अव्यंगता पाहण्यांत येईल तेच विवाह खरे शास्त्रीय विवाह होतील.

आज राक्षसगण आहे का देवगण आहे हें पंचांगावरून ठरवतात. ह्याचा वर्ण राक्षसाचा आहे का देवाचा आहे, हें का पंचांगावरून ठरेल? समाज मरत असतां जो स्वत:ची कोठारें व स्वत:च्या पेट्या भरून ठेवतो तो राक्षस. स्वत:साठीं राखणारा तो राक्षस व दुसऱ्यांस देतो तो देव. वर्ण हे कृतीवरून ओळखावयाचे. आत्म्याचे रंग प्रत्येक कृतींतून प्रकट होत असतात. ते पंचांगांतून पहावयाचे नसतात.

तसेंच कांहीं कांहीं लहान जाती त्या जातींतच विवाह करीत असतात. त्या जातींत सर्वांचे एक रक्त होऊन गेलेले असतें. सारे एकमेकांचे नातलग असतात. खानदेशांत लाडसक्के जात आहे. त्या जातींत सारे परस्परांचे नातलग आहेत. परंतु त्या जातीच्या जरा बाहेर ते विवाह करणार नाहींत. आणि असे हे एका रक्ताचे अशास्त्रीय विवाह सनातनी ब्राह्मण प्रत्येक वर्षी लावीत आहेत. केवढा हा अधर्म, केवढी ही अशास्त्रीयता!

वर्ध्याच्या सत्याग्रहाश्रमाचे थोर आचार्य विनोबाजी एकदां म्हणाले, "विवाह समुद्रांतले नकोत, आणि डबक्यांतले पण नकोत." महान् सूत्र त्यांनीं सांगितलें. एकदम एका भारतीयानें उठून अमेरिकेंतील कोणाशीं लग्न लावणें तेंही सदोष होईल व आपापल्या लहान जातींतच सारखीं लग्नें लावणें तेंही सदोष होईल. महाराष्ट्रांतील गायीला एकदम युरोपीयन वळू कदाचित मानवणार नाहीं. महाराष्ट्रांतील गायीला पंजाबचा किंवा गुजराथचा वळू मानवेल. फार लांबचें नको. कारण वातावरण सारें अगदीं भिन्न असतें, आणि अगदीं जवळचेंही नको. कारण तेंच तें वातावरण असतें.

आणि कधीं कधीं मिश्रविवाह समाजाच्या हितासाठीही असतील, जमिनींत एकच पीक सारखें घेत नाहींत. मध्येंच बीं-वाढ करावयास दुसरें पीक घेतात. बी-वाढीसाठींच दुसरें पीक! मध्येंच एक वर्ष दुसरें पीक घेतले. म्हणजे पुन्हां तें पाहिलें पीक भरदार येतें. समाजाच्या संततिशास्त्रांतहि अशी वेळ कदाचित् येत असेल. मिश्रविवाहानें समाज कदाचित् भरदार होईल. सर्वसाधारण जनतेचा उत्साह व सर्वसाधारण जनतेची बुद्धी यांची कदाचित वाढ होईल. भारतांतील सारे प्राचीन महर्षी मिश्रविवाहाचीं फळें होत. "ऋषींचें पाहूं नये कूळ, नदीचें पाहूं नये मूळ" असें आपण म्हणत असतों. परंतु त्यांत ऋषीला कमीपणा थोडाच आहे? मिश्रविवाह हे कधीं कधीं आवश्यकही असतील आज भारतांत ती वेळ आली आहे असें वाटते.

मांस खाऊन आपणांस जोम येणार नाहीं. तर मिश्रविवाहानें जोम येईल. दोन

भिन्न सर्पांपासून जन्मणारा अक्करमाशा हा अधिकच क्रूर असतो. याचा अर्थ मिश्रविवाहाचें फळ जो अक्करमाशा तो अधिक जोमदार असतो. सर्पांचा दुष्टपणा अधिकच वाढीस लागतो.

मिश्रविवाह सदैवच असावा असें नाहीं. परंतु कांहीं विशिष्ट काळीं कांहीं शतकें त्याची जरूरी असेल. कांहीं काळ गेल्यावर समाजाची स्थिति पाहून पुन्हां नवीन नियमन करा. अशा सर्व रीतींनीं कामशास्त्राचें खरें धार्मिक व बौद्धिक विवेचन व आचरण झालें पाहिजे. कामशास्त्र म्हणजे एक प्रकारें संततिशास्त्र. संतती सतेज, निरोगी कशी होईल, त्याचप्रमाणें संततीचें नीट पोषण व विकसन कसें होईल हें सर्व पाहणें हें धर्ममय कामशास्त्रांत येतें

संयम, स्त्री-पुरुषांचें प्रेम, त्यांच्या आवडीनावडी, त्यांची आर्थिक स्थिती, त्यांचें शारीरिक निर्दोषत्व व बौद्धिक समानत्व इत्यादि अनेक गोष्टी प्रकाशांत पहाव्या लागतील. ज्ञान वाढतें आहे, अनुभव वाढत आहे. वेद अनंत आहेत; वेदांवर म्हणजे अनुभवावर, शास्त्रीय ज्ञानावर उभारलेला हा सनातन धर्म नवनवीन प्रकाश जीवनांत आणील व खरें धर्ममय अर्थशास्त्र व धर्ममूल कामशास्त्र जनतेस देऊन खऱ्या शांतीचा, खऱ्या आनंदाचा, खऱ्या निश्चित व निर्मळ सुखाचा मोक्ष सर्वांना देईल.

सर्व समाजाचें धारणपोषण करणारे अर्थकाम हे मोक्षाकडे नेत असतात. परंतु अशा रीतीनें अर्थकामांची ज्ञानविज्ञानमय, शास्त्रीय म्हणजेच धार्मिक व्यवस्था लावूं पाहणारे आज नरकाकडे नेणारे असें समजण्यांत येत आहे, हा केवढा दैवदुर्विलास!

प्रकरण तेरावें

चार आश्रम

सनातनधर्माला वर्णाश्रमधर्म असें म्हणतात, वर्णाश्रम हें भारतीय संस्कृतीचें प्रधान स्वरूप आहे. वर्णधर्म म्हणजे काय हें आपण मागें पाहिले आहे आतां आश्रमधर्म जरा पाहूं.

मनुष्याचा विकास व्हावा यासाठीं चार आश्रमांच्या चार पायऱ्या सांगितल्या आहेत. ब्रह्मचर्याश्रम, गृहस्थाश्रम, वानप्रस्थाश्रम व संन्यासाश्रम. संन्यास हें अंतिम ध्येय. शेवटीं केवळ अनासक्त जीवन हें प्राप्तव्य; परंतु त्या ध्येयाकडे हळू हळू जाण्यासाठीं पहिले तीन आश्रम आहेत. हळू हळू निर्वासन व्हावयाचें, निवृत्तकाम व्हावयाचें.

जन्मतः मनुष्य तीन ऋणें डोक्यावर घेऊन येतो असें भारतीय संस्कृती सांगते. ऋषिऋण, पितृऋण व देवऋण हीं तीन ऋणें आपणांस फेडावयाची असतात. ब्रह्मचर्याश्रमांत उत्कृष्ट ज्ञान संपादून आपण ऋषिऋण फेडतों. पुढें गृहस्थाश्रमांत संतती निर्माण करून तिचें नीट संवर्धन करून आपण पितृऋण फेडतों आणि वानप्रस्थ व संन्यास या दोन आश्रमांच्या द्वारां सर्व समाजाची सेवा करून आपण देवऋण फेडतों. देव सर्व सृष्टीसाठीं आहे. देवाचें ऋण फेडावयाचें म्हणजे आपणही सर्वांचें व्हावयाचें.

ब्रह्मचर्याश्रमांत मुख्यतः ज्ञानाची उपासना. उपनयन झाल्यापासून ब्रह्मचर्याला सुरुवात होते. उपनयन म्हणजे ब्रह्मचर्याची दीक्षा. ब्रह्मचर्य कोणत्या तरी ध्येयासाठीं

असतें. ध्येयहीन ब्रह्मचर्य निरर्थक आहे. ध्येयहीन ब्रह्मचर्य टिकतही नाहीं. ज्ञानासाठी ब्रह्मचर्य. गुरूजवळ जोपर्यंत शिकत आहोंत तोंपर्यंत ब्रह्मचर्याची कांस बळकट धरून ठेवली पाहिजे.

उपनयनाच्या वेळेस सर्व ब्रह्मचर्याचाच महिमा आहे. सारीं प्रतीकें ब्रह्मचर्याचीं द्योतक आहेत. कमरेला तीन पदरी मौंजीमेखला बांधावयाची, कौपीन नेसवावयाचें यांत काय अर्थ आहे? कमर बळकट ठेव. तुला ज्ञान मिळवायचें आहे. विषयवासना मारून ठेव, तिला बांधून ठेव, लंगोटबंद गडी रहा. ब्रह्मचारी बटूला मेखला लेववितांना जे मंत्र म्हटले जातात ते मोठे सुंदर आहेत.

इयं दुरुक्तात् परिबाधमानात्
शर्म वरूथं पुनती न आगात्
प्राणापानाभ्यां बलमाभरन्ती
प्रिया देवानां सुभगा मेखलेयम् ।।
ऋतस्य गोप्त्री तपसः परस्पी
धन्ती रक्षसः सहमाना अरातीः
सा नः समंतमनु परेहि भद्रया
भर्तारस्ते मेखले मा रिषाम ।।

"ही मेखला पावन करणारी आहे ही मेखला मला वेडेंवांकडें बोलूं देणार नाहीं. ही मेखला मला सुख देईल. प्राण आणि अपान यांच्या द्वारां सामर्थ्य देईल. ही मेखला तेजस्वी लोकांना प्रिय आहे. सत्याचें रक्षण करणारी, तपाला आधार देणारी, राक्षसांना मारणारी व शत्रूंना हाकलून देणारी अशी ही मेखला आहे. हे मेखले! कल्याणकारक गोष्टींसह येऊन तूं मला सर्व बाजूंनीं वेढा दे. तुला धारण करीत असतां कधींही नाश न होवो."

ज्याची कमर कसलेली आहे, त्याच्याकडे वांकड्या नजरेनें कोण पाहील? "ज्वलन्निव ब्रह्ममयेन तेजसा" ब्रह्मचर्याच्या तेजाचा तो धगधगीत लोल असतो. सर्व अंतर्बाह्य शत्रू त्याच्यापासून पळतील.

मेखला बांधणें म्हणजे व्रतांनीं बांधणें. मेखला बांधण्याच्या आधीं दीक्षा देण्याचा एक विधी असतो त्या वेळेस गुरु म्हणतो-

"मम व्रते हृदयं ते दधामि
मम चित्तमनुचित्तं ते अस्तु
मम वाचमेकव्रतो जुषस्व

बृहस्पतिष्ट्वा नियुनक्तु मह्यम्''

"हे बटो! तुझें हृदय माझ्या व्रतांच्या ठिकाणीं मी ठेवतों. माझ्या मनापाठोपाठ तुझें मन असो. एकनिष्ठेनें, एकाग्रतेनें माझें सांगणें ऐकत जा. तो बुद्धिपूजक बृहस्पती तुझी योजना माझ्याकडे करो."

गुरूचे शब्द नीट ऐकण्यासाठीं व्रतें पाहिजेत. एकाग्रता पाहिजे आणि ब्रह्मचर्य म्हणजे व्रतांचा राजा. ब्रह्मचर्यांत सर्व व्रतें येऊन जातात.

बटूचे हात हातांत घेणारा गुरुही देवरूप मानला आहे.

सविता ते हस्तमग्रभीत्

अग्निराचार्यस्तव

"बाळ! अरे मी नाहीं तुझे हात घेत तर बुद्धीला चालना देणारा सवित-देव तुझे हात धरीत आहे. अग्नी हा तुझा आचार्य. मी नाहीं."

गुरु म्हणजे प्रकाश. ज्ञानप्रकाश देणारा. तेजोरूप गुरूची उपासना ब्रह्मचाऱ्यानें करावयाची आहे. उपनयनाचे मंत्रांत किंवा यज्ञोपवीताचे मंत्रांत सर्वत्र तेजाची उपासना आहे.

ब्रह्मचारी सर्व तेजस्वी देवतांचा आहे.

देव सवितरेष ते ब्रह्मचारी

तं गोपाय समामृत।।

"हे सूर्यनारायणा! हा ब्रह्मचारी तुझा आहे. त्याचें संरक्षण कर त्याला मरण प्राप्त न होवो."

ब्रह्मचर्याश्रमांत जाणें म्हणजे जणू पुनर्जन्म. आतां संयमी व्हावयाचें. ध्येयाची उपासना सुरू करावयाची.

युवा सुवासः परिवीत आगान्

स उ श्रेयान् भवति जायमानः

"हा तरुण ब्रह्मचारी आला. नवीन सुंदर वस्त्रें त्यानें परिधान केलीं आहेत. त्यानें यज्ञोपवीत घातलें आहे. तो आतां नवीन जन्म घेत आहे. तो कल्याणाकडे जात आहे."

"तं धीरासः कवयः उन्नयंति

स्वाध्यो मनसा देवयंत ।"

"संयमी ज्ञानवंत गुरु त्याला उन्नतीप्रत नेवोत. तो तरुण अध्ययन करून, मनानें

एकाग्र होऊन देवांना आवडणारा होवो, तेजस्वी होवो.''

अग्नीमध्यें समिधा होमिल्यावर जी प्रार्थना ब्रह्मचाऱ्यानें म्हणावयाची ती तेजस्वी आहे.

''मयि मेधां मयि प्रज्ञां मय्यग्निस्तेजो दधातु
मयि मेधां मयि प्रज्ञां मयींद्र इंद्रियं दधातु
मयि मेधां मयि प्रज्ञां मयि सूर्यो भ्राजो दधातु
यत्ते अग्ने तेजस्तेनाहं तेजस्वी भूयासम्
यत्ते अग्ने वर्चस्तेनाहं वर्चस्वी भूयासम्
यत्ते अग्ने हरस्तेनाहं हरस्वी भूयासम्''

''अग्नि माझ्या ठिकाणीं बुद्धी, विचारशक्ती व तेज ठेवो. इंद्र माझ्या ठिकाणीं बुद्धी, विचारशक्ती व सामर्थ्य ठेवो. सूर्य माझ्या ठिकाणीं बुद्धी विचारशक्ती व तेज ठेवो. हे अग्ने! तुझ्या तेजानें मला तेजस्वी होऊं दे. तुझ्या विजयी तेजानें मला वर्चस्वी होऊं दे. सर्व खळमळ जाळून टाकणाऱ्या तुझ्या तेजानें मला खळमळ जाळून टाकणारा होऊं दे.''

बटु मेखला व कौपीन धारण केल्यावर हातांत दंड घेतो. त्या वेळेस तो म्हणतो, ''अदान्तं दमायित्वा मां मार्गे संस्थापयन् स्वयम्। दण्डः करे स्थितो यस्मात्तरुमाद्रक्ष यतों भयम्।''

हा दंड असंयत असलेल्या मला संयम शिकवील. हे दण्डा! कोठूनही भय येवो त्यापासून तूं माझें संरक्षण कर.

उपनयनाचे शेवटीं मेधासुक्त म्हणतात तें येथें दिल्याशिवाय माझ्यानें रहावत नाहीं.

ॐ मेधां मह्यमंगिरसो मेधां सप्तर्षयो ददुः
मेधामिंद्रश्चाग्निश्च मेधां धाता ददातु मे ।।
मेधां मे वरुणो राजा मेधां देवी सरस्वती
मेधां मे अश्विनौ देवावधत्तां पुष्करस्त्रजा ।।
या मेधा अप्सरस्सु गंधर्वेषु च यन्मनः
दैवी या मानुषी मेधा सा मामविशतादिमाम् ।।
यन्मे नोक्तं तद्रमतां शकेयं यदनुब्रुवे
निशाम तन्निशामहै मयि व्रतं सह व्रतेषु ।।
भूयासं ब्रह्मणा संगमेमहि
शरीरं मे विचक्षण वाङ्मे मधुमद्रुहा ।।

अवृद्धमहमसौ सूर्यो ब्रह्मणानीस्थः श्रुतं मे मा प्रहासीः
मेधां देवीं मनसा रेजमानां
गंधर्वजुष्टां प्रति नो जुषस्व
मह्यं मेधां वद मह्यं श्रियं वद
मेधावी भूयासम् अजरा जरिष्णु ।।
सदसस्पतिमद्‌भुतं प्रियमिंद्रस्य काम्यम्
सति मेधामयासिषं स्वाहा
यां मेधां देवगणाः पितरश्चोपासते
तया या मेधया मे मेधाविनं कुरु
मेधाव्यहं सुमनाः सुप्रतीकः श्रद्धामनाः सत्यमतिः सुशेवः
महायशा धारयिष्णुः प्रवक्ता भूयासमस्ये स्वधया प्रयोगे ।।

"अंगीरस ऋषि व इतर सप्तर्षी तसेंच इंद्र, अग्नी व सृष्टिकर्ता हे मला बुद्धी देवोत. नीतिदेव वरुणराजा व देवी सरस्वती मला बुद्धी देवोत. कमळांचे हार घालणारे अश्विनी देव मला बुद्धी देवोत. जी मेधा गंधर्व लोकांना आहे, देवलोकांत आहे, मानवलोकांत आहे, अशी ती त्रिभुवनव्यापक मेधा माझ्या बुद्धींत शिरो. जरी मी वरचेवर पठण केलें नाहीं तरीही जें पठण केलें तें कायमचें मजजवळ राहो. जें मी शिकलों तें वाटेल तेव्हां मला बोलतां येऊं दे. जें ऐकेन तें कायमचें ऐकल्यासारखें होवो. इतर व्रतचारी लोकांप्रमाणें माझें व्रत असो. विद्वान् लोकांशीं आमचा संबंध येऊं दे. माझीं इंद्रियें जिज्ञासू असूं देत. माझी वाणी मोहाचा तिरस्कार करणारी असूं दे. वरवर गोड बोलणारी व मनांत विष बाळगणारी अशी नसूं दे. माझा उत्साह अखंड असो. हा ज्ञानमय सूर्य माझें ज्ञान कधीही नष्ट न करो. बुद्धींत चमकणारी अशी जी ही मेधा, दिव्यलोकांत असणारी जी ही मेधा, ती मला मिळो. मला मेधा द्या, तेज द्या. मला बुद्धिमान होऊं दे. हें शरीर जरी जीर्ण झाले तरी त्यांतील बुद्धी अजर अशी असो. बुद्धी सदैव तेजस्वी असो.

सभेला जिंकून घेणारी, इंद्राला आवडणारी अत्यंत अपूर्व अशी ही मेधा आहे. त्या मेधेसाठीं मी खटपट करतों. ज्या मेधेची देव व पितर उपासना करितात, त्या मेधेनें मला मेधावी करा. मला बुद्धिमान होऊं दे. सत्प्रवृत्तींचा होऊं दे. चांगल्या गोष्टींची पूजा करणारा, श्रद्धावान सत्यनिष्ठ असा होऊं दे. मला ब्रह्मचर्यांच्या तेजानें शोभणारा होऊं दे. मला कीर्तिमान होऊं दे. मला धीरव्रत होऊं दे. मला उत्कृष्ट वक्ता होऊं दे. कोणत्याही चर्चेच्या प्रसंगी माझ्या बुद्धीच्या प्रभावानें मला शोभूं दें."

असे हे सुंदर मंत्र आहेत. उपनयन म्हणजे बुद्धिसंपन्न होण्यासाठीं सुरू केलेले व्रत. हें जें ज्ञान मिळवावयाचें, ही जी धारणाशक्ती मिळवावयाची, ही जी अभंग स्मरणशक्ती मिळवावयाची, त्याच्यासाठीं ब्रह्मचर्य हवें. ब्रह्मचर्याशिवाय एकाग्रता नाहीं. ब्रह्मचर्य म्हणजे सर्वेंद्रियांची शक्ती एका ध्येयावर केंद्रीभूत करणें. भिंगांतून सूर्याचे किरण पुंजीभूत करून ज्याप्रमाणें ठिणगी पाडतात, त्याप्रमाणें सर्वत्र जाऊं पाहणाऱ्या इंद्रियांची शक्ती एके ठिकाणीं आणून तिच्यांतून अद्भुत तेज निर्माण करणे म्हणजे ब्रह्मचर्य.

भारतीय संस्कृतींत ब्रह्मचर्यचा अपार महिमा गायिलेला आहे. ब्रह्मचर्य म्हणजे काय? ब्रह्मप्राप्तीसाठीं जी वागणूक ठेवायची, ती वागणूक म्हणजे ब्रह्मचर्य. ब्रह्मप्राप्तीचें आचरण म्हणजे ब्रह्मचर्य. ब्रह्म म्हणजे काय? ब्रह्म म्हणजे आपलें ध्येय. आपणांस जें परमोच्च प्राप्तव्य वाटतें तें आपलें ब्रह्म. ज्याच्यासाठीं जगावें किंवा मरावें असें वाटतें, तें आपलें ब्रह्म.

सर्व शक्तींचा उपयोग केल्याशिवाय, ध्येय प्राप्त होत नाहीं. ध्येय ज्या मानानें उच्च त्या मानानें अधिकच सामर्थ्य लागणार. सर्व सामर्थ्य असूनही ध्येयापर्यंत हात पोंचत नाहींत व मग आपण प्रार्थनेची कास धरतों. स्वतःचें सामर्थ्य गमावून रडत बसणाऱ्यांच्या प्रार्थनेंत तेज नाहीं. स्वतःचे सामर्थ्य इकडे तिकडे थोडेंही खर्च होऊं न देतां, सर्वच्या सर्व ध्येयावर ओतूनही जेव्हां ध्येय दूर राहतें तेव्हांच खऱ्या प्रार्थनेचा उदय होतो.

उपनिषदांत एकेक अक्षर शिकण्यासाठीं सहस्र वर्षें ब्रह्मचर्य-पालन करून राहत असे उल्लेख आहेत. ज्ञानाचा एक कण मिळावा यासाठीं अशी तपस्या लागते.

ब्रह्मचारी तरुणानें कसें राहावें, याचें उपनिषदांत एके ठिकाणीं फार सुरेख वर्णन आहे.

"तरुणानें सत्प्रवृत्तीचें असावे. दृढ अभ्यासी, आशावान्, दृढनिश्चयी व सामर्थ्यसंपन्न असा तरुण असावा. ही सर्व धनधान्ययुक्त पृथ्वी त्याच्या पायाशी लोळण घेईल.

अशा तरुणानें नाचतमाशे पाहूं नयेत. निरनिराळ्या बैठकांना जाऊं नये. गप्पा मारीत बसूं नये. त्यानें एकान्तांत बसून अध्ययन करावें. गुरु वेडावांकडा वागत असला तरी त्या गोष्टीचें अनुकरण करूं नये. जरूर पडेल तितकेंच स्त्रियांशी बोलावें, गोड स्वभावाचा, प्रेमळ, शांत, विनयी, दृढनिश्चयी, निरलस, दैन्यहीन,

असा युवक असावा. पदोपदीं त्यानें संतापूं नये. कोणाचा मत्सर करूं नये. "सांजसकाळ गुरूकडे पाणी वगैरे भरावें. रानांत जाऊन मोळी आणावी आणि अध्ययन करावें."

अशा प्रकारचा आदर्श उपनिषदांनीं ठेविला होता. उपनयनाच्या वेळेसही उपदेश करतांना "स्वच्छ रहा. तूं ब्रह्मचारी आहेस. दिवसा झोंपूं नकोस. सदैव कर्मात मग्न राहा. आचार्यांची सेवा करून ज्ञान मिळव. ज्ञानप्राप्ती होईपर्यंत ब्रह्मचर्य पाळ-" वगैरे सांगितलें आहे.

ब्रह्मचर्य पाळणें ही गोष्ट सध्यांच्या काळांत फार कठीण होऊन बसली आहे. सभोंवतालचें वातावरण फार दूषित झालें आहे. या सिनेमांनीं, फोनोंनीं, रेडिओंनीं सर्व वातावरण दुबळें व नेभळें करून टाकलें आहे. सर्वांची मनें जशीं पोखरलीं गेलीं आहेत. सारा लुसलुशित व भुसभुशित कारभार.

आपल्या मनांत सर्व प्रकारच्या वासनांचीं बीजें आहेत, परंतु त्यांतील कोणतीं अंकुरित होऊं द्यावयाची आणि कोणतीं नाहीं हे ठरवावयाचें असतें, जीं बीजें अंकुरित व्हावयास नको असतील, त्यांना पाणी घातलें नाहीं म्हणजे झालें. तीं तशींच पडूं द्यावीं. तीं मरत नाहींत. तीं फार चिवट असतात, परंतु अनेक जन्म जर त्यांना ओलावा न मिळाला तर मग तीं बीजें जळून जातात, मरून जातात.

डोळे हे जुलमी गडे । आग उगा लावूं नका

अशीं पदें जर सारखीं माझ्याभोवतीं ऐकूं येतील तर माझें ब्रह्मचर्य कसे रहावें? मासिकांतून सारख्या स्त्रैण कथाच येतील, तर माझें ब्रह्मचर्य कसें रहावें? सिनेमांतून मी सारखीं चुंबनें अलिंगनेंच पाहीन तर माझें ब्रह्मचर्य कसें रहावें? माझ्या आजूबाजूचें सारें वातावरण मला भोगशिक्षण देत असतांना, कामवासनांना उत्तेजन देत असतांना, माझे ब्रह्मचर्य कसें रहावें?

बालवाचनालयें, छात्रवाचनालयें यांची आपणांस अद्याप कल्पना नाहीं. निरनिराळ्या विषयांस वाहिलेल्या मासिकांची आपणांस कल्पना नाहीं. आपल्याकडे प्रत्येक मासिकांत सारे प्रकार असतात. शास्त्रास वाहिलेलें, इतिहासास वाहिलेलें, वाङ्मयास वाहिलेलें, आरोग्यास वाहिलेलें, राजकारणास वाहिलेलें, शिक्षणास वाहिलेलें, व्यापारास वाहिलेलें, खेळास वाहिलेलें, अशा रीतीचीं जी मासिकें असतील तींच छात्रवाचनालयांतून हवींत. परंतु अशीं मासिकें आहेत कोठें? निरनिराळ्या विद्यांचे अध्ययन करावयाचें आहे. या शास्त्रांत कामशास्त्रही येईल.

परंतु कामशास्त्र म्हणजे चुंबन, अलिंगन प्रकार नव्हे, मुलांना जननेंद्रियांची महती, त्यांची कार्यें, त्यांची निगा, त्यांची स्वच्छता, हें सारें शास्त्रीय दृष्टीनें शिकवण्यास हरकत नाहीं. परंतु हें शास्त्रशुद्ध शिक्षण तर मिळत नाहीं आणि केवळ वासना उसळणारें व लंपट करणारें शिक्षण मात्र पैसे मिळवूं कथालेखकांकडून देण्यांत येत आहे. हे कथालेखक म्हणतील "आमच्या गोष्टी मुलांच्या हातीं देऊं नका" बरोबर आहे त्यांचें म्हणणें; परंतु समाजाचें तिकडे लक्ष नाहीं; शाळांचें नाहीं, ग्रंथालयें वाचनालयें यांचें नाहीं, पालकांचें नाहीं, मुलांचें मन कोणतें खाद्य खात आहे इकडे कोण बघतो? येथें देहाला कोणतें खाद्य द्यावें, सडलेले तांदुळ द्यावें कीं न सडलेले द्यावे, शास्त्रीय आहार कोणता, याचीही चिकित्सा व काळजी नाहीं, तेथें मनाच्या खाद्याकडे कोण वळतो!

ब्रह्मचर्याश्रमांत या सगळ्या गोष्टींचा विचार आहे. मीं काय खावें, काय ऐकावें, काय बघावें, काय वाचावें कसें निजावें, कसें बसावें, केव्हां उठावें, वगैरे सर्व गोष्टींचा विवेकपूर्वक निश्चय केला पाहिजे. मी जीभ वाटेल तशी सैल सोडली, उत्तेजक पदार्थ खाल्ले, शारीरिक श्रम करीत नसतांही भजी, कांदे वगैरेंचा भरपूर आहार घेतला तर माझें ब्रह्मचर्य राहणार नाहीं. मसाले वर्ज्य केले पाहिजेत, तिखटें वर्ज्य केलीं पाहिजेत. शास्त्र म्हणजे थट्टा नाहीं. ब्रह्मचर्यांचें एक शास्त्र आहे तें पाहिजे असेल तर त्या शास्त्राप्रमाणें वागलें पाहिजे.

म्हणून महात्माजी नेहमीं सांगतात कीं, ब्रह्मचर्य म्हणजे एकेंद्रियाचा संयम नव्हे. ब्रह्मचर्य म्हणजे सर्व जीवनाचा संयम. ब्रह्मचर्य पाळणें तेव्हांच शक्य होईल, ज्या वेळेस कान, डोळे, जीभ वगैरे सर्वांचें संयमन केलेलें असेल. कानांनीं शृंगारिक गाणीं ऐकणार नाहीं, डोळ्यांनीं शृंगारिक चित्रें पाहणार नाहीं, स्त्रियांकडे रोखून पाहणार नाहीं, वाचन शृंगारिक कथांचें करणार नाहीं, मसालेदार व उत्तेजक पदार्थांचें सेवन करणार नाहीं. मऊ मऊ गाद्यांवर निजणार नाहीं, इत्यादि व्रतें घेतलीं तरच ब्रह्मचर्य शक्य होईल. एरव्हीं नाहीं.

लोकमान्य टिळक परस्त्री पहातांच खालीं मान घालीत. एका स्त्रीचा तीन तास बसून अर्ज लिहून देत असतांना समोर त्यांनीं त्या स्त्रीकडे पाहिलें नाहीं. लोकमान्यांच्या डोळ्यांत जसें तेज आहे, तसें तेज जगांतील कोणत्याही महापुरुषाच्या दृष्टींत मीं पाहिलें नाहीं, असें नेव्हिन्सन म्हणाला होता. हें तेज कोठून येतें? ब्रह्मचर्यानें.

महात्माजींच्या दृष्टींत असेंच तेज आहे. आश्रमांतील मंडळी सांगतात, महात्माजींनीं जरा डोळा वांकडा करून पाहिलें कीं मेल्यासारखें होतें. त्यांच्या डोळ्यांची भीती वाटते. ते डोळे जणूं समोरच्या माणसाच्या हृदयाचा ठाव घेतात. त्या दृष्टीपासून तुम्ही कांहीं लपवूं शकणार नाहीं; ते प्रखर किरण आंत घुसल्याशिवाय राहत नाहींत.

बंगालमधील अशुतोष मुकर्जी यांच्या डोळ्यांत असेंच तेज होतें. कलकत्ता विद्यापीठाच्या एका बैठकींत डाक्का कॉलेजचे प्रिन्सिपाल टर्नर साहेब अशुतोषांच्या विरुद्ध बोलण्यासाठीं उभे रहात होते. परंतु त्या टर्नर साहेबांनीं आपल्या आठवणींत लिहिलें आहे. ("The black man stared at me and I staggered back in my chair.") ''त्या काळ्या कुळकुळित पुरुषानें माझ्याकडे तीक्ष्ण नजरेनें पाहतांच मी मटकन खुर्चीत बसलो.''

इतिहाससंशोधक राजवाडे नेहमीं घोंगडीवर झोपावयाचे. ते प्रथम पत्नी पंचविसाव्या वर्षी मेली त्या वेळेपासून नैष्टिक ब्रह्मच्र्यानें राहिले, म्हणूनच त्यांची धारणाशक्ती अपूर्व होती. त्यांची बुद्धी वाटेल त्या शास्त्रांत चाले. तसेच स्वामी विवेकानंद. विवेकानंदांच्या एकाग्रतेची कमाल होती. ते परिच्छेदच्या परिच्छेद एकदम वाचीत. त्यांची स्मृती अद्‌भुत होती. कोणतें शास्त्र समजत नसे असें नव्हतें. तसेंच स्वामी रामतीर्थ ब्रह्मचर्यांच्या तेजाच्या जोरावर सर्व गोष्टी साध्य करून घेतां येतात, असें म्हणत होते.

असें हें ब्रह्मचर्याचें तेज आहे. हें तेज साऱ्या शरीरांत फांकतें. डोळ्यांत दिसतें. वाणींत उतरतें, तोंडावर फुलतें. विवेकानंदांना पाहतांच दृष्टी दिपून जात असे. रामतीर्थांना पाहतांच प्रसन्न वाटत असे. ब्रह्मचर्यांचा अपार महिमा आहे.

ज्याला आयुष्य सार्थकीं लावावयाचें आहे, त्याला ब्रह्मचर्याशिवाय उपाय नाहीं. महात्माजी १८/१८ तास काम न थकतां करतात, हा उरक कोठून आला? इच्छाशक्तीचें हें बळ आहे. लोखंडी इच्छाशक्ती महापुरुषाजवळ असते. परंतु ही इच्छाशक्ती तरी कोठून येते? वासनाजयांतूनच दृढ इच्छाशक्ती येत असते.

ब्रह्मचर्य हें प्रयत्नसाध्य आहे. तें एकदम थोडेंच मिळणार आहे? त्याच्या पाठीस लागलें पाहिजे. पुनः पुन्हां व्रतच्युत होऊं, परंतु पुन्हां वर उठूं, अधिक नेटानें पुढें जाऊं. एकदां तें ध्येय मात्र ठरलें पाहिजे. आपणांस अशक्य आहे असें म्हटलें कीं, तें कधींच मिळणार नाहीं.

मनुष्य पुष्कळ वेळां आपल्या दुर्गुणाचीच जास्त चिकित्सा करीत बसतो. कधीं कधीं आपल्या दुर्गुणाचें विस्मरण करणे हाच त्यांना जिंकावयाचा मार्ग असतो. मी असा वाईटच आहें, कसलें ब्रह्मचर्य मला साधतें, मी सुधारणार नाहीं. असाच रड्या मी रहाणार असें म्हणाल तर तसेंच पतित रहाल. दुर्गुणाचें चिंतन करीत बसल्यानें ते अधिकच दृढ होतात. "पंचवीस दुणें पन्नास" हें मला विसरूं दे, असा सारखा जप केल्यानें पंचवीस दुणे पन्नास आपण विसरणार तर नाहींच, परंतु उलट ते कायमचे ओठांत व डोक्यांत बसतील. जागृतस्वप्नीं पंचवीस दुणे पन्नास दिसतील. जे तुम्हांला नको आहे, त्याची आठवण करूं नका. मी चांगला आहे, मी चांगला होणार आहें, मनानें बळकट होणार, मी पुढें जाणार, असेंच म्हणत राहिलें पाहिजे. भारतीय संस्कृती सत्संकल्पावर भर देते.

अहं ब्रह्मास्मि, शिवः केवलोऽहम्

"मी ब्रह्म आहें, मी सर्वशक्तिमान आहें, असें ध्यान करीत जा" अशीच कल्पना ठसवीत जा. असें म्हणत रहाल तसें होईल. आपली श्रद्धा आपल्या जीवनाला आकार देत असते.

आज राष्ट्रीय ध्येयासाठीं झगडणारे लोक दिसत नाहींत. सर्वत्र निराशा, औदासीन्य, निरुत्साहता. मी ज्ञान मिळवीन, मी शरीर कमवीन, मी मोठा होईन, असें तरुणांच्या मनांतच येत नाहीं. महत्त्वाकांक्षा सर्वत्र मेलेली. खेळांत उत्साह नाहीं. अभ्यासांत उत्साह नाहीं. राष्ट्र कसेंतरी जगत आहे. तरुण कसे तरी वागत आहेत. ब्रह्मचर्याचा ऱ्हास हें एक बलवत्तर कारण या सर्वांगीण दैन्याचें आहे.

उत्कृष्ट ब्रह्मचर्यामधूनच उत्कृष्ट गृहस्थाश्रम सिद्ध होत असतो. माझें ब्रह्मचर्य उत्कृष्ट नसेल तर माझा गृहस्थाश्रमही रडकाच व्हावयाचा. मानसिक, बौद्धिक व शारीरिक सामर्थ्य संपादून जर मी गृहस्थाश्रमांत पडेन तरच माझ्या गृहस्थाश्रमांत तेज येईल, तरच माझा गृहस्थाश्रम सुखाचा होईल.

पतिपत्नींची शरीरसंपदा उत्कृष्ट नसेल तर बाळसेदार मुलें कशीं घरांत दिसणार? रोगी, चिरचिरीं मुलें पाहणें म्हणजे मायबापास केवढें दुःख! लहान मुलाच्या हास्याइतकें पवित्र दुसरें काय आहे? त्या हास्यांत अपार सामर्थ्य असतें. त्या हास्यानें कठोर हृदयें मृदु होतात. त्या हास्यानें दुःख एका क्षणांत पळतें. एकदां एका स्टेशनवर मी प्रसंग पाहिला आहे. एक माता आपला मुलगा खांद्यावर घेऊन जात होती. तिचा पती व इतर बरींच मुलेंबाळें बरोबर होती. त्या मुलाचें प्रसन्न

मुखकमल पाहून तो तिकीट पाहणारा अगदीं गार झाला. त्यानें तिकिटें किती आहेत वगैरे विचारलें नाहीं. तो पिता "तिकिटें मोजून घ्या" असें म्हणतांच तो तिकीट पाहणारा म्हणाला, "असा गोड मुलगा पाहिल्यावर तिकिटें मी कशी मोजूं? जा, सारींजणें जा."

परंतु अशी हंसरीं गोजिरवाणीं मुलें पतिपत्नींच्या पूर्वाश्रमींच्या दृढ ब्रह्मचर्यातून उत्पन्न होत असतात. ज्या जमिनीचा कस गेलेला नाहीं, तेथें भरदार मनगटासारखीं कणसें येतात. त्याचप्रमाणें ज्यांच्या जीवनांचा कस गेलेला नाहीं, त्यांच्याच जीवनांत अशीं तजेलदार फुलें फुलतात.

गृहस्थाश्रम म्हणजे सर्व समाजाचा आधार गृहस्थाश्रम भविष्यकाळ निर्मीत असतो. गृहस्थाश्रम म्हणजे समाजाची धारणा. गृहस्थाश्रमाची थोरवी सर्वांनीं गायिली आहे.

धन्यो गृहस्थाश्रमः

हा गृहस्थाश्रम धन्य आहे. परंतु अशी धन्यता फुकाफुकी लाभत नसते. ती प्रयत्नसाध्य आहे. कष्टसाध्य आहे.

गृहस्थाश्रमांत पतिपत्नींचीं शरीरें सुंदर निरोगी हवींत. त्याचप्रमाणें त्यांचीं मनेंही निरोगी हवींत पतिपत्नींनीं परस्परांशी निष्ठेनें वागलें पाहिजे. ज्या विवाहविधीनें पतिपत्नीचें नातें निर्माण केलें गेलें, त्या विवाहविधींत कांहीं कांहीं मंत्र फारच सुंदर आहेत.

वाङ्निश्चयाचे वेळेस ब्राह्मण म्हणतात -

समानी व आकूतिःसमाना हृदयानि वः
समानमस्तु वो मनःपथा वः सुसहासति ।

तुमचा हेतु एक असो. तुमचीं मनें एक असोत. तुमचीं हृदयें एकरूप असोत. तुमच्या सर्व संघटनांस सामर्थ्य येईल अशा रीतीनें वागा.

तसेच विवाहहोमाच्या वेळेस वर म्हणतो -

द्यौरहं पृथ्वी त्वं सामाहमृक्त्वम्
संप्रियौ रोचिष्णू सुमनस्यमानौ जीवेव शरदः शतम्

मी आकाश आहें, तूं पृथ्वी आहेस. मी सामवेद आहे, तूं ऋग्वेद आहेस. आपण एकमेकांवर प्रेम करूं. एकमेकांस शोभवू, एकमेकांस आवडतीं होऊं. एकमेकांशीं निष्कपटपणें वागून शतायुषी होऊं.

सप्तपदी वगैरे झाल्यावर जेव्हां गृहप्रवेश होत असतो, त्या वेळेस वर म्हणतो.

"हे वधू! तूं सासूसासऱ्यांवर, नणंदांदिरांवर प्रेमाची सत्ता चालविणारी हो."

"सर्व देव आमचीं हृदयें मोकळीं करोत. उदकें आमचीं मनें निर्मळ करोत. मातरिश्वा, विधाता व सरस्वती आमचीं जीवनें परस्परांशी जोडोत."

गृहप्रवेशाच्या वेळेस मंत्र म्हणतात,

"हे वधू! तूं या कुळांत येत आहेस. येथे संततियुक्त होऊन तुला आनंद मिळो. या घरांत खऱ्या गृहिणींचीं कर्तव्यें तूं दक्षतेनें पार पाड. ह्या पतिसह वर्तमान आनंदानें रहा. तुम्ही या घरांत बहुत काळ राहून वृद्ध झालांत असे लोक म्हणू देत.

चाळणीनें धान्य शुद्ध करून घेतात, त्याप्रमाणें या घरांत शुद्ध संयमपूर्वक वाणीचा उपयोग केला जातो. म्हणून थोरा-मोठ्यांची या घराशीं मैत्री जुळते. अशा गोड भाषा बोलणाऱ्यांच्या जिभेवर लक्ष्मी वास करते."

विवाहसूक्तांत वधूला अघोरचक्षू व शिवा, सुमना व तेजस्वी, वीरप्रसू व श्रद्धाळु अशी विशेषणें लावलेलीं आहेत. अघोरचक्षु हें विशेषण वधू व वर दोघांनीं ध्यानांत धरण्यासारखें आहे. एकमेकांची दृष्टी प्रेमळ असूं दे. भयावह क्रूर नसूं दे.

लग्न म्हणजे केवळ बाह्य लग्न नाहीं. हृदयाचें लग्न. मनाचे लग्न. वधूनें वरास माळ घालणें, वराने वधूस माळ घालणें, म्हणजे एकमेकांचीं निर्मळ हृदयपुष्पें एकमेकांस वाहणें हाच अर्थ, अग्नीभोंवतीं सात पावलें चालणें म्हणजे जन्मोजन्मीं बरोबर चालणें; सहकार करणें. पतिपत्नी सुखांत वा दुःखांत सदैव बरोबर असतील, बरोबर चढतील, बरोबर पडतील. त्यांच्याभोंवतीं सूत गुंडाळलें जात असतें. पतिपत्नींचा जीवनपट आतां एकत्र विणला जाणार. ताणा व बाणा एकत्र होणार. आतां पृथक् कांहीं नाहीं, अलग कांहीं नाहीं.

देहावर प्रेम असल्यानें खरें प्रेम जडत नाहीं. देह उद्यां रोगानें कुरूप झाला तर? आपण प्रारंभ देहापासून करूं, परंतु देहातीत होऊं. देहाच्या आंत असलेला आत्मा ओळखून त्याची गांठ घेतली पाहिजे. मनुष्य अंगणांतून ओसरीवर येतो, माजघरात येतो, मग देवघरांत जातो. तसें वधूवरांनीं शेवटीं परस्परांच्या हृदयांतील देवघरांत शिरलें पाहिजे. माझ्या देहाची फक्त पूजा करणारा पती माझा अपमान करतो असें वाटलें पाहिजे. हा मातीचा गोळा म्हणजे कांहीं आपण नाहीं. पतिपत्नींनीं परस्पर मातीचे गोळे, मांसाचे गोळे समजूं नये. हळू हळू या मातीच्या आंत जी चित्कळा

आहे, जी उदात्तता आहे; जी वर जाण्याची शक्ती आहे, तिच्यावर परस्परांनीं ध्यान दिलें पाहिजे. पतीला पाहतांच पतींतील दिव्यता पत्नीस दिसावी. पत्नीस पाहतांच ती देवता पतीला वाटावी. भोग भोगतां भोगतां एक दिवस विरक्त व्हावयाचें. देहाच्या आंत शिरून आत्मा आत्म्याशीं जोडावयाचा.

दिव्याच्या कांचेला आंतील ज्योतीमुळें महत्त्व आहे. त्या ज्योतीचे उपासक आपण झालें पाहिजे. जोंपर्यंत आत्म्याचा मोठेपणा कळत नाहीं. तोपर्यंत खरें प्रेम नाहीं. पत्नीच्या आत्म्याचा मोठेपणा दिसूं लागतांच पती तिला ज्ञान देईल, ध्येयें देईल. तिला केवळ वस्त्रालंकारांनीं बाहुलीप्रमाणें नटवीत बसणार नाहीं. त्याप्रमाणें ज्या दिवशीं पतीमधील दिव्यता पत्नीस दिसेल, त्या दिवशीं ती पतीस वाटेल तसें वागूं देणार नाहीं; वाटेल त्या मार्गानें पैसे मिळविण्याचें काम करूं देणार नाहीं.

गृहस्थाश्रमांत याप्रमाणें पावित्र्य आणावयाचें. एकमेकांनीं एकमेकांस सावध करीत, कधीं प्रेमानें, कधीं रागानें, संबोधीत वर वर जावयाचें. पतिपत्नींनी शेवटीं बहीणभावाप्रमाणें व्हावयाचें. आसक्तिमय प्रेमांतून शेवटीं अनासक्त प्रेम निर्माण करावयाचें. चिखलांतून कमळें फुलवावयाचीं. संसारांतच मोक्षश्री आणावयाची.

भारतीय संस्कृतींतील गृहस्थाश्रम हा मोक्षाकडे जाण्याचा एक मार्ग आहे. ही पायरी आहे. येथेंच कायमचें रहावयाचें नाहीं. गृहस्थाश्रमांत राहून संतती निर्माण करून, वासनाविकार शांत करून, नाना प्रकारचे त्यागाचे धडे शिकत शिकत शेवटीं या छोट्या संसारांतून एक दिवस मोठ्या संसारांत जावयाचें आहे ही गोष्ट पतिपत्नींनीं विसरतां कामा नये.

गृहस्थाश्रम! हाही एक आश्रमच आहे. आश्रमाचेंच पावित्र्य येथेंही पाहिजे. पतिपत्नी, मुलेंबाळें यांचा हा आश्रम आहे. सर्वांनीं सहकार्य करावयाचें, प्रेमानें नांदावयाचें. ध्येयाची पूजा करावयाची. कुलपरंपरा म्हणून कांहीं असतें. त्या कुलपरंपरेला मरूं न देणें हें काम असतें. रघुवंशांत राम सीतेला विमानांतून खालचीं स्थळें दाखवीत आहेत असा एक भाग आहे. एका तपोवनाकडे बोट करून राम म्हणतात, "येथें एक ऋषी रहात असत. आल्या-गेल्यांचें ते मनापासून आदरातिथ्य करीत. परंतु त्या ऋषीला मूलबाळ नव्हतें. तो ऋषी निवर्तला. परंतु त्या ऋषीचें आदरातिथ्याचें व्रत तपोवनांतील हे वृक्ष करीत असतात. जो कोणी येईल, त्याला फुलेंफळें छाया देतात."

अशा रीतीनें कुळाची परंपरा चालवावयाची असते. माझ्या कुळांत कोणी खोटें

बोलणार नाहीं, माझ्या कुळात कोणी चोरी करणार नाहीं, माझ्या कुळांत कोणी अपमान सहन करणार नाहीं, माझ्या कुळांत अतिथीला नकार मिळणार नाहीं, अशा प्रकारची विशिष्ट प्रथा त्या त्या कुळांत असते.

त्या त्या कुळपरंपरेसाठीं सर्वस्वाचा त्याग करावा लागला तरी तो करावयाचा असतो. हरिश्चंद्र सर्वस्वास मुकला. श्रियाळ चांगुणा यांनीं मुलगा अर्पण केला. कुटुंबात जणूं एक देव. त्याच्यासाठीं कुटुंबातील सर्व मंडळी सिद्ध असत. हरिश्चंद्र निघतांच, तारामती त्याच्या पाठोपाठ जाते. हरिश्चंद्र-तारामती यांच्या पाठोपाठ चिमणा रोहिदास धांवत येतो. त्या रोहिदासास मायबाप नको म्हणत नाहींत. "तूं लहान आहेस. कशाला हालांत येतोस?" असें म्हणत नाहींत. स्वतःच्या तालमींत आपल्या मुलालाही त्यांना तयार करावयाचें असतें. ध्येयपूजा स्वतःच्या उदाहरणानें आपल्या मुलांबाळांस त्यांना शिकवावयाची असते.

असे गृहस्थाश्रम आज कोठें आहेत? पती तुरुंगांत जातांच पत्नी पाठोपाठ निघत नाहीं. पत्नी निघतांच पती निघत नाहीं. आईबाप जातांच मुलें धांवत नाहींत. मुलें जातांच आईबाप प्रेमानें त्यांच्या मागें लागत नाहींत. एका ध्येयाची पूजा नाहीं. ध्येयेंच विचित्र असतील तर गोष्ट निराळी. परंतु आसक्ती व भीती आड येत असतील तर मात्र वाईट आहे.

याचें कारण काय? याचें कारण घरांत ज्ञानचर्चा नाहीं. पती जें ऐकतो तें पत्नीला सांगणार नाहीं. राष्ट्रात जे विचार उत्पन्न झाले आहेत त्यांची घरांत उजळणी होणार नाहीं. पति हा पत्नीचा गुरु. मुलींचें मौजीबंधन बंद झालें पती हाच गुरु असें ठरलें. परंतु हा पती गुरूचें काम करतो का? ज्ञानदान, विचारदान करतो का? आजूबाजूच्या जगाचें ज्ञान पत्नीला करून देतो का?

पत्नी ज्वारीची भाकर भाजून देते. पती कोणती विचाराची भाकर तिला देतो? परंतु पतीच्या डोक्यांत हा विचार येतच नाहीं. माझ्या पत्नीला मन आहे. बुद्धी आहे, हृदय आहे अशी पतीला जाणीव नसते. त्यामुळें जगांतील घडामोडी तो घरांत बोलणार नाहीं. मग मुलांबाळांनाही काय कळणार? पत्नीच जेथें विचारांच्या अज्ञानांत, तेथें मुलेंही अज्ञानांतच वाढणार.

भारतीय संस्कृतींतील गृहस्थाश्रम असा नाहीं. ज्या ब्राह्मणावर बकासुराकडे जावयाची पाळी आली, त्याच्या कुटुंबातील प्रत्येक घटक मरावयास तयार होतो. पती म्हणतो मला मरूं दे. पत्नी म्हणते मला मरूं दें. मुलगी म्हणते मला मरूं दे.

मुलगा म्हणतो मला मरूं दे. याला म्हणतात गृहस्थाश्रम. याला म्हणतात कुटुंब. एका विचारानें सारे प्रेरित आहेत. एका ध्येयाची पूजा होत आहे.

गृहस्थाश्रम म्हणजे संयमाची शाळा. गृहस्थाश्रम म्हणजे तपश्चर्या आहे. आपण आपले शेंकडों वृत्तींना लगाम घालावयास गृहस्थाश्रमांत शिकतों. मुलें आजारी पडलीं, त्यांची शुश्रूषा करावी लागते, मुलांच्या लहरी सांभाळाव्या लागतात. पदोपदीं रागावून थोडेंच भागणार आहे?

गृहस्थाश्रमांत आपण त्यागाचे धडे घेतों. पती पत्नीला सारें देऊं पहातो. पत्नी पतीला सुखवूं पहाते. आईबाप फाटके कपडे घालून आधीं मुलांना नटवतात. दुसऱ्याचें सुख पाहणें, दुसऱ्याच्या आनंदांत आनंद मानणें हें गृहस्थाश्रमाचें शिक्षण आहे.

अर्धनारीनटेश्वर हें माणसाचें ध्येय आहे. पुरुष कठोर असतो. स्त्री मृदु असते. पुरुषानें पत्नीपासून मृदुता शिकावयाची. स्त्रीनें पतीपासून कठोर व्हावयास शिकावयाचें. प्रसंगीं मेणाहून मऊ व वज्राहून कठोर होतां आलें पाहिजे. केवळ पुरुष अपूर्ण आहे. केवळ स्त्री अपूर्ण आहे. दोघांच्या गुणांच्या मीलनांत पूर्णता आहे. गृहस्थाश्रम म्हणजे पतिपत्नींनीं पूर्ण होण्याची शाळा. सर्वांगीण विकास करून घेण्याचें स्थान. हृदयाचे व बुद्धीचे गुण शिकण्याची जागा. उत्कृष्ट मुलें तयार करून समाजाला देणें हें म्हत्त्वाचें काम आईबापांस करावयाचें असतें. परंतु मुलें चांगलीं व्हावींत म्हणून स्वतः चांगलें राहिलें पाहिजे. उच्चारानें, विचारानें, आचारानें चांगलें रहावयाचें. आपलीं मुलें चांगलीं व्हावींत असें मानणाऱ्या आईबापांनीं अत्यंत जागरुकतेनें वागलें पाहिजे. प्रेम, कर्तव्य, सहकार्य दिसलीं पाहिजेत. आईबापांचीं भांडणेंच जर मुलें रोज पाहतील तर त्यांच्या जीवनावर किती अनिष्ट परिणाम होईल! आळशी व विलासी आईबाप जर समोर असतील तर मुलेही पोषाखीच होतील.

आपलीं मुलें शरीरानें बळकट, हृदयानें विशुद्ध व उदार, बुद्धीनें विशाल व निर्मळ होतील असें आईबापांनीं पाहिलें पाहिजे. ज्या काळांत आपण राहतों, त्या काळाची कल्पना. मुलांबाळांस दिली पाहिजे. जेवतांना हसतांना खेळतांना मुलांना इतिहासाचें हें सारें ज्ञान दिलें पाहिजे. विसाव्या शतकांतील मुलांचीं मनें "मांजर आडवें गेलें तर काम फसेल" अशा कल्पनांनीं भरून जाणार नाहींत असें केलें पाहिजें. माझे एक मित्र आहेत ते म्हणाले, "माझ्या मुलांबाळांच्या देखत असें जर

कोणी बोलला तर मला चीड येते. आमच्या मनावर लहानपणीं संस्कार झाले, परंतु आमच्या मुलांच्या मनावर तरी असले बावळट संस्कार नकोत व्हायला.'' मुलांच्या मनाबद्दल किती ही काळजी!

आपल्याला किती मुलाबाळांची जोपासना करतां येईल, कितींचा विकास करतां येईल हें आईबापांनीं पाहिलें पाहिजे. कारण पुढें वानप्रस्थाश्रम व संन्यास आहेतच. मरेपावेतों कांहीं पाळणा खेळवावयाचा नाहीं. आणि वानप्रस्थाश्रमांत शिरतांना मुलें संसार स्वतः अंगावर घेण्यास योग्य झालीं असलीं पाहिजेत. समजा, साठाव्या वर्षी वानप्रस्थाश्रम घ्यावयाचा तर त्याचा अर्थ काय? साठाव्या वर्षी माझें सर्वांत लहान मूल वीस-पंचवीस वर्षाचें असेल, त्याचें शिक्षण झालेलें असेल. त्याची संपूर्ण वाढ झालेली असेल. आईबापांच्या छत्राची त्याला आतां जरूर नाहीं. असें सर्व पाहिजे. म्हणजे चाळिसाव्या वर्षापासून पतिपत्नींनी निवृत्तकाम झालें पाहिजे. चाळीस वर्षापर्यंतही प्रमाणानें प्रजोत्पादन केलें पाहिजे. कारण चाळिसाव्या वर्षापर्यंतहि आठ-दहा मुलें व्हायला काय हरकत? परंतु नुसतीं मुलें उत्पन्न करणें हें काम नाहीं. त्या मुलांची आपणास व्यवस्था लावतां आली पाहिजे. त्यांचें सर्वांचें संगोपन, संरक्षण व शिक्षण करतां आलें पाहिजे.

आपणांस संयम न साधला तर संततिनियमनाचे उपाय योजण्यास हरकत नसावी, परंतु माणसास संयमच साजून दिसतो.

गृहस्थाश्रमांत संयम, त्याग, वासनाविकारांना आळा घालणें, प्रेम, सहकार्य इत्यादि गुणांचें शिक्षण मिळतें. आपण जरा पिकत जात असतों. उच्छृंखळपणा कमी होतो. पोक्तपणा येतो. जीवनाचा नानाविध अनुभव येतो. आबंटपणा जाऊन जीवनांत मधुरता येते.

मर्यादित कुटुंबाची आपण सेवा केली. त्या मर्यादित कुटुंबांत जे सेवेचे गुण आपण शिकलों, ते आतां समाजास द्यावयाचे. आपण आपल्या कुटुंबाच्या बाहेर येऊन समाज हेंच कुटुंब मानावयाचें. अधिक अनासक्त व्हावयाचें. अधिक व्यापक व्हावयाचें. अधिक वाढावयाचें. आत्म्याचें राज्य वृद्धिंगत करावयाचें.

वानप्रस्थ म्हणजे वनास निघालेला. भवन सोडून वनांत जावयास निघाला. हे वानप्रस्थ वनांत रहात. तेथे आश्रम चालवीत. तेथें शाळा चालवीत. वानप्रस्थासारखा उत्कृष्ट शिक्षक नाहीं. अनुभवी, पोक्त, शांतकाम, हंसतखेळत शिकविणारा असाच शिक्षक हवा. आणि वानप्रस्थाला कांहीं फार लागतही नाहीं. त्याच्या पोटाला दिलें

म्हणजे झालें.

आज हजारों पेन्शनर आहेत, त्यांनीं खरें म्हटलें तर जिकडे तिकडे शाळा काढल्या पाहिजेत. शिक्षण दहा वर्षांत सर्वत्र फैलावेल. परंतु भारतीय संस्कृतीचे गोडवे गात पुण्याला बंगले बांधून नातवांस खेळवीत बसतात. आतां त्यांनीं सर्वांचे नातू खेळवले पाहिजेत. त्यांना शिकवलें पाहिजे. त्यासाठीं सुंदर आश्रम काढून राहिलें पाहिजे. आज समाजांत वानप्रस्थ कोणीही नाहीं. कुटुंबाची मर्यादित आसक्ती सोडून समाजाची सेवा जो निःस्वार्थपणें करूं लागला तो वानप्रस्थ.

आणि मग संन्यास! संन्यासांत अमक्याच समाजाची सेवा हीही आसक्ति नाहीं! संन्याशाला हिंदू नाहीं, मुसलमान नाहीं, तो सेवाच करीत राहील. भेदातीत प्रेम देईल. जो पशुपक्षी, कीडा-मुंगी, वृक्षवनस्पती यांचाही मित्र होणार, तो का मानवांत खंड पाडीत बसेल? संन्यासीं न ओळखील महाराष्ट्री, न पाहील गुजराथी. तो सर्वांच्या वर जाईल. या भेदांच्या चिखलांतून अतीत होईल.

संन्यास म्हणजे निर्वाण. स्वतःला पूर्णपणें मालवणें, माझें कुटुंब, माझा समाज, माझी जात, माझा देश असें तेथे ममत्व नाहीं. माझा मान, मला खायला, मला पैसा, असला तेथें प्रकार नाहीं. संन्यास म्हणजे समदृष्टी. सूर्याचे किरण सर्वांसाठीं तसा. संन्यास सर्वांसाठीं. माझ्याकडे कोणीही येवो. त्याच्यासाठी मी आहे.

म्हणूनच संन्याशानें एका ठिकाणीं राहूं नये असें सागितलें आहे. तो वाऱ्याप्रमाणें जीवन देत विचरत राहील. सूर्याप्रमाणें पावित्र्य व प्रकाश देत फिरत राहील.

अशा रीतीनें या चार आश्रमांतून शेवटीं केवळ निरहंकार व्हावयाचें, विश्वाकार व्हावयाचें. माझ्या आत्म्यानें वाढत वाढत सर्वांना प्रेमानें मिठी मारावयाची!

आज आपल्या समाजांत ब्रह्मचर्याचा लोप झाला आहे. वानप्रस्थ व संन्यास हीं नांवेंच उरलीं आहेत. एक गृहस्थाश्रम उरला आहे. तोही रडका व निस्तेज.

आज वर्णाश्रमधर्म थोडाबहुत कोठें आहे का असें जेव्हां मी पाहूं लागतों तेव्हां तो जवळ जवळ कोठेंच दिसत नाहीं. वर्णधर्म तर स्वराज्य येईल तेव्हांच त्याचा प्रयोग सुरू होणे शक्य आहे आणि आश्रमधर्म आहेत ते प्रत्येकाच्या विवेकांतून जन्माला यावयाचे आहेत. ते लादावयाचे थोडेच आहेत? वर्ण एक वेळ लादतां येईल. "तुला हेंच काम चांगलें करतां येईल, हेंच कर" असें सांगता येईल. परंतु वानप्रस्थ व संन्यास म्हणजे का लाल कपड्यांचें वस्त्र-दान? दुःखी जीवांना आनंदमूर्ती नांवें देणें म्हणजे का संन्यास? संन्यास म्हणजे धंदा नव्हे. संन्यासाची

आंतून प्रेरणा हवी. स्वतःच्या विकासाची इच्छा हवी. उत्तरोत्तर मी वाढत गेलें पाहिजे अशी तहान हवी.

समाजाला आज सर्वत्र वानप्रस्थ व संन्यास यांची जरूरी आहे. शेंकडों प्रचारक पाहिजे आहेत. शेंकडों संघटना करणारे पाहिजेत. औद्योगिक, आरोग्यविषयक, धार्मिक, आर्थिक, शैक्षणिक सर्व प्रकारचें ज्ञान देणारे हजारों व्रती लोक पाहिजे आहेत. परंतु एकही मिळत नाहीं. समाज हें मोठें कुटुंब मानून त्या समाजात कामें करण्यासाठीं लोक पाहिजे आहेत. वर्णाश्रम धर्माच्या पाट्या लावून सारे बसत आहेत. परंतु नेभळट गृहस्थाश्रमापलिकडे पाऊल तर टाकावयास कोणी तयार नाहीं!

आज महात्माजी वर्णाश्रमधर्म सांभाळीत आहेत. ते अनेकांना वर्ण देत आहेत. "ये तुला काम देतों, गोरक्षण आवडतें, ये; खादी काम आवडतें ये; सफाईचे काम करावयाचें आहे, येः मधुसंवर्धनविद्या शिकावयाची आहे, येः खेड्यांत शाळा शिकवशील, येः कागदाचा धंदा करशील, ये; तेलाचा घाणा चालवशील, ये; निरनिराळे धंदे निर्माण करून हा महापुरुष निरनिराळ्या वृत्तीच्या माणसांस कामाला लावीत आहे. म्हणजेच वर्णधर्म निर्माण करीत आहेत.

राष्ट्रांतील कोट्यवधी बेकार माणसांना त्यांच्या त्यांच्या गुणधर्मानुसार त्यांना काम देण्याची व्यवस्था जोपर्यंत होत नाहीं, तोपर्यंत वर्णाश्रम हा शब्द म्हणजे थट्टा आहे. आणि जो थोर पुरुष अशीं कामें शोधून काढतो आहे, त्यासाठीं संतत आशावादी राहून हिमालयासारखे कष्टराशी उचलीत आहे, त्यालाच धर्मनाश करणारा असें कांहींनीं संबोधावें हें त्या वर्णधर्माचें दुर्दैव आहे.

ज्याप्रमाणें वर्णधर्माची सेवा महात्माजी करीत आहेत, त्याचप्रमाणें आश्रमधर्मालाही उजळा ते देत आहेत. स्वतःच्या जीवनांत गेलीं तीस-पस्तीस वर्षे पूर्ण ब्रह्मचर्य पाळून त्यांनीं कामावर विजय मिळविला आहे. ब्रह्मचर्याची महती शतदां ते सांगत असतात. राष्ट्रांत ब्रह्मचर्याचा महिमा त्यांनीं वाढविला आहे. ब्रह्मचर्य कसें शक्य होईल यासंबंधीं अनुभवाच्या व्यावहारिक अशा सूचना दिल्या आहेत.

ब्रह्मचर्याप्रमाणें गृहस्थाश्रमासही ते उज्ज्वल करीत आहेत. वधूवरांस उज्ज्वल पथदर्शन करीत आहेत. पतिपत्नींची ध्येयें काय याविषयीं त्यांनी लिहिले आहे.

वानप्रस्थ व संन्यास ते स्वतःच्या उदाहरणानें शिकवीत आहेत. महात्माजींहून

आज थोर संन्यासी कोण आहे? आंध्र प्रांतात एक भक्त महात्माजींस त्यांची स्वतःच्या हातानें तयार केलेली एक तसबीर अर्पण करीत होता. महात्माजी म्हणाले, ''ही तसबीर मी कोठे लावूं? माझी खोली तरी कोठें आहे? आतां हा देह अजून उरला आहे. या देहाचेंही ओझे आतां कमी झाले तर बरें!''

महात्माजींच्या उदाहरणानें आज भारतवर्षांत शेंकडों कार्यकर्ते वानप्रस्थ होऊन निरनिराळीं कर्मे करीत आहेत. संन्यास हा शब्द न उच्चारणेंच बरें. परंतु महात्माजींनीं वानप्रस्थ निर्माण केले आहेत. ब्रह्मचर्य व आदर्श गृहस्थाश्रम यांसाठीं रात्रंदिवस धडपडणारे मुमुक्षू निर्माण केले आहेत.

शेंकडों विचारप्रचारक निर्मून महात्माजींनी खरे ब्राह्मण निर्माण केले आहेत. राष्ट्रासाठीं मरण्याची वृत्ती निर्माण करून त्यांनीं क्षत्रिय निर्माण केले आहेत. राष्ट्रांतील लाखों खेड्यांतील लोकांना घांस देण्याची व्यवस्था करतील, असे खरे वैश्य ते निर्माण करीत आहेत. राष्ट्रांतील घाण दूर करतील, स्वतः झाडतील, विष्ठा उचलतील, नवीन शौचकूपपद्धती शिकवतील, असे खरे शुद्र ते निर्माण करीत आहेत. ज्याला वर्णाश्रमधर्माची आंतरिक तळमळ असेल तो या महापुरुषाच्या चरणाशीं जाऊन या वर्णाश्रमधर्माच्या सेवेला वाहून घेईल.

शुद्ध वर्णाश्रमधर्माची महात्माजी मूर्ती आहेत. त्या धर्माचे सच्चे उपासक ते आहेत. भारतीय संस्कृतींतील हें वर्णाश्रमधर्माचें थोर तत्त्व ते वाढवीत आहेत. जीवनांत वर्णाश्रमधर्म सत्यार्थानें यावेत म्हणून ते अहर्निश खटपट करीत आहेत. भारतीय संस्कृतीच्या हे थोर उपासका! तुझ्यामुळें भारताचें मुख उजळ होत आहे. भारतीय संस्कृतीचें सत्स्वरूप जगाला कळत आहे. भारतीयांवर तुझे अनंत उपकार!

प्रकरण चवदावें

स्त्रीस्वरूप

भारतीय स्त्रिया म्हणजे त्यागमूर्ति. भारतीय स्त्रिया म्हणजे तपस्या, मूक सेवा. भारतीय स्त्रिया म्हणजे अलोट श्रद्धा व अमर आशावाद. निसर्ग ज्याप्रमाणें गाजावाजा न करितां काम करीत असतो व फुलें फुलवीत असतो, त्याप्रमाणें भारतीय स्त्रिया कुटुंबांत सतत कष्ट करून, निमुटपणें श्रम करून आनंद निर्माण करीत असतात. प्रत्येक कुटुंबांत तुम्ही पहा. पहांटेपासून रात्रीं अकरा वाजेपर्यंत राबणारी ती कष्टाळू मूर्ती तुम्हांला दिसेल. क्षणाची विश्रांती नाहीं. फारसा आराम नाहीं.

सीता-सावित्री, द्रौपदी-गांधारी, हे त्यांचे आदर्श आहेत. त्यागमूर्ती व प्रेममूर्ती अशी ही भारतीय स्त्रियांचीं दैवतें आहेत. सीता म्हणजे चिरयज्ञ. भारतीय संस्कृतींत स्त्रीचें जीवन म्हणजे पेटलेलें होमकुंड आहे. लग्न म्हणजे यज्ञ. पतीच्या जीवनाशीं संलग्न झाल्यापासून स्त्रीच्या जीवनयज्ञास आरंभ होतो आणि हा यज्ञ मरणानेंच शांत होतो.

स्त्री म्हणजे मूर्त कर्मयोग. तिला स्वतंत्र अशी जणूं इच्छाच नाहीं. पतीच्या व मुलांच्या इच्छा म्हणजेच तिची इच्छा. पतीला आवडेल ती भाजी करा, पतीला आवडेल तो खाद्य पदार्थ करा. मुलांना आवडेल तें पक्वान्न करा. ज्या दिवशीं घरांत पती जेवावयाचा नसतो, त्या दिवशीं पत्नी स्वत: भाजी वगैरे करणार नाहीं. पिठलें ढवळील, नाहीं तर लोणच्याची चिरी घेईल. स्वत:साठीं कांहीं एक

नको. पतीला आवडणारें लुगडें नेसणें, पतीला आवडणारें पुस्तक वाचणें, पतीला आवडणारें गाणें गाणें, पतीसाठीं विणणें, पतीसाठीं शिणणें, त्याचे कपडे स्वच्छ ठेवणें, त्याच्या प्रकृतीस जपणें, पती हेंच पत्नीचें दैवत.

"चरणांची दासी" हे त्यांचें भाग्य! कबीर ईश्वराला म्हणतो.

"मैं गुलाम मैं गुलाम मैं गुलाम तेरा । तूं साहेब मेरा ।।"

भारतीय स्त्री न कळत न वळत पतीला हेंच म्हणत असते. ती सर्वस्व पतीला अर्पण करते. सर्वस्वानें त्याची पूजा करते.

भारतीय स्त्रीनें स्वतःला पतींत मिळवून टाकलें आहे, परंतु पतीनें काय केलें आहे? भक्त देवाचा दास होतो. परंतु देवही मग भक्ताच्या दारांत तिष्ठत उभा असतो. नारद एकदां विष्णूच्या भेटीसाठीं गेले तों भगवान विष्णू पूजा करीत होते! नारदाला आश्चर्य वाटलें, सारें त्रिभुवन ज्याची पूजा करतें तो आणखी कोणाची पूजा करीत बसला आहे? भगवान विष्णू बाहेर येऊन म्हणाले :-

"प्रल्हादनारदपराशरपुंडलीक
व्यासांबरीषशुक शौनकभीष्मदाल्भ्यान्
रुक्मांगदार्जुनवसिष्ठविभीषणादीन्
पुण्यानिमान् परमभागवतान् स्मरामि ।।"

भक्त हे देवाचे देव होत असतात. ज्ञानेश्वरीत एके ठिकाणीं फारच सुंदर ओव्या आहेत, श्रीकृष्ण म्हणतात, "अर्जुना! भक्त हें माझें परम थोर दैवत.

"तया पहावयाचे डोहळे । म्हणून अचक्षूसी मज डोळे
हातीचेनि लीलाकमळें । तयासि पूजूं
दोंवरी दोनी । भूजा आलों घेवोनी
आलिंगावया लागोनी । तयाचा देह ।।"

भक्ताला पूजिण्यासाठीं देवाच्या हातांत कमळ, भक्ताला मिठी मारण्यासाठीं दोन हात पुरणार नाहींत म्हणून, चार हात! भक्ताला पहावयाचे डोहाळे होतात म्हणून निराकार प्रभु साकार होतो! किती गोड आहे हा भाव!

आपण प्रेमानें ज्याचे दास होऊं, तो आपलाही दास होतो. प्रेमानें दास होणें म्हणजे एक प्रकारे मुक्त होणें. परंतु आपल्या कुटुंबात काय अनुभव येतो? स्त्री सर्वांची सेवा करीत आहे, ती सर्वांची प्रेममयी दासी आहे, परंतु तिचे दास कोण आहे? तिला सुख व्हावें, तिला आनंद व्हावा, तिच्या हृदयाला विसांवा मिळावा

म्हणून कोणाला चिंता आहे का? स्त्रीच्या मनाच्या व हृदयाच्या भुका कोणाला माहीत आहेत का? तिचीं आंतरिक दुःखें कोणाला कळतात का? तिची कोणी प्रेमानें विचारपूस करतो का?

स्त्रीच्या हृदयांत कोणीच शिरत नसेल. सारे स्त्रीजीवनाच्या अंगणांत खेळत असतात, तिच्या अंतरंगाच्या अंतरगृहांत कोणीही जात नाहीं. तें अंतर्गृह उदास आहे. तेथें प्रेमाचे कलश घेऊन कोणी जात नाहीं. स्त्री हृदय हें सदैव मुकेंच आहे. स्त्रिया मुक्या असतात. त्यांची हृदयें फार गूढ व गंभीर असतात. त्या प्रेमयाचना करीत नाहींत. हृदयाला ज्याची तहान आहे तें प्रेम असो कीं बाहेरची भाजी असो, स्त्री त्याची मागणी करणार नाहीं. जें आणून द्याल तें ती घेईल.

भारतीय स्त्रियांच्या हृदयाची कल्पना भारतीय पुरुषांस फारशी नसते. स्त्रियांना खायलाप्यायला असलें, थोडेसें नीट नेसायला असलें म्हणजे झालें. त्यापेक्षां स्त्रियांना कांहीं अधिक पाहिजे असतें असें त्यांना वाटतच नाहीं. त्यांना स्त्रियांच्या आत्म्याचे दर्शन नसतें. स्त्रियांना आत्माच नाहीं असें म्हणण्यापर्यंत त्यांची मजल गेली आहे. आणि जेथें आत्माच नाहीं तेथें मोक्ष तरी कशाला!

भारतीय स्त्रियांच्या कष्टाळूपणाचा पुरुष अगदीं अनाठायीं फायदा घेतात. कधीं कधीं ते घरांत काडी इतकेंही लक्ष देत नाहींत. मुलांबाळांचें पाहणार नाहींत. दुखलेंखुपलेलें पाहणार नाहींत. रात्रीं जागरण करणार नाहींत. मूल रडूं लागलें तर आदळआपट करतील. बिचारी माता त्या मुलाला मांडीवर घेऊन बसते. त्याला पायांच्या पाळण्यांत घालते. ती रडकुंडीस येते. पतीची झोंपमोड होऊ नये म्हणून किती जपत असते!

पती कसाही असो त्याला पत्नी सांभाळून घेते. कुटुंबाची अब्रू ती संरक्षिते. कुटुंबाची लाज ती उघडी पडूं देणार नाहीं. स्वतः उपाशी राहील, दळणकांडण करील, परंतु कुटुंब चालवील. तेवढ्यातल्या तेवढ्यांत मुलाबाळांचें करील. खाऊ द्यावयास नसेल तर मुके घेईल व त्यांना हंसवील! स्वतःचे अश्रू, स्वतःचें दुःख ती कोणास दाखवणार नाहीं! तिचें दुःख केवळ तिलाच माहीत असतें.

पतीची लहर सांभाळणें म्हणजे तिचा धर्म होऊन बसतो. रात्रीं आठ वाजतां येतात का दहा वाजतां येतात, ती बिचारी वाट पहात बसते. पती उशीरां आल्यावर म्हणतो, "तूं जेऊन कां नाहीं घेतलेंस?" तो जर पत्नीच्या हृदयांत कधीं डोकावता तर असे शब्द त्यानें कधीं काढले नसते.

पति-मुखावरचें हास्य म्हणजे पत्नीचें सुखसर्वस्व. ती पतीच्या मुद्रेकडे

पाहत असते. पतीचे डोळे हंसले, ओंठ हंसले कीं तिला मोक्ष मिळतो. पती गोड शब्द बोलला कीं तिला सारें मिळाले. किती अल्पसंतोषी भारतीय सती! परंतु हा अल्पसंतोषही त्यांना मिळत नसतो.

पापी, दुर्गुणी, दुराचारी पतींचीही सेवा भारतीय स्त्रिया करीत असतात. एकदां ज्यांच्याशीं गांठ पडली, ती कशी सोडावयाची? जरी कांहीं जातींत काडीमोड होत असली, तरी काडीमोड हें संस्कृतीचें चिन्ह समजलें जात नाही. जरी कांहीं जातींत पुनर्विवाह लागत असला तरी पुनर्विवाह हें सांस्कृतिक लक्षण गणलें जात नाहीं. स्त्रिया म्हणजे एकदेवा त्यांचा महान् आदर्श! त्यांचें दिव्य ध्येय!

पती दुर्वृत्त असला तरी त्याला थोडेंच टाकावयाचें? एकदां त्याला मी माझा असें म्हटलें. आपलेपणाचें नातें हा परीस आहे. माझा मुलगा खोडकर असला म्हणून का त्याला मी टाकीन? सारें जग माझ्या मुलाला नांवें ठेवील, म्हणून का मींही ठेवावीं? मग त्याच्यावर मायेचें पांघरून कोणी घालावयाचें? कोणाच्या तोंडाकडे त्यानें बघावें, कोणीकडे जावें? जसें मूल, तसाच पती. साऱ्या जगानें माझ्या पतीची छीः थूः केली, त्याला हिडीसफिडीस केलें, तरी मी नाहीं करतां कामा. मीही त्याला दुःख दिलें, मीही त्याला प्रेमाचा शब्द दिला नाहीं, प्रेमानें जेवूं घातलें नाहीं, तर मग हें घर तरी कशाला? सारें जग लोटील परंतु घर लोटणार नाहीं. घर म्हणजे आधार, घर म्हणजे आशा, घर म्हणजे विसावां, घर म्हणजे प्रेम, घर म्हणजे आत्मीयता! हें घर माझ्या पतीसाठीं व माझ्या मुलांसाठीं मी प्रेमानें भरून ठेवीन.

अशी ही भारतीय स्त्रियांची दृष्टी आहे. पती वाईट आहे, पतीशीं माझें पटत नाहीं म्हणून भराभरा जर घटस्फोट होऊं लागले तर काय साधणार आहे? मग जगांत प्रेम, त्याग, या शब्दांना अर्थ तरी काय? जगांत पटवून घ्यावें लागत असतें. जग म्हणजे सहकार्य. जग म्हणजे तडजोड. संसार म्हणजे देवाण-घेवाण, परंतु पती सहकार्य करीत नसेल, तर मी का त्याला सोडून जाऊं? त्यागमय प्रेमानें मी त्याच्याशींच राहीन. माझ्या प्रेमाचें त्यांतच बळ आहे. दुर्गुणालाही सांभाळील तेंच प्रेम. मी आशेंने सेवा करीन, प्रेम देईन. मनुष्य हा शेवटीं किती झालें तरी ईश्वरी अंश आहे. एक दिवस माझ्या पतींतील दिव्यता प्रगट होईल. त्याच्या आत्मचंद्राला ग्रहण लागलें म्हणून का मी त्याला सोडूं? उलट त्याच्याबद्दल मला अनुकंपा वाटली पाहिजे. मला वाईट वाटलें पाहिजे. सारें जग त्याला हंसत आहे. मीही का हंसूं? नाहीं नाहीं. माझ्या प्राणांनीं मी त्याला सांभाळीन. त्याला सांभाळतां सांभाळतां

कदाचित मला माझें बलिदानही द्यावें लागेल. कांहीं हरकत नाहीं. तें बलिदान व्यर्थ जाणार नाहीं. माझ्या जीवनानें जें झालें नाहीं तें मरणानें होईल. "सिंधूच्या मरणानें सुधाकराचे डोळे उघडतील. सिंधूचें मरण फुकट नाहीं गेलें"

जगांत आपणांस एकमेकांना सुधारावयाचें आहे. दगड मुलाला शिकविण्यांतच गुरूची कसोटी. दगडांना जर गुरू दूर लोटील तर तो गुरु कसचा? दगड पाहून गुरूच्या प्रतिमेला पाझर फुटले पाहिजेत. येथें आपल्या कलेला खरा अवसर आहे, प्रयोगाला पूर्ण वाव आहे, असें त्याला वाटलें पाहिजे. स्त्रीही पतीच्या बाबतींत असेंच म्हणेल. "माझ्या नाठाळ पतीची मी गुरू होईन. त्यांना सुधारणें हेंच माझें दिव्य कर्म. मी आशेनें प्रयत्न करीत राहीन."

इब्सेनचें पीर जिन्ट म्हणून एक काव्यात्मक नाटक आहे किंवा नाट्यमय काव्य आहे. पीर जिन्टची पत्नी रानांतील एका झोपडींत त्याची वाट पहात असते, पीर जिन्ट जगभर भटकत असतो. जगांतील नानाविध अनुभव घेतो. कितीतरी वर्षांनीं भारावलेला असा तो आपल्या पत्नीच्या दारांत उभा राहातो. पत्नी आंधळी झालेली असते. ती चरक्यावर सूत काढीत असते. पती येईल असें आशेचें गाणें म्हणत असतें.

पीर जिन्ट : हा पहा मी आलों आहे. दमून भागून आलों आहें.

ती : या, आलेत. मला वाटलेंच होतें तुम्ही याल. या तुम्हांला थोपटतें. माझ्या मांडीवर निजवितें. तुम्हांला ओंव्या म्हणतें.

पीर जिन्ट : तुझें माझ्यावर अजून प्रेम आहे?

ती : तुम्ही चांगलेच आहात.

पीर जिन्ट : मी का चांगला आहे? सारें जग मला वाईट म्हणतें. मी कां तुला चांगला दिसतों?

ती : हो.

पीर जिन्ट : मी तर वाईट आहें. कोठें आहें मी चांगला?

ती : माझ्या आशेंत, माझ्या प्रेमांत, माझ्या स्वप्नांत तुम्ही मला चांगलेच दिसत आहांत!

अशा स्वरूपाचा त्या पुस्तकाचा अंत आहे, "माझ्या आशेंत, माझ्या प्रेमांत, माझ्या स्वप्नांत" हे शेवटचे शब्द आहेत. या शब्दांत स्त्रीचें सारें जीवन आहे. पतीकडे पाहण्याचे तिचे डोळेच निराळे असतात. ती ज्या डोळ्यांनीं पाहते, त्या डोळ्यांची आपणांस कशी कल्पना येणार? कितीही दुर्वृत्त पती असो, एक दिवस

तो चांगल्या रीतीनें वागेल अशी अमर आशा प्रेमळ स्त्री-हृदयांत असते.

घर म्हणजे एकमेकांना माणसाळविण्याची शाळा आहे. पिसाळलेलें कुत्रें असतें. तें जगाला कां चावतें? तें कुत्रें जगाचा द्वेष करीत नसतें. त्याच्या दातांत विष लसलसतें. तें विष कोठें तरी ओतावें असें त्याला वाटत असतें. त्याप्रमाणेंच माणसाचें आहे. स्वत:चे कामक्रोध कोणावर तरी ओतावे असें त्याला वाटत असतें. तें कोठें तरी ओतलें म्हणजे मग शांत होतें. हें पोटांतील विष ओतण्याची जागा म्हणजे घर. पती येईल व पत्नीवर रागावेल. सासुरवाशीण मुलावर रागावेल. कोठें तरी आपल्या विकारांना प्रकट व्हावयास अवसर हवा असतो.

पत्नी म्हणते, "घरांत कांहीं करा; परंतु जगांत नीट वागा. आणा सारी घाण घरांत. ती घाण काढायला मी समर्थ आहे. ओरडा माझ्यावर, रागवा माझ्यावर. तुमचा कामक्रोध होऊं दे शांत. पशुत्व माझ्या होमा. तुमचें पशुत्व होमण्याची मी पवित्र वेदी आहे. बाहेर जाल तें माणूस होऊन जा. पशुपती होऊन जा, शिव होऊन जा." सत्स्वरूपी पतीला शिवशंकर करणारी स्त्री ही शक्ती आहे. पत्नी पतीला माणसाळविते, शांत करिते, स्थिर करिते, आळा घालते, संयम घालते, मर्यादा घालते.

परंतु हें सारें करावयांस पत्नीच्या प्रेमांत शक्तिही हवी. तिचें प्रेम दुबळें असतां कामा नये. तिची सेवा शक्तिहीन असता कामा नये. एक प्रकारचें तेज व प्रखरता त्या प्रेमांतही हवी. धीरोदात्तता हवी. मुळू मुळू रडणें म्हणजे प्रेम नव्हे. प्रेम रडत नाहीं बसत. प्रेम कर्तव्य करावयाला पदर बांधते. पती दारू पितो, नाहीं मी पिऊं देणार. पती सिगारेट ओढतो, नाहीं मी ओढूं देणार. हे मुखकमल त्या घाणेरड्या धुरानें भरवावयाचें! ते सुंदर ओंठ काळेकुट्ट व्हावयाचे! विडा खाऊन सारख्या पिचकाऱ्या मारतात, नाहीं मी घाण करूं देणार. पती म्हणजे माझें ठेवणें. मी तें सांभाळीन. मलिन होऊं देणार नाहीं. पतीला निर्मळ ठेवण्यासाठीं मला मरावें लागलें तरी चालेल. पतीच्या व्यसनांत मी त्याला साहाय्य नाहीं करणार. मी आड उभी राहीन. मी जिवंत असतांना पतीकडे व्यसन कसें येईल? माझ्या जीवनाचें सुदर्शन मी आड घालून ठेवीन.

भारतीय संस्कृतींत मांडव्य ऋषीला त्याची पत्नी वेश्येकडे घेऊन जाते अशी कथा आहे! आदर्शाची ही पराकाष्ठा होय! ह्या त्यागाची व धैर्याची कल्पना करवत नाहीं. पतीची इच्छा म्हणजे माझी इच्छा. त्यानें शेण मागितलें तरी मी निरहंकारपणें शेण देईन. माझे हात तदर्थ आहेत. मी एक केवळ किंकरी!

परंतु ह्या आदर्शाची मला कल्पना करवत नाहीं. भारतीय सतींचा आदर्श दुबळा नसावा असें वाटतें. वरच्या उदाहरणांतील आदर्श दुबळा आहे असें माझ्यानें म्हणवत नाहीं. पतीबरोबर मी चढेन किंवा पडेन. जेथें पती तेथें मी, जेथें त्याची इच्छा तेथें मी. ह्या वरील आदर्शासमोर माझे डोळे मिटून जातात, मला घेरी येते.

सुधारणा करण्याचे अनेक मार्ग असतात. त्यांतील हाही एक असूं शकेल. परंतु हा फारच दुस्तर आहे. भारतीय स्त्रीचा हा सर्वसामान्य आदर्श होऊं शकणार नाहीं. भारतीय स्त्रियांचा आदर्श आज दुबळा झाला आहे. तो प्रखर व्हावा एवढेंच मला म्हणावेसें वाटतें. घटस्फोटांचा कायदा झाला तर मी त्याला नांवें ठेवणार नाहीं. परंतु प्रेम, त्याग, सहकार्य, सुधारणा या शब्दांना कांहीं अर्थ उरावा असें जर वाटत असेल तर पतिपत्नींनीं एकमेकांचा कालत्रयीं कोणत्याही परिस्थितींत त्याग न करणें हेंच मला श्रेयस्कर वाटतें. यांतच माणुसकी आहे. यांत माणसाची दिव्यता आहे.

भारतीय स्त्रियांच्या व्रतांतील दुबळेपणा जाऊन प्रखरपणा यावा. त्याचप्रमाणें त्यांच्या प्रेमवृत्तींत विशालता यावी. स्त्रियांचें प्रेम खोल असतें. परंतु लांबरुंद नसतें. त्यांच्या दृष्टीची मर्यादा फारच संकुचित असते. कुटुंबापलीकडे त्यांचें फारसें लक्ष नसतें. आणि यामुळेंच स्त्रिया भांडणाला कारण असे कुटुंबात म्हणतात. स्त्रियांचें क्षितिज मोठें झालें पाहिजे. आजूबाजूच्या जगाचा विचार त्यांना असला पाहिजे. जगांतील सुखदुःखांची कल्पना त्यांना हवी. भेदभाव कमी करायला हवा. पती व आपलीं मुलेंबाळें यांच्यापलीकडे जग नाहीं असें वाटता कामा नये.

वकिलांच्या पत्नीला वाटेल कीं, "आपण सुखी आहोंत. आपला पति पुष्कळ पैसे मिळवितो. आपल्या मुलाबाळांना कपडे आहेत. त्यांना नीट शिकतां येतें. रहायला सुंदर बंगला, लावायला फोनो. घरांत गडीमाणसें, सारें कांहीं आहे."

परंतु तिनें दृष्टी विशाल केली पाहिजे. हे पैसे कोठून येतात? माझा पती खोटेंनाटें नाहीं ना करीत? शेतकऱ्यांची भांडणें तोडण्याऐवजीं ती कशीं वाढतील, असें तर नाहीं ना पती बघत? पती माझ्या अंगाखांद्यावर दागिने घालीत आहे? माझ्यासाठीं रेशमी लुगडीं आणीत आहे. परंतु ह्या वैभवासाठीं तिकडे कोणी नाडलें तर नाहीं ना जात? तिकडे कोणी उघडे तर नाहीं ना पडत?" असा विचार स्त्रीनें केला पाहिजे.

व्यापाऱ्याच्या पत्नीनें असेंच मनांत विचारिलें पाहिजे. माझा पती गरिबांस छळीत तर नाहीं ना? गरिबांचीं मुलेंबाळें उपाशी तर नाहींत ना? फाजील फायदा नाहीं ना घेत? फाजील व्याज नाहीं ना घेत? परदेशी मालाचा व्यापार नाहीं ना करीत?"

सरकारी नोकराच्या पत्नीनें म्हटलें पाहिजे, "माझा पती लांचलुचपत तर नाहीं ना घेत? कोठून येतात हे पैसे? कोठून येतें हें तूप, हा भाजीपाला? माझा पती अन्यायानें तर नाहीं ना वागत? अन्यायी कायद्यांची तर अंमलबजावणी नाहीं ना करीत? नीट जनतेचें खरें हितच करीत आहे ना?"

भारतीय स्त्रिया असे प्रश्न स्वत:च्या मनास कधीही विचारीत नाहींत. पती त्यांना अज्ञानाच्या अंधारांत ठेवतात. परंतु पतीच्या पापांत त्याही भागीदार असतात हें त्यांनीं विसरता कामा नये. माझा सावकार पती, हजारों शेतकऱ्यांना रडवून मला सोन्यामोत्यांनीं नटवीत आहे, माझा वकील पती शेंकडों शेतकऱ्यांस भिकेस लावून मला शेलाशालू घेत आहे, माझा डॉक्टर पति गरीब भावांबहिणींपासूनही किती तरी फी उकळून मला फोनो देत आहे, माझा कारखानदार पती हजारों मजुरांना पिळून पिळून मला माझ्या महालांत हंसवीत आहे, माझा अधिकारी नवरा रयतेला गांजून पैसे आणीत आहे, असा विचार जर भारतीय स्त्रियांच्या हृदयांत जागा झाला तर त्या खडबडून उठतील. कारण धर्म हें भारतीय स्त्रियांचे जीवन आहे.

भारतीय स्त्रिया देवदेव करतात. परंतु आपला संसार पापावर चालला आहे ही गोष्ट अज्ञानानें त्यांना कळत नाहीं. भारतीय स्त्रियांनीं असें अज्ञानांत नाहीं राहतां कामा. दृष्टी व्यापक व निर्भेळ केली पाहिजे. तरच जीवनांत धर्म येईल. पती पैसे कोठून कसे आणतो तें माहीत नाहीं. आणि दानधर्म केलेला, देवापुढें टाकलेला, क्षेत्रांत दिलेला पैसा कोठें जातो, त्याचाही पत्ता नाहीं. घरीं पती पैसे आणीत आहे तेही पापानें व दानधर्मातील पैसेही चालले आलस्यदंभ पाप व्यभिचाराकडे! ही गोष्ट स्त्रिया विचार करूं लागतील तरच त्यांना कळेल.

आणि मग तीं रेशमीं वस्त्रें त्यांचें अंग जाळतील. ते दागिने निखारे वाटतील, त्या माड्या नरकाप्रमाणें वाटतील. आपल्या पत्नीला सन्मार्गावर आणण्याची त्या खटपट करतील.

भारतीय स्त्रिया ध्येयें पाळणाऱ्या आहेत. समाजांत जीं जीं नवीन ध्येयें उत्पन्न होतील तीं तीं स्त्रियांपर्यंत गेलीं पाहिजेत. तरच तीं अमर होतील. गायीचें माहात्म्य भारतांत उत्पन्न झालें. स्त्रियांनीं तें टिकविलें. शुचिर्भूतपणाचें तत्त्व उत्पन्न झालें. त्यांनी तें पराकोटीला नेलें. पातिव्रत्याचें ध्येय निघालें त्यांत त्यांनी पराकाष्ठा केली. दारांत कोणीही येवो त्याला मूठभर दाणे घातल्याशिवाय त्या राहणार नाहींत. "कोणी देवही असेल रूप घेऊन आलेला" असें म्हणतील. एकीकडे शुचिर्भूतपणाच्या ध्येयामुळें सोवळेपणाची कमाल, तर दुसरीकडे देव सर्वत्र आहे

या तत्त्वाचा कोणीही दारांत येवो त्याला मूठभर द्या असें म्हणण्यांत प्रत्यक्ष आचार. एकादशी वगैरे उपवास त्यांनींच ठेवले आहेत. नदीवर स्नानास जाणें, यात्रा करणें याची त्यांनाच हौस असते.

स्त्रिया ध्येयें कदाचित निर्माण करणार नाहींत, परंतु निर्माण झालीं कीं त्यांना मरूंही देणार नाहींत. ज्याप्रमाणें पुरुष बाहेरून धान्य वगैरे माल आणतो परंतु घरांत तो सांभाळणे, तो सांडू न देणें, घाण होऊं न देणें हें स्त्रियांचें काम असतें. त्याप्रमाणें समाजांत जीं जीं ध्येयें निर्माण होतील, तीं तीं मरूं न देणे हें स्त्रियांचें काम असतें. मुलें आजारी पडली तर त्यांना सांभाळणें हें जसें मुख्यत्वें त्यांचेंच काम, तद्वत् ध्येयबाळेंही सुरक्षित ठेवणें हे त्यांचेंच काम.

पुरुष पोटच्या पोरांची उपेक्षा करीत परंतु स्त्री करणार नाहीं. त्याप्रमाणेच पुरुषांनीं निर्माण केलेलीं ध्येयें पुरुष सोडूं पाहील, परंतु स्त्री सोडणार नाहीं. श्रियाळ राजा आयत्या वेळेस अतिथीबरोबर जेवावयास कुरकरतो. त्याला धैर्य होत नाहीं, परंतु पतीचा हात धरून चांगुणा त्याला बसविते. ती ध्येयबाळाला मरूं देणार नाहीं

भारतीय स्त्रियांचा हा महान विशेष आहे. आणि तो लक्षांत घेतला पाहिजे. जीं जीं नवीन ध्येयें आज उत्पन्न होत आहेत तीं तीं स्त्रियांपर्यंत गेलीं पाहिजेत. तरच तीं टिकतील. हरिजनसेवा, ग्रामोद्योग, खादी, स्वदेशी, इत्यादि नवीन नवीन व्रतें, हा नवीन दयामय व प्रेममय धर्म, हा सेवाधर्म त्यांच्या हृदयापर्यंत गेला पाहिजे. स्त्रियांच्या धर्मबुद्धीला जागृत करा. हा नवधर्म त्यांना पटवा. त्यांना पटला कीं तो राष्ट्राचा झाला. स्त्रियांच्या पेटींत जें जाईल तें नष्ट होणार नाहीं

म्हणून माता या दृष्टीनेंच भारतीय स्त्रियांचा अपार महिमा. त्या सांभाळणाऱ्या आहेत. मुलें सांभाळणाऱ्या, पतीला सांभाळणाऱ्या, ध्येयांना सांभाळणाऱ्या! त्या कोणाला मरूं देणार नाहींत. त्या सर्वांना प्रेम देतील, आशीर्वाद देतील, सेवा देतील. ईश्वराचेंच रूप. ईश्वराला भक्तांनी माता शब्द योजिला आहे. कारण ईश्वराचें जें हें सांभाळण्याचें मुख्य कर्म, सर्वांवर पांघरूण घालण्याचे कर्म, तें या जगांत माता करीत असते. ईश्वराला आई म्हणून हांक मारणें याहून दुसरी थोर हांक नाहीं, अन्वर्थक हांक नाहीं! ईश्वराच्या प्रेमाची कल्पना आणून देणारी जर कोणती वस्तू असेल तर ती ही माता होय.

म्हणून भारतीय संस्कृती सर्वत्र मातृवंदन करीत आहे. उपनिषदांतील आचार्य ऐहिक देवतांचीं नांवें सांगतांना, प्रत्यक्ष संसारातील देवतांचीं नांवें सांगतांना प्रथम "मातृदेवो भव" असें सांगतों. आधीं माता मग पिता पतिपत्नींमध्यें आधी पती

आहे, परंतु आईबापांमध्यें आधीं आई आहे! पतीला पिता व्हावयाचें आहे. पत्नीला माता व्हायचें आहे. आणि या दोन स्वरूपांत माता हें उदात्ततर श्रेष्ठतर स्वरूप होय.

म्हणून शेवटीं भारतीय संस्कृती मातृप्रधान संस्कृती आहे. मातेला तीन प्रदक्षिणा घालणें म्हणजे सर्व पृथ्वीला प्रदक्षिणा घालणें होय. आईबापांची सेवा करणें म्हणजे मोक्ष मिळविणें. ''न मातुः परमदेवतम्'' आईविना दैवत नाहीं. आईचें ऋण कधीं फिटत नाहीं.

विठ्ठल म्हणजे आई, भारत म्हणजे आई, गाय म्हणजे आई! भारत वर्षांत सर्वत्र मातेचा महिमा आहे. आईला आधीं वंदन. कोणताही मंगल विधी असो आधीं आईचा आशीर्वाद. तिला नमस्कार.

पतीचे सहस्र अपराध पोटांत घालून त्यालाही सांभाळणारी, आपल्या मुलांबाळांना सांभाळणारी, आणि भारतीय ध्येयें सांभाळणारी अशी जी ही भारतीय माता, तिला अनंत प्रणाम!

आणि पतीबरोबर चितेवर हंसत चढणारी सती किंवा पतिनिधनोत्तर त्याचें चिंतन करीत वैराग्यानें व्रतमय जीवन कंठणारी गतभर्तृका! या दोन वस्तूंचे कोण वर्णन करील? भारतांतील सतींचीं वृंदावनें, लग्न म्हणजे काय यांवरील मूक प्रवचनें आहेत. हीं वृदावनें भारतास पावित्र्य देत आहेत, ठिकठिकाणीं हे यज्ञमय इतिहास लिहिलेले आहेत.

आणि गतधवा? गतधवा नारी म्हणजे क्षणोक्षणीचें चितारोहण! भारतीय बालविधवा म्हणजे करुणकरुण कथा आहे. आजूबाजूच्या विलासी जगांत तिला विरक्त रहावयाचें असतें. प्रत्येक क्षण म्हणजे कसोटी! मंगल वाद्यें तिच्या कानांवर येतात. मंगल समारंभ होत असतात. कोठें विवाह आहे, कोठें डोहाळजेवण आहे, कोठें ओटीभरण आहे, कोठें बारसें आहे, परंतु तिला सारे समारंभ वर्ज्य! कोंपऱ्यांत गळा कापलेली ही कोकिळा बसलेली असते. सारीं व्रतें, वैकल्यें तिच्यावर लादण्यांत येतात. सारे विधिनिषेध तिच्यासाठीं. सारे संयम तिच्यासाठीं.

अशा आगींतून ती दिव्य तेजानें बाहेर पडते. बाळकृष्णाशीं बोलते. त्याला नटवते. त्याला नैवेद्य देते. देव हें तिचें पूल. देवाची ती माता होते. ती यशोदा होते, परंतु या यशोदेला अपयशी समजण्यांत येतें. तिचें दर्शन नको. जिच्या पायांचें तीर्थ घेऊन सारे गाद्यांवरचे संत उद्धरून जातील, तिला हे सारे गादीमहाराज अशुभ समजत असतात!

सर्वांची सेवा हें तिचें काम. कोणाचीं बाळंतपणें करील, कोणाचे स्वयंपाक करील. कोठें कुटुंबात आडलें कीं तिकडे झाली तिची पाठवणी. तिला मोकळीक नाहीं, गंमत नाहीं, आनंद नाहीं, जगांतील सारे अपमान सोसून जगाचें भले चिंतणें हें तिचें ध्येय असतें.

भगवान शंकर हलाहल पिऊन जगाचें कल्याण करितात. तसेंच गतधवेचें आहे. ती निंदा अपमान शिव्याशाप यांचे विष मुकाट्यानें पीत असते. आणि पुन्हां सेवेस सिद्ध!

आदर्श विधवा जगाची गुरु आहे. ती संयम व सेवा यांची मूर्ती आहे. स्वत:चें दु:ख गिळून जगासाठीं झटणारी ती देवता आहे.

भारतीय संस्कृतींत हा महान आदर्श आहे. अशा दिव्य देवतेसमोर सतरादां लग्नें करणारे पुरुष सूकरासारखे वाटतात. स्त्रीजातीची धन्यता वाटते.

आदर्श उच्च असावा. परंतु ज्याला तो झेपत नसेल त्याला तो देण्यांत अर्थ नाहीं. श्रीकृष्ण मारूनमुटकून अर्जुनाला संन्यासी करूं इच्छित नाहीं. बालविधवांना तर आईबापांनीं कुमारिका समजूनच त्यांचे पुन्हां विवाह लावून द्यावेत. परंतु यांतही त्यांना स्वातंत्र्य असावें. स्त्रीजातीचें उदात्त ध्येय त्यांना पूजावयाचें असेल तर मोकळीक असावी. परंतु फार उंच ध्येय पकडावयाला गेल्यामुळें पडण्याचा संभव असतो. त्यापेक्षां जरा खालचें ध्येय घेऊन तेथें नीट पाय रोवून उभें राहणे अधिक श्रेयस्कर आहे.

भारतीय स्त्रियांच्या पावित्र्याची, संयमाची, वैराग्याची धन्य आहे! भारतात आज शेंकडों वर्षे ओतलेलें हें वैराग्य व्यर्थ कां जाईल? भारतीयांच्या उज्ज्वल भवितव्यास त्यापासून खत नाहीं का मिळणार? भारतीय संतींनो! तुमचा दिव्य म हिमा वर्णावयास मला शक्ती नाहीं ! तुमचीं चित्रें माझ्या अंतश्चक्षूंसमोर मी आणतों व तुमचे पाय भक्तीच्या अश्रुजलानें धुतों. दुसरें मी क्षुद्र पामर काय करणार?

प्रकरण पंधरावें

मानवेतर सृष्टीशीं प्रेमाचे संबंध

मनुष्याच्या नीतिशास्त्रांत सर्व चराचर सृष्टीचा विचार केलेला असला पाहिजे. मानवही मानवापुरतेंच जर पाहील तर तोही इतर पशुपक्ष्यांच्याच पायरीचा होईल. मानव मानवेतर सृष्टीचेंही शक्य तितकें प्रेमानें संगोपन करील, मानवेतर सृष्टीशींही जर जिव्हाळ्याचे संबंध जोडील तरच तो सर्व सृष्टींत श्रेष्ठ असें सिद्ध होईल. आपण सर्व सृष्टीचा संहार करतों म्हणून मोठे, असें म्हणून घेण्यापेक्षां सर्व सृष्टीवर आपण प्रेम करतों म्हणून मोठे, असें म्हणून घेण्यांत मानवाचा खरा मोठेपणा आहे.

पशु, पक्षी, वृक्षवनस्पती, यांच्याशीं असे जिव्हाळ्याचे संबंध जोडण्याचा भारतीय संस्कृतीनें प्रयत्न केला आहे. मानवी कुटुंबात त्यांना प्रेमाचें स्थान दिलें आहे. मानवी शक्ती मर्यादित आहे. परंतु त्या मर्यादित शक्तीनें जें कांहीं करतां येईल तें मानवानें करावें असें भारतीय संस्कृती सांगते. आपण सर्व पशूंचा सांभाळ करूं शकणार नाहीं, सर्व पशूंशीं प्रेमानें वागूं शकणार नाहीं, परंतु निदान गायी-बैलांशीं तरी प्रेम जोडूं या. सर्व पशुसृष्टी दूर राहिली; परंतु गायीच्या निमित्तानें पशुसृष्टीशीं जोडले जाऊं या. गाय हा पशुसृष्टीचा एक प्रतिनिधी.

भारतीय संस्कृतींत गाय केवळ उपयुक्त वस्तू म्हणून राहिली नाहीं. गाय सर्वतोपरी उपयोगी म्हणून मानवानें तिला जवळ केलें ही गोष्ट खरी. परंतु एकदां गाय अंगणांत आल्यावर ती कुटुंबांतील एक वस्तु झाली. आपण आपले आईबाप म्हातारे झाले म्हणजे त्यांना का खाटकांस विकावयाचें? त्यांना मारून त्यांचें का खत करावयाचें? हे निरुपयोगी दुबळे मायबाप ठेवण्यांत काय अर्थ असें का

म्हणावयाचें?

आईबाप म्हातारे झाले तरी त्यांना आपण मारीत नाही. त्यांचे पूर्वीचे उपकार आपण स्मरतों. त्यांचा देह रात्रंदिवस आपणासाठीं झिजला हें आठवतों. त्यांचें प्रेम, त्यांचा त्याग, त्यांचे कष्ट, त्यांचे अपार श्रम सारें आपल्या डोळ्यांसमोर असतें. आपण त्या वृद्ध मायबापांना म्हणतों, "आतां तुम्ही स्वस्थ बसा. स्वस्थ बसून खाण्याची तुमची योग्यता आहे. तुमचें आम्हांस ओझें नाहीं. तुमच्या अनंत सेवेबद्दल आम्हीं कितीही दिले तरी तें थोडेंच होईल. तुमचा आशीर्वाद आम्हांस द्या. कृतज्ञापूर्वक तुमची आतां आम्ही सेवा करूं."

गाय-बैल म्हातारे झाले तर त्यांची खाटकाकडे रवानगी करा, असें भारतीय संस्कृती सांगत नाहीं. ज्या गायीनें दहादहा पंधरापंधरा वर्षे भरपूर दूध दिले, जिच्या दुधावरच आपलें सर्वांचें पोषण झालें, जिनें शेतीसाठीं व इतर कामासाठीं आपणांस खंदे बैल दिले, अशा गायीस ती केवळ आतां म्हातारी झाली म्हणून का सोडावयाचें? ती कृतघ्नता आहे. मनुष्य केवळ उपयुक्ततेवर जगूं शकत नाहीं. मनुष्याला कांहीं थोर भावना उपयुक्तवादाच्या हत्यारानें जर मारून टाकीत असाल तर माणसाची किंमत शून्य होईल हें ध्यानांत धरलें पाहिजे.

गायींचें जर नीट संवर्धन झालें तर दहापंधरा वर्षांत त्या आपणांस इतकें दुग्धरूप द्रव्य देतील कीं त्या द्रव्याच्या व्याजांतही त्यांच्या म्हातारपणीं त्यांचा सांभाळ आपण करूं शकूं. आज-काल बोंडलेभर दूध देणाऱ्या गायी या गोपूजक भारतांत दिसत आहेत. अकबराच्या कारकीर्दींत तीसतीस शेर दूध देणाऱ्या गाया होत्या, असें 'ऐने अकबरीं'त उल्लेख आहेत. आजही युरोप-अमेरिकेंत अशा गांवोगांव गायी आहेत. हिंदुस्थानांत सरकारी गोवर्धनगृहांत अशा गायी दिसतात. नवीन शास्त्रीय ज्ञानाची कास धरून आपण गोसंगोपन व गोसंवर्धन केलें पाहिजे. असें करूं तर पुन्हां चार सागरांप्रमाणें ज्यांचे चार सड दुधानें भरलेले आहेत, अशा गायी भारतांत दिसूं लागतील. पुन्हा ठायींठायीं गोकुळे होतील. आणि मग गाय पोसायला जड वाटणार नाहीं. ती वृद्ध झाल्यावरही तिला आपण कृतज्ञतेनें व प्रेमानें खायला प्यायला देऊं.

कुटुंबातील एक माणूस अशा दृष्टीनें भारतीय संस्कृति गायीकडे पाहावयास शिकविते. आपण गायीसाठीं गोग्रास काढून ठेवतों. आधीं गायीसाठीं पान वाढावयाचें व मग आपण जेवावयाचें. जेवतांना तिची आठवण ठेवावयाची.

आपण कपाळाला गंध लावतों, कुंकू लावतों, गायीच्याही कपाळीं लावावयाचें. मनुष्य म्हणतो, "गायी! तूं मुकी, तुझें स्मरण आधीं. तुझ्या रूपानें सर्व पशूंचें मी स्मरण करतों. तुझे तर्पण करून सर्व पशूंचें तर्पण झालें असें मी समजतो."

भारतीय संस्कृतींत सर्वत्र गाय भरली आहे. लहान मुलांना आया ज्या ओव्या म्हणतात, त्या ओंव्यांत गायींवर किती गोड विचार लिहिलेले आहेत. त्या गायीवरच्या ओंव्या अत्यंत सहृदय अशा आहेत. :

येग येग गायी । चरुनी वरुनी
तान्ह्या बाळाला म्हणूनी । दूध देई
गायी ग चरती । कोंवळीं कणसें
तान्ह्या बाळा नीरसें । दूध पाजूं
गायी हंबरती । प्रेमाचा पान्हा फुटे
गळ्याचें दावें सुटे । वांसराच्या
अंगणांत गाय । दाखविते माय
गोड घांस खाय । राजा माझा
गायीचा गोवारी । म्हशीचा खिलारी
तान्ह्या बाळाचा कैवारी । गोकुळींचा
गायी ग चरती । वांसरें कोठें गेलीं
गंगेच्या पाण्या नेलीं । तान्ह्या बाळानें
गायी ग चरती । कोंवळा ग चारा
दुधाच्या चारी धारा । वासरांना
गायी ग चरती । वांसरें हंबरती
वाडा आहे हा श्रीमंती । तान्ह्या बाळाचा
गायीचा ग गोऱ्हा । मांडी वाळुनीयां बसे
वाडा शोभिवंत दिसे । माझ्या बाळानें

अशा प्रेमळ गोप्रेमाच्या ओंव्या शेंकडों आहेत. गायीच्या वांसराबरोबर खेळत भारतीय बाळें वाढत असतात. गायीचीं वासरें म्हणजे जणूं आपलीं भावंडें.

आपण बाळाचें बारसें करतों. त्याप्रमाणें गायीच्या वासराचेंही बारसे करण्याचा एक दिवस आपण ठरविला आहे. दिवाळीच्या आधीं आश्विन वद्य द्वादशीला आपण गायगोऱ्ह्यांची बारस, किंवा गोवत्स बारस किंवा वसुबारस हें नांव दिलें आहे. बारस म्हणजे द्वादश, द्वादशी. बारसें म्हणजे बारावा दिवस. आश्विनांतील कृष्ण पक्षांतील हा हेतुपुरस्सर बारावाच दिवस गायवासरांसाठीं आपण नियुक्त केला आहे. त्या दिवशीं गायवासरांचीं आपण पूजा करतों. त्या दिवशीं त्यांचा

उत्सव. माणसाच्या दिवाळीच्या आधीं गायवासरांचीं दिवाळी. गायीच्या वांसराचा जन्मल्यापासूनचा बारावा दिवस जणूं आपण साजरा करतों. त्याचें बारसें करतों. किती सहृदय आहे ही भावना!

गायीवासरांची पूजा करतो, त्यांचप्रमाणें बैलांचीही आपण पूजा करतों. पोळ्याचा सण आपण करतों. सातारकडच्या बाजूला बेंदराचा सण म्हणतात. बेंदराच्या दिवशीं, या पोळ्याच्या दिवशीं बैलाला विश्रांती. त्याला सजवावयाचे, त्याच्या गळ्यांत माळा घालावयाच्या. शेतकऱ्यांच्या बायकांच्या पायांतील तोडे बैलांच्या पायांत घालण्यात येतात! पोळ्याच्या सणाचे दिवशीं गरीब शेतकरीसुद्धा पुरण घालतो. बैलाला पुरणपोळीचा नैवेद्य. त्यावर तुपाची धार. बैलांची थाटामाटानें मिरवणूक निघते. वाजंत्री वाजतात, बार उडतात. आनंद असतो. हा कृतज्ञतेचा आनंद असतो. ज्या बैलाच्या मानेवर आपण जूं दिलें, ज्याच्या मानेला घट्टे पडले, उन्हातान्हांत, चिखलांत ज्यांना राबविलें, ज्यानें नांगर ओढले, मोटा ओढल्या, गाड्या ओढल्या, ज्याला रागाच्या भरांत आपण आसुड मारले, पुरण टोंचलें, ज्याच्या श्रमामुळें आपलीं शेतें हिरवीगार डोलूं लागलीं, धान्यानें नटूं लागलीं, ज्याच्या श्रमामुळें मोत्यासारखी ज्वारी, सोन्यासारखे गहूं पिकतील, अशा त्या कष्टमूर्ती बैलाबद्दल कृतज्ञता दाखविण्याचा हा परम मंगल दिवस! या पोळ्याच्या सणाची कल्पनाच नुसती मनांत येऊन माझे डोळे प्रेमाश्रूंनी भरून येतात व भारतीय संस्कृतीचा आत्मा मला दिव्य असा दिसूं लागतो.

भारतीय संस्कृतीचे उपासक आज गायीबैलांना कसे वागवीत आहेत, हें दिसतच आहे. परंतु दास्य, दारिद्र्य, अज्ञान यांचा हा परिणाम आहे. इतर गोष्टी ज्याप्रमाणें यांत्रिक झाल्या आहेत, तसे हे सणही यांत्रिक झाले आहेत. त्यांतील खोल भाव हृदयावर ठसत नाहीं. असें असलें तरी आजही गायीबैलांवर अपार प्रेम करणारे शेतकरी भारतांत आहेत. मुळशीच्या सत्याग्रहांत भाग घेणारे माझे एक खानदेशी स्नेही एकदां एक अनुभव मला सांगत होते. मुळशी पेट्यांत बैल-गाडींतून ते जात होते. बैलांना हांकण्याची त्यांना हुक्की आली. गाडीवानास ते म्हणाले, "तूं मागें बैस, मी गाडी हांकतों." गाडीवान मागे बसला. खानदेशी मित्र बैल हांकूं लागले. बैलांच्या शेपट्या पिळवटूं लागले. बैल पळावे म्हणून ते शिव्या देऊं लागले. बैलांना शिवी दिलेली ऐकतांच तो शेतकरी संतापला. तो म्हणाला, "माझ्या बैलांना शिवी दिलेली मला खपणार नाहीं. तुम्ही मागें बसा. द्या कासरा माझ्या हातांत. माझे

बैल म्हणजे माझे प्राण.''

भारतीय संस्कृती सांगते, ''गायीबैलांस प्रेम द्या. त्यांच्यापासून भरपूर काम घ्या. परंतु त्यांची निगाही राखा. त्यांना वेळेवर पाणी द्या, वेळेवर चारा द्या. चाबूक मारूं नका, आर टोचूं नका. एखादे वेळेस राग येऊन माराल, कारण किती झालें तरी तुम्ही माणसेंच; परंतु त्यांत खुनशीपणा नको. माणुसकी नका विसरूं. बोट बोट पुरण टोंचून बैलांच्या अंगांची चाळण नका करूं. त्या मुक्या जनावरांचे आशीर्वाद घ्या. त्यांचे शिव्याशाप नका घेऊं. तुमच्यासाठीं मरमर मरणाऱ्या बैलांची हायहाय तुमचें कल्याण करूं शकणार नाहीं. गायीगुरे किती प्रेमळ असतात. तुमचा आवाज ऐकतांच हंबरतात. तुमचा स्पर्श होतांच नाचतात. धनी मेल्यावर चारापाणी न घेतां प्राण सोडणाऱ्या गायीबैलांचीं उदाहरणे आहेत.

कुराणांत महंमद पैगंबर म्हणतात, ''सायंकाळ होतांच गायी-गुरें रानांतून तुमच्यावरच्या प्रेमामुळें तुमच्या घरीं परत येतात, ही किती थोर गोष्ट आहे!'' खरोखरच ही मानवाला भूषण अशी गोष्ट आहे.

गायीच्या स्वरूपांत आपण पशूंशीं प्रेमाचा संबंध जोडला; त्याचप्रमाणें पक्ष्यांशीही आपण संबंध जोडले आहेत. ज्याप्रमाणें सर्व पशूंशीं आपण आपल्या दुबळेपणामुळें व अल्प शक्तीमुळें संबंध ठेवूं शकत नाहीं, त्याचप्रमाणें सर्व पक्षीसृष्टीशीं आपण संबंध ठेवूं शकणार नाहीं. परंतु जे दोन-चार पक्षी घराच्या आजूबाजूला असतात, त्यांचें आपण स्मरण ठेवतों. आपण जेवावयाच्या आधीं गायीला गोग्रास देतों, त्याप्रमाणें आपण जेवावयाच्या आधीं काव काव करून कावळ्याला घास टाकतों. चिमण्या, कावळे हेच आपल्या सभोंवतालचे पक्षी. त्याचें स्मरण आपण करतों. लहान मुलाला जेवतांना, ''तो बघ काऊ, ती बघ चिऊ'' असें म्हणत म्हणत माता त्याच्या तोंडांत घांस भरवते.

अशा रीतीनें माय मुलास खेळवीत असते. ज्या चिमण्या-कावळ्यांच्या संगतींत मुलें लहानाचीं मोठीं होतात, त्यांच्याबद्दल कृतज्ञता नको का दाखवायला? कावळ्याला हांक मारून त्या निमित्तानें सर्व पक्ष्यांचें स्मरण मनुष्य करतो. स्वत: जेवावयाच्या आधीं गायीच्या निमित्तानें पशूंचें स्मरण केलें, कावळ्याच्या निमित्तानें पक्ष्यांचें स्मरण केलें.

भारतीय संस्कृतींत पक्ष्यांचा पुष्कळच महिमा आहे. सुंदर सुंदर पक्ष्यांचा आपल्या जीवनांत आपण संबंध आणला आहे. भव्य पिसारा उभारणारा मोर

आपण कसा विसरूं ! मोराला आपण पवित्र मानलें. सरस्वतीला वीणा हातांत देऊन त्या मोरावर बसविलें. आपण आपल्या जुन्या लामण दिव्यांवर मोराची आकृती करून बसवीत असूं. कारण मोराचें दर्शन म्हणजे शुभ दर्शन. पहाटे दिवा लावतांच दिव्यावरचा मोर आधीं दृष्टीस पडे.

कोकिळेची तशीच गोष्ट. आठ महिने मुकी राहून, वसंत ऋतु येतांच 'कूऊ कूऊ' ध्वनीनें सर्व प्रदेश नादाऊन सोडणारी ती कोकिळा! भर उन्हाळ्यांत झाडामाडांना नव पल्लव फुटलेले पाहून त्या कोकिलेच्या प्रतिभेलाही पल्लव फुटतात. ती 'कूऊं' गाणें गाऊं लागते. परंतु ती विनयी असते, लाजाळू असते. झाडांच्या गर्द फांद्यांत लपून, तेथून ती कूऊ कूऊ करते. तो पवित्र, मधुर, गंभीर, उत्कट आवाज म्हणजे सामगायन वाटतें; उपनिषदच वाटतें. भारतीय संस्कृतीनें कोकिळाव्रत घालून दिलें. कोकिळेचा आवाज ऐकल्याशिवाय या व्रतात जेवायचें नसतें. तो आवाज कानीं पडावा म्हणून हे व्रत घेणाऱ्या बायका दूर दोनदोन कोस रानावनांत जातात. तो आवाज ऐकल्यावर जेवतात.

जशी कोकिळा तसाच पोपट. पोपट, मैना यांचा आपणांस विसर पडणार नाहीं. हिरव्या हिरव्या पानासारख्या रंगाचा तो पोपट, कशी त्याची बांकदार लाललाल चोंच, कसे सुंदर पंख! कशी मान मुरडतो, कशी शीळ घालतो! कसे ते बारीक गोल गोल डोळे! कसा त्याचा तो काळा कंठ! कसा तो विठ्ठल विठ्ठल म्हणतो! कसा बोलतो! पोपटाला तें पिंजऱ्यांत रहाणें आवडत नसेल, परंतु माणसाला त्याच्याशीं प्रेम जोडावेंसें वाटतें. त्याची तो काळजी घेतो. स्वतःच्या तोंडांत पेरूची फोड धरून ती तो पोपटासमोर करतो. तोंडांतील घांस पोपटाला देतो. हिरवा हिरवा पिंजरा करून, हिरव्या झाडांची त्याला विस्मृती पाडूं पाहतो. मनुष्य हे सारें प्रेमानें करतो. पांखराला असें बंधनांत घालून प्रेम जोडणें कसेंतरी वाटतें. परंतु मानवाचा आत्मा इतर सृष्टीशीं संबंध जोडण्यासाठीं कसा तडफडत असतों, त्याचें हें उदाहरण आहे.

आपण आपल्या मुलाबाळांस पाखरांचीं नांवे ठेवतों. राघू, पोपट, मिठूलाल, मैना, हंसी, चिमणी, कोकिळा, वगैरे नांवें आपणांस माहीत आहेत. अशा रीतीनें निरनिराळ्या प्रकारचा स्नेहसंबंध, आपलेपणा भारतीय संस्कृतींत पांखरांच्या सृष्टीशी जोडण्यांत आलेला आहे.

पशुपक्ष्यांप्रमाणें तृण-वृक्ष-वनस्पती यांच्याशींही भारतीय संस्कृती प्रेमळ संबंध

जोडते. मनुष्य सर्व वनस्पतींना वाढवूं शकणार नाहीं. तें आकाशातील मेघांचें काम आहे. परंतु आपण एक तुळशीचा माडा लावूं. वनस्पतीसृष्टीचा एक प्रतिनिधी म्हणून ही तुळस मानूं. तिची आधीं पूजा. तिला आधीं पाणी. तुळशीला पाणी घातल्याशिवाय बायका पाणी पिणार नाहींत. आधीं तुळशीचें स्मरण. तुळशीचें स्मरण म्हणजे सर्व वनस्पतींचें स्मरण.

आपण तुळशीचें वृंदावन रंगवितों. तिचें लग्न लावतों. तिच्या लग्नांत आंवळे, चिंचा, ऊंस या वनस्पतींचेंच, वन्य फळांचेंच महत्त्व. तुळस जणूं कुटुंबातील एक व्यक्ती. तिला जणू साऱ्या भावना आहेत. तिचे सारे सोहाळे करावयाचे.

आपण वटवृक्षाची, पिंपळाची मुंज लावतो. त्यांना पार बांधून देतों. वनस्पतीसृष्टीतील जणू हे महान ऋषीच. त्यांची पूजा करतों. सृष्टीतील हें थोर ईश्वरी वैभव पाहून आपण प्रदक्षिणा घालतों, प्रणाम करतों.

आवळींभोजन करावें, वनात जेवावें, अशा किती तरी गोष्टी वनस्पतिप्रेमाच्या आपण निर्माण केल्या आहेत. झाडांच्या पानांवर जेवण्याचीं व्रतें आहेत. देवाला फुलें वहावयाचीं, परंतु देवाला पत्री फार प्रिय असें आपण ठरविलें आहे. देवाला तुळस हवी, बेल हवा, दुर्वा हव्यात, शमी हवी, देवाच्या पूजेच्या निमित्तानें रोज सकाळीं आधीं फुलांशीं भेट, दुर्वा तुळशी बेलाशीं भेट! घराभोवतीं तुळशी हव्यात, हिरव्या गार दुर्वा हव्यात, पारिजातक, जासवंद, धोतरा, कण्हेर, जाईजुई, गुलाब, मोगरा, चमेल, तगर वगैरे फुल-झाडें हवींत. कदंब, आंवळी, डाळिंब यांचीं झाडें हवींत. देवाला जी पत्री वहावयाची त्यांत या सर्व झाडांचीं पानें सांगितलीं आहेत. फुलें नेहमीं नसतात. परंतु पानें तर नेहमीं आहेत. देवाला पानच प्रिय आहे. तीं पानें रोज आणून वहा. त्या निमित्तानें फुलें, फळझाडें लावूं. त्यांच्याशीं प्रेमसंबंध जोडूं.

भारतीय साहित्यांत तरुलतावेलींचें अपार प्रेम आहे. कालिदासाच्या काव्यनाटकांत पहा. हें प्रेम तेथें दिसून येईल. शकुंतला आम्रवृक्ष व अतिमुक्तलता यांचें लग्न लावते. झाडावर वेल चढवावयाचा. वेल झाडाला विळखा देऊन बसते. वेलीमुळें वृक्षाला शोभा. वृक्षामुळें वेलीला आधार. किती कोमल भावना आहेत ह्या. शकुंतलेचें वर्णन करतांना कण्व महर्षी म्हणतात,

''शकुंतला झाडांना पाणी घातल्याशिवाय स्वत: आधी पाणी पीत नसे. तिला फुलांची, पल्लवांची हौस होती, तरीही झाडांचीं फुलें ती तोडीत नसे, पल्लव

खुडीत नसे.''

अशा शकुंतलेला प्रेमाचा निरोप देण्यासाठीं कुलपती कण्व आश्रमांतील तरुलतावेलींनां सांगत आहेत. त्या प्रेमळ शकुंतलेच्या वियोगामुळें आश्रमांतील वृक्षांनींही टपटप अश्रू ढाळले असतील.

राम बारा वर्षे वनवासास निघाला. परंतु रामाला वनवास म्हणजे संकट नव्हतें. रामाला अयोध्येंतील त्या पाषाणरचित प्रासादापेक्षां रानावनांतील लताकुंज प्रिय होते. वनें-काननें त्याला प्रिय होतीं. रामायणांत रामाला ''वनप्रिय'' असें विशेषण अनेकदां लावलेंलें आहे. वृक्षवल्ली त्याला सखेसोयरे वाटत होते. राम म्हणतांच 'पंचवटी' आठवते. विशाल वटवृक्षांच्या शीतल छायेंत राम-सीता-लक्ष्मण आनंदानें राहिलीं. सीतेनें पर्णकुटीभोंवतीं झाडें लाविलीं. गोदावरीचें पाणी घालून त्यांना ती वाढवी. उत्तर-रामचरित्र नाटकांत पुन्हां पंचवटींत आलेला राम सीतेनें लावलेलीं झाडें पाहून रडतो असें सहृदय वर्णन आहे.

रघुवंशांत शंकराच्या पार्वतीनें कमरेवर घडे घेऊन देवदारू वृक्ष मुलांप्रमाणे वाढवले असें वर्णन आहे. आणि हत्ती वगैरे येऊन आपले अंग त्या देवदारू वृक्षांच्या अंगावर घाशीत व त्यांचीं सालडें काढीत म्हणून ती दुःखी होई असें सांगितलें आहे. शंकरांनीं मग पहारेकरी ठेवले.

अमुं पुरः पश्यसि देवदारुं
पुत्रीकृतोऽसौ वृषभध्वजेन

असें दिलीप राजाला तो पहारेकरी सिंह मोठ्या प्रेमानें सांगत आहे.

वृक्षवनस्पतींना आपण मानवी भावना दिल्या आहेत. उन्हाळ्यांत तुळशीवर पाण्याची गळती लावायची व तिला उन्हाळा भासूं द्यावयाचा नाहीं. सायंकाळ झाली, रात्र बाहेर पडली, कीं फूल-फळ तोडावयाचें नाहीं. तृणांकुर पल्लव खुडायचा नाहीं, अशी पद्धत आहे. संकष्टीचतुर्थीच्या दिवशीं मंगलमूर्तीची रात्रीं पूजा करावयाची असते. परंतु दिवसाउजेडीं फुलें दुर्वा आणून ठेवण्याची रीत आहे. झाडें रात्रीं निजतात अशी भावना आहे. त्यांचीं झोंप मोडूं नये म्हणून कोण ही काळजी! एकदां महात्मा गांधींना पिंजणाच्या तातीला लावावयास थोडा पाला पाहिजे होता. रात्रीची वेळ होती. त्यांनीं मिराबाईंना पाला आणावयास सांगितलें. मिराबेन बाहेर गेल्या. लिंबाच्या झाडाची एक फांदी त्यांनीं तोडून आणली. महात्माजी म्हणाले, ''इतका पाला काय करावयाचा? मूठभर पानें आणावयाचीं. हीं पाहिलीस का पानें

कशीं झोंपलीं आहेत तीं! कशीं मिटलीं आहेत. रात्रीं पानें तोडूं नये. परंतु अगदीं जरूरच पडली तर हलक्या हातानें आणावीं जरूर तितकींच. अहिंसेचा विचार करावा तेवढा थोडाच!'' महात्माजींचे ते शब्द ऐकून मिराबाई सद्‌गदित झाल्या.

कोंकणांत ज्या वेळेस गणपती आणतात, त्या वेळेस त्यांच्यावर पावसाळी वस्तू टांगण्यांत येतात. काकडी, सहस्त्रफळ, दोडकीं देवावर टांगतात. कांगण्या,कवंडलें देवावर टांगतात. नारळ, ओल्या सुपाऱ्या टांगतात. सृष्टीचा सहवास देवाला प्रिय आहे!

मंगल समारंभांत आम्रवृक्षाच्या पल्लवाशिवाय कधीं चालावयाचें नाहीं. आंब्याचा टाळा नेहमीं हवा. लग्न असो, मुंज असो, सत्यनारायण असो, घरभरणी असो, उदकशांत असो, ऋतुशांत असो, आम्रवृक्षाचे हिरवे पल्लव हवेत. सृष्टीचा आशीर्वाद हवा. आम्रवृक्ष म्हणजे प्रेम व पावित्र्य, माधुर्य व मांगल्य!

कोंकणांत नवान्न पौर्णिमा असते. त्या दिवशीं दारावर शेतांतील धान्याची तोरणें लावतात. भाताच्या लोंबी, नाचणीचीं कणसें, झेंडू, कुरडू यांची फुलें, आंब्याचीं पानें, या सर्वांमिळून तें तोरण गुंफतात. त्या तोरणाला ''नवें'' हाच शब्द आहे. इंदूरला राजवाड्याच्या दरवाजांवर गहूं व खसखस यांची पिकें दाखवलेलीं असतात!

पशुपक्षी, वृक्षवनस्पती यांच्याशीं असे स्नेहबंध भारतीय संस्कृतीनें निर्माण केले आहेत. पशुपक्षी, वृक्षवनस्पती यांना जीव आहे. त्यांच्यांतील चैतन्य दिसतें. त्यांना जन्ममरण आहे, म्हणून सुखदुःखही आहे, असें आपण समजतों. परंतु भारतीय संस्कृती याच्याही पलीकडे गेली आहे.

शिळासप्तमीच्या दिवशीं मातीच्या चुलीची पूजा आहे. त्या दिवशीं चूलमाईला विश्रांती. आदल्या दिवशीचें शिळेंच त्या दिवशीं खावयाचें. वर्षभर ती मातीची वा दगडाची चूल आपणासाठीं तापली. एक दिवस तरी कृतज्ञतेनें तिचें स्मरण करूं या. शिळासप्तमीच्या दिवशीं चूल नीट सारवतात. तिला नीट लिंपतात. नंतर लहानसा आंब्याचा रोपा चुलीमध्यें लावतात. तापलेल्या चूलमाईला आंब्याची शीतळ छाया! मातीच्या निर्जीव चुलीबद्दलही किती ही कृतज्ञता!

शिळ्यासप्तमीप्रमाणेंच दिव्यांची अंवस. जो दिवा आपल्यासाठीं जळतो. अंधारांत प्रकाश देतो, जो दिवा आपल्यासाठीं तेलट होतो, ओशट होतो, जो दिवा आपल्यासाठीं तापतो, त्या दिव्याबद्दल कृतज्ञता दाखविण्याचा हा दिवस.

प्रकाशाइतकें पवित्र काय आहे? सूर्य, अग्नी यांची भारतीय संस्कृतींत फार महती आहे. प्रकाश देणाऱ्या दिव्याचे उतराई कसें व्हावयाचें? रोज सायंकाळीं दिवा लावतांच त्या प्रकाशाला आपण प्रणाम करतोंच. दिव्याला प्रणाम करून आपण प्रकाशांत असलेले सारे एकमेकांसही प्रणाम करतों. सायंकाळीं 'दिव्या दिव्या दीपोकार' अशीं गाणीं म्हणतों. परंतु वर्षांतून एक विशिष्ट दिवसही त्या दिव्याबद्दल कृतज्ञता प्रकट करण्यासाठीं नेमला आहे. त्या दिवशीं दिव्यांची पूजा, दिव्यांचें महत्त्व.

हातातून भांडें पडलें किंवा भांड्यावर भांडें आपटलें, तर लगेच 'नाद धरा' असे आपण म्हणतों. जणुं तें भांडें रडत असतें. ह्या दुःखी भांड्याला उगी करावयाचें, त्या भांड्याच्या वेदना ओळखायच्या.

अशा प्रकारची ही प्रेममयी भारतीय संस्कृती आहे. नागपंचमीचा दिवस योजून त्या तेजस्वी, धगधगित, स्वच्छ, संयमी अशा नागाचीही पूजा करावयास सांगण्यात आलें आहे. नाग आधीं रानावनांत राहतो. परंतु पावसाळ्यांत त्याचें भवन पाण्यानें भरून गेलें तर तुमच्या वळचणीस क्षणभर येऊन तो बसतो. क्षणभर आश्रय मागावयास आलेला जणुं तो अतिथी असतो. त्याला वनांत राहणेंच आवडतें, त्याला पावित्र्य आवडतें, स्वच्छता आवडते, सुगंध आवडतो तो फुलांजवळ वास करील, केतकीजवळ जाईल, चंदनाला विळखा घालील! होतांहोईतों नाग चावणार नाहीं. परंतु चावला म्हणजे मात्र मरण. वर्षानुवर्ष श्रम करून मिळविलेलें सामर्थ्य तो उगीच व्यर्थ दवडीत नाहीं. म्हणूनच त्यांच्या दंशांत अमोघपणा असतो.

नाग शेतांची राखणही करतात. उंदीर वगैरे शेतांस लागूं देत नाहीं. नागांचा हाही एक उपकारच म्हणावयाचा. अशा या नागालाही त्या दिवशीं पुजावयाचें. त्याच्या वारुळाजवळ दूध, लाह्या नेऊन ठेवावयाच्या. विषारी सर्पांतीलही चांगुलपणा पहावयास भारतीय संस्कृती सांगत आहे.

व्यापक जीवनाकडे पहावयाची अशी ही भारतीय दृष्टी आहे. नद्यांचे उत्सव करा, त्यांची पूजा करा, त्यांना पाहून प्रणाम करा. कारण पर्वतांवर डोंगरांवर गायींचें वर्णन करणारें गवत होतें. पर्वतावरच्या पाण्याच्या नद्या होतात. पर्वतांची माती धुऊन खालीं येते व शेतें सुपीक होतात. पर्वत उपकारक आहेत.

नद्यांना आपण माता म्हणतों. त्यांच्या जीवनरसानें आपण जगतों. आईचें दूध नसलें तरी चालेल, परंतु ह्या आपोमातांचें पाणी पाहिजेच. नद्यांचीं नावें आपण

आपल्या मुलींना ठेवतों. नद्यांना आपण कधीं विसरणार नाहीं.

आणि सर्वांत थोर ही पृथ्वी! किती क्षमावान, किती उदार! तिला आपण नांगरानें टोचतों, परंतु ती कणसें घेऊन वर येते. आपण तिच्यावर किती घाण करतों. तिच्यावर नाचतों, कुदतों. परंतु ही भूमाता रागवत नाहीं.

"ऐशी ही धरणीमाय करि क्षमा जगाला"

ती आपल्या सर्व लेकरांना क्षमा करते. भारतीय संस्कृती म्हणते, "भूमातेचें स्मरण ठेव. तिला विसरूं नका." आपल्या कहाण्यांत पृथ्वीची कहाणी आहे. पृथ्वीचा महिमा आपण विसरलों नाहीं. चंद्र-सूर्यताऱ्यांचीं फुलें तिच्या खोंप्यांत आहेत. समुद्राचे वस्त्र ती नेसली आहे. फुलांचे हार तिनें घातले आहेत. हिरवी चोळी तिनें घातली आहे. शेष वासुकीचे तोडे तोरड्या तिच्या पायांत आहेत. भव्य महान् महीमाता!

प्रातःकाळीं उठतांना त्या पृथ्वीमातेला म्हणावयाचे, "आई! माझे पाय तुला आतां शतदां लागतील, रागवूं नको."

"विष्णुपत्नि नमस्तुभ्यं पादस्पर्शं क्षमस्व मे"

चराचरावर प्रेम करूं पाहणारी, कृतज्ञता सर्वत्र प्रकट करणारी ही भारतीय संस्कृती आहे. ह्या संस्कृतीचा अंतरात्मा ओळखा. तिचा सूर ओळखा. ह्या संस्कृतीचें स्वरूप लक्षांत आणा. ह्या संस्कृतीचें ध्येय काय, गन्तव्य, मन्तव्य, प्राप्तव्य काय, याचा सहृदयतेनें व बुद्धिपूर्वक विचार करा. आणि पूर्वजांची ही थोर दृष्टी घेऊन पुढे जा. तसा प्रयत्न करा. ध्येयाकडे जाण्याचा अविरत प्रयत्न करणें हेंच आपले काम आहे.

विश्वावर प्रेम करण्याचें विशाल ध्येय देणारे हे थोर भारतीय संस्कृती! तुला शतशः प्रणाम असोत! तुला वाढविणाऱ्या त्या थोर पूर्वजांनाही अनंत वंदनें!

प्रकरण सोळावें

अहिंसा

'अहिंसा परमो धर्मः' हें भारतीय संस्कृतीचें जीवनभूत तत्त्व आहे. भारतीयांच्या रोमारोमांत हें तत्त्व बिंबलेलें आहे. आईच्या दुधाबरोबर मुलाला हे तत्त्व मिळत असतें. भारताच्या वातावरणांत हें तत्त्व भरलेलें आहे. भारतीय हवा म्हणजे अहिंसेची हवा. भारतांत जो श्वासोच्छ्वास करूं लागेल, त्याच्या जीवनांत हळू हळू हें अहिंसातत्त्व शिरल्याशिवाय राहणार नाहीं.

परंतु या 'अहिंसा परमो धर्मः' तत्त्वाची महती भारतास एकाएकीं कळली असें नाहीं. फार मोठी तपश्चर्या या तत्त्वाच्या पाठीमागें आहे. मोठेमोठें प्रयोग या गोष्टीसाठीं झाले. वेदकाळापासून तों आजपर्यंत भारतीय संस्कृतींतील सोनेरी सूत्र म्हणजे हें अहिंसा होय. या सूत्राच्याभोंवतीं भारतांतील धार्मिक, राजकीय, सामाजिक चळवळी गुंफिलेल्या आहेत. भारतवर्षाचा इतिहास म्हणजे एकप्रकारें अहिंसेच्या प्रयोगाचा इतिहास.

मनुष्यप्राणी हळू हळू उत्क्रांत होत आला आहे. मुंगीच्या पावलानें मानवजातीची प्रगती होत असते. भारतांतील अहिंसेचा इतिहास पहावयास लागूं तर ही प्रगती कशी आस्ते होत आली तें आपणांस दिसून येईल.

अहिंसा या शब्दाचा अर्थ आज किती तरी व्यापक झाला आहे. शब्दानें कोणाचें मन दुखविणें हाही हिंसा आज आपण मानतों. विचारानें, आचारानें उच्चारानें कोणाचेंही अकल्याण न चिंतिणे हा आजचा अहिंसेचा अर्थ आहे.

प्राचीन काळापासून मुख्यतः दोन गोष्टींसाठीं हिंसा होत आली आहे. भक्षणासाठीं व रक्षणासाठीं. मनुष्य खाण्यासाठीं हिंसा करतो व स्वतःचें संरक्षण व्हावें म्हणून हिंसा करतो. तिसरेंही एक कारण हिंसेसाठीं असे. तें म्हणजे यज्ञ. परंतु या यज्ञीय हिंसेचाही भक्षणांतच अंतर्भाव होतो. कारण मनुष्य जे खातो तेंच देवाला देतो. यज्ञ म्हणजे देवांना आहुती देणें हा मूळ अर्थ होता. आपल्यासाठीं ऊन, पाऊस, फुलेंफळें सर्व कांहीं देणारे जे देव, त्यांना आपणही कांहीं दिले पाहिजे, यांतून यज्ञकल्पना निघाली. मग देवांना काय द्यावयाचें हा प्रश्न उत्पन्न झाला. साहजिकच जें आपल्याला आवडतें तें देवाला द्यावें असें ठरलें. आपल्याला मांस आवडतें तर देवालाही तेंच द्या असा धर्म झाला. म्हणून यज्ञीय हिंसा हीसुद्धा मनुष्याच्या भक्षणांतूनच निर्माण झाली असावी असें वाटते.

अत्यंत प्राचीन काळीं माणूस माणसासही खात असे. माणसाचें मांस सर्वांत चांगलें त्यास वाटत असे. ज्या वेळेस माणूस माणसास, त्या वेळेस देवासहि माणसाचाच बळी देण्याची चाल असेल यांत शंका नाहीं. राजेंद्र लालांसारख्या पंडितांनीं भारतवर्षांत प्राचीन काळीं नरमेधही होता असे लिहिले आहे.

परंतु विचारवंत मनुष्य विचार करूं लागला. त्याला लाज वाटूं लागली. आपल्यासारखींच सुखदुःखें असणारा हा जो मनुष्य त्याला आपण कसें मारावें, त्यालाच कसें भाजून खावें, असा त्याच्या मनांत विचार आला. आणि नरमांस खाण्याचें कांहीं विचारी माणसांनीं बंद केलें. परंतु समाजांतील संवयी एकदम जात नसतात. कोणीही नवीन विचार समाजाला दिला, तर त्याचा छळ होतो. त्याची टर उडविण्यांत येते. प्राचीन काळींही असेंच झालें असेल.

मांस खा पण निदान नरमांस तरी खाऊ नका, असें हे पहिले अहिंसेचे आचार्य आपल्या समाजास सांगूं लागले. नरमांस भक्षावयाचें नाहीं अशा आणाशपथा लोक घेऊं लागले. परंतु ज्यांना ही चटक होती, त्यांना हें पाहवेना. नवीन व्रतें घेणाऱ्यांना ते मुद्दाम नरमांस फसवून खावयास घालीत. वसिष्ठ ऋषी व कल्माषपाद राजा यांची अशीच गोष्ट आहे. वसिष्ठादि कांहीं ऋषींना तेथें मुद्दाम फसवून नरमांस वाढण्यांत आलें. मागून ही गोष्ट कळल्यावर वसिष्ठानें राजास शाप दिला.

वसिष्ठ हा नरमांस खाणारा आहे, उगीच बढाया मारतो असेंही कांहीं म्हणत. नवव्रत घेणाऱ्या वसिष्ठांस अर्थात् याचें वाईट वाटे. खादी वापरण्याचें व्रत असणाऱ्या व्यक्तीस जर कोणीं म्हटलें, "अहो, तुम्ही चोरून विलायती वापरतां,

माहीत आहे" तर त्याला कसें वाटेल बरें? वसिष्ठांची अशीच तगमग होत असेल. ऋग्वेदांत एके ठिकाणीं वसिष्ठ म्हणतात.

"अद्य मुरीय यदि यातुधानो ऽस्मि"

"मी जर यातुधान असेन तर, या क्षणीं माझे प्राण जावोत." यातुधान म्हणजे राक्षस. यातुधान म्हणजे नरमांस भक्षण करणारे राक्षस असाच अर्थ असावा.

अशा रीतीनें समाजाचा छळ सोसून मानवाला विकासाकडे वसिष्ठादि विचारवंत नेत होते. नरमेध बंद पडले. हळू हळू नरमांसभक्षणही बंद झालें. परंतु मांसाशन थोडेंच सुटलें होते. पशुमांसभक्षण सुरू होतेंच. वाटेल त्या पशूचें मांस खात असत. परंतु त्यांतही चवी असतातच. गायीचाही त्या वेळेस वध होत असे. गोमांस खाण्यांत येत असे. परंतु ऋग्वेदांतच गायीचा वध करूं नका. गायीचा महान महिमा ओळखा, असे सांगणारे महर्षी दिसतात. गायीच्या महिम्याच्या सुंदर ऋचा ऋग्वेदांत कुठें कुठें आहेत.

माता रुद्राणां दुहिता वसूनां । स्वसाऽऽदित्यानां अमृतस्य नाभिः

"अरे ही गाय रुद्रदेवांची माता आहे; वसुदेवाची दुहिता आहे; ही आदित्याची बहीण आहे; ही अमृताची झरी आहे." असें दिव्य भव्य वर्णन प्रतिभावान ऋषी करीत आहे. त्याच सूक्तांत "या निरपराध गायीला वधूं नका." असा स्पष्ट आदेश ऋषी देत आहे.

वेदांतच गाय वांचविण्याचे जरी प्रयत्न दिसले, तरी गाय म्हणतांच गोपाळकृष्ण डोळ्यांसमोर उभा राहतो. गायीची खरी थोरवी भगवान् श्रीकृष्णांनींच भारतवासीयांस पटविली. या कृषिप्रधान देशाला गायी मारून कसें चालेल? गाय दूधही देते व शेतीला बैलही देते. अशा रीतीनें गायीचा दुहेरी फायदा आहे. नर व मादी दोहोंचा जेथें उपयोग नाहीं, तेथें एकाला मारावेंच लागतें. कारण नराचें काय करावयाचें तें समजत नाहीं. कोंबडी मारणार नाहींत, परंतु कोंबड्याचें काय करावयाचें? उत्पत्तीसाठीं एक कोंबडा पुरे. बकरी मारणार नाहींत, परंतु बकऱ्याचें काय करावयाचें? शेळी मारणार नाहींत, परंतु बोकडाचें काय करावयाचें? म्हैस पाळतील, परंतु रेड्याचें काय करावयाचें?

गायच असा एक प्राणी आहे, जी दुधासाठींही उपयोगी आहे व जिचे पुत्र बैल शेतीसाठीं उपयोगी आहेत. मनुष्य तोच प्राणी, तोच पशु अहिंसेशिवाय पाळूं शकेल, ज्यांतील नरमादींचा दोहोंचा उपयोग तो करून घेऊं शकेल. उपयोगाशिवाय आपण

कोणासही पाळूं शकणार नाहीं. मानवाचें तें सामर्थ्य नाहीं. जे कांहीं काम करीत नाहींत, जे कांहीं मिळवीत नाहींत, अशा माणसांचाही जर घरांत बोजा वाटतो, तर रिकामटेकडे पशू आणखी कोण बाळगणार?

गाय, बैल, मांजर, कुत्रा वगैरे प्राणी उपयोगी म्हणून माणसानें पाळले आहेत. श्रीकृष्णानें गायीचा अंत्यंत उपयोग ओळखला. गोकुळांत वाढलेल्या या कृष्णाला गायींचा महिमा कळला. मोठेपणीं सर्वत्र गायींचा महिमा तो वर्णू लागला. गवळट कृष्ण अशी त्याची थट्टा होऊ लागली. कृष्णही अभिमानानें म्हणूं लागला, "होय. मी नुसता कृष्ण नाहीं. मी गोपाळकृष्ण. गोपाळ हें माझें दूषण नसून माझें भूषणच आहे. चक्रवर्ती श्रीकृष्ण म्हणून मिरविण्याची मला इच्छा नाहीं. गोपाळ कृष्ण या नांवानेंच माझी ओळख जगाला व्हावी अशी माझी इच्छा आहे."

गाय म्हणजे देवता मानली जाऊं लागली. तिच्या रक्षणासाठीं राजे प्राण पणाला लावू लागले. दिलीप राजानें गायीला वांचविण्यासाठीं स्वतःचा देह सिंहापुढें केला. ज्या वेळेस राष्ट्राला नवीन ध्येय द्यावयाचें असतें, त्या वेळेस त्या ध्येयासाठीं सर्वस्वाचें बलिदान करावें लागतें. तें ध्येय म्हणजेच देव, तें ध्येय म्हणजेच भगवान्. आज खादी, चरखा वगैरे गोष्टींसाठीं तुरुंगांत मरेपर्यंत उपवास करूं पाहणारे सत्याग्रही निघाले. त्या त्या नवीन ध्येयासाठीं तें ध्येय देणारा कितपत कष्ट करावयास तयार आहे, हें जनता पहात असते. प्रत्येक ध्येयार्थीला मरणाची परीक्षा द्यावी लागते. गायीचें ध्येय देणाऱ्यांनीं असेंच केलें. समाजाला गोसेवेचें महत्त्व पटविण्यासाठीं प्राण देणारे निघाले. आज भारतवासीयांत गायीचा जो एवढा महिमा आहे, तो फुकाफुकी आलेला नाहीं. परंतु गायीचें दूध न पितां, तिची निगा न राखतां उगीच तिची शेपटी तोंडावरून फिरविणें, तिला रस्त्यांत नमस्कार करणें, म्हणजे दंभ आहे. असला यांत्रिक धर्म केव्हांही तिरस्करणीय होय.

एकाएकीं गोमांसभक्षण बंद झालें नाहीं. भवभूति हा थोर महाराष्ट्रीय नाटककार सहाव्या सातव्या शतकांत झाला असावा. त्याच्या उत्तररामचरित या उत्कृष्ट नाटकांत वाल्मिकीच्या आश्रमांत वसिष्ठ जनक वगैरे आले, त्या वेळेस अतिथींच्या सत्कारार्थ म्हणून कालवड मारण्यांत आली असा उल्लेख आहे. त्या दाढीवाल्या ऋषीनें आपली कालवड मटकावली असें आश्रमीय मुलें म्हणतात. याचा अर्थ असा कीं, भवभूतीला आपल्या नाटकांत असा उल्लेख घालण्यास संकोच वाटला नाहीं. कदाचित प्राचीन काळची पद्धत म्हणून नाटककारानें तसें लिहिलें असावें.

उपनिषदांतून गोमांसभक्षणाचे उल्लेख आहेत. याज्ञवल्क्यासारखा तत्त्वज्ञानी गोमांस गोड लागतें असें म्हणतांना आढळतो. परंतु उपनिषदांतच मांसाशन बरें नाहीं असे उल्लेख आढळतात. ओदना महिमा सुधारक ऋषी वाढवूं लागले होते.

ओदनमुद्ब्रुवते परमेष्ठी वा एषः

हें ओदन म्हणजे परमेश्वराचें स्वरूप आहे असें म्हणतात- असें हा मंत्रद्रष्टा सांगत आहे. आणि हा मंत्र विशेषतः जेवावयाचे वेळेस म्हणावयाचा आहे हें लक्षात ठेवलें पाहिजे.

आहाराचा विचारांवर परिणाम होतो असें कांहीं म्हणूं लागले. "आहारशुद्धेः सत्त्वशुद्धिः" अशीं तत्त्वें रूढ होऊं लागलीं. निरनिराळे खाण्याचे प्रयोग होऊं लागले. 'नुसतें मांसाशन करून बुद्धी चांगली होत नाहीं. ओदन व मांस या दोहोंच्या सेवनानें बुद्धी तेजस्वी होतें' असें कोणी म्हणूं लागले. अशारीतीनें हळू हळू मांसाशनाकडून जनता वनस्पत्याहाराकडे अधिकाधिक वळूं लागली.

जी नवी दीक्षा द्यावयाची, जें नवीन व्रत द्यावयाचें, तेंच अत्यंत उत्कटपणें सांगावयाचें हा नेहमीचा ध्येयवादी पुरुषांचा नियम येथेंही दिसतो. ओदन म्हणजे देव, ओदन म्हणजे परमेष्ठी; ओदन श्री देईल, सर्व कांहीं देईल, असें मंत्रांतून सांगण्यांत येऊं लागलें. गायीच्या दुधातुपाचाही याच वेळेस महिमा वाढविण्यांत येऊं लागला. मांसानेंच आयुष्य वाढेल, बळ वाढेल असें नाहीं. हें तूप म्हणजेच आयुष्य, हें तूप म्हणजेच सर्व कांहीं. तूप खा. देवांना तूपच आवडतें.

आयुर्वै घृतम्

अशीं ब्रीदवाक्यें फडकूं लागलीं. घृताचा व ओदनाचा महिमा अशा रीतीनें हे मांसाशननिवर्तक वाढवीत होतें.

मनुष्याचें नरमांस सुटलें, गोमांस सुटलें परंतु इतर मांसें सुटलीं नाहींत. गायीचा महिमा कळला, परंतु बोकडाचें मांस कां खाऊं नये, कोंकराचें मांस कां खाऊं नये हें माणसाला समजेना? शेळ्या, मेंढ्या, बकऱ्या त्याला पाळाव्या लागत. दुधासाठीं, लोकरीसाठीं त्या पाळण्यांत येत. परंतु बोकड, बकरे यांची वास्त काय लावायची? मनुष्य त्यांना खाऊं लागला. त्याचे बळी देऊं लागला. देवांना त्यांचे बळी मिळूं लागले. ज्याप्रमाणें बकरे, बोकड, तसेंच हरणांचें. हिंदुस्थानांत हरणांचे मोठमोठे कळप आजही दिसतात. प्राचीन काळीं हिंदुस्थान हरणांनीं गजबजलें असेल. कृषी करूं पहाणाऱ्या समाजाला हरणांपासून त्रास होत असेल. मांसाशन कमी कमी

होऊन मनुष्य कृषीकडे अधिक लक्ष देऊं लागला. परंतु जिकडे तिकडे हरणांचे कळप. शेती नीट होईना. हरणांना मारणें हा राजाचा धर्म झाला. शेतीचें रक्षण करणें हा राजधर्म होता. राजे मृगयेला निघत. मृगया म्हणजे गंमत नव्हती! लीलेनें खेळ म्हणून हरणांचे कोवळे प्राण घेणें हा त्यांचा हेतु नव्हता. मृगया ही नृपाची लीला नसून, त्याचा धर्म होता. शेती सांभाळण्यासाठीं हा कठोर धर्म राजाला पाळावा लागे. राजानें तें मृगयेंतील मांसच खावें असाही दंडक होता. जिभेसाठीं आणखी हिंसा त्यानें करूं नये. हें हरणाचें मांसच त्यानें पवित्र मानावें. तेंच भक्षावें.

हरणें मारली जात याचें दयावंतांना वाईट वाटे. परंतु अपूर्ण मनुष्याचा इलाज नव्हता. आश्रमांतून मुद्दाम हरणें थोडीं सांभाळलीं जात. ऋषींचे आश्रम म्हणतांत हरणें डोळ्यांसमोर येतात. शाकुंतलांतील हरणावरचें प्रेम डोळ्यांत पाणी आणतें. राजे लोक लाखों हरणें शेतीसाठी मारीत. त्या हरणांच्या कातड्यांना पवित्र मानण्यांत आलें. आपल्या शेतीसाठीं हरणें मारावीं लागली. त्या हरणाचें कातडें आपण बसावयाला घेऊं. जानव्यांत त्याच्या कातड्याचा तुकडा घालूं. हरणाला मारावें लागे. परंतु ही मारल्यानंतरची कृतज्ञता होती. अपूर्ण मानवाची ही हृदयांतील भावना होती.

विचारप्रसार चाललाच होता. मांसाशनवनिवृत्तीचे प्रयोग होतच होते. मांस एकदम तुम्हांला सुटणार नाहीं हें खरें. मधून मधून खात जा असें सुधारक सांगूं लागले. "रोज बोकड, बकरे-कोंकरें नका मारूं. यज्ञांत मारलें तरी चालेल. यज्ञाचे वेळेस हजारों लोक येतात. मेजवानी होते त्या वेळेस फार तर खा मांस" असें ऋषी सांगत. परंतु लोकांना काय पडत्या फळाची आज्ञा. "यज्ञांत मांस खाल्ले तरी चालेल." असें म्हणतांत दररोज यज्ञ होऊं लागले. बारा बारा वर्षे चालणारे यज्ञ निर्माण करण्यांत आले. खाण्यासाठीं कशा युक्त्या शोधण्यांत येऊं लागल्या! जिकडे तिकडे यज्ञ होऊं लागले. आणि ते पुन्हां देवासाठी!

आणि भारताचें महान भूषण भगवान बुद्ध जन्माला आले. श्रीकृष्णानें गाय वांचवली. बुद्ध भगवान कोंकराला वांचवूं लागले. धर्माच्या नावाखालीं तरी पशुहत्या करूं नका असें त्यांचें सांगणें असें. "अशा बलिदानानें स्वर्ग कसा मिळेल? मग आपल्या भावांचाच बळी द्या, म्हणजे फार मोठा स्वर्ग मिळेल; स्वत:चाच बळी दे." असें ते सांगत. ज्या यज्ञांत शेंकडों कोंकरांचें हनन व्हावयाचें होतें त्या ठिकाणीं कारुण्यसिंधू बुद्ध जाऊन उभे राहिले. एक लंगडें कोंकरू त्यांच्या

खांद्यांवर होते. प्रेममूर्ती बुद्धांनीं राजाचें मन वळवलें व ते हनन बंद केलें.

बुद्धांनी यज्ञीय हिंसा जरी बंद केली, तरी मांसाशन सुटलें नाहीं, कारण दुधासाठीं, खतासाठीं शेळ्या-बकऱ्या माणूस पाळतो. परंतु बोकड व बकरे हीं काहीं शेतीच्या कामाला येत नाहींत. त्यांना पोसणें म्हणजे जड काम. तें पोसणें कांही मोबदला देत नाहीं. त्यामुळें मनुष्य त्यांना मारतो व खातो. शेळ्याबकऱ्या पाळणें सोडून दिलें पाहिजे, किंवा बकरे-बोकड यांच्याकडून कांहीं उपयोगी काम करून घेण्याची युक्ती शोधली पाहिजे. या दोन्ही गोष्टी जोंपर्यंत होत नाहींत, तोपर्यंत बकरे-बोकड कांपले जाणार व खाल्ले जाणार हें उघड आहे.

वेदांतील ऋषी, श्रीकृष्ण, भगवान बुद्ध, श्रीमत् महावीर यांच्या दिव्य कर्मामुळें अहिंसेचा महिमा अपार वाढला. मांसाशनाची माणसास लाज वाटूं लागली. मांसाशन हें भूषण आहे असें वाटेनासें झालें. खाण्यासाठीं पशु मारावयाचाच असेल तर तो गाजावाजा करून, सोहाळा करून तरी निदान मारूं नका. माणसास तें शोभत नाहीं. नवीन पिढीच्या मुलांबाळांच्या देखत तरी नका मारूं. बोकड मारावयाचा असेल तर.

'असंदर्शने ग्रामात्'

गांवापासून दूर, कोणाला दिसणार नाहीं अशा ठिकाणीं मारा, असें सूत्रकार सांगूं लागले.

यज्ञीय हिंसा बंद होऊं लागली. परंतु यज्ञांत बोकड हा पाहिजेच अशी कांहींची भावना होती. ऋषी म्हणूं लागले, "पिठाचा बोकड करा व मारा." "पिष्टमयी आकृति कृत्वा" अशीं सूत्रें रचलीं जाऊं लागलीं. यज्ञाचे वेळेस पौष्टिक सातूच्या पिठाचे बोकड बनविण्यांत येऊं लागले व त्या पिष्टमय आकृतींचे भाग यज्ञांत हविले जाऊं लागले.

श्रावणी करतांना आपण पिठाच्या गोळ्या खातों. हा त्या प्राचीन मांसाशननिवृत्तीच्या प्रयोगातील एक भाग आहे. पौष्टिक मांसाशनाऐवजीं कोणते पौष्टिक अन्न देतां येईल, याचा विचार सुरू झाला. गायीचें तूप खा. सातूचें पीठ खा, तेंच देवांनाही यज्ञात द्या असे प्रयोग करणारे सांगूं लागले. लाखों, कोट्यवधी लोकांना मांसाशनापासून परावृत्त करणें सोपी गोष्ट नव्हती. लोकांचें समाधान करणें कठीण होते. देवाला बोकडच पाहिजे, असे हट्ट धरणाऱ्या आडमुठ्यास "पिठाचा बोकड कर, बोकड असला म्हणजे झालें" असें कसें तरी बाबापुता करून

समजावून सांगण्यात आलें. कांहीं बुद्धिमान प्रयोग करणाऱ्यांनीं देवाला नारळ द्यावा अशी उपाययोजना सुचविली. नारळ म्हणजे विश्वामित्राच्या सृष्टींतील मनुष्य. कदाचित नरमेध करणाऱ्या लोकांना परावृत्त करण्यासाठीं विश्वामित्र वगैरे लोकांनीं नारळाचा मनुष्य बळी द्या असें सुचविलें असेल. "ही पहा नारळाची शेंडी, हे पहा नारळाचे डोळे" असें अडाणी लोकांना समजावून सांगण्यांत आलें असेल. माणसाचें मुंडकें कापून तें त्याच्या केसांनीं हातांत धरून, त्यांतील रक्ताचा देवावर अभिषेक करावयाचा, तें मुंडकें देवासमोर टांगून ठेवावयाचें, बाकीचें धड भाजून खावयाचें, असा प्रघात असावा. देवापुढें नारळ फोडण्यांत अगदीं असेंच सारें आहे. नारळाला शेंडी नसेल तर तो नारळ देवापुढें फोडण्यास योग्य नसतो. नारळ फोडावयाचा, त्यांतील पाणी देवावर उडवावयाचें, एक कवटी देवापुढें ठेवावयाची; कोठें कोठें देवीसमोर नारळाची एक करवंटी टांगण्यांत येते. उरलेली फोडून वांटण्यांत येते. नारळ पौष्टिकही आहे. हें नारळाचें बलिदान ज्यानें शोधून काढलें त्याच्या कल्पकतेची धन्य होय. नारळाच्या बलिदानानें नरमेध बंद झाले. छागमेधही बंद झाले असतील.

देवांना शेंदूर लावावयाचा, याचा मुळाशींही हिंसाबंदीचा प्रयोग आहे. ज्याचा बळी द्यावयाचा, त्याच्या रक्तानें देवाला लाल स्नान घालावयाचें. हजारों बलिदानें होत असतील व देव लाल होऊन जात असेल. नारळाच्या पाण्यानें देव लाल थोडाच होणार! म्हणून देवाला लाल रंग देण्यांत येऊं लागला. देवावर रक्ताचा अभिषेक करून, त्या रक्ताचा टिळा स्वतःच्या कपाळाला लावीत. आतां देवाच्या अंगच्या शेंदराचें बोट भक्त कपाळाला लावतात! आपण भोजनपंक्तींत अद्याप लाल गंध ठेवलें आहे. तें लाल गंध म्हणजे यज्ञीय बलिदानांतील रक्ताची आठवण आहे! ती अद्याप आपण विसरूं इच्छीत नाहीं. रक्ताचा विसर मानवाला पडेल तो सुदीन!

मांसाशननिवृत्तीचा हा प्रयोग अशा रीतीनें चालत आला आहे. त्याच्यासाठीं नवीन नवीन कल्पना मांडाव्या लागल्या. बहुजन समाजाला चुचकारून वळवावें लागलें. मनाच्या कल्पनेचाही विकास झाला. त्रिसुपर्णाच्या मंत्रांत तर

"आत्मा यजमानः, श्रद्धा पत्नी, मन्युः पशुः"

अशी भव्य कल्पना यज्ञाची मांडली आहे. त्रिसुपर्णाचा ऋषी म्हणतो "अरे बोकड काय बळी देतां? तुमचे नाना विकास, हेच पशु आहेत. या वासनाविकारांचे

बळी द्या."

तुकारामांच्या एका अभंगांत आहे,

एकसरें केला नेम । देवा दिलें क्रोधकाम.

हे कामक्रोधरूपी पशु सारखें थैमान घालीत आहेत. आण त्याना बांधून व काप त्यांच्या मुंड्या. देवाला हें बलिदान सर्वांत आवडेल. आपणांला कोंकराचें मांस आवडतें म्हणून देवाला कोंकरूं देऊं लागलों. आपण मधुदधिदुग्धघृत यांचें भक्त होतांच देवाला पंचामृत मिळूं लागतें. जें आपणांस आवडतें तें आपण देवाला देतों. परंतु आपणांला सर्वांत आवडणारी जर कोणती गोष्ट असेल तर आपल्या वासना. आपण आपल्या वासनांचे गुलाम असतों. वासनांचा त्याग मरतांनाही करवत नाहीं. अशा ज्या या अनंत वासना, त्यांचेंच बलिदान कर. देऊन टाक हे विकार देवाला. या मन्युपशूचें हनन कर, हवन कर, म्हणजे मोक्ष दूर नाहीं!

निरनिराळे प्रयोग, यज्ञाच्या या भव्य उत्क्रान्त कल्पना, संतत प्रचार, इत्यादींमुळें व विभूतींच्या जीवमात्राबद्दलच्या प्रत्यक्ष कृतींत प्रकट झालेल्या अपार प्रेमामुळें भारतवर्षांत मांसाशननिवृत्ती झपाट्यानें होऊं लागली. हिंदुस्थानभर वैष्णवधर्माची जी प्रचंड लाट तेराव्या-चौदाव्या शतकापासून उठली, तिनेंही हेंच काम पुढे चालविलें. महाराष्ट्रातील वारकरी संप्रदायांत मांसाशननिवृत्तीवर कटाक्ष असे. वारकऱ्यांच्या व्रतांत मांसाशनास थारा नाहीं. संतांच्या प्रचंड चळवळींमुळें लाखों लोक मांसाशनापासून परावृत्त झालें.

हिंदुस्थानांत निरनिराळ्या जातींत रोटीबेटीबंदी होण्याला मांसाशननिवृत्ती हें मोठें कारण होतें. ज्या जाती मांसाशन करीत त्या जातींशी मांसाशन न करणाऱ्यांकडून रोटीबेटीव्यवहार बंद करण्यांत येई. निरनिराळ्या जातींत व त्यांच्या पुन्हा पोटजातींत जे श्रेष्ठकनिष्ठपणाचे भाव आजही आहेत त्यांच्या मुळाशीं मांसाशनाचा प्रश्न आहे. ज्या जातींनीं किंवा पोटजातींनीं मांसाशन सोडलें, त्या इतर मांसाशन करणाऱ्या जाती व पोटजाती यांच्यापेक्षां स्वतःला श्रेष्ठ समजूं लागल्या. भारतीय समाजशास्त्रांत मांसाशननिवृत्तीला महान स्थान आहे. मांसाशननिवृत्तीच्या चळवळीमुळें मोठमोठ्या उलथापालथी झाल्या आहेत.

आजही आपण अशा गोष्टी पाहतों. खादी वापरणारा मनुष्य खादीवाल्याशींच सोयरीक जोडील. आपण नेहमीं समान आचारविचार पाहत असतों. ज्यांचा आहार, आचारविचार समान त्यांची जात एक. आज खादी वापरणारे, ग्रामोद्योगी

वस्तू वापरणारे, यांची एक नवीनच जात होत आहे. त्यांच्या परस्परांशीं सोयरिकी होत आहेत. नवीन ध्येय आलें की, नवीन जात निर्माण होते. त्या ध्येयाचे उपासक परस्परांच्या जवळजवळ येतात. त्यांचे संबंध वाढतात. वाढलेल्या संबंधानें जात वाढते, म्हणजे तें ध्येयच वाढतें.

भक्षणहिंसा कमी करण्याचा प्रयोग भारतांत झाला, त्याचप्रमाणें रक्षणार्थ हिंसाही कमी करण्याचे प्रयोग भारतीय संस्कृतीनें केले व धन्यतेची गोष्ट आहे, कीं आजही तसे प्रयोग भारतांत होत आहेत.

माणसानें माणसास खाऊं नये आणि माणसानें माणसास मारूं नये, हा माणुसकीचा पहिला धडा आहे. आज माणूस माणसास प्रत्यक्ष फारसा खात नाहीं ही गोष्ट खरी. अजूनही पृथ्वीच्या पाठीवर नरमांसभक्षक जाती क्वचित कोठें आहेत. सुधारलेला मनुष्य त्यांना रानटी म्हणून संबोधितो; परंतु सुधारलेला मनुष्य मनुष्यास जाळून भाजून खात नसला तरी खाण्याचे अप्रत्यक्ष मार्ग त्यानें शोधून काढले आहेत. रक्तशोषणाचे अन्य प्रकार सुधारलेल्या मानवानें प्रसृत केले आहेत. शस्त्रास्त्रसंपन्न होऊन दुर्बळांना गुलाम करावयाचें, त्यांची आर्थिक पिळवणूक करावयाची आणि अशा सुधारलेल्या रीतीनें जळूप्रमाणें त्यांचें रक्त प्यावयाचें असा प्रचार इतिहासांत रूढ झाला आहे.

अशा रीतीनें दुसरा आपणांस जर गुलाम करावयास आला तर आपण काय करावयाचें? स्वसंरक्षणार्थ कोणता उपाय? स्वसंरक्षणार्थ हिंसेचा अवलंब केल्याशिवाय गत्यंतर नव्हतें; परंतु कांहीं लोकांना असें वाटूं लागलें कीं, अशी हिंसा करणें वाईट. निदान आपल्या हातून तरी अशी हिंसा होऊं नये. हिंसा करावयाचीच तर कांहीं लोकांनीं ती करावी. त्यांत त्यांनाच निष्णात होऊं द्यावें. ब्राह्मण क्षत्रियांना म्हणालें, "आम्ही हिंसा करणार नाहीं. आम्ही अहिंसेचें व्रत घेतों. आमच्यावर जर कोणी हल्ला केला तर तुम्ही आमचें संरक्षण करा."

परंतु हा विचार बरोबर नव्हता. विश्वामित्रानें आपल्या यज्ञरक्षणार्थ रामलक्ष्मणांस बोलाविलें. स्वत: विश्वामित्रानें त्यांना धनुर्विद्या शिकविली. विश्वामित्र ब्रह्मर्षी झाला होता. तो रामलक्ष्मणांस म्हणाला, "राक्षस माझ्या यज्ञावर हल्ला करतील. तुम्ही त्यां राक्षसांचा वध करा. मी तुम्हांला धनुर्विद्या शिकवतों. या विद्येनें तुम्ही अजिंक्य व्हाल व राक्षसांचा सहज नि:पात कराल."

विश्वामित्र धनुर्विद्यावेत्ता होता; परंतु त्यानें अहिंसेचा वसा घेतला. स्वत:चें

संरक्षण व्हावें अशी तर इच्छा! तेव्हां परमारें रामलक्ष्मणांकडून राक्षसांचा नायनाट करण्याचें त्यानें ठरविलें आणि हिंसेचें साधनही त्या राजकुमारांच्या हातांत त्यानें दिलें; परंतु अशानें त्या हिंसेची जबाबदारी त्या विश्वामित्रावर नव्हती का येत? राम लक्ष्मणांपेक्षा त्यांना हिंसेचें साधन देऊन हिंसा करावयास शिकविणारा विश्वामित्रच अधिक हिंसक ठरतो. अहिंसेचे पुण्य अशा लटपटीनें पदरांत पडत नसतें.

एखादा मनुष्य विंचू पाहतांच दुसऱ्याला हांक मारतो. त्याच्या हातांत चप्पल देतो. त्याला विंचू दाखवतो आणि म्हणतो, "मार मार लौकर, पळेल, जाईल." अशा माणसाला अहिंसेचें पुण्य कसें लागणार? त्याचप्रमाणें विश्वामित्रासारख्यांची स्थिती.

केवळ क्षत्रियांवरच हिंसेचें कर्म सोंपविल्यामुळें ते भयंकर हिंसक झाले. ते बलवान झाले. शत्रू नसेल तेव्हां ते प्रजेलाच छळूं लागले. परशुरामाला हें सहन झाले नाहीं. हे माजलेले क्षत्रिय नाहींसे करावे असें त्याला वाटूं लागलें. हिंसेचें थैमान घालणाऱ्या क्षत्रियांचा संपूर्णपणें निःपात करावा असें त्यानें निश्चित केलें. हातांत धनुष्यबाण व खांद्यावर कुऱ्हाड घेऊन तो क्षत्रियांना निपटित चालला. क्षत्रियांचा तो कर्दनकाळ झाला. पुनः पुन्हां क्षत्रियांची छाटणी त्यानें चालविली. बियालाही कोणी क्षत्रिय उरूं नये असें त्याला वाटत होतें. एकवीस वेळां त्यानें पृथ्वी निःक्षत्रिय केली; परंतु पुन्हां क्षत्रिय उगवत!

शस्त्रानें शस्त्र बंद करतां येत नाहीं. तरवारीनें तरवार दूर होणार नाहीं. युद्धाने युद्ध बंद होणार नाहीं. परशुरामाचा प्रयोग अपयशी झाला. सर्वांना पुनः पुन्हां मारीत सुटण्याच्या अभ्यासानें स्वतः परशुरामच एक भयंकर क्षत्रिय झाला! तो ब्राह्मणांना क्षत्रिय बनवूं लागला. स्वतःजवळची शस्त्रविद्या ब्राह्मणांस शिकविण्याचें त्यानें ठरविलें. ब्राह्मणांशिवाय कोणासही मी शस्त्रविद्या शिकविणार नाहीं असें त्यानें घोषित केलें. भीष्माला त्यानें आधीं ही विद्या दिली होती. कर्ण त्याच्याजवळ चोरून शिकला. परशुरामापासून शेंकडोंशें क्षत्रिय या प्रकारें तयार झाले. हिंसेनें अहिंसा निर्माण करणाऱ्या परशुरामानें अधिक हिंसक निर्माण केले!

परशुरामाचा हेतू चांगला होता; परंतु त्याचा मार्ग चुकला. त्याचा प्रयोग सिद्धिस गेला नाहीं. ययातीच्या प्रयोगाप्रमाणेंच हाही एक मोठा प्रयोग होता. भागे भोगून ययाती विरक्त होऊं पहात होता. जगांत वीस वीस वर्षे हिंसाकांड माजवून अहिंसा स्थापण्याचा प्रयोग परशुराम करूं पाहत होता; परंतु जगांत जें पेरूं तेंच उगवेल.

हिंसेला अहिंसेची फळें कशीं लागणार ?

हिंसेनें हिंसा संपणार नाहीं. युद्धानें युद्ध थांबणार नाहीं. असें जर असेल तर या युद्धांतच जितकी कमी हिंसा करतां येईल तितकी करावी असें ठरलें. युद्ध टळत नाहीं; परंतु इतकें तरी करूं या. लहान मुलांना मारू नये. स्त्रियांवर हत्यार चालवूं नये. वृद्ध अवध्य समजावेत. ज्याच्याजवळ शस्त्र नाहीं, त्याच्यावर शस्त्र उगारूं नये. एकावर अनेकांनी हल्ला करूं नये. दुसरा अडचणीत असतां त्यांच्याशीं लगट करूं नये. रात्रीं युद्ध करूं नये. पदातींनी कदातींशी, रथींनी रथींशीं, गदीनांनीं गदीनांशीं लढावें, असे निरनिराळे युद्धधर्म निश्चित करण्यांत आले. या सर्वांचा हेतू हिंसा कमी व्हावी, आवश्यक तेवढीच व्हावी, असा होता. या हिंसेंतही अहिंसेची आठवण माणसानें ठेवली होती.

विश्वामित्र परमारें हिंसा करून अहिंसेचें पुण्य जोडूं पाहत होता. परशुराम स्वत: हिंसक बनून अहिंसा स्थापूं पाहत होता. हे दोन्ही प्रयोग चुकीचे होते, परंतु विचारी मनुष्य स्वस्थ बसला नाहीं. हिंसेवर उपाय शोधून काढणें जरूरच होते. हिंसेनें हिंसा शमत नाहीं. हें पाहिल्यावर स्वत: अहिंसक होऊन हिंसेला तोंड देण्याचें महात्म्यांनीं ठरविले. स्वत:च्या जीवनांत हा अहिंसेचा प्रयोग हळू हळू त्यांनीं सुरू केला. मुलाला मारून मुलगा सुधारतो कीं, त्याला न मारतां प्रेमानें त्याला समजावून दिल्यानें तो सुधारतो? चाबकानें घोडा ताब्यांत येतो कीं, त्याला वेळेवर चंदी दिल्यानें त्याचा खरारा केल्यानें ताब्यांत येतो? क्षमेचें सामर्थ्य अधिक कीं शस्त्राचें बळ अधिक? प्रेम बळवान की प्रहार बळवान?

संत या गोष्टींचा प्रयोग करूं लागले. स्वत:च्या वैयक्तिक, मर्यादित जीवनांत या प्रयोगाचा त्यांनीं अवलंब केला. प्रेमाचीच शक्ती अपार आहे असा त्यांना अनुभव आला. बंगालमध्यें चैतन्य म्हणून थोर संत होऊन गेले. एके दिवशीं चैतन्य आपल्या शिष्यांसमवेत नामसंकीर्तन करीत रस्त्यानें जात होते. टाळ-मृदंगांचा घोष सुरू होता. सारे रंगले होते.

हरी बोल हरी बोल । भवसिंधु पार चल

असा गजर गगनांत जात होता. इतक्यांत दोघां दुष्टांनीं येऊन चैतन्यांच्या मस्तकावर प्रहार केला. भळाभळ रक्त वाहूं लागलें. चैतन्यांचा ब्रह्मचारी शिष्य नित्यानंद त्या दुष्टावर धावला; परंतु थोर चैतन्य म्हणाले, "निताई! त्यांनीं मला मारलें तरी मी त्यांना प्रेमच देणार!"

भजन सुरू होते. चैतन्य 'हरी बोल' म्हणत होते. सारे नाचत होते. ते दोघे दुष्टही नाचूं लागले. त्या भजनरंगांत तेही रंगले. चैतन्यांची अहिंसा अत्यंत प्रभावी ठरली. त्या दिवसापासून ते दुष्ट दारुडे अगदीं निराळे झाले. चैतन्यांचे ते एकनिष्ठ सेवक झाले.

प्रेमानें पशुही क्रूरता विसरतात. अँड्रोक्लिस व सिंह ही गोष्ट जगांत सुप्रसिद्धच आहे. सेवेनें-प्रेमानें क्रूर पशूही जर माणसाळतात, तर प्रेमानें मनुष्य सुधारणार नाहीं का?

केलेलें प्रेम व्यर्थ जात नाही. समजा चैतन्यांच्या डोक्यावर आणखी प्रहार बसते व चैतन्य मरते तर? तें मरणही सुपरिणामी झालें असतें. त्या मरणाचा त्या दोघांवर कांहींच परिणाम नसता का झाला? कदाचित एक मरण त्यांना सुधारावयास पुरें पडलें नसतें. परंतु याचा अर्थ असा नाहीं कीं, तें वायां गेलें? सती सिंधूचें मरण शेवटीं सुधाकराचे डोळे उघडल्याशिवाय राहिले नाहीं.

महान व्यक्तींनीं आपापल्या वैयक्तिक जीवनांत हिंसेवर अहिंसेचा प्रयोग लहानमोठ्या गोष्टींत आजपर्यंत अनेकदां करून पाहिला. सर्वांनीं हेंच सांगितलें कीं, हिंसेपेक्षा अहिंसेचें सामर्थ्य अपार आहे. शिक्षणशास्त्रज्ञ शेंकडों पुस्तकांत सांगत आहेत कीं, मुलांना छड्या मारून सुधारूं पाहणें हा चुकीचा मार्ग आहे. ''छडी वाजे छम् छम् विद्या येई घम् घम्'' हा सिद्धान्त शास्त्रीय नाहीं. शिक्षणशास्त्रांतील नवीं तत्त्वें सर्व जागतिक व्यवहारांत आणावयास हवींत. जग ही एक शाळाच आहे. आपणांस एकमेकांस सुधारावयाचें आहे. हें काम दंडुक्यापेक्षां दुसऱ्याच मार्गानें होणें शक्य आहे.

शास्त्रज्ञ प्रथम आपल्या लहानशा खोलींत पुनः पुनः प्रयोग करून पाहतो आणि तो संशयातीत असा जर यशस्वी झाला तर जगापुढें मांडतों. मग तो प्रयोगालयांतील प्रयोग सर्व जगांत रूढ होतो. कोणत्याही ज्ञानाचें असेंच आहे.

संतांच्या वैयक्तिक जीवनांत अहिंसेचा प्रयोग यशस्वी झाला होता. हा प्रयोग व्यक्तिगत जीवनांतून समाजाच्या जीवनांत आणावयाचा होता. खोलींत सिद्ध झालेलें ज्ञान समाजाच्या व्यवहारांत रूढ करावयाचें होतें. महात्मा गांधींनीं हें काम हातीं घेतलें. संतांच्या जीवनातील अहिंसेचा प्रयोग महात्माजींनी सार्वजनिक जीवनांत आणिला. वर्गा-वर्गांचें, जाती-जातींचें, राष्ट्रा-राष्ट्रांचें तंटे या अहिंसेच्या मार्गानें सोडवावयाचे असें त्यांनीं ठरविलें.

हिंसक व्यक्तीसमोर अहिंसक संत उभा राहतो, त्याप्रमाणें हिंसक वर्गाविरुद्ध अहिंसक वर्गानें उभें रहावयाचें. हिंसक जमीनदारांविरुद्ध अहिंसक शेतकऱ्यांनीं उभे रहावयाचें. हिंसक साम्राज्यशाहीविरुद्ध अहिंसक मुमुक्षूंनी उभे रहावयाचें. हिंसा हिंसेनें शमत नाहीं. हिंसेवर अहिंसाच पाहिजे.

अहिंसेनें हिंसा जिंकल्याचें इतिहासांत उदाहरण नाहीं असें सांगण्यात येतें. व्यक्तिगत उदाहरणें तर पुष्कळ आहेत. सामुदायिक उदाहरणें मात्र नाहींत. पूर्वीच्या इतिहासांत उदाहरण नाहीं म्हणून पुढें होणार नाहीं असें कसें म्हणावयाचें? मानवी इतिहास कांहीं पुरा झाला नाहीं. पूर्वीचेंच सारखें करीत बसणें हें मंदमतीचें लक्षण आहे. आज दहा हजार वर्षे जगांत लढाया होत आहेत. युद्धानें युद्ध थांबवूं पाहत आहेत. परंतु युद्ध थांबत नाहीं. १८७० मध्यें जर्मनीनें फ्रान्सला लोळविलें. तर त्या तहांत १९१४ चें युद्ध पेरलेलें होतें. जर्मनीचा सूड उगवण्यासाठीं फ्रान्स अधीर होतें. फ्रान्सनें सूड उगविला. आतां पुन्हां फ्रान्सचा सूड उगविण्यासाठीं हिटलर आरोळी ठोकीत आहे. एका लढाईत पुढील दहा लढायांचें बीज असतें.

दहा हजार वर्षांच्या या अनुभवानें माणसानें शहाणे झालें पाहिजे. हा मार्ग चुकला. दहा हजार वर्षे हिंसा हिंसेशीं झगडत आहे. परंतु हिंसा कमी होत नाहीं. हिंसा वाढतच आहे. ती अधिकच उग्र स्वरूप धारण करीत आहे. सोडूं या हा मार्ग. नवीन मार्ग घेऊं. अहिंसेनें हिंसा शमते का पाहूं या, अशी महात्मा गांधींनी घोषणा केली. दक्षिण अफ्रिकेंत, चंपारण्यात, बार्डोलींत त्यांनीं प्रयोग केले. भारतव्यापक अशीही दोन-तीन वेळ त्यांना ही अहिंसक चळवळ करून पाहिली.

जगांतील ही अपूर्व गोष्ट होती. ज्या भारतांत प्राचीन काळापासून अहिंसेचे प्रयोग होत आहेत, त्याच भारतांत एका महात्म्यानें भारतात हा व्यापक व अभिनव प्रयोग केला. मानवजातीच्या इतिहासांत एक नवीन पान उलटलें गेलें. दहा हजार वर्षांनंतर एक नवीन गोष्ट मानवी इतिहासांत लिहिली गेली.

हा प्रयोग बाल्यावस्थेंत आहे. आजपर्यंत असा प्रयोग झाला नव्हता. संकुचित लोक म्हणतात, "हा प्रयोग फसला." त्यांना हेंच उत्तर कीं, "आजपर्यंत युद्धाच्या प्रयोगास दहा हजार वर्षे देण्यांत आलीं. या अहिंसेच्या प्रयोगालाही दहा हजार वर्षे द्या. आणि मग हा प्रयोग फसला कीं यशस्वी झाला तें ठरवूं. साठ-सत्तर हजार लोक सहा महिने तुरुंगांत बसून हा प्रयोग अजमावयाचा नसतो. आणि या साठ-सत्तर हजारांतीलही "केव्हां आम्ही सुटूं" अशी चिंता बाळगणारेच पुष्कळ.

शस्त्रास्त्रांच्या युद्धांत पन्नास पन्नास लाख सैन्य आठ-आठ कोटी लोकसंख्येचीं राष्ट्रें उभारतात. त्याप्रमाणें या अहिंसक युद्धातही पस्तीस कोटी लोकांतून दोन अडीच कोटी लोक जेव्हां मरावयास उभे राहतील तेव्हांच या प्रयोगाची कदाचित सफलता वा विफलता दिसेल.

हिंसेच्या प्रयोगाला दहा-दहा हजार वर्षे मानवजात देते आणि अहिंसेच्या प्रयोगाला म्हणे मुदत सहा महिने आणि सैन्य सहा महिने तरुंगांत जाणारें पन्नास-साठ हजार लोक! आणि तेवढ्यावरून हा प्रयोग फसला असें म्हणावयाचें! वाहवा रे बुद्धी !

ज्याप्रमाणें शस्त्रास्त्रांना युद्धांत दहा-दहा वीस-वीस वर्षे शिकलेले कसलेले सैनिक असतात, त्याप्रमाणें या अहिंसक सेनेंतही अहिंसेची शिकवण दहा-दहा वीस-वीस वर्षे ज्यांनीं अंगीं बाणविण्याची खटपट केली आहे असे लोक लागतात. असे हे नवसैनिक निर्माण करण्याचा आरंभ महात्माजींनीं केला आहे. जगांतील एक प्रयोग ते करीत आहेत. हा प्रयोग जगांत पुढेंमागे वाढत जाईल. असले प्रयोग मरत नसतात. असलेच प्रयोग मानवजातीला पुढें नेत असतात. हेच तारक प्रयोग होत.

अहिंसा म्हणजे नेभळेपणा व दुबळेपणा नाहीं. पळून जाणें म्हणजे अहिंसा नव्हे. शत्रूसमोर निःशस्त्र उभे राहतां येत नसेल, तर त्याच्यावर घाव घालण्याच्या तयारीनें उभे रहा. परंतु पळून जाणें हें सर्वस्वीं त्याज्य व निंद्य होय. ही गोष्ट महात्माजींनीं शंभरदा सांगितली आहे. ''शस्त्रांनी स्वराज्य घेतां येत असेल तर तें घ्या. मी दूर उभा राहीन. परंतु गुलाम राहूं नका. शस्त्रांनीं लढतां येत नसेल तर माझ्या निःशस्त्र लढ्यांत या. स्वातंत्र्याचा लढा हा चालवलाच पाहिजे. दास्यांत तसेंच खिचपत पडणें मानवाला शोभत नाहीं.'' असें ते म्हणतात.

उद्यां जगांतील सारीं लष्करें चुटकीसरशीं नाहींशी होतील असें महात्माजी म्हणत नाहींत. हिंदुस्थानांतही लष्कर आरमार सारें लागेल. शस्त्रास्त्रांची बंदी उठवावी अशी दहा मागण्यांतील त्यांची एक मागणी होती. जगाचें आजचें स्वरूप ते ओळखतात. परंतु जगांत नवीन आरंभ कोणीं तरी केला पाहिजे संतांचें काम वाढीस लावलें पाहिजे. अहिंसेचे प्रयोग पुढें नेले पाहिजेत. भारतीय पूर्वजांचे हे थोर प्रयोग महात्माजी पुढें चालवीत आहेत. त्यांची केवळ थट्टा करणें हें हृदय व बुद्धी असलेल्या माणसाला शोभत नाहीं.

भक्षणांतील हिंसा व रक्षणांतील हिंसा-दोन्हीमध्यें महात्माजी आपले पूर्वजांचे अहिंसेचे प्रयोग पुढें नेत आहेत. दूध पिणें म्हणजेही एकप्रकारें मांसाशनच आहे. दूध हा वनस्पत्याहार नाहीं. दूध ही प्राणिज वस्तू आहे. अहिंसेचें, मांशासनवर्णनाचें व्रत चालवणाऱ्यास पुढेंमागें दूधही वर्ज्य करावें लागेल असे विचार आज प्रकट होत आहेत. आपण देवीची लस टोचून घेतों. यांत हिंसा तर आहेच. गायींना अपार त्रास असतो हें तर खरेंच. परंतु लस टोचणें म्हणजे काय? गायीच्या अंगांतील लस आपल्या रक्तांत भरून घेणें याचा अर्थ काय? आपण जीभेनें गोमांस खाल्लें नाहीं, परंतु आपल्या शरीरांतील रक्तांत तर तें क्षणांत गेलें! विचार करून आचाराकडे पाहूं लागलें म्हणजे अंगावर शहारेच येतील.

याचा अर्थ असा नाहीं कीं दूध पिऊं नका, टोचून घेऊं नका. दुधाची जागा भरून काढणारा दुसरा पदार्थ मिळेपर्यंत दूध प्या असेंच अहिंसेचा उपासक म्हणेल. परंतु स्वतःच्या जीवनांत तो प्रयोग करीत राहील. खाण्यापिण्याचे प्रयोग करील. आणि दुधासारखी वनस्पती शोधील. देवी न टोचतां देवी येणार नाहींत असा एखादा उपाय शोधील.

अहिंसा अनंत आहे. महात्मे आपल्या जीवनांत जेव्हां इतकी आणतात, तेव्हां कोठें आपल्या जीवनांत ती अल्पशी येते. आकाशांत लाखों मेणबत्तींच्या शक्तीचा सूर्य जेव्हां सारखा जळत असतो, तेव्हां कोठें आपल्या अंगांत ९८ अंश उष्णता जगण्यापुरती राहाते.

महात्माजींसारखा अहिंसेचा उपासक आज कोण आहे? परंतु त्यांनाही आश्रमांत वानर मारावें लागलें, पिसाळलेलीं कुत्रीं मारावीं लागलीं. बोरसद तालुक्यांत प्लेग आला असतां उंदीर मारण्याचा उपदेश कष्टानें त्यांना करावा लागला. त्या वेळेस त्यांनीं जें लिहिलें होतें तें किती हृदय पिळवटून लिहिलें होतें! "माझ्याइतकाच पिसवाडांसांना, उंदीरघुशींना जगण्याचा अधिकार आहे. माझ्या मरण्यानें त्यांना जगूं द्यावें असें मला वाटतें. माझ्या हृदयांत अनंत वेदना होत आहेत." अशा अर्थाचे ते करुण उद्गार होते!

गांधींनीं पिसाळलेलें कुत्रें मारलें, प्लेग आणणारे उंदीर मारले. त्याच न्यायानें जीं माणसें आम्हांस पिसाळलेलीं वाटतात, जीं माणसें प्लेग आणणारीं वाटतात, त्यांना कां मारूं नये, असे कोणी कोणी प्रश्न करीत असतात.

कुत्रा मारतांना गांधींचें हृदय पिळवटत होतें. स्वतः मरून कुत्रा जगूं द्यावा. असें

त्यांच्या मनांत येत होतें. कुत्रा मारणें यांत प्रौढी न समजतां, ते तो दुबळेपणा व स्वतःच्या जीवनाची आसक्ती समजत होते. तशी तुमची स्थिती आहे का? तुम्ही तर मारण्यांत प्रौढी व पुरुषार्थ मानता. तो स्वतःचा कमकुवतपणा न समजतां परम धर्म समजतां. मारण्याचें अंतिम तत्त्वज्ञान तयार करतां. हिंसेचा वेद बनवितां.

गीतेच्या अठराव्या अध्यायांत ''मारूनही मारणें होत नाहीं'' असें सांगितलें आहे; परंतु ही कोणाची स्थिती? सर्व विश्व ज्याला आपलेंसें वाटलें, त्याच्या मारण्यांतही जीवनच आहे. आई मुलाला मारते; परंतु मूल आईच्याच ओच्यांत तोंड खुपसून रडतें. मारणाऱ्या आईला तें मूल सोडीत नाहीं. तिलाच ते बिलगतें. आईचें तें मारणें, मारणें नसतें.

हिंसेची तरफदारी करणाऱ्यांची हिंसा या परमोच्च स्थितीची असेल तर ती हिंसा हिंसा नसून अहिंसाच होय असें म्हणतां येईल. रामानें रावणास मारलें; परंतु रावण उद्धरून गेला असें आपण म्हणतों यांतील हाच भावार्थ. रामाला आपण परमेश्वर एकदां म्हटलें म्हणजे त्याचें मारणें हें तुमचें आमचें हिंसक मारणें न राहतां तें तारक मारणें होतें. तें आईच्या हातचें मारणें होतें.

अर्जुनाला हिंसा करावयास श्रीकृष्णानें सांगितलें. कारण त्याचा तो स्वभाव होता. 'हिंसा म्हणजे परमधर्म' अशा रीतीनें तें सांगितलेलें नाहीं. आदल्या दिवसांपर्यंत हिंसेच्या गप्पा मारणारा अर्जुन एका क्षणांत अहिंसक कसा होणार? हिंसा-अहिंसा हा अर्जुनासमोर प्रश्न नसून आसक्ती व मोह हा प्रश्न होता. मोह सोड, एवढेंच श्रीकृष्णाचें सांगणें होतें. ''स्वजन आहेत म्हणून मारूं नये असें तुला वाटतें. दुसरे असते तर तूं खुशाल त्यांचा फन्ना पाडला असतास. आकार तुला प्रिय आहेत. विशेष नामरूपें प्रिय आहेत. ही आसक्ती आहे. हा मोह आहे. हा मोह टाक.'' असें कृष्ण भगवान म्हणाले. आपण अर्जुनही शेवटीं म्हणतो ''नष्टो मोहः''

गीतेचा हिंसा हा परम सिद्धान्त नाहीं. हिंसेतून हळू हळू मनुष्य पूर्ण अहिंसेकडे जाईल. अहिंसा हाच अंतिम सिद्धान्त होय. तें ध्येय गांठीपर्यंत आपला दुबळेपणा म्हणून मनुष्य हिंसा करीत राहील; परंतु मी हिंसा करणार अशी जेव्हां तो ऐट मिरवूं लागतो तेव्हां मात्र तो मानवजातीचा अधःपात असतो.

आपण सारे घाव घालण्याचा हक्क मिळवायला अधीर असतो; परंतु प्रेम करण्याचा अधिकार आधीं मिळवून घ्या. आई अपार प्रेम करतें म्हणून तिला मारण्याचा अधिकार आहे.

मानवी जीवनांत संपूर्ण अहिंसा शक्य नाहीं. संपूर्णता हें ध्येयच राहणार. ज्याप्रमाणें भूमितींतील बिंदू हा प्रत्यक्षांत कधीं दाखवितां येणार नाहीं. भूमितींतील रेखा प्रत्यक्षांत दाखवितां येणार नाहीं, त्याप्रमाणेंच परिपूर्ण ज्ञानी, संपूर्ण प्रेमी प्रत्यक्ष संसारांत दाखवतां येणे शक्य नाहीं. ज्याला लांबी नाहीं, रुंदी नाहीं, असा बिंदू अगदी लहानसा आपण फळ्यावर काढतों. ध्येयभूत बिंदूच्याजवळ असलेला असा बिंदू आपण काढतों. त्याप्रमाणें ध्येयभूत पुरुषाच्या जवळ जवळ गेलेले शुकजनकादिक आपण दाखवितो; परंतु पूर्णत्वाच्या जवळ जवळ जाणें म्हणजे संपूर्ण पूर्णता नव्हे.

किती झालें तरी मृण्मय शरीरांत आपण कोंडलेले आहेंत. या मातीच्या मडक्यांत संपूर्ण ज्ञान मावणार नाहीं. ज्याप्रमाणें एखाद्या मडक्यांतील पाण्याचें थंडीनें जर स्वच्छ शुभ्र बर्फ झालें तर तें मडकें फुटतें, त्याप्रमाणें स्वच्छ व शुद्ध ज्ञान या देहांत न मावल्यामुळें देहाचें मडकें फुटतें. ही देहाची खोळ गळल्याशिवाय परिपूर्णतेची भेट नाहीं.

''पडलें नारायणीं मोटळें हें''

हें देहाचें मोटळें पडल्यावरच आत्मा परमात्म्याशीं मिळून जातो.

परंतु संपूर्णपणें अहिंसा शक्य नाहीं. म्हणून मुळींच आचरूं नये असें नाहीं. शक्य तितकें आपण पुढें पुढें जावें. शेतींतील शेंकडों लाखों किड्यांची हिंसा आपणांस टाळतां येणार नाहीं. हजारों जीवजंतू न कळत आपल्या पायांखालीं चुरडले जात असतील; परंतु असें हें चालणारच. जें अपरिहार्य आहे तें होईल. आपलें काम इतकेंच कीं, मुद्दाम हिंसा करूं नये. जीवनांत अधिकाधिक अहिंसा आणण्याची खटपट करावी. चालतांना काळजीपूर्वक चालावें, बोलतांना काळजीपूर्वक बोलावें. कोणाचें मन दुखवूं नये, कोणाचें अकल्याण चिंतूं नये, कोणाचा तळतळाट घेऊं नये, घरोबा असावा, प्रेम जोडावें, सहकार्य वाढवावें, पशुपक्षी, कीडमुंगी यांची उगीच हिंसा करूं नये. अशा रीतीनें रोजच्या जीवनांतच आपण अहिंसा अधिकाधिक आणूं या. दररोज कांहीं लढाई नाहीं. प्रत्येक क्षणीं पायांसमोर कांहीं सापविंचू नाहींत. अंगावर वृक्व्याघ्र हरघडीला येतं नाहींत. ते अपवादात्मक प्रसंग आहेत. त्या अपवादात्मक प्रसंगीं दुबळेपणानें, लाजेनें करा हिंसेचा वाटलें तर अवलंब. परंतु इतर दैनंदिन व्यवहारांत, समाजांत, हरघडी वागतांना, आपण उत्तरोत्तर अधिक प्रेमळ अधिक सहानुभूती दाखविणारे, अधिक

सहकार्याला उत्सुक असें होऊं या. हें जीवन सुखमय व निर्भय असें करूं या.

भारतांत प्राचीन काळी आश्रम असत. जेथें अहिंसेचा अधिकांत अधिक प्रयोग करून दाखवितां येईल अशीं तीं स्थानें असत. शहरांत बाग असते. त्या बागेंत गेल्यावर प्रसन्न वाटतें. त्याप्रमाणें आजुबाजूच्या हिंसक संसारांत अहिंसेला पूजणारे व भजणारे असे पावन व प्रसन्न आश्रम त्या काळांत असत. सामान्य जनता मधून मधून तेथें जाई व प्रेम शिकून येई.

दुष्यंत इतर ठिकाणीं हिंसा करीत होता; परंतु आश्रमाजवळ येऊनही जेव्हां तो हिंसा करूं लागला तेव्हां आश्रमांतील मुनी म्हणाले,

''न खलु न खलु बाणः सन्निपात्योऽयमस्मिन्

मृदुनि मृगशरीरे पुष्पराशाविवाग्निः ।।''

''राजा! या कोमळ हरणावर नको रे नको बाण मारूं.'' एकीकडे आकर्ण धनुष्य ओढणारा राजा दुष्यंत व एकीकडे त्या हरणांना अभय देणारे ते तपोधन! एकीकडे हिंसेंत रमणारा राजस राजा व दुसरीकडे प्रेमाची पूजा करणारा सात्त्विक ऋषी! राजाचे धनुष्य नमलें. त्याचें हृदय विरघळलें. आश्रमानें त्याच्यावर अहिंसेचा संस्कार केला.

विक्रमोर्वशीयम् नाटकांत पुरुरवस् राजाचा मुलगा आयु हा ऋषीच्या आश्रमांत अध्ययनार्थ ठेवण्यांत आलेला असतो; परंतु एके दिवशीं आयु हिंसा करतो. एका सुंदर पक्ष्याला तो बाण मारतो. त्या कोंवळ्या पंखांत तो प्रखर बाण घुसतो. ऋषीला ही गोष्ट कळते. आश्रमांत हिंसा, ही गोष्ट त्याला सहन होत नाहीं. आश्रमाचें पवित्र व प्रेमळ वातावरण भंगणारा आश्रमांत नको असें ऋषीला वाटतें. त्या मुलाच्या धात्रीला तो सांगतो.

''आश्रमविरुद्धमनेन आचरितम् । निर्यातय हस्तन्यासम् ।।''

आश्रमाच्या प्रणालीविरुद्ध यानें वर्तन केलें आहे. याला परत पाठवा.

असे हे ठायीं ठायीं असणारे आश्रम भारतीय संस्कृती वाढवीत होते. या आश्रमांत प्रयोग होत होते. साप, मुंगूस, हरीण, सिंह, एके ठिकाणीं प्रेमानें नांदविण्याचे प्रयोग होत होते आणि सर्पसिंहांनाही आश्रमांत प्रेम दिलें जात आहे. त्या प्रेमामुळें सर्पसिंहही प्रेमळ होत आहेत, असें दिव्य दृश्य जेव्हां आश्रमाला भेट देणारे बघत, तेव्हां ते गहिंवरून जात. सर्प सिंह दूर राहिले. आपण आपल्या शेजारच्या लोकांजवळ तरी प्रेमानें वागूं या, समाजांत तरी सहकार्यानें, आनंदानें नांदूं या, घरांत

तरी गोड राहूं या, नांदूं या, असें ते मनाशीं ठरवीत. आश्रमाच्या दर्शनानें प्रेमाचा धडा शिकून ते संसारांत जात व संसार सुंदर करण्याचा प्रयत्न करीत.

आजही भारतवर्षांत भारतीय संस्कृतीस उजळा देणारे आश्रम आहेत. वर्ध्याच्या आश्रमांत सापांना कोणी मारीत नाहीं. त्यांना धरून दूर सोडून देण्यांत येतें. विचवांची नांगी धरून त्यांना दूर सोडण्यांत येतें. एका गांवांत कॉलरा आला असतांना त्या गावांतील लोकांनीं एक बोकड जिवंत पुरून देवीला बळी द्यावा असें ठरविलें. देवीच्या मंदिरासमोर खोल खळगा खणण्यांत आला. तिकडून बोकडाच्या बलिदानाची मिरवणूक आली. परंतु लोक येतात तों त्यांना रामनामाची धून ऐकूं आली. वर्ध्याच्या आश्रमांतील एक सत्याग्रही त्या खळग्यांत उभा होता. रामरायाचें भजन त्यानें चालविलें होतें.

लोक म्हणाले, ''बाहेर या.''

तो नम्रपणे म्हणाला, ''बोकडाला पुरून कॉलरा जाणार असेल, तर मलाच पुरा. माणसाला पुरल्यानें देवी अधिकच प्रसन्न होईल व कायमचा कॉलरा जाईल.''

भगवान बुद्धांच्या आत्म्याला हें विसाव्या शतकांतील दृश्य पाहून केवढें समाधान झालें असेल! त्या सत्याग्रहाचा विजय झाला. प्रेमाचा विजय झाला. ज्ञानाचा विजय झाला.

अहिंसेचा, प्रेमाचा, पंथ दाखवणारे हे नवआश्रम भारतवर्षाची आशा आहेत. हें प्रेम भारतीय संसारांत आल्याशिवाय रहाणार नाहीं. भारतीय संसार सहानुभूतीचा व सहकार्याचा झाल्याशिवाय राहणार नाहीं.

जगांत एकीकडे तोफा जात असतां भारतांत प्रेमाचे प्रयोग होत आहेत. सरहद्दीवरचे झुंझार पठाण अहिंसेचे उपासक होत आहेत. शूर शीखांनीं अनत्याचारी सत्याग्रह केले. आश्रमांतून सर्पविंचूंनाही प्रेम मिळत आहे. हजारों लाखों लोक अहिंसेच्या झेंड्याखालीं हिंसेसमोर उभे रहात आहेत. भारतांतील हा देखावा पाहून देवाचे डोळेही भरून आले असतील. या भरतभूमीतील या अहिंसेच्या कथा ऐकावयास, अहिंसेच्या महान प्रयोगांची हकीकत ऐकावयास भगवंताचेही कान उत्सुक असतील!

धन्य ही अहिंसा परमो धर्म सांगणारी भारतीय संस्कृती! धन्य ही प्राचीन ध्येयपरंपरा पुढें नेणारे आजचे विश्ववंद्य महात्माजी!

प्रकरण सतरावें

बलोपासना

भारतीय संस्कृतीनें ज्ञानावर व प्रेमावर भर दिला, त्याप्रमाणेंच बळावरही भर दिला आहे. बळ नसेल तर ज्ञान व प्रेम हीं मनांतल्या मनांत भरून जातील. ज्ञानप्रेमाला संसारांत आणण्यासाठीं, सुंदर व सुखकर करण्यासाठीं बळाची नितान्त आवश्यकता आहे. बळवान शरीर, निर्मळ व सतेज बुद्धी, प्रेमळ परंतु प्रसंगीं वज्राप्रमाणें कठीण होणारें हृदय, या सर्वांची जीवनाच्या विकासांत जरूरी आहे. जीवनाला समतोलपणा तरच येईल.

शरीरच नसेल तर हृदय व बुद्धी राहणार तरी कोठें? या शरीराच्या द्वारांच सर्व पुरुषार्थ प्राप्त करून घ्यावयाचा आहे. निराकार आत्म्याला साकार होऊनच सर्व कांहीं करतां येतें. बाहेरची कांच नसेल तर आंतील ज्योतीची प्रभा तितकी स्वच्छ पडणार नाहीं. बाहेरची कांच स्वच्छ असेल तरच दिव्याचा प्रकाश चांगला पडेल. आपल्या शरीरांतून आत्मसूर्याचा प्रकाश बाहेर पडावयाचा आहे. हें शरीर जितकें निरोगी, सुंदर, स्वच्छ व पवित्र राखूं तितकें आत्म्याचें प्रकाशन सुरेख रीतीनें होईल.

उपनिषदांतून बळाचा महिमा गायिलेला आहे. दुर्बळाला कांहीं करतां येत नाहीं. एक बळवान मनुष्य येतो व शेंकडों लोकांना तो नमवितो. बळ नसेल तर बसतां येणार नाहीं, उठतां येणार नाहीं. बळ नसेल तर हिंडतां फिरतां येणार नाहीं. हिंडतां फिरतां आलें नाहीं तर ज्ञान मिळणार नाहीं, अनुभव मिळणार नाहीं. थोरांच्या

गांठीभेटी होणार नाहींत. गुरुसेवा होणार नाहीं. बळ नसेल तर कांहीं नाहीं म्हणून बळाची उपासना करा असें ऋषी सांगतात.

"नायमात्मा बलहीनेन लभ्य:" असें श्रुतिवचन आहे. दुर्बळाला दास्य व दुःख हीं सदैव ठेवलेलीं. अंगांत ताकदच नाहीं तर कांही एक नाहीं. इमारतीचा पाया खोल, मजबूत लागतो. चांगले भक्कम दगड तेथें रचावे लागतात. खडकावर उभारलेली इमारत पडणार नाहीं. वाळूंत रचलेली इमारत केव्हां कोसळेल वा खचेल त्याचा नेम नाहीं. शरीर सर्व गोष्टींचा पाया आहे.

"शरीरमाद्यं खलु धर्मसाधनम्" सर्व धर्मांचें मुख्य साधन म्हणजे हें शरीर. या शरीराची उपेक्षा करणें मूर्खपणा आहे. तें पाप आहे. तो देवाचा व समाजाचा घोर अपराध आहे. शरीर बळवान असल्याशिवाय आपणांस कोणतेंही ऋण फेडतां येणार नाहीं. समाजसेवा करून देवऋण फेडतां येणार नाहीं. सुंदर संतती निर्माण करून पितृऋण फेडतां येणार नाहीं. ज्ञानार्जन करून ऋषिऋण फेडतां येणार नाहीं. हीं तीन ऋणें आपल्या माथ्यावर असतात. हीं तीन ऋणें बरोबर घेऊन आपण जन्मत असतों. त्यांची फेड करावयासाठीं शरीर धडधाकट ठेवलें पाहिजे.

ब्रह्मचर्य हा बळाचा पाया आहे. त्या ब्रह्मचर्याची महती स्वतंत्र प्रकरणांत सांगितली आहे. मिळविलेलें बळ राखणें म्हणजे ब्रह्मचर्य. बळ मिळवा व तें नीट राखा.

बळ मिळविण्यासाठीं शरीराला व्यायाम हवा. केवळ पोषाखी बनून भागणार नाहीं. भारतीय संस्कृतींत नमस्कारांचा व्यायाम घालून देण्यांत आला आहे. सूर्याला नमस्कार घालावयाचे, स्वच्छ हवेंत तेजस्वी सूर्याला साक्ष ठेवून नमस्कारांचा व्यायाम घ्यावयाचा. प्राणायामाचा व्यायामही नित्य सांगितला आहे. संध्या करतांना अनेकदां प्राणायाम करावा लागतो. नमस्कार व प्राणायाम यांचा व्यायाम मरेपावेतों घ्यावा.

निरनिराळ्या मल्लविद्या भारतांत होत्या. मल्लविद्येसाठीं भारतवर्ष प्रसिद्ध आहे. प्रत्येकजण मल्लविद्या शिके. व्यायामाचे अनेक प्रकार होते. कांहीं व्यायाम शरीर सदृढ व सुंदर व्हावें म्हणून असत, कांहीं व्यायाम स्वसंरक्षणाची साधनें म्हणून असत. लाठी, दांडपट्टा, भाला, तलवार वगैरे स्वसंरक्षणाचीं साधनें म्हणून शिकविण्यांत येत.

नाना प्रकारचे खेळ भारतवर्षात होते. साधे सुटसुटीत सांघिक खेळ हुतुतु,

हमामा, सुरपाट्या कितीतरी प्रकार होते. श्रीकृष्ण खेळांचा भोक्ता होता. गोपाळबाळ जमवून तो खेळ मांडी. खेळासारखी पवित्र वस्तू नाहीं. निवेदिता देवींनीं एके ठिकाणीं म्हटलें आहे, "कृष्णानें खेळांना दिव्यता दिली." 'Krishna made play divine' कृष्ण म्हटलें कीं त्याची क्रीडा आठवते. कृष्ण म्हणजे ज्याप्रमाणें गायीची आठवण, त्याचप्रमाणें कृष्ण म्हणजे नदीतीरावरचा खेळ.

खेळांत आपण अनेक गोष्टी शिकतों. लहानथोर सारें विसरतों. आसक्ती विसरतों. विरुद्ध पक्षाला माझा मित्र किंवा भाऊ असला तरी तो आतां माझा भाऊ किंवा मित्र नाहीं. त्यालाही धरावयाचें, पकडावयाचें. खेळ म्हणजे निष्ठा, खेळ म्हणजे सत्यता. खेळ म्हणजे स्वतःचा विसर.

मुलांच्या खेळांप्रमाणें मुलींचेही खेळ होते. नानाप्रकारच्या फुगड्या, नानाप्रकारचे पिंगे, यामुळें शरीरास सौष्ठव येई. अंगात चपळाई येई. नागपंचमीच्या वगैरे दिवशीं मुले-मुलीं झोके घेतात. टिपऱ्यांचा खेळ मुलेंही खेळतात, मुलीही खेळतात.

निरनिराळ्या प्रकारचीं आसनें शरीराच्या आरोग्यार्थ शोधण्यांत आलीं आहेत. आसनांनीं थोडक्या वेळांत भरपूर व्यायाम होतो. आसनांमध्यें प्राणायामाचीही जोड असते. भुजंगासन, गरुडासन, कुक्कुटासन, शीर्षसन वगैरे पांचदहा आसनें दररोज नियमित केलीं तर प्रकृती निकोप राहिल्याशिवाय राहणार नाहीं.

काम करतांना मिळणारा व्यायाम हा सर्वोत्कृष्ट होय. व्यायाम हासुद्धा कांहीं तरी निर्माण करणारा असावा. शाळेंतील मुलांना बागेला पाणी घालावयास लावावें; खणावयास सांगावे; व्यायामापरी व्यायाम होतो व सृष्टींत फुलें फळेंही निर्माण होतात. कण्वाच्या आश्रमांत शिकावयास असलेल्या प्रियंवदा, अनसूया वगैरे विद्यार्थिनी झाडाला पाणी घालीत आहेत असें शाकुंतलांत दाखविलें आहे. पाणी घालून शकुंतला दमते व घामाघूम होते.

स्वतःचे कपडे धुवावेत, स्वतःची खोली स्वच्छ करावी, स्वतःचें भांडें घांसावें, घरांत पाणी भरावें, अशा रीतीनें सहज व्यायाम होतो. आपल्याकडे जुने लोक असेच श्रमाचे भोक्ते होते. ते पोश्ये नव्हते. श्रमाचा कमीपणा वाटत नसे.

सांदीपनीच्या आश्रमांतील विद्यार्थी पाणी भरीत, लांकडें फोडीत, जंगलांत जाऊन मोळ्या आणीत. हा श्रीमंत विद्यार्थी व हा गरीब असा भेद नसे. गरीब सुदामा व सुखी कृष्ण रानांत बरोबर जात. गुरूजवळ सारे समान. सारे श्रम करीत. गरीबांचे काय, श्रीमंतांचें काय, शरीर निरोगी हवे, आरोग्य सर्वांना हवे. प्राचीन

भारतीय आश्रमांत विद्यार्थी व विद्यार्थिनी यांना कंटक बनवण्यांत येई. थंडी असो, वारा असो, ऊन असो, पाऊस असो, त्याची त्यांना चिंता वाटत नसे. अंगाला वारा लागला पाहिजे, ऊन लागले पाहिजे. पाऊस पडूं लागला म्हणजे मुलांना सुटी द्यावी असें मनुस्मृतींत सांगितलें आहे. नाचूं दे पावसांत. पहाटें मुलें उठत. नदीवर स्नानास जात. तेथे डुंबत, पोहत. मग नमस्कार घालीत. त्यानंतर दूध पीत, असा भारतीय संस्कृतीचा प्रकार आहे.

आपण जुने लोक पाहिले तर त्यांचीं शरीरें निरोगी दिसतात. साठी उलटली तरी डोळ्याला आरशी नाहीं, दांत सारे बळकट, कान तीक्ष्ण, पचनेंद्रियें चांगलीं, हात-पाय बळकट, पांच-दहा कोस सहज चालतील, असे दिसतात. तशाच जुन्या बाया.

परंतु हल्ली शरीरें म्हणजे सांपळे झाले आहेत. बसके गाल, खोल गेलेले डोळे, हातपायांच्या काड्या, डोळे मंद; झालेले, दांत किडलेले, शौचाची सदैव तक्रार, असा सर्वत्र देखावा दिसेल. सारे पोषाखी सरदार; पाऊस लागला की, आलें पडसें; थंडी लागली कीं, आला हिंवताप; ऊन लागलें कीं, आली भोंवळ असें आपण झालों आहोंत. वरच्या पांढरपेशांची ही अशी दैना आहे.

कामकरी, शेतकरी, त्यांना श्रम भरपूर होतो, परंतु पोटभर खायला नसल्यामुळें त्यांचीं शरीरें कृश होत आहेत. पांढरपेशांना श्रम नाहीं व श्रमजीवी जनतेस अपार श्रम असा हा देखावा आहे. श्रमजिवी लोकांस विसांवा व भरपूर अन्न दिल्याशिवाय त्यांचें आरोग्य सुधारणार नाहीं. श्रमहीनांस श्रम करावयास लावल्याशिवाय ते सुदृढ होणार नाहींत.

शरीराला व्यायाम पाहिजे. श्रम पाहिजे. त्याप्रमाणें भरपूर खायलाही पाहिजे. परंतु काय खावें प्यावें तेंही आपणांस समजेनासें झालें आहे. सकस अन्न आपल्या पोटांत जात नाहीं. ज्ञानाचा दिवा सर्वत्र नेला पाहिजे. कोणत्या भाज्या चांगल्या, कोणते पाले चांगले, कोणत्या डाळी चांगल्या, कच्चें खावें कीं शिजवलेले खावें, कोरडें खावें का पातळ खावें, मसाले चांगले का वाईट, एक का दोन शेंकडों गोष्टींवर ज्ञानाचा प्रकाश पाडावयास हवा.

जीवनसत्त्वांचें नवीन शास्त्र निर्माण झालें आहे. आपण कणीक चाळून घेतों व कोंडा फेंकून देतों. शास्त्र सांगतें कीं, हा मूर्खपणा आहे. कोंड्यासकट कणकेची पोळी करा. कोंड्यांत सत्त्व आहे. तो प्रकृतीस फार चांगला. आपण गिरणींत

सडलेले पांढरेपांढरे तांदुळ खातों. परंतु शास्त्र सांगतें कीं ही चूक आहे. न सडलेले तांदुळ खाणें चांगलें; असडिक तांदुळांत शर्करा असते. सडलेले व बिनसडलेले असे तांदूळ ठेवा. बिनसडलेल्या तांदुळांत आधीं किडी होतील. कारण त्यांत शर्करा अधिक आहे. ही शर्करा हाडांना फार चांगली. परंतु ते पांढरे फटफटीत तांदुळ खाऊन आपण पांढरे फटफटीत होत आहोंत. तोंडावरचा तजेला जात आहे. परंतु इकडे कोणी लक्ष द्यावयाचें?

यंत्रानें सडलेले तांदूळ खाऊन बरोबरी रोग होतो. कांहीं देशांत असे तांदूळ खाऊं नयेत म्हणून कायदे झाले आहेत. परंतु आपल्याकडे कोण करणार? आपलें सरकार आहे परकी. तें कशाला काळजी घेईल? परंतु आपल्या शरीराची नको का काळजी घ्यावयास? नवीन सुशिक्षित बुद्धीची व स्वतंत्र विचारांची ऐट दाखवीत असतात. परंतु एकीकडे सायन्स जें सांगतें, त्याप्रमाणें वागावयासही तयार नाहींत. सडलेले तांदूळ व बिनसडलेले तांदूळ निरनिराळ्या उंदरास खाण्यास देण्यांत आले. बिनसडलेले तांदूळ खाणारे उंदीर धष्टपुष्ट झालेले दिसले.

गायीचें दूध नाहींसें होत चालल्यानें उंची कमी होत आहे. दुग्धाहाराला आपण फार महत्त्व दिलें होतें. तसेंच ताकासही. मधपाणी प्यावयाचीही प्रथा होती. पाहुणा आला कीं त्याला मधपाणी देत. मधपाणी नियमित प्याल्यानें आयुष्य वाढतें. प्रयोगांनीं हें सिद्ध झालें आहे. मध फार आरोग्यदायक वस्तू आहे. इतिहासाचार्य राजवाडे भातावर मध ओतीत व खात.

फळाहाराचेंही फार महत्त्व आपण ओळखलें होतें. मधून मधून मुद्दाम उपवासांची योजना करून त्या दिवशीं तरी फलाहार करावा अशी योजना पूर्वजांनीं केली. परंतु फराळाचे दिवशीही आपण साबुदाण्याचा चिवडा करतो व खातों! आपण तेलातिखटाचे, तळलेल्या वस्तूंचे भोक्ते झालों आहोत. चणें चटपटे, चिवडा मसालेदार यांची घातुक चटक आपणांस लागत आहे. एक आण्याचा चिवडा खाण्याऐवजीं एक आण्याची केळी घेऊन खाल्ली तर शरीराला किती तरी फायदा होईल! परंतु विचाराचा डोळा आज फुटलेला आहे. आंधळें आचरण चाललें आहे.

पूर्वजांनी काय खावें, काय प्यावें याचें शास्त्र बनविलें होतें. अमुक निषिद्ध खाऊं नये, अमुक चांगलें आहे म्हणून खावें, असे त्यांनीं नियम केले होते. त्यांचे नियम नवीन शास्त्रीय प्रकाशांत तपासले पाहिजेत. नवीन संशोधन केलें

पाहिजे. निषिद्ध कां? केवळ लाल रंग दिसतो म्हणून कां? मसुरीची डाळ रक्त शुद्ध करणारी. बद्धकोष्ठ दूर करणारी आहे. मग कां न खावी? केवळ भावना कीं काय? कांदा निषिद्ध कां? चातुर्मास्यांत कांदावांगें कां खाऊं नये? कांद्यात फॉस्फरस आहे. कांदा शक्तिवर्धक आहे. परंतु केवळ बौद्धिक श्रम करणाऱ्यांस तो अपायकारक असेल. शेतांत श्रमणाऱ्या शेतकऱ्यांस तो हितकर असेल. हे आहाराचे नियम सर्व शोधले पाहिजेत. शास्त्रीय आहार बनविला पाहिजे. त्याचा प्रसार केला पाहिजे. टोमॅटो, बटाटा, बीट वगैरे नवीन पदार्थ आले आहेत. त्यांचेंही परीक्षण झालें पाहिजे. पुण्याला वीस पंचवीस वर्षांपूर्वी लाल टोमॅटो निषिद्ध मानीत. परंतु टोमॅटो प्रकृतीस फार चांगला असें आतां कळूं लागलें आहे.

आलें व लिंबू यांचें भारतीय आहारांत फार माहात्म्य आहे. आलें व लिंबू म्हणजे साठ चटण्या व साठ कोशिंबिरी. आल्याचा तुकडा व लिंबाची फोड असली म्हणजे सर्व कांहीं आलें. आले-लिंबू हें आरोग्याला फार हितकर आहे. लिंबाच्या रसानें केंसही पचेल अशी जुनी म्हण आहे.

आहारविहारावर तर आरोग्य अवलंबून आहे. विहार म्हणजे व्यायाम, खेळ; योग्य विहार व योग्य आहार यांची जर जोड असेल तर शरीर सुंदर व सतेज राहील. उदंड सेवा करतां येईल.

आजारी पडणें म्हणजे पाप असें वाटलें पाहिजे. बर्नार्ड शॉ तर एके ठिकाणी म्हणतो, "कोणी आजारी पडला तर त्याला मी तुरुंगात पाठवीन." सृष्टिनियमाप्रमाणें वागला नसेल, व्यायाम घेतला नसेल, प्रमाण ठेवलें नसेल, वेळेवर झोंपला नसेल, वेळेवर जेवला नसेल, म्हणून आजारीपण आलें. आजारीपण म्हणजे निसर्गाची शिक्षा आहे. आपण आजारी पडल्यामुळें आपली समाजसेवा तर अंतरतेच परंतु आपल्या शुश्रूषेसाठीं दुसऱ्याचांही वेळ मोडतो. घरांत चिंता पसरते. आरोग्य म्हणजे आनंद आहे. आजारीपण म्हणजे दुःख आहे.

निरोगी शरीर सुंदर दिसतें. रोगट, फिक्कट शरीर कितीही सजवलें तरी तें विद्रूप दिसतें. पीळदार शरीराला फाटका कपडाही शोभून दिसतो. आरोग्य म्हणजे सौंदर्य. तुम्हांला सौंदर्य पाहिजे असेल तर निरोगी रहा. व्यायाम करा. शरीरश्रम करा. शरीराला ऊन, पाऊस, वारा लागूं दे. तो सृष्टीचा स्पर्श तजेला देईल.

सकाळ-सायंकाळ गांवाबाहेर असलेल्या महादेवाला जावें अशी परंपरा आहे. त्यांत बाहेरची हवा लागावी, क्षणभर संसाराच्या बाहेर मन जावें, मोकळें

वाटावें; हाच हेतू असे. पाय मोकळे होतात. मन मोकळें होतें. विशाल आकाश दिसतें, हिरवीं झाडें दिसतात. वाहणारी नदी दिसते. मन रमतें, प्रसन्न होतें. देवाला, तुळशीला प्रदक्षिणा घालाव्या, यांतही व्यायामचाच हेतू होता. शरीरास आरोग्य व मनासही आरोग्य!

भारतीय संस्कृतींत व मुसलमानी संस्कृतींत धर्माशीं आरोग्याची सांगड घातली आहे. नमाज पढावयाच्या वेळेस मुसलमान भाई बसतो, उठतो, वांकतो. शरीराच्या निरनिराळ्या हालचालींत आरोग्याचीं तत्त्वें गोंवलेलीं आहेत. दिवसांतून पांच वेळा नमाज पढावयाचा, पांच वेळां शरीरास हा नियमित व्यायाम होतो. शरीरास आरोग्य व प्रार्थनेमुळें मनासही आरोग्य. नमस्कार, प्रदक्षिणा वगैरे गोष्टींत भारतीय संस्कृतीनें असाच मेळ घातला आहे.

स्वच्छतेवर भारतीय संस्कृतीचा कटाक्ष आहे. या उष्ण हवेंत दररोज स्नान हवेंच. तीन वेळांही स्नान सांगितलें आहे. स्नानाचा महिमा सांगणारीं पुराणें आहेत. कार्तिकस्नान, माघस्नान, वैशाखस्नान वगैरे स्नानांचीं व्रतें सांगितलीं आहेत. स्नानांचा हा केवढा महिमा! स्नान केल्याशिवाय खाऊं नये असा दंडक होता. जेवतांना जंतू जाऊं नयेत म्हणून कोण ही दक्षता. जेवावयास जाण्याआधीं हातपाय धुवावयाचे, बाहेरून येतांच हातपाय धुवून घरांत जावयाचें. स्वयंपाकघर, देवघर ही तरी पवित्र ठेवावयाचीं. घरांत धूप वगैरे घालावयाचा. स्वच्छतेसंबंधीं भरपूर काळजी घेण्यांत येत होती. दररोज धुतलेलें धोतर नेसावयाचें. शिळें खाऊं नये, तेंच वस्त्र वापरूं नये, अशी आज्ञा आहे. जेवतांना वस्त्रांतर करून बसावे. ज्या वस्त्रानें बाहेर हिंडतों, फिरतों, तें वस्त्र जेवतांना नको. ते घामट सदरे वगैरे काढून ठेवा. स्वच्छपणें ठेवा.

केंस काढण्यांतही स्वच्छतेची दृष्टी होती. या उष्ण हवेंत घाम येतो. केसांत घामानें घाण होते. मळ सांचतो म्हणून फार केंस वाढूं न देणें अशी पद्धत अनुभवानें पडली. केंस ठेवायचेच असतील तर ते स्वच्छ राखावे, शिकेकाईनें धुवावे असें सांगण्यात येई. स्वच्छता म्हणजेच सौंदर्य हें ज्या दिवशी कळेन तो सुदिन.

आरोग्य कां मिळवावयाचें? शरीरसंपदा कां मिळवावयाची? बळाचा उपयोग काय? भारतीय संस्कृती सांगते कीं बळ हें स्वधर्मचरणासाठीं आहे. आपलीं त्रिविध ऋणें पार पाडण्यासाठीं आहे. तसेंच बळ दुसऱ्यास पिळण्यासाठीं नको आहे. बळ दुसऱ्याचें रक्षण करण्यासाठीं आहे.

आर्तत्राणाय वः शस्त्रं न प्रहर्तुमनागसि

तुझें शस्त्रपीडितांचा सांभाळ करण्यासाठीं असूं दे. निरपराधी जनतेची कत्तल करण्यासाठीं म्हणून नको.

जे दुर्बळ असतील त्यांना मी दरडावणार नाहीं. दुर्बळांना हात देऊन उठवण्यासाठीं माझें बळ आहे. दुर्बळांना बळवान करण्यासाठीं माझें बळ आहे. पाश्चिमात्य देशांत नित्शेचें एक बळाचें तत्त्वज्ञान आहे. 'बळी तो कान पिळी' अशा स्वरूपाचें तें तत्त्वज्ञान आहे. दुर्बळांचें जगांत काय काम, दुर्बळाची कींव करतां कामा नये, दुर्बळाला फेंकून द्यावें, असें तें तत्त्वज्ञान आहे. परंतु अशा तत्त्वज्ञानावर जग चाललें नाहीं. दुर्बळाला फेंकून द्यावें असें तत्त्वज्ञान अंगिकारलें तर समाज टिकणार नाहीं. मातेनें दुबळ्या मुलाला कां वाढवावें? तें शेंबडें रडवें मूल, त्याची काळजी कां घ्यावी? माता म्हणते, ''माझें दुबळें बाळ बळवान होईल. मी आज त्याचें बोट धरीन व तें चालूं लागेल. माझ्या साहाय्यानें एक दिवस तें समर्थ होईल. माझी जरूर मग त्याला लागणार नाहीं. दुबळ्या बाळाला बळवान करण्यासाठीं, स्वाश्रमी, स्वावलंबी करण्यासाठीं माझें बळ आहे.''

जग शेवटीं सहकार्यावर चाललें आहे. मी दुसऱ्याला हात देईन व तोही उठेल. सारे उठूं देत, सारे आनंदानें नांदूं देत.

शरीराचें बळ, तसेंच ज्ञानाचें बळ, तसेंच प्रेमाचें बळ. उत्तरोत्तर हीं बळें श्रेष्ठतर अशीं आहेत. प्रेमानें रानटी क्रूर पशूंसही आपण जिंकून घेतों. शास्त्रीय ज्ञानानें आपण रोग जिंकतो. अंगबळापेक्षां अकलेचें बळ अधिक. आणि अकलेच्या बळापेक्षां प्रेमाचें, पावित्र्याचें, शीलाचें, चारित्र्याचें बळ अधिक! हीं तिन्हीं बळें आपण प्राप्त करून घेतलीं पाहिजेत, निरोगी शरीर, प्रेमळ व उदार हृदय, विशाल व कुशाग्र बुद्धी, या तिन्हींच्या समन्वयापासून जें बळ निर्माण होईल तें अपूर्व होय.

रवींद्रनाथ गीतांजलींत म्हणतात, ''देवा! हें शरीर तुझें मंदिर आहे म्हणून तें मी सदैव पवित्र राखीन. हें हृदय तूं मला दिलें आहेस. प्रेमानें भरून तुला तें मी आणून देईन. ही बुद्धि तूं मला दिली आहेस. हा बुद्धीचा दीप निर्मळ व सतेज असा मी सदैव पेटत ठेवीन.''

भारतीय संस्कृतींत हनुमान हा बळाचा आदर्श आहे. सर्व प्रकारचीं बळें त्याच्या ठिकाणीं संपूर्णपणें विकसित झालीं आहेत.

मनोजवं मारुततुल्यवेगं
जितेंद्रियं बुद्धिमतां वरिष्ठम्

वातात्मजं वानरयूथमुख्यं
श्रीरामदूतं, शरणं प्रपद्ये ।।

मारुती केवळ बलभीम नव्हता. तो मनाप्रमाणें चपळ होता. मोठमोठे पेहेलवान असतात. त्यांना जरा पळवत नाहीं. चपळ मुलें त्यांना चिमटे घेऊन बेजार करतील, त्यांना पटकन मागें वळतां येत नाहीं, पुढें वळतां येत नाहीं. सर्व प्रमाणांत पाहिजे. मारुतीचा वाऱ्याप्रमाणें वेग होता. तो नुसता लठ्ठ भारती नव्हता. मारुतिरायांचें शरीर वज्राप्रमाणे दणकट होतें व वाऱ्याप्रमाणें चपळ होतें. त्यांच्या पायांनीं दगडाचा चुरा केला असता व तेच पाय द्रोणागिरी आणावयास क्षणांत दहा कोस जाते.

या शारीरिक बळाबरोबरच मनोबळही त्यांच्याजवळ होतें. ते जितेंद्रिय होते, संयमी होते, शीलवान, चारित्र्यवान, व्रती होते. मिळविलेल्या बळाची उधळपट्टी त्यांनीं केली नाहीं. वासनाविजय त्यांनीं केला होता. शरीराच्या अवयवांवर ज्याप्रमाणें त्यांनीं विजय मिळविला होता, स्नायूंवर ज्याप्रमाणें सत्ता त्यांनीं मिळविली होती, त्याचप्रमाणें मनाच्या उर्मींवरही त्यांनीं सत्ता मिळविली होती. मनोविजय ज्यानें मिळविला, त्यानें सर्व कांहीं मिळविलें.

शरीर बळवान, हृदय शुद्ध व पवित्र, त्याचप्रमाणें मारुतिरायांची बुद्धिही अलौकिक होती. ते बुद्धिमंतांचे राजे होते, बुद्धीचें त्यांना वावडें नव्हतें. आपल्याकडे एक कल्पना रूढ झाली आहे कीं जो बळवान आहे तो बुद्धिमान नसावयाचा; आणि जो बुद्धिमान आहे तो बलवान नसावयाचा. परंतु मारुतिराय म्हणतात दोन्ही पाहिजेत.

शरीर, हृदय व बुद्धि, तिहींचा उत्कृष्ट विकास आहे. तरीही आणखी एका वस्तूची जरूरी आहे ती म्हणजे संघटना-कुशलता. आपण स्वत:शीं पुष्कळ चांगले असतो. परंतु जर समाजांत मिसळलों नाहीं, तर कामें उठत नाहींत. तेज पसरत नाहीं. मारुती हा वानरयूथ मुख्य होता. तरुणांच्या संघटना हातीं घेतल्या पाहिजेत, त्यांच्यात घुसलें पाहिजे. त्यांना बळोपासना शिकवली पाहिजे. शरीरिक, मानसिक व बौद्धिक अशी त्रिविध बलोपासना. तरुणांबरोबर खेळलें पाहिजे. त्यांचे संघ स्थापन केले पाहिजेत. त्यांच्याबरोबर चर्चा केल्या पाहिजेत. तरच कार्य झपाट्याने पुढें जातें.

समर्थांनीं अशीच संघटना केली. ही त्रिविध बलोपासना त्यांनीं शिकविली. हजारों मारुती त्यांनीं स्थापन केले. गांवोगांवीं आखाडे उभे राहिले. दंड वाजूं लागले. कुस्त्यांचे फड पडूं लागले. यात्रांतून कुस्त्या होत होत्या. या आखाड्यांबरोबरच

रामकथाही गांवोगांव नेली. रामकथा म्हणजे साम्राज्यनाशार्थ संघटना. हे विचारही सर्वत्र गेले. पीळदार दंड जनतेला स्वराज्य देण्यासाठीं उपयोगांत येऊं लागले. 'मराठा तितुका मेळवावा' हा मंत्र देऊन हृदयांत ऐक्य निर्माण करण्यांत आलें. हृदय, बुद्धी, शरीर, तिघांना तेजस्विता आली. करंटेपण दूर होऊं लागलें. जो तो बुद्धीच सांगतो, असला चावटपणा नाहींसा होऊन श्रीशिवाजीमहाराजाभोंवतीं सारे जमा होऊं लागले. धर्माभोवतीं गोळा होऊं लागले.

कारण शरीरबळ, पवित्र हृदय व प्रखर बुद्धी, त्याप्रमाणेंच सारी संघटना, यांचा उद्देश काय? या सर्व साधनांचा उपयोग रामसेवेंत करावयाचा. 'रामदूत' यांत मारुतीचा मोठेपणा आहे. माझी शक्ती दुसऱ्यांस गुलाम करण्यासाठी नाहीं. माझी बुद्धी दुसऱ्यावर साम्राज्यें लादण्यासाठीं नाहीं. माझी सारी अंतर्बही: शक्ती रामाच्या सेवेसाठीं आहे. आणि रामसेवा म्हणजे तेतीस कोटी देव दास्यांतून मुक्त करणें.

हे तेतीस कोटी देव कोणते? रावणाकडे हे देव झाडीत होते, पाणी भरीत होते. सारीं श्रमकर्मे करीत होते. साम्राज्य स्थापन करणारे सर्व दुनियेला दास करतात. त्यांना केवळ हमाल बनवतात. देवाप्रमाणें शोभणारी माणसें दास होतात. रामाला म नवाचा मोठेपणा सिद्ध करावयाचा होता. देवांचे दास करणें हें त्याचें काम नव्हतें. प्रत्येक मनुष्यांत दिव्यता आहे. प्रत्येकजण देव आहे. परंतु त्यांच्यांतील दिव्यता प्रकट व्हावयास अवसर नसतो. सत्तावान त्याला मजूर व पाणक्ये करून ठेवतो. तेहतीस कोटी देव म्हणजे कोट्यवधी माणसें हाच अर्थ आहे. या माणसांस मुक्त करणें हें प्रभु रामाचें काम होतें.

मारुतीनें आपली सारी संघटना रामाच्या ध्येयार्थ अर्पण केली. स्वत:चें सारें बळ मिळवा. संघटना करा. संघ स्थापा. वातावरण तेजस्वी करा. आणि ही सर्व संघटना महान ध्येयासाठीं उपयोगांत आणा. राम आर्य अनार्य पहात नाहीं. तुडवले जाणारे जे जीव त्यांना राम बघतो. त्यांचा कैपक्ष घेतो. आणि जे तुडवणारे असतात, त्यांचा नि:पात करतो. तुडवणारे मग कोणीही असतो. तुडवणारे हिंदू असोत, मुसलमान असोत, इंग्रज असोत, जपानी असोत. राम दोनच वर्ग ओळखतो. पददलित व मदोद्धत. तो पददलितांची बाजू घेऊन उठेल!

भारतीय संस्कृती आर्य व अनार्य हे शब्द वंशवाचक समजत नाहीं. आर्य म्हणजे उदार, आर्य म्हणजे श्रेष्ठ, आर्य म्हणजे विशाल दृष्टीनें पाहणारा, अनासक्त,

विमोह. अर्जुन केवळ आपले नातलग पाहून धनुष्यबाण टाकतो. या कर्माला श्रीकृष्ण ''अनार्यजुष्ट'' म्हणतात. अन्याय करणारा कोणीही असो. त्याला दंड देणें हें आर्याचें काम. हा आपला म्हणून त्याचे दोष झांकणें अनाचार्याचें म्हणजेच मोहग्रस्तांचें, मूढांचें, आसक्तिमयांचें काम आहे.

''कृण्वन्तो विश्वमार्यम्'' याचा अर्थ सर्वांना हिंदू करावयाचे व सर्वांना शेंड्या जानवीं द्यावयाचीं असा नाहीं. सर्व जगाला आपण उदार करूं, सर्व विश्वाला माणुसकी ओळखावयाला शिकवूं, बंधुभाव शिकवूं, सर्वजण खरीखुरीं माणसें होऊं, असा त्याचा अर्थ आहे.

स्वतः उदार झाल्याशिवाय जगाला उदार करतां येत नाहीं. स्वतः मोहरहित झाल्याशिवाय, आपापल्या डबक्यांत राहणें सोडल्याशिवाय आर्य होतां येत नाहीं. आमच्या संस्कृतींत मानव्याचा महिमा आहे. डबक्यांचा महिमा नाहीं. फार तर सत् व असत् हीं दोन डबकीं आम्ही मानलीं आहेत. हे दोन भेद आहेत. जगांत सदसतांचा लढा आहे. हिंदु-मुसलमानांचा नाहीं. हिंदू हा भारतीय संस्कृतीचा शब्द नाहीं. भारताबाहेरच्या लोकांनीं आम्हांस हिंदू करून एका डबक्यांत, एका खोलींत बसविलें आणि आम्हीही त्या डबक्यांत आनंद मानूं लागलों.

जी घटना जें जें असत् आहे त्याच्याविरुद्ध लढावयास उठेल ती भारतीय संस्कृतीची संघटना आहे. ती गीताप्रणीत आर्यजुष्ट संघटना आहे. अशी संघटना आज या भारतवर्षांत राष्ट्रीय सभा निर्माण करीत आहे. भारतीय संस्कृतीचा आत्मा राष्ट्रीय सभा ओळखते. राष्ट्रीय सभा सर्व पददलितांसाठीं झुंजावयास तयार आहे.

नाठाळाच्या काठी हाणूं माथां

जो जो नाठाळ असेल, त्याच्यावर तिचा प्रहार आहे. जिना, शौकतअल्ली यांच्यावरही तितक्याच तेजस्वितेनें त्यागमूर्ती जवाहरलाल कोरडे उडवितात, जितक्या प्रखरतेनें ते संकुचित डबकेवाल्या हिंदूंवर उडवतात. जे जे गरिबांची पायमल्ली करितील, भ्रामक व खोटे भेदाभेद आणि स्वार्थी क्षुद्र धर्म यांच्या बळावर जगांत हैदोस घालीत असतील. त्या सर्वांवर नरवर जवाहरलाल घसरतील. खऱ्या सज्जनाचे ते कैपक्षी आहेत. जे जे असत् आहे. त्याच्याशीं त्यांचा विरोध आहे. मग त्या असत्च्या बाजूस माझे जातभाई असले तरीही माझी गीता मला सांगते ''मामनुस्मर युद्धच.'' परमश्रेष्ठ सत्याचें स्मरण ठेवून घे झुंज, कर प्रहार.

याला आर्यधर्म म्हणतात. याला अनासक्त आर्यकर्म म्हणतात. हा गीतेचा

संदेश. हा भारतीय संस्कृतीचा महान् विशेष. हेंच रामचरित्राचें रहस्य.

भारतांतील बलोपासना या ध्येयासाठीं सुरू होऊं दे. ती सुरू झाली आहे. आज हें ध्येय युगधर्म होत आहे. आज स्पेनमधील पददलितांची बाजू घ्यावयास आंतरराष्ट्रीय स्वयंसेवक शिरकमळें वहात आहेत. जगांत न्याय व अन्याय दोनच पक्ष राहणार. राम आणि रावण दोनच पक्ष. हिंदु-मुसलमान पक्ष ही फार जुनी गोष्ट आहे. जग झपाट्यानें पुढें जात आहे. खरें म्हटलें तर भारतीय संस्कृतीच्या उपासकांना हा युगधर्म आधीं कळला पाहिजे.

भारतीय संस्कृतीचीं महान ध्येयें पूजणाऱ्या राष्ट्रीय सभे! तुझे अनंत उपकार! तुझी आज थट्टा होईल. जातीय मुसलमान तुला दगड मारतील. जतीय हिंदू तुला दगड मारतील. तुला हुतात्मत्व स्वीकारावें लागेल. भरडणाऱ्या जात्याच्या दोन तळी असतात. मोत्यासारखे टपोरे ज्वारीचे दाणे भरडणें हें त्या दोन्ही तळींचें काम असतें. सनातनी हिंदू व सनातनी मुसलमान, जातीय हिंदू व जातीय मुसलमान दोहोंकडून तुला भरडतील. परंतु भरडलेली तूं त्यांच्याच उपयोगी येशील. तें ज्वारीचें पीठ भरडणाऱ्यालाच पुष्टी देईल!

हे दिव्य स्तव्य राष्ट्रीय सभे! तूं जी थोर बलोपासनां शिकवीत आहेस, ती एकदम फोंफावणार नाहीं. या जातीय कर्दमांत जें बीं तूं पेरूं पाहत आहेस, तें तुडवलें जाईल. परंतु तें बीं मरणार नाहीं. बर्फाच्या ढिगाखालीं ओकवृक्षाचीं फळें असतात. ती मरत नाहींत. प्रचंड ओकवृक्ष त्यांतून निर्माण होतात. त्याप्रमाणें तूं पेरलेले दाणे एक दिवस वर येतील. ते फोंफावतील, वाढतील आणि या भारताला खरी शांती मिळेल! भारताच्या द्वारां जगालाही मिळेल!

माझ्या डोळ्यांना तो देखावा दिसत आहे. ''जगांतील पिळले जाणाऱ्यांनो, एक व्हा'' अशी घोषणा आज होत आहे. जागतीय संघटनेचे हे मंगल वारे वाहत आहेत, हे वारे भारतीय संस्कृतीचेच आहेत. भारतांत या वाऱ्यांचे स्वागत होईल. या वाऱ्यांना भारत माहेरघर वाटेल. कारण डबकीं करून न राहतां मानवजात ओळखा अशी शिकवण येथील थोर पूर्वजांनीं दिलेली आहे. क्रांतिकारकाचा मुकुटमणी लेनिन मला परकी नाहीं वाटत. माझा भगवान श्रीकृष्णच मोरमुकुट पीतांबर सोडून हॅट, बुट-सूट घालून माझ्यासमोर उभा आहे असें मला वाटतें. तो गोकुळांतील लोणी चोरून गरीबांना वाटणारा श्रीकृष्णाच मला लेनिनमध्यें दिसतो. अन्यायाच्या बाजूला उभे असलेले सगेसोयरे, एका रक्ताचे व एका जातीचे असले

तरी त्यांच्याशीं लढ, असें सांगणारा श्रीकृष्णच मला लेनिनमध्यें दिसतो. त्या वेळच्या त्रैगुण्यविषयक वेदांविरुद्ध बंड करणारा, "स्त्रियोवैश्यास्तथाशूद्राः तेऽपि यांति परांगतिम्" असें म्हणून मोक्षाचीं दारें खाडखाड सर्वांना उघडणारा, स्वर्गात अप्सरा व अमृताचे पेले मिळतील अशा लाळघोट्या व जिभली चाट्या पुष्पिता वाणीच्या वेदवादरतांची टर उडविणारा, 'स्वकर्मणा तमभ्यर्च्य सिद्धिं विन्दति मानवः" असें सांगून श्रमाचा सार्वभौम धर्म स्थापून, यज्ञयागादिकांचा धर्म दूर करणारा, "यथेच्छसि तथा कुरु" असे सांगून पुन्हां बुद्धिस्वातंत्र्य देणारा, असा हा जो महान क्रांतिकारक श्रीकृष्ण तो मला लेनिनमध्यें दिसतो.

श्रीकृष्णाचीं तींचं थोर ध्येयें, भारतीय संतांचीं तींच मानव्याला ओळखणारी ध्येयें, आज जगांत व भारतांत पुन्हां दिसूं लागलीं आहेत. हृदय विशाल व शुद्ध होत आहे. बुद्धीचा दिवा पेटवला जात आहे. गायत्रीमंत्राची उपासना पुनश्च नव्यानें सुरू होत आहे. आणि या ध्येयांसाठीं मध्यंतरीं लुप्त झालेलीं परंतु आज पुन्हां प्रकट होणारीं जीं हीं अभिजात भारतीय ध्येयेंत्यासाठीं श्रमावयास, झिजावयास व मरावयास नवसंघटना होत आहे. नवबलोपासना होत आहे. धन्य, त्रिवार धन्य आहे हें दृश्य! जो जो भारतीय संस्कृतीचा खरा अभिमानी असेल, अनासक्त आर्यजुष्ट असा कर्मधर्म शिकविणाऱ्या गोपाळकृष्णाचा भक्त असेल, तो तो या राष्ट्रीय सभेच्या बलसंघटनेंत शिरल्याशिवाय राहणार नाहीं!

प्रकरण अठरावें

ध्येयांची पराकाष्ठा

भारतीय संस्कृतींत एकेका सद्गुणासाठीं, एकेका ध्येयासाठीं सर्वस्वांचें समर्पण करणाऱ्या महान विभूती आपणांस दिसतात. भारतीय संस्कृती म्हणजे या विभूतींचा इतिहास. 'थोर पुरुषांचीं चरित्रें म्हणजे इतिहास' असें एक वचन आहे. भारतीय संस्कृतीचा इतिहास म्हणजे भारतीय संतांचा इतिहास, भारतीय वीरांचा इतिहास.

सत्यासाठीं रामचंद्र वनांत गेला. पित्याचा शब्द खोटा पडूं नये, यासाठीं तो बारा वर्षे रानावनांत रहावयास आनंदानें सिद्ध झाला. आणि बारा वर्षांनंतर पुन्हा जेव्हां अयोध्येचें राज्यपद त्याला मिळालें, त्या वेळचें त्याचें वर्तन किती उदात्त. भगवती सीतादेवीच्या पावित्र्याविषयीं प्रजेच्या मनांत शंका आहे. असें कळतांच तो थोर प्रभू गर्भवती सीतेचा त्याग करतो. प्रजेच्यासमोर धुतल्या तांदळासारखी दानत हवी. इवलीही संशयाला जागा देतां कामा नये. एखादा वात्रट मनुष्य कांहीं तरी बोलला. त्याचा रामानें एवढा बाऊ करावयाला नको होता असें आपण म्हणूं, परंतु रामासमोर भिन्न आदर्श होता. राम सर्व प्रजेचें पुंजीभूत पावित्र्याचें प्रतीक होता. प्रजेला पवित्र ठेवूं पाहणारा राजा स्वतः संशयातीत हवा. प्रजेचें पापपुण्य राम स्वतःच्या शिरावर घेत होता. अल्पायुषी ब्राह्मण कुमार मेला यांचा दोषही तो स्वतःकडे घेत होता. कांहीं तरी आपलें चुकलें असें त्याला वाटे.

भारतीय संस्कृतींत त्याग व पावित्र्य या दोन गुणांना अत्यंत मोठें स्थान आहे. भारतीय मनुष्य केवळ पैशाला, केवळ सत्तेला मान देत नाहीं. त्या गुणांबरोबर त्याग

व पावित्र्य हवें. दरिद्री शुक्राचार्याला भारतीय जनता देवाप्रमाणें मानील. भारतीय जनतेनें राजांच्या पालख्या कधीं उचलल्या नाहींत. परंतु संतांच्या पालख्या दरवर्षी लाखों लोक घेऊन जातात. जनक केवळ राजा होता म्हणून नाहीं तर ज्ञानी असून विरक्त होता म्हणून तो प्रातःस्मरणीय. त्यागाशिवाय ज्ञान नाहीं. आसक्ताला ज्ञान कोठून असणार? ज्ञान म्हणजे अद्वैत ज्ञान. ज्ञान म्हणजे अद्वैताची अनुभूती. ही अद्वैताची अनुभूति जसजशी अधिकाधिक जीवनांत येते तसतसा अधिकाधिक त्याग होऊं लागतो. म्हणून त्याग हें अद्वैताचें लक्षण भारतीय संस्कृती मानते.

अशा त्यागाबरोबर पावित्र्यही येतेंच. जो त्याग अद्वैताच्या अनुभूतींतून होतो, तो पावित्र्य बरोबर आणल्याशिवाय रहात नाहीं. भारतांत स्त्री-पुरुषविषयक संबंध कसे आहेत इकडे सर्वांचे डोळे असतात. हें कामपावित्र्य आधीं पाहिलें जातें. तुमच्याजवळ इतर शेंकडों गुण असून हा कामपावित्र्याचा महनीय गुण नसेल, तर जनता तुम्हांला मानणार नाहीं. जनतेच्या हृदयाचे स्वामी तुम्ही होणार नाहीं.

लोकमान्य, महात्माजी, यांच्याविषयींच्या अलोट भक्तीचें कारण त्यांच्या निष्कलंक चारित्र्यांत व अपरंपार त्यागांत आहे. भारतीय जनता हें काम पावित्र्याचें थर्मामीटर सर्वांस लावून बघते. त्यागाचें थर्मामीटर सर्वांस लावून बघते. या दोन्ही कसोटींत जो उतरला, त्याचें वेड तिला लागतें. त्या महापुरुषाला डोक्यावर घेवून ती नाचेल.

लोकांच्या मनावर हे दोन गुण ठसण्यासाठीं या भारतवर्षात अपरंपार त्याग ओतलेला आहे. पावित्र्याची शंका येतांच राम सीतेचा त्याग करतो. आपल्या पावित्र्याचा भंग होईल या भीतीनें रजपूत रमणी जीवनांच्या होळ्या पेटवीत. पतीमरणानंतर आपल्याला तनमनानें पवित्र रहातां येईल की नाहीं या शंकेने स्त्रिया पतीबरोबर हंसत हंसत चितेवर चढत व ज्वाळांना मिठी मारीत. ती ज्वालांना मिठी नसून पावित्र्याला मिठी होती. सुरदासांचें कमळासारखे कमनीय व रमणीय डोळे पाहून एका स्त्रीच्या मनांत कामवासना उत्पन्न झाली. हें सुरदासांना कळतांच त्यांनीं आपलें डोळे कापून काढले. त्या प्रेमविव्हळ रमणीनें विचारिलें, "देवानें दिलेले डोळे असे कां काढलेत?" सुरदास म्हणाले, "या सुंदर डोळ्यांमुळें सुंदरतम परमेश्वराचें स्मरण तुम्हांला झालें असतें, तर या डोळ्यांना मी धन्यवाद दिले असते. हे सुंदर डोळे देणारा देव किती बरें सुंदर असेल असा विचार तुमच्या मनांत येता तर किती गोड झालें असतें! माझे डोळे कृतार्थ झाले असते. परंतु माझ्या या गोड डोळ्यांनीं तुमच्या हृदयांत आगडोंब पेटवला. क्षुद्र कामभोगाची लालसा

उत्पन्न केली. या डोळ्यांनीं तुम्हांला चिखलांत ओढले. जे विषारी डोळे लोकांचा असा अध:पात करतात, ते कशाला ठेवूं? त्यांना दूर करणें हेंच योग्य होतें.''

राम राजा होता. त्याचें उदाहरण जनता डोळ्यांसमोर ठेवणार. 'यथा राजा तथा प्रजा.' ही म्हणच आहे. म्हणूनच राजावर अपार जबाबदारी आहे. भारतवर्षातील पुढाऱ्यांनीं हें रामाचें उदाहरण कधीं विसरता कामा नये. रामानें ध्येयाची पराकाष्ठा गांठली. पावित्र्यासाठीं, लोकांची पावित्र्यावरची श्रद्धा अविचल रहावी म्हणून, असा त्याग जेव्हां जनता पाहील, तेव्हांच त्या पावित्र्याची महती थोडी थोडी बहुजन समाजाला कळेल; एरव्ही नाहीं.

रामाची हिमालयाच्या धवल शिखरासारखी ही उदात्तता जशी दिसते, तितकीच सीतेची सहनशीलताही दिसते. पतीला बोल लागलेला तिला कसा खपेल? स्वत:ची निंदा झाली ह्या दु:खापेक्षां रामाच्या चारित्र्याची निंदा तिला अधिक झोंबली असेल! आणि रामसीता निरनिराळीं थोडींच होतीं? तीं एकरूपच होतीं? सीता कोठेंही असली तरी तिच्या जीवनांत रामच ओतप्रोत भरलेला होता. आणि सीता कोठेंही असली तरी ती रामाच्या जीवनांत मिसळलेली होती.

सीता दुबळी स्त्री नव्हती. पावित्र्याचें सामर्थ्य तिच्याजवळ होते. पतिप्रेमाचें कवच ती ल्यायली होती. पतीची इच्छा तीच तिची इच्छा. स्वत:ला स्वतंत्र इच्छाच तिनें ठेवली नाहीं. ती प्रेमांत मिळून गेली होती. सीता केव्हांच मरून गेली होती, रामरूप झाली होती. रामानें सीतेला नाहीं वनांत टाकलें. स्वत:चेंच अर्धे अंग जणूं कांपून त्यानें फेंकून दिलें होतें. प्रेम म्हणजे प्रिय वस्तूंत बुडून जाणें. प्रेम म्हणजे, ''आपुलें मरण पाहिलें म्यां डोळां'' सीतेचें प्रेम पराकोटीला पोंचलें होतें. प्रेमाची परम सीमा ती होती. म्हणून सीता भारतीय स्त्रियांचा महान धर्म झाला आहे. स्त्रियांचा धर्म म्हणजे सीता. बायकांच्या शेंकडों ओंव्यांत सीतेचा हा महिमा आहे.

सीता वनवासी । दगडाची केली बाज
घोर अरण्यांत । अंकुशबाळा नीज

दगडाची बाज करून सीता अरण्यांत राहिली आहे. दगडावर बाळाला जवळ घेऊन निजली आहे. किती करुण गंभीर आहे ही ओंवी!

आणि भारताचें तें बंधुप्रेम! माझा राम वनांत जातो आणि मी का गादीवर बसूं? राम कंदमुळें खाणार आणि मी का लाडू-जिलबी खाऊं? भारतही नंदिग्रामीं बारा वर्षे रामाचें स्मरण करीत राहिला. त्यानेंही वल्कलें धारण केलीं, त्यानेंही जटा

धारण केल्या. तोहि कंदमुळांवर राहिला.

लक्ष्मण तर प्रत्यक्ष रामाबरोबर वनांत गेला. भरत रामाचें चिंतन करून जगला. परंतु लक्ष्मण रामाच्या दर्शनानेंच जगला असता. तुळशीदासांच्या रामायणांत हा प्रसंग फारच सुंदर रंगवलेला आहे. लक्ष्मण म्हणतो, "रामा! पाण्याशिवाय मासा कसा राहील? आईशिवाय बाळ कसें राहील? तसा तुझ्याशिवाय मी कसा राहूं?'

"रामा! काठीवर ध्वज फडकत असतो. तुझ्या यशोध्वजासाठीं या लक्ष्मणाची काठी होऊं दे. तुझ्यासाठीं लक्ष्मण आहे. तुझ्याशिवाय लक्ष्मणाला अर्थ नाहीं."

भारतीय संस्कृति, राम-लक्ष्मण, भरत-सीता यांनीं बनविली आहे. भारतीयांच्या रक्तारक्तांत त्यांचीं चरित्रें गेलीं आहेत. हे महान् आदर्श अमर असे भारतीयांच्या डोळ्यांसमोर लिहिलेले आहेत.

भिन्न भिन्न आदर्शांचा तोटा नाहीं. ब्रह्मचर्यांच्या ध्येयाचे भारतीय उपासक पहा. हनुमान पहा. लंकेचें शोधन करीत असतां स्त्रीनिवासाकडे तो वळत नाहीं. फक्त एका खोलींत रामनामाचा जप त्याला ऐकूं आला म्हणून तेथें तो डोकावला. तेथें त्रिजटा होती. तसेच ते अलोट इच्छाशक्तीचे इच्छामरणी भीष्म! आणि पूर्ण वैराग्यानें रंगलेले शुक!

भारतीय साहित्यांत कांहीं प्रसंग असे आहेत कीं, त्यांना जगाच्या वाङ्मयांत तोड नाहीं. शुकपरीक्षेचा प्रसंग असाच आहे. वसंत ऋतु आपलें सारें उन्मादक वैभय तेथें पसरतो. कोकिळा प्रेमोत्कट कूऊ करते. पांखरें प्रेमानें परस्परांस खाजवीत आहेत. फुलांचा घमघमाट सुटला आहे. प्रसन्न वारा वहात आहे. नवपल्लव कोंवळे कोंवळे फुटले आहेत. सारें वातावरण जसे मादावलेलें आहे. आणि ती शुभांगी रंभा शेंकडों विलांसी हावभाव करीत उभी आहे. वारा तिचा पदर ओढीत आहे. साऱ्या सृष्टींतील मोहक सुंदरता आसमंतात् ओतलेली आहे. ती रंभा त्या शुकाच्या गळ्याला मिठी मारते. परंतु त्याचा रोमहि वांकडा होत नाहीं!

धन्य तो शुक, धन्य ही भरतभूमि, धन्य त्या शुकाला रंगविणारी कवीची प्रतिमा!

वैराग्यमूर्ति शुकाबरोबरच निश्चयमूर्ति ध्रुव डोळ्यांसमोर येतो. बापानें मांडीवरून ढकललें हा अपमान त्याला सहन होत नाहीं. जेथून कोणी ढकलणार नाहीं असें अढळ पद घेण्यासाठीं तो तेजस्वी बाळ घराबाहेर पडतो. बापाला लाज वाटून तो त्या मुलाच्या मागें लागतो.

''फीर बाळा देईन दोन गांव । ध्रुव बोले देईल देवराव''

बाप सारें राज्य देऊं करतो, तरी दृढव्रत ध्रुव माघारा वळत नाहीं. आज भारतवर्षीयांस या ध्रुवाची आठवण नाहीं. ती आठवण असती तर फेंकलेल्या तुकड्याकडे आशाळभूतपणानें पहात ते बसले नसते. ''आमचें ध्येय आम्ही गांठूं. हे मधले मोह नकोत.'' असें ध्रुवाचे वारसदारांनीं म्हटलें पाहिजे.

तसाच तो बालभक्त प्रल्हाद. नाहीं म्हणजे नाहीं. पर्वतावरून लोटा, आगींत लोटा; सुळावर चढवा वा फांसावर चढवा. नारायणाचें स्मरण केल्याशिवाय मी राहणार नाहीं. असा हा ध्येयवादी प्रल्हाद भारतास सदैव स्फूर्ती देईल. वंदे मातरम्, स्वराज्य, इन्किलाब जिन्दाबाद, मी म्हणणार. साम्राज्यशाही नष्ट होवो, भांडवलशाही नष्ट होवो; मी म्हणणार. मग या देहाचें कांहींही करा. माझें ध्येय माझ्या जीवनांतून प्रकट होणार? ओंठांत तेंच, पोटात तेंच, हातांत तेंच, डोळ्यांत तेंच. नारायणाचें स्मरण म्हणजे सर्व मानवजातींचें स्मरण! सर्व नरांचें जेथें अयन होतें, तें नारायणाचें स्वरूप, सर्व मानवजातीस सुखी करूं पाहणें म्हणजेच नारायणाचा झेंडा फडकवणें!

आणि सत्यमूर्ति सत्त्वसागर राजा हरिश्चंद्र! स्वप्नांतील शब्द खरा करण्यासाठीं केवढा त्याग, किती कष्ट! स्वप्नांतही असत्यांचा असत्याचा स्पर्श नको. तारामती, रोहिदास, हरिश्चंद्र! त्रिभुवन मोलाचीं तीन नांवें. पाणपोयीवरचें फुकाचें पाणी बाळ रोहिदास पीत नाहीं! आणि आज भारत देशांत श्रीमंतांचीं मुलेंही शाळांतून नादारीसाठीं अर्ज करतात. श्रीमंत लोक मोफत दवाखान्यांतून दवा नेतात! स्वाभिमान! भारतवर्षात सत्त्वाची व स्वाभिमानाची पूजा केली जात असें. लाचारपणाची लाज वाटत असे.

डोंबाकडे नोकरी करतांना कसे हृदयद्रावक प्रसंग. स्वतःच्या मुलाला अग्नी देतां येत नाहीं, स्वतःच्या पत्नीवर घाव घालण्याची पाळी! कशीं तीं फुलाप्रमाणें कोमळ परंतु वज्राप्रमाणें कठोर मनें.

ध्येयापासून अल्पशा झालेल्या च्युतीचेंही प्रायश्चित्त भोगावें लागते. ध्येय म्हणजे ध्येय. कापराच्या राशीला एक काडी लागली तरी सर्व भस्म होणार! 'नरो वा कुंजरो वा' असें म्हणतांच धर्मराजाचा पृथ्वीपासून चार अंगुळें वर चालणारा रथ इतरांच्या रथांप्रमाणें पृथ्वीवरून चालूं लागला. पवित्रतम नळराजाच्या पायाचें एक बोट नीट धुतलें गेलें नाहीं. तें जरा मलिन राहिलें. तेवढ्या त्या तिळाएवढ्या जागेंतून कली नळराजाच्या जीवनांत शिरला.

या प्रसंगांतून महान सत्य सांगितलें आहे. पाप असें हळूच न कळत शिरत असतें. एकच प्याला! हा एकच प्याला फेंकून दिला पाहिजे. पहिलें चुकीचें पाऊल, तेंच पडूं न देण्याची दक्षता व सावधानता घेतली पाहिजे. रवद्रिनाथांच्या गीतांजलींत एक सुंदर गीत आहे.

"तो म्हणाला मला एका कोंपऱ्यांत जागा द्या. मी गडबड करणार नाही. परंतु रात्रीच्या वेळेस त्यानें बंड केलें व तो माझ्या हृदयावर येऊन बसला. हृदयसिंहासनावरची मूर्ती ढकलून तेथें त्यानें आपलें राज्य स्थापलें."

या गीतांत हाच भाव आहे. सैतानाचें आगमन असें फसवीत असतें. रोगाचा जंतू हळूच शिरतो व सर्व देह व्यापून टाकतो. परकी सत्ता हळूच येते व सर्वत्र पसरते. म्हणून प्रारंभींच दक्ष रहा.

महामुनी कर्ण व थोर राजा बळी यांनीं दातृत्वाची कमाल केली. स्वतःला मरण येईल असें नक्की माहीत असतांही कर्ण आपल्या अंगचीं कवचकुंडलें कांपून काढून देतो. तोंडातून नकार येण्यापेक्षां मरण पत्करलें अशी त्याची वृत्ती आहे. तो स्वतःच्या पित्याला सूर्याला म्हणाला, "मी मूर्ख नाहीं. मी व्यवहारी आहें. थोड्या किंमतींत पुष्कळ मिळवितो, त्याला जग व्यवहारी म्हणते. मी हें मर्त्य शरीर देऊन अमर कीर्ती मिळवीत आहे. ही माती देऊन ज्याच्या अंतापर्यंत टिकणारें यश मिळवीत आहे. कसा सुंदर व छान सौदा केला!"

आणि तसाच तो बळी. वामनाला पाऊल ठेवावयास जागा नाहीं, तर स्वतःचा माथा तो पुढें करतो. बळीची फजिती झाली म्हणून मत्सरी देव नगारे वाजवतात; दुंदुभी वाजवतात. परंतु धीरोदात्त बळी म्हणतो -

"न भी सुरांच्या जयवाद्यनादा
भीतों जसा मी अपकीर्ति-वादा"

माझ्या यशाची मला चाड आहे. या देवांच्या गोंगाटाची मला पर्वा नाहीं." चारुदत्तानें मृच्छकटिकांत असेच उद्गार काढले आहेत.

"विशुद्धस्य हि मे मृत्युः
पुत्रजन्मसमः किल ।।"

भारतीय संस्कृतीचा हा आवाज आहे.

आश्रय मागणाऱ्या कपोताचें संरक्षण शिबी राजा मांडीचें मांस कांपून देऊन करतो. मयूरध्वज अतिथीला अर्धे अंग कांपून देतो. आणि डाव्या डोळ्यांतून पाणी आलें म्हणून अतिथी निघून जाऊ लागतांच मयूरध्वज म्हणतो, "हें शरीर कर्वतून

द्यावें लागत आहे म्हणून हें पाणी नाहीं. उजवें अंग सार्थकीं लागलें, आपलें तेवढें भाग्य नाहीं, म्हणून या डाव्या अंगाचा डावा डोळा भरून आला आहे!''

अतिथीला, एकुलता एक पुत्र शिजवून वाढणारी चांगुणा आपल्या मुलाचें मस्तक ओंव्या म्हणत ती कांडते! केवढें धैर्य. किती त्याग, कशी ध्येयोत्कटता! आणि शेवटीं अतिथी राजाला जेवावयास बोलवितो. राजा श्रियाळ कचरतो त्या वेळेस ती थोर सती पतीला धीर देते व म्हणते,

''नवमास वाहिला म्यां उदरांत । तुम्हां जड नव्हे चौ प्रहरांत'' आपल्या बाळाला मीं नऊ महिने पोटांत ठेवलें. तुम्हांला चार प्रहर ठेववत नाहीं का?''

जो युद्धाला बाहेर पडणार नाहीं, त्याला तापलेल्या तेलांत टाकण्यांत येईल. अशी हंसध्वज राजा दवंडी पिटवितो. परंतु त्याचा प्रिय पुत्र सुधन्वा पत्नीप्रमानें घरीं राहतो. त्याला यावयास उशीर होतो. परंतु न्यायी हंसध्वज मागे-पुढें पहात नाहीं. जी शिक्षा मी इतरांस केली असती, ती माझ्या मुलास नको का? सुधन्वा तप्त तेलांत टाकला जातो!

सावित्री पतीसाठीं मरणापाठोपाठ जावयास तयार होते! घोर अरण्य! रात्रीची वेळ! समोर मृत्युदेव! परंतु ती सती भीत नाहीं. ती मृत्यूचेही मन वळवते.

आणि ती गांधारी! पतीला दृष्टिसुख नाहीं. मग मी तें कसें भोगूं? ती आपले डोळे जन्मभर बांधून ठेवते! ह्या त्यागाची कल्पनाच करवत नाहीं. समान हक्कासाठीं भांडणाऱ्या भारतीय नारींनों! हा पहा सती गांधारीचा समान हक्क! गांधारीसमोर भगवान श्रीकृष्ण थरथरत उभा रहात असे. भारतीय पतिव्रतांनों! तुम्हांस अनंत प्रणिपात!

विश्वावर प्रेम करणारे भगवान बुद्ध उपाशी वृद्ध वाघिणीच्या तोंडांत आपली मांडी देतात! संत नामदेव कोरडी पोळी कुत्रा कसा खाईल म्हणून त्याच्या पाठोपाठ तूप घेऊन धांवतात! झाड तोडणाऱ्यासमोर तुळशीदास जाऊन उभे राहतात आणि म्हणतात, ''माझ्या मानेवर घाव घाल. त्या सुंदर झाडावर नको.'' कबीराच्या आज्ञेवरून रानांतील गवत कांपून आणण्यासाठीं गेलेला कुमार कमाल तें प्रभातकाळच्या मंद वाऱ्यानें डुलणारें गवत पाहून विरघळतो. ''नको रे कापूं, नको रे कापूं'' असें जणूं तें म्हणत आहे असें त्याला वाटतें. त्याच्या हातांतील विळा गळून पडतो. डोळ्यांतून प्रेमाश्रू गळतात. तसाच तो माघारा येतो. कबीर कमालाच्या चरणीं लागतो.

जगन्नाथपुरीजवळचा निळा निळा सागर पाहून हा माझा मेघश्याम कृष्णच

पसरला आहे असें मनांत येऊन त्या समुद्रांत बाहू उभारून नाचत नाचत फिरूं पाहणारे थोर बंगाली वैष्णव वीर चैतन्य! विषाचा पेला पिणारी, कृष्ण सर्पाला शालिग्राम मानणारी, भक्तिप्रेमानें नाचणारी मीरा! स्वामीकार्यार्थ स्वतःच्या पुत्राचें बलिदान करणारी पन्ना!

दिवसाच्या चोवीस तासांऐवजीं पंचवीस असते तर प्रजेचें कल्याण आणखी करतां आलें असते असं म्हणणारा विश्वभूषण राजा अशोक.

प्रत्येक पांच वर्षांनी सर्व खजिना वाटून देऊन केवळ अकिंचनत्वानें शोभणारा राजा हर्ष.

रानांत कंदमुळांवर जगणारा व गवतावर झोंपणारा स्वातंत्र्यसूर्य राणा संग.

प्रजेनें लावलेल्या झाडासही हात लावूं नका असें आज्ञापत्र काढणारे व परस्त्री मातेप्रमाणें मानणारे थोर शिवछत्रपती.

धन्याच्या फळबागेंतील एक फळ हातून तोडलें गेले म्हणून स्वतःचा हात छाटूं पाहणारे दादोजी कोंडदेव.

"मी पांच तोफा ऐकल्या; आतां सुखानें मरतों." असें म्हणणारे बाजी.

"आधीं कोंडाण्याचे लग्न मग रायबाचें" असें म्हणणारा महात्मा वीरमणी तानाजी.

धर्मासाठीं राई राईएवढे तुकडे करून घेणारा शौर्यमूर्ती संभाजी.

स्वामीकार्यासाठीं सर्वस्व वेंचणारे खंडो बल्लाळ.

"बचेंगे तो और लढेंगे." असें म्हणणारा शूर दत्ताजी.

"तोंडांतील कफ शौचाच्या द्वारा पडेल असें करा म्हणजे तोंड रामनाम घ्यावयास मोकळें राहील." अशी वैद्यांना विनवणी करणारे पुण्यमूर्ती पेशवे पहिले माधवराव.

"तुम्हांला देहान्त प्रायश्चित्तच पाहिजे." असे राघोबाला सांगणारे थोर रामशास्त्री.

प्रजेला त्रास देणाऱ्या स्वतःच्या पुत्राचाही त्याग करणारी देवी अहल्याबाई.

"माझ्या देहाला मरतांना परस्पर्श होऊं देऊं नका." असें सांगणारीं रणरागिणी राणी लक्ष्मी.

"मीं योग्य तेंच केलें. खुशाल फांशीं द्या." असें सांगणारा तात्या टोपे.

अशी ही भारतीय परंपरा आहे. अशी ही ध्येयपूजा आहे. भारताच्या प्रांताप्रांतांत अशी ध्येयपूजक नरनारीरत्नें सतत निघालीं आहेत.

भारतवर्ष आजही कांहीं वांझ नाहीं. या पारतंत्र्याच्या सर्वभक्षक काळांतही भारतानें सदैव हृदयाशीं धरावीं अशीं ध्येयनिष्ठ माणसें येथे झालीं आहेत.

"मला फांशीं दिले तरी चालेल, परंतु बंडवाल्या फडक्यांचे वकीलपत्र मी घेणार." असें म्हणणारे स्वदेशीचे आचार्य सार्वजनिक काका. पुत्र प्लेगाने आजारी असतांही शांतपणें केसरी लिहिणारे लोकमान्य. आज दोन तपें केवळ ध्यानांत रमणारे अरविंद. "सरकारी धोरणाप्रमाणें पत्र चालवा, म्हणजे तुम्हांस मदत देऊं" असें बंगालचा गव्हर्नर सांगत असतां "देशांत एक तरी प्रामाणिक संपादक नको का." असें म्हणून, निघून जाणारे अमृतबझार पत्रिकेचे आद्य संपादक बाबू शिशिर कुमार घोष! नागपूरच्या १९२० मधील राष्ट्रीय सभेंत असहकारितेचा ठराव मांडीत असतां "अहो, तुम्ही अजून बॅरिस्टरी चालवीतच आहांत!" असें श्रोत्यांतून कोणी म्हणतांच "चित्तरंजन जें बोलतो तें करतो." असें गर्जणारे व दुसऱ्याच दिवशीं सर्वस्वत्याग करणारे देशबंधू! एके दिवशीं मनांत विषयवासना आली म्हणून स्वतःवर संतापून तापलेल्या तव्यावर जाऊन बसणारे स्वामी विवेकानंद! आईनें बोलावलें परंतु साहेब जाऊं देत नाहीं असें पाहताच राजीनामा देणारे व वाटेत प्रचंड पूर आला असतांहि नदींत आईच्या नांवानें उडी टाकणारे ईश्वरचंद्र विद्यासागर! माझ्या पत्नीकडे गेली वीस वर्षे मी माता म्हणूनच पहात आहे असें सीलोनमध्यें सांगणारे महात्माजी! "चलाव तेरी गोळी" असें म्हणून गुरखा शिपायासमोर आपली विशाल छाती उघडी करणारे स्वामी श्रद्धानंद! गांधी टोपी काढ नाहीं तर गोळी झाडतों असें पिस्तूल रोखून सांगितलें जात असतांही अविचल उभे राहणारे सोलापूरचे वीर तुळशीराम जाधव! मोटारीखालीं चिरडून घेणारा हुतात्मा बाबू गेनू! गीतेचें स्मरण होतांच, रामनाम मनांत येतांच तनु पुलकित होऊन ज्यांच्या डोळ्यांतून घळघळ अश्रुधारा वाहूं लागतात असे ते वर्ध्याचे ज्ञानकर्म भक्तीची मूर्ती पूज्य विनोबाजी! "जगांतील कोणती शक्ती माझ्या मोटारीवरचा झेंडा काढते बघू दें." असे गर्जणारे निर्भयमूर्ती ध्येयरत जवाहरलाल!

किती ज्ञात अज्ञात नावें! भारतीय संस्कृती मेली नाहीं. स्वातंत्र्य व पारतंत्र्य या लाटा आहेत! कधीं जय वा कधीं पराजय! परंतु राष्ट्राचें चारित्र्य मरतां कामा नये. पूर्वजांनीं जें चारित्र्यधन मिळविलें तें गमावतां कामा नये. तें चारित्र्य वाढवलें पाहिजे. तें चारित्र्य जोपर्यंत वाढत आहे, तोपर्यंत भारतवर्ष जिवंत आहे. तें चारित्र्य जोंपर्यंत जिवंत आहे, प्रकट होत आहे, तोपर्यंत भारतीय संस्कृती जिवंत आहे!

प्रकरण एकोणिसावें

अवतार-कल्पना

अपौरुषेयवाद व अवतारवाद या दोन गोष्टींनीं भारतीयांचा अध:पात झाला असें समजण्यांत येतें. अपौरुषेयवाद आतां कोणी मानीत नाहीं. वेद माणसांनीं न लिहितां ते आकाशांतून पडले असें आज विसाव्या शतकांत तरी कोणी मानणार नाहीं. वेदांमध्ये अनेक स्तोत्रें "हें मी आज नवीन स्तोत्र रचित आहे" असे उद्गार काढतांना आढळतात. वेद याचा अर्थ विचार, ज्ञान, अनुभवसंपदा एवढाच आता घ्यावयाचा. वेदांवर उभारलेला धर्म म्हणजे ज्ञानावर, अनुभवावर उभारलेला धर्म. जसजसें ज्ञान वाढत जाईल, अनुभव नवीन येत जाईल, तसतसें सनातन धर्माचें स्वरूपही नवनवीन होत जाईल. सनातन धर्म म्हणजे वाढता धर्म.

परंतु अवतारवादानें नुकसान कां व्हावें हें समजत नाहीं. अवतारवादांतील मूलभूत कल्पना त्रिकालाबाधित आहे. अवतारवाद म्हणजे दुर्बलतावाद नव्हे. अवतारवाद म्हणजे प्रयत्नांचा अभाव नव्हे. अवतारवाद म्हणजे अपरंपार प्रयत्नवाद. अवतारवाद म्हणजे अविरत कर्म, अखंड उद्योग.

आपण स्वस्थ बसून अवतार होत नसतो. घुसळल्याशिवाय नवनीत हातांत येत नाहीं. धडपडीशिवाय फळ नाहीं. कष्टाशिवाय कार्य नाहीं. ज्याप्रमाणें प्रयत्नाशिवाय अवतार नाहीं. प्रयत्नांच्या पराकाष्ठेला अवतार हें फळ लागत असतें.

आपल्या मनांतील आशा-आकांक्षा ज्याच्या ठायीं अवतरलेल्या आपणांस दिसतात, तो अवतार होय. आपल्या मनांतील ध्येयें, आपल्या भावना, आपलीं

सुखदु:खें, आपलीं मनोगतें ज्याच्या ठायीं मूर्तिमंत दिसतात तो अवतार होय.

अवतार आधीं नाहीं. आधीं आपण आणि नंतर अवतार. आपण सारे धडपड करीत असतों. लहानमोठें प्रयत्न करीत असतों. जो तो आपापल्या परीनें समाजांत सुखस्वास्थ्य निर्माण करण्यासाठीं प्राणपर कष्ट करीत असतो. परंतु आपल्या सर्वांच्या प्रयत्नांत एकसूत्रता नसते, एकवाक्यता नसते. आपण कोठें तरी धांवत असतों, कोठें तरी घाव घालीत असतों. आपणांस नवीन सृष्टी निर्मावयाची आहे याची सर्वांना जाणीव असते. सर्वांना उत्कटता असते, तळमळ असते. परंतु हे सारे प्रयत्न अलग अलग होत असतात.

मनांत कांहीं तरी कल्पना असते. परंतु ती कल्पना स्पष्ट नसते. ध्येय अस्पष्ट असे डोळ्यांसमोर असतें. हें अस्पष्ट ध्येय स्पष्ट करण्यासाठीं अवतार लागत असतो; तो येतोच. ती सामाजिक जरुरीच असते. अवतार अकस्मात् होत नाहीं. धूमकेतूसारखा तो कोठून तरी येतो असें नाहीं. लाखों लोकांच्या अस्पष्ट प्रयत्नांतून स्पष्ट ध्येय देणारा अवतार सृष्टीच्या नियमानुसारच उत्पन्न होत असतो. भिरिभिरी फिरणारे अणू ज्याप्रमाणें स्थिर होतात, त्याप्रमाणें भिरिभिरी फिरणारे सामान्य जीव ध्येयाची स्पष्ट दिशा दाखवणाऱ्याभोंवती स्थिर होतात. लोखंडाचे अणु ज्याप्रमाणें चुंबकाभोवतीं येतात, ग्रह ज्याप्रमाणें सूर्याभोवतीं फिरूं लागतात, त्याप्रमाणें धडपडणारे जीव धडपडीचें गंतव्य दाखविणाऱ्या महापुरुषाभोवतीं फिरूं लागतात.

श्रीरामचंद्रांचा जन्म होण्यापूर्वींच वानर धडपडत होते. त्या वानरांच्या धडपडींत रामाचा जन्म होता. गोकुळांतील गोपाळांच्या धडपडींत श्रीकृष्णाचा जन्म होता. गोपाळांच्या हातांत काठ्या होत्या. परंतु त्यां काठ्यांना एका ध्येयावर केंद्रित करण्यासाठी श्रीकृष्णाची आवश्यकता होती. हातांत काठ्या घेऊन फिरणाऱ्या गोपाळांना कृष्ण हांक मारून म्हणाला, " या रे, या रे अवघेजण. इंद्राचा हा जुलूम दूर करावयाचा आहे ना? या, हा गोवर्धन पर्वत सारे मिळून उचलूं. लावा एकदम काठ्या. एका ध्येयासाठीं सारे उठा." गोपाळांनींच काठ्या उचलल्या. त्यांनींच पर्वत उचलला. कृष्णानें काय केलें? केवळ बोट दाखविलें. येथें काठ्या लावा. येथें एके ठिकाणीं या. हा पर्वत उचला. हा जुलूम दूर करा. कृष्ण नुसतें दिग्दर्शन करीत होता. अवतारी पुरुष जनतेच्या प्रयत्नांना विशिष्ट दिशेनें वळण देतो. जनतेचीच शक्ती, परंतु ती केंद्रीभूत व सुसंघटित नसल्यामुळें कार्यकर होत

नव्हती. परंतु त्या शक्तीला व्यवस्थित स्वरूप देतांच ती अमोघ होते, तेजस्वी, अप्रतिहत होते. सर्व संकटांचा ती चुरा केल्याशिवाय रहात नाहीं.

श्रीछत्रपती शिवाजीमहाराज म्हणजे महाराष्ट्रांतील लाखों धडपडणाऱ्या जीवांना एकत्रित करणारी शक्ती. बलवान मूर्ती डोळ्यांसमोर दिसतांच सारें धडपडणारे जीव भराभरा अनाहूत त्या मूर्तीभोंवतीं उभे राहतात. तिचा आदेश पार पाडण्यास सिद्ध होतात. अवतारी विभूती म्हणजे स्थिर विभूती. ध्येयावर दृष्टी ठेवून अचल उभी राहणारी विभूती. आपण सारे ध्येयपूजक असतों. परंतु त्या ध्येयाला, आकाश कोसळो वा पृथ्वी गडप होवो, मी मिठी मारून राहीन, असा आपला निश्चय नसतो. आपण मोहाला बळी पडतों. सुखाला लालचावतों, कष्टांना फेटाळतों, हालांना भितों, मरणापासून पराङ्मुख होतों. ध्येयासाठीं आपण धडपडतों. परंतु ती धडपड कधी थंडावेल, कधीं गारठेल याचा नेम नसतो.

महापुरुष अशा चंचलांची ध्येयश्रद्धा दृढ करतों. त्या महापुरुषाची जग परीक्षा घेते. सॉक्रिटिसाची परीक्षा होते. ख्रिस्ताची परीक्षा होते; परंतु ते महान पुरुष अविचल उभे राहतात. जगाची श्रद्धा ते ओढून घेतात. जगाच्या प्रयत्नांना आपल्या दिव्य, भव्य धैर्यानें व आत्मत्यागानें नीट वळण देतात.

महात्मा गांधीच्या पाठीमागें कोट्यवधी हिंदी जनता कां उभी राहते? कारण कोट्यवधी हिंदी लोकांच्या तिळतिळ प्रयत्नांतून ते निर्माण झाले आहेत. कोट्यावधी हिंदी लोकांना स्वतःचीं ध्येयें, स्वतःच्या आशा-आकांक्षा त्या महापुरुषाच्या ठायीं अत्यंत उत्कटतेनें प्रतीत होत आहेत. आपल्या हृदयांतील ध्येय ज्याच्या ठिकाणीं अत्यंत प्रखरतेनें व स्पष्टपणें मूर्तिमंत झालेलें दिसतें तो आपला अवतारी पुरुष होय. आपल्या प्रयत्नांचें परकाष्ठेचें परिणत स्वरूप जेथें आपणांस दिसून येतें तेथें आपला अवतार असतो.

मग अवतार म्हणजे काय? अवतार म्हणजे मीं कसोशीनें प्रयत्न करणें. माझ्या लहान प्रयत्नांतून लहान अवतार निर्माण होईल. माझ्या मोठ्या प्रयत्नांतून महान अवतार निर्माण होईल. महात्माजींची शक्ती वाढविणें हें आमच्या हातीं आहे. रामाच्या शब्दाची किंमत वाढवणें हें वानरांच्या हातीं आहे. महात्मा गांधी मागें इंग्लंडमध्यें जातांना म्हणाले, "मी तिकडून काय आणणार? आणणारा मी कोण? तुम्ही द्याल तेंच मी आणीन. मी म्हणजे तुमची शक्ति." महापुरुषांची शक्ती बहुजन समाजाच्या शक्तीनें मर्यादित असते. ज्या मानानें बहुजनसमाज प्रयत्नांची

पराकाष्ठा करील, त्या मानानें अवतारी पुरुषाची प्रभा फांकेल.

तुम्हांला अवतार पाहिजे ना? तर मग भारतीय संस्कृती सांगते. "स्वत:मधील सर्व सामर्थ्यानें ध्येयाकडे जाण्यासाठीं उभे रहा. स्त्री-पुरुष, लहान-थोर, राव-रंक सारे उठा. शर्थ करा. आंच लागू दे. हृदय पेटूं दे. हातपाय हलूं देत." कोट्यावधी लोकांच्या अशा हृदयपूर्ण चळवळींतूंन महापुरुष प्रकट होतो व त्यांच्या प्रयत्नांना पुढें सिद्धीचें फळ लागतें.

इमर्सन या अमेरिकन ग्रंथकारानें एके ठिकाणीं म्हटलें आहे "महापुरुष म्हणजे लाटेवरचा फेस होय." किती सुंदर उपमा आहे? लाट किती तरी दुरून चढत पडत येत असते. वाढत वाढत येत असते. शेवटीं ती पराकाष्ठेची उंच होते त्या वेळीं त्या लाटेच्या शिखरावर स्वच्छ फेस उसळतो. त्या लाटेचे तें निर्मळ अंतरंग असतें. समाजामध्यें कित्येक वर्षे चळवळ चालत असते. प्रयत्न होत असतात. पाऊल पुढें पडत असतें. समाजांतील चळवळ वाढत वाढत तिची प्रचंड लाट होते आणि त्या लाटेच्या शिरावर महापुरुष उभा राहतो! त्या लाटेंतील स्वच्छता म्हणजे तो अवतार. जनतेच्या अनंत प्रयत्नांतील खळमळ जाऊन जें स्वच्छ पवित्र स्वरूप वर येतें, तें स्वरूप म्हणजे महापुरुष. जनतेच्या प्रयत्नांतील सारी प्रखरता, सारी पवित्र मंगलता, सारी निर्दोष विशालता त्या अवतारी पुरुषाच्या द्वारां जगाला दिसते. लोकांच्या प्रयत्नांचें सुंदर अपत्य म्हणजे ती महान विभूती होय!

सत्पुत्र सत्कुळांत निर्माण होतो यांतील अर्थ हाच होय. तपस्येच्या पोटीं सदंकुर निर्माण होतात. ज्या समाजांत तपस्या आहे, तळमळ आहे, धडपड आहे, ध्येयाचा ध्यास आहे, त्या समाजांत महात्मे अवतीर्ण होतात. भगवान् बुद्ध जन्माला येण्यापूर्वी भारतांत प्रचंड वैचारिक चळवळ सुरू होती. हे खरें का तें खरें, याचे वाद उत्कटपणें ठायीं ठायीं चालले होते. ठिकठिकाणीं चर्चा व अभ्यासमंडळें दिसत होतीं. अशा त्या प्रचंड वैचारिक खळबळींतून भगवान बुद्ध जन्माला आले. त्या वैचारिक लाटेवरचा शुद्ध स्वच्छ फेस म्हणजे हा महान सिद्धार्थ!

आपल्या अनंत धडपडींना वळण देणारा, आपल्या अपरंपार प्रयत्नांना अर्थ प्राप्त करून देणारा असा महापुरुष पाहिला म्हणजे हृदयें उचंबळून येतात. आईला आपल्या नऊ मास वाहिलेल्या कष्टाचें व प्रसववेदनांचें प्रत्यक्ष गोरें गोमटें साजिरेंगोजिरें फळ पाहून जसें प्रेमाचें भरतें येतें तसेंच जनतेला होतें. जनता महापुरुषाची जननी असते. या महापुरुषाचें नामोच्चरण करतां करतां जनतेला अपूर्व

स्फूर्ती येते.

नाम जपण्यांत काय अर्थ आहे असें आपण सहज म्हणतों, परंतु नामजपनांत अपार सामर्थ्य आहे. 'वंदे मातरम' मंत्राचा जप करीत लहान मुलें फटके हंसत खातात. 'भारत माता की जय' म्हणत हुतात्मे फांशी जातात. महात्मा गांधी की जय म्हणत स्त्रिया लाठी मार शिरावर घेतात. 'इन्किलाब जिंदाबाद' म्हणत क्रांतिकारक गोळीसमोर उभे राहतात.

नामजपन म्हणजे ध्येयाचें जपन. महात्मा गांधी म्हणजे हिंदुस्थानचें स्वातंत्र्य! रामनाम म्हणजे रावणाचें निर्दालन व पददलितांचें उद्धरण. गोपाळकृष्ण म्हणजे वेदवादाविरुद्ध बंड व शुद्ध कर्मयोगाचा महिमा. गोपाळ कृष्ण म्हणजे भेदातीत प्रेम, स्त्री-शूद्र-वैश्यांस प्रेमानें समान लेखणें. 'कार्ल मार्कस् की जय', 'लेनिन की जय' म्हणजे सर्व श्रमजीवी लोकांचे महान वैभव. त्या एकेका नावांत अनंत अर्थ असतो. त्या एका नामोच्चारणांत अमर स्फूर्ती असतें. माझ्या ध्येयाचें तें मूर्तिमंत स्मरण असतें. तें स्मरण माझ्या मरणावर खार करते.

अवतारी पुरुष तरी निर्भय का असतो? त्याच्या ठिकाणीं ती वज्रालाही वांकवणारी शक्ती कोठून येते? अवतारी पुरुषाला माहीत असतें कीं, मी एकटा नाहीं. मी म्हणजे हे लाखों लोक. या लाखों लोकांचें मी प्रतीक आहें. लाखों लोकांशीं मी जोडलेला आहें. लाखों लोकांचे लाखों हात माझ्याभोंवतीं आहेत. माझ्या अंगाला हात लावणें म्हणजे लाखों लोकांच्या अंगाला हात लावणें आहे. माझा अपमान करणें म्हणजे लाखों लोकांचा तो अपमान आहे.

आज महात्मा गांधी का एकटे आहेत? लाखों चरख्यांवर सूत कांतणारे लाखों लोक त्या सुतानें त्यांच्याशीं चिरबद्ध झालेले आहेत. ग्रामसेवा करणारे हजारों लोक महात्माजींशी जोडलेले आहेत. हरिजनसेवा करणारे शेंकडों बंधू महात्माजींशीं जोडलेले आहेत. हिंदुमुस्लीम ऐक्य करूं पाहणारे, जातीय तंटे मिटवणारे, दारूबंदी करूं पाहणारे, सारे महात्माजींशीं जोडलेले आहेत. या कोट्यावधी लोकांची, ही जनताजनार्दनाची सुदर्शनशक्ती महात्माजींच्याभोंवतीं फिरत आहे.

आणि जवाहरलाल का एकटे आहेत? पददलितांचीं बाजू घेणारे, ददोन्मत्तांचा व खुशालचेंडूंचा नक्षा उतरूं पाहणारे, श्रमाची महती ओळखणारे, शेतकरी कामकरी लोकांसाठीं बलिदान करूं पाहणारे, त्याची संघटना करणारे, मानव्याचा एक खरा धर्म ओळखणारे, बाकी सारे दंभ दूर भिरकावून देणारे असे हजारों लोक

जवाहरलालांभोंवतीं उभे आहेत. आणि ज्यांच्यासाठीं जवाहरलाल जळफळत आहेत, तडफडत आहेत ते कोट्यवधी हिंदु-मुसलमान भाई त्यांच्याशीं जोडलेले आहेत म्हणून जवाहरलाल यांच्या शब्दांत तेज आहे, वाणींत ओज आहे, दृष्टींत तेजस्विता आहे.

महापुरुष म्हणजे पुंजीभूत विराट जनता. म्हणून बलवंत सरकारेंही अशा महापुरुषाला वांकून असतात. महापुरुषांचें रक्त सांडणें सोपी गोष्ट नाहीं. संभाजीचें रक्त मोंगली साम्राज्य धुळीस मिळवील. गुरु गोविंदसिंहांचें रक्त शीखांचें साम्राज्य उभारील.

विराटाच्या दरबारांत अक्षक्रीडा चालली होती. खेळतां खेळतां संतापलेल्या विराटानें धर्मराजास फांसा मारला. धर्माच्या कपाळांतून भळाभळा रक्त वाहूं लागलें. धर्मानें तें रक्त खालीं पडूं दिलें नाहीं. सैरंध्री ताम्हन घेऊन आली. त्या ताम्हनांत ते रक्त धरण्यांत आलें. धर्माला कोणी तरी प्रश्न केला "आपण अंजुलींत रक्त कां धरून ठेवलें? खाली पडलें असतें म्हणून काय बिघडलें असतें? धर्मराजा म्हणाला, "या रक्ताचा बिंदु जर जमिनीवर पडता तर विराटाच्या राज्याचें भस्म होऊन गेलें असतें."

अवतारी पुरुषाच्या रक्तांतही शक्ति असते. ख्रिस्ताचें रक्त सांडण्यांत आलें, परंतु त्या रक्तानें जग जिंकलें. अवतारी पुरुषांचीं ही प्रचंड शक्ती कधीं कधीं सत्तालोलुप लोक विसरतात. ते अवतारी पुरुषांचें रक्त सांडतात, आणि तें रक्त सांडतांच त्या सत्ताधीशांची सत्ता रसातळास जाते. इतिहासाचा हा सिद्धान्त आहे.

आपल्या प्रयत्नांचीं शर्थ करून असा अवतारी पुरुष जे बघतात ते धन्य होत. असा अवतारी पुरुष उत्पन्न होण्यासाठीं जे आपल्या श्रमाचें सहकार्य करतात, जे एकत्र येतात, लहानमोठे, स्त्री-पुरुष सर्व श्रेष्ठकनिष्ठपणा बाजूस सारून कर्मयज्ञ करतात ते धन्य होत. हें महान सहकार्य होय. या कर्मांत सर्वांना वाव आहे. पतित असोत वा पुण्यवान असोत. या सर्वजण प्रयत्न करण्यासाठीं. आपापल्या या लहानशा कर्मांनी आपण महापुरुषाला ओढून आणूं. आपण कर्मांचे डोंगर उभारूं, प्रयत्नांचे पर्वत रचूं. कणाकणांचेच पर्वत असतात. हे सेवेचे व श्रमाचे पर्वत महापुरुषरूपी जीवनदायी मेघाला ओढून घेतील व समाज सुखीसमृद्ध होईल.

भारतीय संस्कृती सांगते की, महापुरुष जन्मास यांवा असें वाटत असेल तर

स्वस्थ बसूं नका. केवळ 'हरी हरी' म्हणत खाटल्यावर बसल्यानें श्रीहरी जन्माला येत नसतो.

न हि श्रांतस्य ऋते सख्याय देवाः

असें श्रुतिवचन आहे. जे दमले भागले असतील अशांचाच प्रभु मित्र होतो, पाठीराखा होतो. जे श्रमत नाहींत, दिलेल्या हातांपायांचा, हृदयबुद्धीचा उपयोग करीत नाहींत, अशा कर्मशून्यांसाठीं परमेश्वर उभा नसतो.

अवतारी पुरुष डोळ्यांनीं पाहणें याहून भाग्य कोणतें? असा पुरुष आपली आशा असते, असा पुरुष आपलें सामर्थ्य असतें. अशा पुरुषाला पाहण्याचे आपणांस डोहाळे असतात. अशा विभूतीला पाहण्यासाठीं डोळे भुकलेले असतात. ईश्वराचा महिमा अशांकडूनच कळतो. मानवाचा महिमाही अशांकडूनच प्रकट होतो. मानवाची शक्ती महापुरुष दाखवून देत असतात. मनुष्याला किती उंच जातां येईल याची खूण असे महापुरुष करून ठेवतात.

भारतीय संस्कृतींत कर्मशून्यतेला, आलस्याला, नैराश्याला स्थान नाहीं. भारतीय संस्कृति म्हणजे प्रयत्नांची पराकाष्ठा. भारतीय संस्कृती म्हणजे अमर आशावाद. भारतीय संस्कृती म्हणजे कोट्यवधी लहान-थोरांचें सहकार्य. अवतारकल्पनेंत या सर्व गोष्टींचें स्वच्छ प्रतिबिंब पडलेलें आहे. तें सर्वांस ज्या दिवशीं समजेल तो सुदिन!

प्रकरण विसावें

मूर्तिपूजा

भारतीय संस्कृतींत मूर्तिपूजा ही एक फार थोर व मधुर अशी कल्पना आहे. मानवाला उत्तरोत्तर स्वत:चा विकास करून घेतां यावा म्हणून जीं अनेक साधनें भारतीय संस्कृतीनें निर्माण केलीं आहेत, त्यांतील हें एक महान साधन आहे. मूर्तिपूजेचा जितका जितका विचार करावा, तितका तितका तिच्यांतील भाव खोल असा वाटूं लागतो.

मनुष्यप्राणी ही विभूतिपूजक आहे. आपणांमध्यें ही प्रवृत्ती स्वयंभूच आहे. आपल्यापेक्षां जें मोठें आहे त्याचें आपण कौतुक करतों. आपल्याहून जे थोर आहेत अबुद्धीनें, हृदयानें महान आहेत- त्यांची पूजा करावी असें वाटतें. ही महान विभूतीची पूजा करण्याची वृत्ती जर आपणांत नसती तरी आपला विकास होता ना. विभूतिपूजा विकासाचें प्रभावी साधन आहे.

मूर्ति म्हणजे आकार. मूर्तिपूजा म्हणजे आकारपूजा, प्रत्यक्ष पूजा. आपल्या डोळ्यांसमोर कांहीं तरी प्रत्यक्ष आपणांस लागत असतें. आपण जीवनाच्या प्रथमावस्थेंत सारें आकारपूजक असतों. आपण व्यक्तीभोंवतीं जमतों. व्यक्तिशिवाय आपलें चालत नाहीं. जिचें डोळ्यांनीं दर्शन घेऊं, जिचे शब्द कानांनीं ऐकूं, जिचे पाय हातांनीं धरूं अशी मूर्ती आपणांस पाहिजे असते. म्हणूनच बुद्धधर्मांत तीन साधकावस्था सांगितल्या आहेत.

बुद्धं शरणं गच्छामि
संघं शरणं गच्छामि

धर्मं शरणं गच्छामि

या तीन स्थितींतून मनुष्याला जावें लागतें. मनुष्य प्रथम महान व्यक्तीला शरण जातो. आपल्या डोळ्यांसमोर जी थोर विभूती असते तिच्याजवळ आपण जातो. कोणी महात्माजींच्याभोंवतीं जमतील. कोणी अरविंदांच्या चरणांजवळ जातील. कोणी रवींद्रनाथांच्या विश्वभारतींत शिरतील. अशा रीतीनें मनुष्य विकासाकडे जाऊं बघतो.

परंतु व्यक्ती ही क्षणभंगुर आहे. आज ना उद्यां पडद्याआड व्यक्तिला जावयाचें आहे. ज्या महापुरुषाच्या शरीरावर आपण प्रेम केलें तें शरीर एक दिवस गळून पडतें. ते प्रेमळ पवित्र डोळे मिटतात. तें सुधा स्रवणारें मुख बंद पडतें. ते आशीर्वाद देणारे हात थंडगार होतात.

ज्या विभूतीच्या चरणाशीं आपण येऊन बसलों ती विभूती अदृश्य होते; परंतु त्या विभूतीचा बाह्य आकार हा महत्त्वाचा नाहीं. त्या आकारांतून जें दिव्य तत्त्व बाहेर पडत होतें, तें तत्त्व महत्त्वाचें होतें. तें तत्त्व काय होते? तें तत्त्व कसें होतें?

त्या महापुरुषाभोंवतीं जमलेले सारे एकत्र बसतात. त्यांचा भ्रातृसंघ होतो. एका गुरूचे ते शिष्य. गुरूच्या उपदेशाचें ते अनुकरण करूं पाहतात, परंतु गुरूच्या उपदेशाबद्दल त्यांच्यांत मतभेद होतात. तो भ्रातृसंघ टिकत नाहीं. त्याच्या शाखा होतात. निरनिराळे पंथ होतात. अशा वेळेस काय करावयाचें?

व्यक्ती गेली. संघ गेला. आतां काय राहिलें? धर्म राहिला. माझा गुरू ज्यासाठीं जगला व मेला असें मला वाटतें, त्या धर्माला मी शरण जातों. त्या महाविभूतीचें जें तत्त्वज्ञान मला वाटतें, त्या तत्त्वज्ञानांची मी पूजा करूं लागतों. माझ्या दृष्टीनें त्या महापुरुषाचें जे स्वरूप मला वाटतें, त्या स्वरूपाची मी उपासना करूं लागतों.

व्यक्तिपूजेपासून आपण आरंभ करतों व तत्त्वपूजेंत त्या आरंभाचें पर्यवसान होतें. मूर्तापासून निघून आपण अमूर्ताकडे जात असतों. मूर्तिपूजेची ही मर्यादा आपण ओळखली पाहिजे. शेवटीं कधीं तरी व्यक्तांतून अव्यक्ताकडे, मूर्तीतून अमूर्ताकडे, आकारांतून आंतरिक तत्त्वाकडे आपणांस गेल्यावांचून गत्यंतर नाहीं.

आपण मंगलमूर्तीची पूजा करतों. गणेशचतुर्थीच्या दिवशीं आपण गणरायाची मूर्ती आणतों. त्या मूर्तीची प्राणप्रतिष्ठापना करतों; परंतु दोन दिवस, चार दिवस, दहा दिवस ठेवून त्या मूर्तीचे आपण विसर्जन करीत असतों. त्या मूर्तीतून अव्यक्त,

अमर असा भाव कायमचा जीवनाशी जोडून त्या मूर्तीला आपण बुडवितों. मूर्तिपूजा हें कायमचें ध्येय नाहीं. केव्हां तरी मूर्तिपूजेच्या वर मला गेलें पाहिजे, हा यांतील अर्थ आहे.

मानवी विकासाला मूर्तिपूजेइतकीच मूर्तिभंजकता आवश्यक आहे. आपण मूर्तिपूजक असतों व मूर्तिभंजक असतों. काल ज्या मूर्तीची मी पूजा करीत होतों, त्याच मूर्तीची आज करीत असेन असें नाहीं. माझ्या मूर्तीचा उत्तरोत्तर विकास होत असतो. जुनी मूर्ती जाऊन नवीन मूर्ती येत असते. समजा, लहानपणीं मी माझ्या आईबापांचीच मूर्ती पूजित होतो; परंतु मोठा झाल्यावर ही मूर्ती दूर करून मी भारतमातेची मूर्ती पूजूं लागतों. लहान आईचें मोठ्या आईंत पर्यवसान झालें. लहान मातेची मूर्ती मोडून मी महान मातेची मूर्ती बनवितों. मी आणखीही पुढें जातों. भारतमातेची मूर्तीही मला मग आवडत नाहीं. मी विश्वंभराचीं मूर्ती बनवून तिची पूजा करतों. सर्व मानवजातीची मूर्ती करून तिची मी उपासना करतों. जन्मदात्री माता जाऊन भारतमाता आली; भारतमाता जाऊन मानवजातीची माता आली. अशा प्रकारें उत्तरोत्तर आपण आपली मूर्तिपूजा विशाल करीत असतों.

रामाचीं मूर्ती मग केवळ रामाची राहत नाहीं. वालीला मारणारा शंबुकाला मारणारा असा राम डोळ्यांसमोर नसतो. रामाची मूर्ती वाढत वाढत ती जगदीश्वराची मूर्ती होते. अयोध्यापती राम विश्वव्यापी राम होतो. रामाची मानुष कल्पना नाहींशी होऊन अतिमानुष कल्पना उभी राहते.

अशा रीतीनें मूर्तिपूजा ही विश्वपूजा होते. ती लहानशी मूर्ती म्हणजे अनंताची मूर्ती होते; परंतु मूर्तिपूजेंतील हा विकास आपणांपैकी पुष्कळांजवळ नसतो. त्या मूर्तीतील अनंतता आपल्या अनुभवास येत नाहीं. देवळांतून बाहेर पडल्यावर त्या मूर्तीचें भान आपणांस रहात नाहीं. त्या पाषाणमयी मूर्तीची पूजा करतां करतां सर्वत्र प्रभूच्या मूर्ती दिसूं लागण्याचा योग कधीं येत नाहीं. देवाची मूर्ती त्या मूर्तीच्या पलीकडे कधीं जात नाहीं. परंतु मूर्तातून अमूर्ताकडे गेल्याशिवाय तर समाधान नाहीं.

लहान मुलाला आई सारखी जवळ हवी असते. जरा दृष्टिआड होतांच मूल रडते; परंतु त्या मुलाला आईपासून दूर राहण्याची संवय करावीच लागेल, आईची भावना मनांत ठेवून जगांत वावरावें लागेल. मूर्तातून अमूर्ताकडे जावें लागेल. त्या आकारांत कोंडलेली आई त्याला विशाल करावी लागेल. आईची प्रेममयी,

स्नेहमयी, ज्ञानमयी मूर्ती हृदयांत निर्मावी लागेल. मग तो जेथें जाईल तेथें आई आहे.

जेथें जातों तेथें तू माझा सांगाती

आपण सारे ज्या वेळेस देवळांत जातो, त्या वेळेस भक्तिभाव हृदयांत असतो. परमेश्वरासमोर उभे राहून आपण आपले कान उपटतों, हळूच थोबाडींत मारून घेतों. साष्टांग लोटांगण घालतों. प्रदक्षिणा घालून देवाची मूर्ती हृदयांत ठसावी म्हणून प्रयत्न करतों; परंतु देवळाच्या बाहेर येतांच आपला व्यवहार पूर्ववत् सुरू होतो. देवळाच्या बाहेरही जेव्हां देव आपल्याबरोबर येऊं लागेल तेव्हांच मूर्तिपुजेचें सार्थक होईल. आजकाल देवळांतील देव देवळांतच राहातो. तो आपण बाहेर आणीत नाहीं. आणि यामुळेंच समाजांत अपार दुःख व विषमता आहे.

घरच्या आईचें स्मरण मला सदैव हवे, त्याप्रमाणे मंदिरांतील मूर्तीचें स्मरण मला सर्वत्र हवें, ती मूर्ती त्रैलोक्यीं संचारणारी झाली पाहिजे. मला सर्वत्र तिचें दर्शन झाले पाहिजे.

हिंदू लोकांनीं मूर्तिपूजेचा जरी असा विकास केला नसला, असा विकास करण्याकडे जरी त्यांचें लक्ष नसलें, तरी इतर धर्मीयांपेक्षा अधिक विकास त्यांनीं केला आहे. हिंदुधर्मापेक्षां इतर धर्मांतच मूर्तिपूजा अधिक आहे. हिंदुधर्मांतील मूर्तिपूजेपेक्षां इतर धर्मीयांची मूर्तिपूजा कमी उदार आहे. उदाहरणार्थ, ख्रिस्ती लोकांचा क्रॉस किंवा मुस्लिमांचा काबा यांच्यांतही हिंदुधर्मी मनुष्य पावित्र्य पाहील. जशी माझी शाळिग्रामाची मूर्ती तशी ही त्यांची असें हिंदू म्हणेल. माझ्या रामाच्या त्या अडीच हातीं मूर्तीबाहेर जगांत कोठें पावित्र्य नाहीं असें हिंदू मनुष्य म्हणणार नाहीं; परंतु याच्या उलट क्रॉसला पवित्र मानणारा ख्रिश्चन मनुष्य रामाच्या मूर्तीत पावित्र्य पाहूं शकणार नाहीं. काबाला भजणारा मुसलमान हनुमंताच्या मूर्तीला पवित्र मानणार नाहीं. आपल्या धर्माचीं प्रतीकें, आपल्या धर्मातील चिन्हें, यांच्या पलीकडे जगांत पावित्र्य असूं शकेल अशी कल्पनासुद्धां त्यांना सहन होत नाहीं. क्रॉस एवढेंच काय तें सत्य, काबा एवढेंच काय ते सत्य, असे ते समजतात. त्या मूर्तीच्या, त्या चिन्हांच्या पलीकडे त्यांना जातां येत नाहीं. अशा रीतीनें पाहिलें म्हणजे इस्लामी मनुष्य, ख्रिश्चन मनुष्य हेच केवळ आकारपूजक अत्यंत संकुचित मूर्तिपूजक आहेत असें दिसून येईल. हिंदू त्या आकारांच्या पलीकडे जाऊन अन्य मूर्तीही तितक्याच पवित्र मानूं शकतो.

मूर्तिपूजा कधींपासून सुरू झाली? मनुष्य जन्मल्यापासून. सूर्याची पूजा, समुद्राची पूजा, झाडांची पूजा, सर्पांची पूजा, हे पूजाप्रकार अनादि आहेत. परंतु दगडांचे आकार करून मंदिरें करून मूर्तिपूजा केव्हांपासून रूढ झाली? बहुतेक सारे म्हणतात कीं, बुद्धांच्या निर्वाणानंतर ही मंदिरी मूर्तिपूजा अस्तित्वांत आली. बुद्धांच्या निधनानंतर त्यांचे शेकडों पुतळे तयार झाले. निरनिराळ्या संघारामांतून बुद्धीच्या मूर्ती स्थापनां करण्यांत आल्या. बुद्धधर्माला आत्मसात करून घेतल्यानंतर हिंदुधर्मानें तीच प्रथा उचलली. शेंकडों देवतांचीं शेंकडों मंदिरे झाली.

पाषाणमय आकारांची पूजा बुद्धांपासून सुरू झाली असली तरी मूर्तिपूजा ही सनातन आहे हें विसरून चालणार नाहीं. शिल्पकलेचा विकास झाल्यावर महान विभूतीचें सदैव स्मरण रहावें म्हणून त्यांच्या मूर्ती करण्यांत येऊं लागल्या. पुतळे होऊं लागले. थोर पुरुष कसे दिसत हें समजण्याची सर्वांस उत्कंठा असते. परमेश्वरही कसा असेल याची आपण कल्पना करूं लागलों. आपणांस दोन हात आहेत, त्याला चार असतील. आपणांस एक तोंड आहे. त्याला चार असतील, अशा कल्पना मनुष्य करूं लागला; परंतु परमेश्वराची खरी मूर्ती कोण कल्पिणार?

नमोऽस्तवनन्ताय सहस्त्रमूर्तये
सहस्त्रपादाक्षिशिरोरुबाहवे
सहस्त्रनाम्ने पुरुषाय शाश्वते
सहस्त्रकोटीयुगधारिणे नमः ।।

हेंच त्याचें शेवटीं स्वरूप ठरविण्यांत आलें.

परमेश्वराची तरी कल्पना आपण कशावरून करावयाची? बायरन कवि म्हणतो, ''देवा! समुद्र हें तुझें सिंहासन आहे!'' या भव्य सिंहासनावरून सिंहासनावर बसणाऱ्या राजाधिराजाची कल्पना करावयाची. सृष्टींत ज्या थोर वस्तू दिसतात, त्यांवरून परमेश्वराच्या अपार वैभवाची आपणास कल्पना येते, म्हणून त्या वस्तूंचीच भगवंत म्हणून आपण पूजा करतों. सागरावरून परमेश्वराच्या वैभवाची कल्पना येते. म्हणून वाटतें कीं, सागर ही ईश्वराची एक मूर्ती आहे. सागराला पाहून आपण हात जोडतों. अनंत लाटांनी अहोरात्र उचंबळणारा, संतत गर्जना करणारा असा जो हा सागर त्याला प्रणाम नाहीं करावयाचा तर मग कोणाला करावयाचा?

आकाशांतील सूर्य ही देवाचीच मूर्ती. ज्याच्याजवळ अंधार नाहीं, जो रात्रंदिवस जळत आहे, जगाला जीवन देत आहे, अशा ह्या धगधगीत तेजोगोलाच्या ठायीं परमेश्वरी अंश नको मानूं तर कोठें मानूं?

गंगेसारख्या हजारों एकर जमीन सुपीक करणाऱ्या नद्या, हिमालयासारखे गगनचुंबी, बर्फाच्छादित पर्वत, आकाशाला भिडूं पाहणारे प्रचंड वटवृक्ष, उदार धीरगंभीर वनराज केसरी, भव्यदिव्य पसारा उभारणारा तो सौंदर्यमूर्ती मयूर, अशांच्या ठायीं देवाचें वैभव नको मानूं तर कोठें मानूं?

विश्वामित्रानें एकशेंएक मुलगे डोळ्यांदेखत ठार केले, तरीही शांती न सोडणारे भगवान वसिष्ठ, सत्यासाठीं राज्यपद त्यागून वनांत जाणारे प्रभू रामचंद्र, अंगाचें मांस कर्वतून देणारे मयूरध्वज, बालवयांत रानांत जाणारा तेजस्वी ध्रुव, महाभारत रचणारे श्रीमत् व्यास, या सर्व ईश्वराच्याच विभूती होत.

मुलाचें लालनपालन करणारी, मुलाला जरा दुखलें-खुपलें तर कावरीबावरी होणारी, स्वतःच्या प्राणांचें पांघरूण घालून बाळाचे प्राण वांचवूं पाहणारी, कुठें कांहींही गोड मिळो, आधीं बाळाला आणून देणारी, बाळाला आधीं गोड घांस, बाळाला नीट कपडे, बाळाचें आधीं सारें, असे पुत्रमय जणूं जिचें जीवन झालें आहे अशी प्रेमसागर माता, तिला देव नाहीं म्हणायचें तर कोणाला?

मातृ देवो भव

अशी श्रुतीची आज्ञा आहे. देवाची पूजा तुला करावयाची आहे का? तुझ्या मातेची पूजा कर म्हणजे ती देवालाच मिळेल. ईश्वराच्या अपार प्रेमाची कल्पना मातेच्या प्रेमावरूनच आपणांस येऊं शकेल.

आणि पशूचा माणूस करणारा तो थोर सद्गुरु-तीही ईश्वराचीच मूर्ती. आईबापांनीं देंहच दिला. परंतु गुरूनें ज्ञानचक्षु दिलें. मानवी जन्माचें सार्थक करावयाचें त्यानें शिकविलें. तो गुरु म्हणजे माझा देव.

या साऱ्या ईश्वराच्याच मूर्ती. जगांत या थोरांचीं मंदिरें आहेत. जिकडे तिकडे पुतळे आहेत, तसबिरी आहेत; स्मारकें आहेत. युरोपखंडात जाल तर सर्वत्र ही विभूतिपूजा दिसेल. ईश्वराची अनंत स्वरूपांत तेथें पूजा आहे. संतांमधील दिव्यता भारतीय संस्कृती ओळखते. परंतु युरोपीय संस्कृती, कवी, तत्त्ववेत्ते, गणिती, विज्ञानवेत्ते, वीर, मुत्सद्दी, संगीततज्ज्ञ, चित्रकार, शिल्पकार, अभिनयविशारद, सर्व प्रकारच्या स्वरूपांत परमेश्वराच्या विभूतिमत्त्वाचें पूजन तेथें होत असतें.

भारतीय मूर्तिपूजा शेवटीं काय संदेश सांगते? भगवद्गीतेंतील दहावा अध्याय मूर्तिपूजा शिकवीत आहे. जगांत जेथें जेथें विभूतिमत्त्व दिसेल, तेथें तेथें माझा अंश तूं मान, असें गीता सांगत आहे. परंतु एवढ्यावरच गीता थांबत नाहीं.

गीता सांगतें.

अथवा बहुनैतेन किं ज्ञातेन तवाऽर्जुन ।

विष्टभ्याहमिदं कृत्स्नमेकांशने स्थितोजगत् ।।

या चराचरांत सर्वत्रच मी भरून राहिलों आहे. महान विभूतींत मला प्रथम पहावयास शीक. परंतु तेवढ्यानें भागणार नाहीं. ज्याप्रमाणें लहान मुलाला शिकवतांना प्रथम सोपीं अक्षरें देतात. तीं अक्षरें मोठ्या आकारांत काढतात, परंतु एवढ्यानें मुलाचा वाङ्मयात प्रवेश होणार नाहीं. मुलाला समजलें पाहिजें कीं मोठें अक्षर तेंच बारीक अक्षर. पाटीवरचा मोठा ग व पुस्तकांतील रोडका ग दोन्ही एकरूपच. साधीं अक्षरें शिकून झाल्यावर, लहान मोठीं अक्षरें एकच हेंही समजल्यावर, लहान मुलानें जोडाक्षरेंही समजून घेतलीं पाहिजेत. जोडाक्षरें त्याला जर न समजतील तर तो पदोपदीं अडेल, रडेल.

आई हें सोपें सुटसुटीत अक्षर आहे. आई म्हणजे देव हें समजलें. राम, कृष्ण म्हणजे देव हें समजलों. सागर व वटवृक्ष हे देव हें समजलों. परंतु रावण? कंस? चावायला येणारा विषारी भुजंग? भयंकर व्याघ्र? हीं कोणाचीं रूपें?

हींही देवाचींच रूपें. परंतु हीं जोडाक्षरें आहेत. हीं समजायला जरा कठीण आहेत. परंतु हीं समजून घेतलींच पाहिजेत. नाहीं तर जीवनांत आनंद नाहीं, मोक्ष नाहीं. पाव्हरीबाबांना सर्प चावला. ते म्हणाले, "देव चुंबन देऊन गेला."

शेवटीं सर्वत्र देवाचें दर्शन घ्यावयास शिकावयाचें आहे. मूर्तिपूजेचें हें पर्यवसान आहे. जेथें तेथें मग त्याच्याच मूर्ती, त्यांचींच अनन्त राउळें. प्रत्येक वस्तू, प्रत्येक व्यक्ती म्हणजे त्या चिदंबराचें दिगंबराचें मंगल मंदिरच होय! खऱ्या भक्ताला प्रत्येक पदार्थांतून चिन्मयाचेंच दर्शन होते. तो सर्व सृष्टीकडे भक्तिप्रेमानें पहात राहतो व त्याचे डोळे आनंदाश्रूंनीं भरून येतात!

मूर्तिपूजा करतां करतां विश्व हीच मूर्ती वाटूं लागली पाहिजे. परंतु सर्व चराचर सृष्टि मंगल व पवित्र वाटणें तर दूर राहिलें. निदान मानवप्राणी तरी पवित्र व थोर वाटूं दे. मूर्तिपूजेचा हा पहिला धडा तरी आपण शिकला पाहिजे. परंतु हा धडा अद्याप मानवप्राणी शिकला नाहीं.

आपणांस धर्म यांत्रिक रीतीचा आवडतो. परंतु धर्म म्हणजे संस्कार. प्रत्येक कृतीचा जीवनावर ठसा उमटला पाहिजे. आपण नेहमीं मूर्तिपूजा करतों, परंतु त्याचा कोणता ठसा उमटतो. आपण पूजा करतांना कधीं मनांत म्हणतों का

"देवा! आजच्यापेक्षां उद्यां हे माझे हात अधिक पवित्र होतील, आजच्यापेक्षां हे डोळे अधिक प्रेमळ व प्रामाणिक होतील. आजच्यापेक्षां उद्या हृदय विशुद्धतर व विशालतर होईल. आजच्यापेक्षां उद्यां बुद्धी अधिक स्वच्छ व सतेज होईल?"

आपल्या मनांत कांहींही नसतें. चोवीस वर्षांपूर्वी हे हात जितके अपवित्र होते. तितकेच किंबहुना अधिकच अपवित्र चोवीस वर्षांच्या पूजेनेंही आज आहेत! विकास नाहीं, वाढ नाहीं, पावित्र्य नाहीं, प्रेम नाहीं. भेद गळला नाहीं, अहंकार झडला नाहीं. अशी यांत्रिक पूजा काय कामाची?

मूर्तिपूजेत कृतज्ञतेची सुंदर कल्पना आहे. कृतज्ञतेसारखी सुंदर वस्तू जगांत कोणतीही नाहीं. परमेश्वरानें आपणांस सर्व कांहीं दिलें आहे. त्याचे उतराई आपण कसे होणार? हा भाव प्रत्येकाच्या हृदयांत असतो. ज्या ईश्वरानें या विश्वमंदिरांत रवी-शशी-तारे पेटवून ठेवले आहेत, त्याला आपण नीरांजनानें ओवाळतों. काडवातींनी ओवाळतों. ज्यानें अनंत प्रकारच्या परिमलांचीं कोट्यवधी फुलें पृथ्वीवर फुलविलीं आहेत, त्याला उदबत्तीचा वास आपण देतों. ज्यानें रसाळ फुलें दिली, नानाविध धान्य दिलें, कंदमुळें दिलीं, दूध-दुभतें दिले, त्या देवाला वाटीभर दुधाचा नैवेद्य दाखवतो. ज्यानें सागर उचंबळत ठेवले आहेत, जो मेघमाला पाठवीत आहे, नद्या-नालें वाढवीत आहे, वापी, तडाग भरवीत आहे, त्याच्यावर तांब्याभर पाण्याचा आपण अभिषेक करतों. ही का देवाची थट्टा आहे?

लोकहितवादींनी आपल्या एका पत्रांत एके ठिकाणीं लिहिले आहे की, हा सारा बावळटपणा आहे; परंतु हा बावळटपणा नाहीं. ही कृतज्ञतेची खूण आहे. त्या विराट विश्वंभराला मी माझ्या चिमुकल्या हातांनीं कसा पकडणार? कोणत्या देवघरांत त्याला बसवणार? त्या विश्वंभराची माझ्या मनाच्या सुखार्थ मी एक लहान मूर्ती करीन. मला आवडेल तें रूप मी देईन आणि त्या मूर्तीला मी पूजीन. त्याला गंध लावीन, फुलें वाहीन, धूपदीप, नैवेद्य दाखवीन. त्या मूर्तीला प्रदक्षिणा घालीन, त्या मूर्तीला लोटांगण घालीन. माझी कृतज्ञता मी प्रकट करीन. सर्वत्र असणाऱ्या प्रभूला ती पूजा पोचेल.

बापाच्या ताटांतलें घेऊन बाळ बापाला भरवूं पहातो. बापाला अपमान वाटत नाहीं. तो प्रेमानें तोंड पुढें ओढतो. तद्वत् तो चराचर पिता भक्तावर रागावणार नाहीं. देवाचेंच घेऊन देवाला द्यावयाचें. गंगेतील पाण्यानें गंगेलाच अर्घ्य द्यावयाचें. कोठूनही कृतज्ञता प्रकट करण्याचें साधन मिळालें म्हणजें झालें.

मंदिरांतील मूर्तीसमोर आपण भक्तिप्रेमानें, कृतज्ञतेनें कांहीं अर्पण करतो; परंतु आपण देवासमोर जें ठेवतों त्याचा उपयोग काय होतो? देव तर तटस्थ आहे. पुजारी किंवा मालक तें सर्व घेत असतो. आणि त्या पवित्र मंदिरांत व्याभिचारांची पूजा सुरू होते. रामाला वाहिलेला शेला मंदिराचा जो मालक त्याच्या वेश्येच्या अंगावर तो झळकतो. रामाला दिलेले हिरे वारांगनांच्या नाका-कानांत जाऊन बसतात.

आपली होते देवपूजा आणि समाजांत वाढते घाण; परंतु हे होणारच, लोकांना पिळून, छळून आणलेले ते हिरे रामरायाला कसे सहन होतील? ते घाणेरडे हिरे घाणींतच जावयाचें. आपल्याजवळ देवाला द्यावयाला आलें कोठून? आपल्यासाठीं झिजणाऱ्या आपल्या बांधवांची झीज आपण भरून काढीत नाही म्हणून ही धनदौलत उरते. आपलें मन आपणांस खातें. त्या मनाचे मारून मुटकून समाधान करण्यासाठीं आणि गोरगरिबांना छळूनही पुन्हां प्रतिष्ठित व धार्मिक म्हणून मिरवतां यावें यासाठीं, आपण देवाला हिरे-माणकें देतों. लक्षावधी, कोट्यवधी इस्टेटींतील केरकचरा देवापुढें टाकतों. झब्बू लोक धर्मात्मा म्हणून वर्तमानपत्रांतून स्तुती करतात. गरिबांची वर्तमानपत्रें असतीं तर त्यांनीं काय बरें लिहिलें असतें?

मंदिरांतून जो व्यभिचार चालतो, त्याचें पाप तेथें दिडक्या फेकणारांवर आहे. आपण जें कांहीं करतों, त्याचे परिणाम काय होतील हें न पाहणें म्हणजे घोर अधर्म आहे. देवानें दिलेल्या बुद्धीचा तो अपमान आहे. ईश्वरानें दिलेल्या परमश्रेष्ठ देणगीचा तो उपमर्द आहे.

द्वारकेसारख्या मोठमोठ्या देवस्थानांचे लिलांव होतात. जसे दारूच्या गुत्त्यांचेच लिलांव! जो मक्ता घेईल तो मग तेथला राजा. द्वारकेला तो मक्ता घेणारा महंत डुलत डुलत येतो. त्याच्यावर छत्रचामरें वापरण्यात येतात. तोच जणूं तेथील देव!

मूर्तिपूजेत घाण शिरली आहे. डोळस मूर्तिपूजा सुरू झाली पाहिजे. मूर्तीपुढें धनद्रव्य टाकणें बंद झालें पाहिजे. जेथें सर्वांनीं विनम्रभावानें यावें असें स्थान म्हणजे मंदिर. तें स्थान सरकारनें स्वच्छ, पवित्र राखावें, तेथे मंगल भाव मनांत येतील असें करावें म्हणजे झालें. पवित्र मंदिरांत पवित्र होऊन बाहेरच्या जगांत पवित्र व्यवहार करण्यासाठीं जाणें हा मूर्तिपूजेचा हेतु आहे. भारतीय संस्कृतींत मूर्तिपूजेचा महान महिमा आहे. ज्या संस्कृतींत मूर्तिपूजा आहे, त्या समाजांत प्रेम, स्नेह, दयेचे पूर वाहिले पाहिजे होते; परंतु मोठ्या खेदाची गोष्ट ही कीं, श्रेष्ठकनिष्ठ भावांची भुतें या मंदिरांतही धुडगूस घालीत आहेत. आमच्या देवांच्या मूर्तीही

बाटतात व विटाळतात! जेथें देवही पतित व भ्रष्ट होऊं लागला, तेथें शुद्धी कोण करणार? भूदेव ब्राह्मण!

खरोखर मंदिरांची जरूरच नाहीं. या विश्वमंदिरांत अनंत मूर्ती आहेत. या विश्वांतील प्रत्येक अणुरेणूवरून या विश्वाच्या पाठीमागच्या शक्तीची कल्पना येते. एका अरबाला एक ख्रिश्चन मिशनऱ्यानें विचारलें, "देव आहे हें तुला कोणी शिकविलें?" तो अरब म्हणाला, "या वाळवंटांतील वाहणाऱ्या झुळझुळ झऱ्यानें. या वाळवंटांत वाढणाऱ्या, रसाळ फळें देणाऱ्या खजुराच्या झाडांनीं, रात्रीं दिसणाऱ्या हिरव्यानिळ्या ताऱ्यांनीं," तो मिशनरी खाली मान घालून निघून गेला.

जिकडे तिकडे देवाच्या मूर्ती आहेत. तारे पाहून हात जोडावेसे वाटतात, फुलें पाहून हात जोडावेसे वाटतात. थोर व्यक्ति पाहून प्रणाम करावासा वाटतो. भव्य देखावा पाहून नमावेसें वाटतें. अनंत विश्वांतील अनंत मंदिरें व अनन्त मूर्ती! परंतु पाहतो कोण?

विवेकानंद म्हणाले, "ज्या मूर्तिपूजेनें जगाला श्रीरामकृष्ण परमहंस दिले, त्या मूर्तिपूजेंत सहस्र दोष शिरले असले तरी ती मी उराशीं धरीन." साधन पवित्र असतें; परंतु स्वार्थी लोक ते भ्रष्ट करतात. गंगा पवित्र आहे; परंतु तिला घाण करणारे भेटले तर ती बिचारी काय करणार?

प्रकरण एकविसावें

प्रतीकें

प्रत्येक संस्कृती कांहीं प्रतीकें निर्माण करतें. फळांत सर्व वृक्षाचा विस्तार सांठवलेला असतो, त्याप्रमाणें प्रतीकांत अनंत अर्थ सांठविलेला असतो. आपल्याकडे सूत्रग्रंथांची रचना प्रसिद्ध आहे. त्या त्या शास्त्रांचे सूत्रग्रंथ आहेत. थोडक्यांत त्या त्या शास्त्रांचे सिद्धान्त त्या सूत्रांतून ग्रथित केलेले असतात. प्रतीकें म्हणजे संस्कृतीचीं सूत्रें होत. खरें पाहिले तर प्रत्येक बाह्य क्रिया आंतरिक विचारांचें प्रतीक आहे. मनच शेंकडों कृतींतून प्रकट होतें, आधीं मन लवतें मग बाहेर शिर लवतें. आधीं हृदय गहिंवरतें मग डोळे भरून येतात. आधीं मन संतापतें मग हात उगारला जातो. मनाला फुटलेले कोंब म्हणजे या क्रिया!

भारतीय संस्कृतींत शेंकडों प्रतीकें आहेत. त्यांचा अर्थ शोधला पाहिजे. ज्या वेळेस अर्थहीन प्रतीकें पूजिलीं जातात, तेव्हां धर्म यंत्रमय होतो. त्या प्रतीकपूजेचा मग जीवनावर कांहींही संस्कार होत नाहीं. अशीं यांत्रिक प्रतीकें मग निरुपयोगी वाटतात. नवतरुण त्या प्रतीकांना फेंकून देतात. त्या प्रतीकांतील अर्थ सांगा असें त्यांचे म्हणणें असतें. अर्थ दिसतांच तें प्रतीक जिवंत वाटतें. त्या प्रतीकांत सामर्थ्य येतें.

या भिन्न भिन्न प्रतीकांकडे अर्थपूर्ण दृष्ट्या पहाण्याचा मला नादच लागला आहे. ते अर्थ खरे असतील असें नाहीं. तें तें प्रतीक निर्माण होतांना तोच भाव तेथें असेल असें नाहीं; परंतु नवीन अर्थ त्या प्रतीकांत पाहिला म्हणूनही कांहीं बिघडत

नाहीं. अर्थाचा विकास होत असतो.

भारतीय संस्कृतीचें कमळ हें प्रधान प्रतीक आहे. सर्व प्रतीकांचा राजा असें कमळास म्हटलें तरी चालेल. भारतीय संस्कृतीस कमळाचा सुगंध येत आहे. या कमळ पुष्पांत कोणता बरे एवढा महान अर्थ आहे?

ईश्वराच्या सर्व अवयवांना आपण कमळाची उपमा देतों. कमलनयन, कमलवदन, करकमल, पदकमल, हृदयकमल - असें म्हणण्यांत काय बरें स्वारस्य आहे? कमळाजवळ अलिप्तपणा हा गुण आहे. पाण्यांत असून तें पाण्यावर रहातें. चिखलांत असून चिखलाच्या वर फुलतें. कमळ अनासक्त आहे. ईश्वर करून अकर्ता असें आपण वर्णितों. या सर्व जगाचा पसारा तो चालवितो; परंतु अनासक्त रीतीनें हा पसारा तो चालवीत आहे.

कमळामध्यें अलिप्तता आहे. तसाच दुसरा गुण म्हणजे वाईटांतूनही चांगलें घेऊन स्वतःचा विकास करून घेणें हा गुणही आहे. चिखलांतूनही रमणीयत्व तें घेतं. रात्रंदिवस तपस्या करून आपलें हृदय मकरंदानें कमळें भरून ठेवतें. सुगंधानें भरून ठेवतें.

सूर्याकडे त्याचे तोंड असतें. प्रकाश पाहतांच तें फुलतें. प्रकाश जातांच मिटतें. प्रकाश म्हणजे कमळाचा प्राण. भारतीय संस्कृती प्रकाशोपासक आहे. 'तमसो मा ज्योतिर्गमय' ही भारतीय संस्कृतीची आरती आहे.

कमळ शतपत्र आहे, सहस्रपत्र आहे. शंभर पाकळ्या, हजार पाकळ्या कांहीं कमळांना असतात. भारतीय संस्कृतीसुद्धां शतपत्रांची आहे. शेंकडों जाति-जमाती, अनेक वंश, अनेक धर्म, अनेक पंथ, यांच्यांतून सार घेऊन ती वाढत असते. एकेक नवीन पान ती जोडते. भारतीय संस्कृतीचें कमळ अद्याप पूर्ण फुललें नाहीं. तें फुलत आहे. विश्वाच्या अंतापर्यंत तें फुलत राहील. भारतीय संस्कृती अनंत पाकळ्यांचे कमळपुष्प होईल. कारण पृथ्वी अनंत आहे, काळ अनंत आहे, ज्ञान अनंत आहे!

भरलेल्या पवित्र कमळाचीं गाणीं गात शेंकडो भ्रमर येतील; परंतु कमळपुष्प लक्ष देणार नाहीं. भारतीय संस्कृती स्वतःची स्तुतिस्तोत्रें गात बसणार नाहीं. जगाला तिची वाटलें तर स्तुती करूं दे. भारतीय संस्कृती गाजावाजा न करतां फुलत राहील. जगाला गीतेची स्तुती करूं दे. जगाला बुद्धांचा महिमा गाऊं दे; जगानें गांधींना म्हणूं दे महात्माजी; जगानें म्हणूं दे रवींद्रनाथांना महर्षी. भारतीय

संस्कृती आपल्या लेकरांस सांगतें "तुम्ही कर्मात रमा. निंदास्तुतीवर लावून काटी ध्येयांत बुडा." तुम्ही स्वकर्मात इतके तन्मय झालेत कीं, कीर्ती आपोआप तुमच्याकडे येईल. आपोआप तुमचे पोवाडे जग गाईल.

कमळ म्हणतें, "अनासक्त रहा, प्रकाशाची पूजा करा, अंमगलांतून मंगल घ्या, तपस्या करा, केवळ सत्कर्मात रमा, नवीन नवीन जोडा." भारतीय संस्कृती म्हणजे काय तर 'कमळ.'

दुसरें महान प्रतीक म्हणजे यज्ञ किंवा होम. भारतीय संस्कृती म्हणजे त्याग. समाजांत एकमेकांसाठीं झिजावें लागेल, त्याग करावा लागेल. एकमेकांनीं एकमेकांचें जीवन व्हावयाचें. कोणताही संस्कार असो, कोणताही धार्मिक विधी असो तेथें होम आहे. तुम्ही कोणतेंही ध्येय घ्या, कोणतेंही समाजसेवेचें कर्म उचला. तेथें तुम्हांला होम करावा लागेल. उत्तरोत्तर वाढता होम करावा लागेल.

उपनयनाच्या वेळेस होम आहे. तुला ज्ञान मिळवावयाचें असेल तर इतर सर्व सुखांचा होम करावा लागेल. "सुखार्थिनः कुतो विद्या, कुतो विद्यार्थिनः सुखम्" हें ध्यानांत धरावें लागेल.

विवाहाच्या वेळेस होम आहे. तुम्हांला उभयतांस संसारात आनंद हवा असेल तर परस्परांसाठीं वैयक्तिक इच्छांचा होम करावा लागेल. तुमचा गृहस्थाश्रम तरच सुखकर होईल. पती आपलेंच तुणतुणें वाजवील, पती आपलाच हट्ट धरील तर आनंद कसा नांदेल? संसार म्हणजे सहकार्य देवाण-घेवाण. आणि शेवटीं तुमचा गृहस्थाश्रमही समाजासाठीं आहे. समाज मागेल त्या वेळेस तुमची मुलेंबाळें, तुमचें घरदार, तुमचें सर्वस्व अर्पण करा. सेवा म्हणजे होम!

पावित्र्य म्हणजे चिरयज्ञ. उत्तरोत्तर अधिकाधिक पावित्र्य मिळविण्यासाठीं क्षुद्र वस्तूंचा होम करावा लागतो. सर्वस्वत्याग म्हणजे निर्वाण म्हणजेच मोक्ष, म्हणजेच आपलें मरण डोळ्यांनीं पाहणें. म्हणजेच पावित्र्याची पराकाष्ठा!

या यज्ञप्रतीकाचेंच भस्मप्रतीकांत रूपांतर झालें आहे. संध्या करतांना, देवपूजा करतांना अंगाला भस्म लावावयाचें. सर्वांगास भस्म फांसावयाचें. देवाची प्राप्ती, ध्येयप्राप्ती फुकाफुकीं नाहीं. त्यासाठीं होळी पेटवावी लागते. स्वार्थाची, सुखविलासांची राखरांगोळी करावी लागते. सर्वेंद्रियांच्या वासनांचें भस्म करावें लागतें. शरीराचें भस्म करावें लागतें. देवघरांत शिरत आहेस, भस्म लावून जा. ध्येयाची पूजा करावयाची आहे नां. सर्वस्वावर निखारा ठेवून बाहेर पड.

तुकाराम महाराजांनीं म्हटलें आहे -

''संसारास आग लावूनियां हातें । मागुतें परौतें पाहूं नये ।।''

संसारास आग लावून मागें पाहूं नका. मागच्याचें कसें होईल याची चिंता नका करूं. तुझें ध्येय व तूं. अमळनेरचे थोर संत सखाराम महाराज ज्या वेळेस पंढरपूरला जावयास निघत त्या वेळेस ते आपल्या झोंपडीला प्रथम काडी लावीत आणि मग पंढरपूरचा रस्ता धरीत. देवाकडे जातांना मागची भुणभुण नको. देवाकडे जाणें, ध्येयाची पूजा करणें म्हणजे सतीचें वाण आहे!

आपण कपाळाला गंध कां लावतो? देवाला गंध लावल्यावर स्वतःला गंध लावावयाचें. आधीं देवाला गंध मग मला गंध. देवाची पूजा करून त्याच्या चरणीं भक्त मस्तक ठेवतो. देवाच्या पायावर ठेवलेल्या स्वतःच्या कपाळाला तो गंध लावतो., ''हें डोकें आतां माझें नाहीं, हें देवाचें डोकें झालें. देवाला आवडणारे विचारच या डोक्यांत आतां येतील. हें मंगलमूर्तीचें डोकें आहे. हें आतां माकडाचें आग लावणारें, घाणीनें भरलेलें डोकें नाहीं. या डोक्याची आतां पूजा करूं दे. या डोक्यालाही गंध लावूं दे''- अशी गंधाच्या पाठीमागची भूमिका आहे.

निरनिराळे महाराज व त्यांचे भक्तगण अंगावर मुद्रा ठोकतात. कपाळावर, छातीवर, दंडावर, सर्वत्र मुद्रा लावतात. त्यांतील हाच अर्थ आहे. हें कपाळ देवाचें, हे हात देवाचे, हें हृदय देवाचें. सर्व अवयवांवर देवाचा शिक्का. देवाच्या सेवेंत, जनताजनार्दनाच्या सेवेंत, अवघाची संसार सुखाचा करण्याच्या महान कर्मांत, हीं गात्रें चंदनाप्रमाणें झिजतील, अशी प्रतिज्ञा त्या मुद्रा मारण्यांत आहे.

आपण यज्ञोपवीत घालतों. पूर्वीचा त्यांतील अर्थ कांहींही असो मला एके दिवशीं त्या तीन पदरीं जानव्यांत केवढा थोरला अर्थ सांपडला. कर्म, ज्ञान, भक्ती यांचे तीन पदर म्हणजे हें जानवें. या तिन्हींची एकत्र बांधलेली गांठ म्हणजे ब्रह्मगांठ. कर्म, ज्ञान व भक्ती जेव्हां आपण एकमेकांत मिसळूं तेव्हांच ब्रह्माची गांठ पडेल! केवळ कर्मानें, केवळ भक्तीनें केवळ ज्ञानानें ब्रह्मगांठ पडणार नाहीं. फुलाची पाकळी, तिचा रंग व तिचा गंध यांत अविनाभाव असतों. दूध, साखर व केशर ज्याप्रमाणे आपण एकजीव करतों, त्याप्रमाणें कर्म-ज्ञान-भक्तींचा एकजीव केला पाहिजे.

आपण देवाला न हुंगलेले फूल वाहतों. किडलेलें, वासलेलें फूल वहात नाहीं. तें फूल म्हणजे काय? तें फूल आपल्या हृदयाचें प्रतीक आहे. त्या फुलाच्या

रूपानें आपण आपलें हृदयपुष्पच देवाला वहात असतों. वासनांनीं वास न घेतलेलें असें हृदय देवाला वहा. ज्या हृदयाचा दुसऱ्या कोणीही वास घेतलेला नाहीं, ज्या हृदयाचा दुसरा कोणी स्वामी नाहीं, दुसरा कोणी भोक्ता नाहीं, असें हृदय देवाला अर्पण करा. भक्ती अव्यभिचारिणी असते. Love is jealous. प्रेमाला दुसरें सहन होत नाहीं. एकालाच हृदय दे. देवाला द्यावयाचें असेल, देवाला दे. जेथें देशील तेथें ते संपूर्णपणें दे. ताजें, रसानें भरलेलें, निर्दोष, पूर्णपणें फुललेलें, सुगंधी असें तुझें हृदयपुष्प सेवेच्या कर्मात अर्पण कर.

देवाला नैवेद्य दाखवतों म्हणजे काय करतों? कोणता नैवेद्य देवाला प्रिय आहे? आपल्या सर्व क्रिया म्हणजे नैवेद्य. तें लहानशा वाटीभर निर्मळ दूध म्हणजे तुझ्या स्वच्छ सुंदर क्रिया होत. देवाला कर्मांचा नैवेद्य अर्पण करावयाचा. जें केलें तें देवाला अर्पण करावयाचें. "ॐ तत्सत् ब्रह्मार्पणमस्तु" हा प्रत्येक कर्माचा अंतिम मंत्र आहे.

माझ्या मनांत ज्या दिवशीं ही कल्पना आली, त्या दिवशीं देवाची मला करुणा आली. देव अनंत जन्मींचा उपाशी असेल असें मनांत आलें. घरांत वृद्ध पवित्र माता असावी. ती इतर कांहीं पदार्थ खात नसते, परंतु तिच्या मुलांनीं तिला कांद्याची मर्जी, लसणाची चटणी, किंवा असेच पदार्थ नेऊन दिले तर ती व्रतचारिणी माता काय म्हणेल? "बाळांनों! माझी थट्टा नका करूं. या पदार्थांना मी शिवते का? द्यायचें असेल तर नीट द्या नाहीं तर कांहींही देऊ नका, परंतु घाण नका आणूं माझ्यासमोर." असें ती माउली म्हणेल. देवही असेंच म्हणत असेल. आपण मानव आज हजारों वर्षे ज्या अनंत क्रिया अंतर्बाह्य करीत आहोंत, त्या सर्व देवाच्याजवळ पडत आहेत. त्या क्रियांचा नैवेद्य त्याला मिळत आहे. परंतु तो नैवेद्य त्याला खाववेल का? त्यांतील एक तरी घांस त्याला गिळवेल का? नैवेद्य दाखवणाऱ्या प्रत्येकानें हा विचार मनांत आणावा.

देवावर आपण अभिषेक करतों. अभिषेक म्हणजे संततधार. घागरभर पाणी एकदम ओतणें म्हणजे अभिषेक नव्हे. अभिषेक हें प्रतीक आहे. ज्याप्रमाणें ती पाण्याची धार सारखी अखंड देवावर पडत आहे, त्याप्रमाणें सारखी मनाची धार देवाच्या चरणीं पडणें, परमेश्वराच्या स्वरूपीं मनोबुद्धी पूर्णपणें तैलधारवत् जडणें हा त्यांतील अर्थ आहे. तो जलाभिषेक म्हणजे तुझ्या जाणिवेचा अभिषेक आहे.

आपण दक्षिणा ओली करून देतो. समाजाला जी जी देणगी देशील, जें जें दान

देशील त्यांत ह्रदयाचा ओलावा असूं दे. जें कर्म ह्रदयाचा ओलावा ओतून केलेलें आहे तें अमोल आहे. तुझ्या सर्व क्रिया आर्द्र असूं देत. कोरडी सहानुभूती नको. देखल्या देवा दंडवत नको. कष्टाचा रामराम नको.

आपण त्या दक्षिणेवर तुळशीपत्र ठेवतों. तें रुक्मिणीचें तुळशीपत्र आहे. दक्षिणा रुकाभर असो का दशसहस्त्र रुपये असो. त्या दक्षिणेवर तुळशीपत्र ठेवत. तें भावभक्तीचें तुळशीपत्र आहे. पै का रुपया हा प्रश्न नाहीं. तेथें भाव असला म्हणजें झालें. देव भावाचा भुकेला. ज्या देणगीवर हें भक्तिभावाचें तुळशीपत्र नाहीं, ती देणगी मर्यादित आहे. परंतु भावाच्या तुळशीपत्रासह दिलेली दिडकी कुबेराच्या संपत्तीपेक्षां वजनदार आहे.

देवाला पत्री प्रिय आहे. तुळशीपत्र, बिल्वपत्र, दूर्वादळ यांची देवाला आवड आहे. सामान्य लोकांचीं कर्मे साधीं असतात. त्यांना ना फार गंध, ना फार रंग. परंतु देवाला हीं कर्मे प्रिय आहेत. सुगंधी, रसमय असें कर्म एखादा महात्मा देवाला अर्पील. परंतु आपण सारे दुर्बळ जीव. परंतु आपलीं हीं साधीं कर्मे जर निर्मळ असतील तर तीं देवाला थोरामोठ्याच्या कर्मापेक्षांही आवडतील. संगीतज्ञ मुलाच्या रागदारीपेक्षां लहान मुलाचें अकपट बोबडें बोलणे आईला अधिक आवडतें.

स्वस्तिक चिन्ह भारतीय संस्कृतींत महत्त्वाचें आहे. भिंतीवर आधीं स्वस्तिक काढा. स्वस्तिक म्हणजे कल्याण. सर्वांचें शुभ असो, सर्वांचें भलें होवो असा त्या चिन्हाचा भाव आहे.

उपनयनाचे वेळेस लंगोटी लावतात. कमरेला तीन पदरी मौंजी बांधतात. कमर बांधून विद्येसाठीं बाहेर पड. लंगोटी लावणें म्हणजे इंद्रियदमन करणें. लंगोटबंद राहशील तरच गड्या ज्ञान मिळवूं शकशील. स्वच्छंद व स्वेच्छाचारी राहून कांहींही मिळवता येणार नाहीं. संयमीं हो.

मांडीवर व दंडांवर दर्भ कांपतात. गुरूकडे सेवा करतांना हातपाय झिजून तुटतील. परंतु खंत बाळगूं नको. गायींच्या पाठीमागें रानांत जावें लागेल. तुझे पाय गळतील. पाणी ओढून तुझे हात तुटतील. विद्येसाठीं सारें केलें पाहिजे. दर्भाच्या टोकासारखी कुशाग्रबुद्धी मिळवावयाची असेल तर हातपाय हलविल्याशिवाय कसें होईल?

मौजीबंधनाच्या वेळेस मातृभोजन असतें. इतके दिवस आईजवळ होतों, आतां दूर जायचें. ज्ञानासाठीं दूर जावयाचें. शेवटचें तें सहभोजन असतें. आई

वासराला आतां दूर करते. इतके दिवस सगुणभक्ती होती. आतां निर्गुणभक्ती सुरू व्हावयाची. आतां आई मनांत. गुरुगृहीं आतां गुरु हीच माउली. नवीन ज्ञानदात्री माउली आतां जोडायची.

ब्रह्मचारी, परिव्राजक, संन्यासी या सर्वांच्या हातांत दंड हवा. दंडधारी असण्यात खोल अर्थ आहे. दंड ज्याप्रमाणें सरळ असतो, वांकत नाहीं, लवत नाहीं, त्याप्रमाणें ब्रह्मचारी वा संन्यासीं यांनीं वाकावयाचें नाहीं. मोहांपुढें मान लववावयाची नाहीं. कामक्रोध समोर आले तर त्यांना हांकून लावावयाचें. विकारांची मस्ती जिरवायची. त्याचप्रमाणें ब्रह्मचारी वा संन्यासी कोणाची हांजी हांजी करणार नाहीं. तो ध्येयनिष्ठ राहील. ध्येयाला सोडणार नाहीं. ध्येयाला तडजोड माहीत नाहीं. सत्याला तडजोड ठाऊक नाहीं. गृहस्थाश्रमांत सारी तडजोड आहे. गृहस्थाश्रम म्हणजे तुझें थोडें माझें थोडें. परंतु ब्रह्मचर्य, संन्यास म्हणजे प्रखरता. तेथें त्वया अर्ध मया अर्ध असला बाजार नाहीं. तेथें सारें सरळ सीधें काम. ब्रह्मचाऱ्याची वा संन्याशाची मान एका ध्येयासमोर मात्र लवेल. गुरु म्हणजे ध्येयमूर्ती. त्याच्यासमोर लवेल. इतरत्र ती मात्र लावणार नाहीं. ब्रह्मचर्याचें, संन्याशाचें असें हें धगधगीत तेज आहे. त्या तेजासमोर जग वांकेल, जग लोटांगण घालील. ज्याच्यासमोर वासनाविकारांनीं लोटांगण घातलें, त्याच्यासमोर कोण लोटांगण घालणार नाहीं?

विवाहाच्या वेळेस अंतरपाट धरतात. शेवटची टाळी वाजतांच हा अंतरपाट दूर होतो. वधूवरांत आता अंतर नको. या घटकेपर्यंत अंतर होतें; परंतु आतां जीवन एकरूप झालें. आता मिळणी झाली. आतां तूं माझी आणि मी तुझा. तुझा हात माझ्या हातांत, माझा हात तुझ्या हातांत. तुझी माळ माझ्या गळ्यांत शोभेल, माझी माळ तुझ्या गळ्यात शोभेल. परस्परांस शोभवूं, संतोषवू. माझें तें तुझें व तुझें तें माझें.

सप्तपदीचा विधी सर्वांत महत्त्वाचा. सात पावलें बरोबर चालूं. परंतु सात पावलें म्हणजे का सात पावलेंच? आपण नेहमीं बरोबर राहूं, बरोबर चालूं.

संत म्हणति सप्तपदें सहवासें सख्य साधुशीं घडतें

जो साधू असेल, त्याच्याबरोबर चार पावलें चल, तो तुमचा होतो. तो तुम्हांला विसरणार नाहीं. सात पावलें चालणें म्हणजे कायमचें सांगाती होणें. वार सात आहेत. आठवड्यांतील सातही दिवशीं आपण बरोबर आहोंत. प्रत्येक दिवशींचें आपलें पाऊल बरोबर पडत आहे. सप्तपदी म्हणजे जीवनयात्रेंत आपण दोघें बरोबर

राहूं, बरोबर चढूं, बरोबर पडूं. सुखदु:खांत एकरूप राहूं, असा भाव. सप्तपदीच्या वेळेसच अग्नीस सात प्रदक्षिणा घालीत असतांना वधूवरांस सूत्रानें वेढितात. वधूवरांच्याभोंवतीं सूत गुंडाळलें जातें. वधूवर एकत्र बांधलीं जातात. वधूवरांचा जीवनपट आतां एकत्र गुंफला जाणार. आतां प्रत्येकाचा अलग जीवनपट नाहीं. दोघांनीं मिळून सुखाचें वा दु:खाचें एकच वस्त्र विणावयाचें. बरें-वाईट काय होईल ते दोघांचें. त्या सूत्रामध्यें एकसूत्रीपणाही संदर्शिला जातो. आपण संसारांत एकसूत्रीपणानें राहूं, आततायीपणा अन्योन्यांनीं दाखवावयाचा नाहीं, असाही अर्थ त्या सूत्रवेष्टनांत पाहतां येईल.

वरातीच्या वेळेस झाल असते. वराच्या घरीं वधू येते त्या वेळेस सोळा दीपांनीं त्यांना ओवाळण्यांत येतें. ती झाल प्रत्येकाच्या माथ्यास लावण्यांत येते. हे सोळा दिवे काय दाखवितात? हे सोळा दिवे म्हणजे चंद्राच्या षोडश कला असाव्यात. चंद्र ही मनाची देवता आहे. 'चंद्रमा मनसो जात:' असें श्रुतिवचन आहे. चंद्राला मनाची देवता मानण्यांत महान काव्य आहे. चंद्राला सदैव कृष्णपक्ष व शुक्लपक्ष. चंद्र कधीं अर्धा, कधीं पाव, कधीं अजिबात नाहींसा होतो. आपल्या मनाचें असेंच आहे. कधीं तें अत्यंत उत्साही असतें, कधी अगदीं निराश, कधी सात्त्विक वृत्तीचें उचंबळलेलें, तर कधीं द्वेषमत्सरांनीं बटबटलेलें. कधीं मनांत अंधार तर कधीं प्रकाश, मन क्षणांत रडतें तर क्षणांत हंसतें. या क्षणी उंच आकाशांत, दुसऱ्याच क्षणीं खोल अनंत दरींत.

असें जें हें चंचल मन, त्या चंचल मनाचा संपूर्णरीत्या तुम्हां वधूवरांच्या संबंधांत विकास होवो, मनाच्या षोडश सत्कला विकासांत, अशा ह्या षोडश दीपांनीं एकमेकांस ओवाळण्यांत, हे षोडश दीप वधूवरांस दाखविण्यांत अर्थ असेल. विवाह कां आहे? विवाह हा शेवटीं परस्परांच्या विकासासाठीं आहे. एकमेकांनीं एकमेकांस हात देत, एकमेकांस शिकवीत, एकमेकांस सांभाळीत, उत्तरोत्तर अधिकाधिक विकास करून घ्यावयाचा. केवळ पुरुष अपूर्ण आहे. केवळ स्त्री अपूर्ण आहे. परंतु दोघांनीं एकत्र येऊन जीवनाला पूर्णता आणावयाची. इत्यादि किती तरी भाव त्या झालीमध्यें असतील. फारच पवित्र व सुंदर तो देखावा असतो. रात्रींची वेळ असते. वधू माहेराहून सासरीं आलेली. नवीन जीवनाला प्रारंभ. वधूंचें नांव बदलण्यात येतें. जणूं पूर्वीच्या आयुष्याचा तिनें संन्यास घेतला. संन्यासाश्रमांत पूर्वीचें नांव बदलतात. जणूं नवीनच जन्म सुरू. पूर्वीचे संबंध,

पूर्वीच्या आसक्ति, पूर्वीचे सारें पुसून टाकावयाचें. पतीच्या नवीन घरी नवीन संसार सुरू करावयाचा. हृदयाची गजबज झालेली असते. अशा वेळेस तें षोडश-दीपदर्शन असतें. त्या झालींतील दिव्यांच्या ज्योती झळाळत असतात. तुमच्या आत्मचंद्राचा असाच प्रकाश पडो.

नजर न आवे आतमज्योति
तैल न बत्ती बुझ नहि जाती
जैसे माणीकमोती ।।नजर.।।
झिलमिल झिलमिल निशिदिन चमके
जैसी निर्मळ ज्योति ।।नजर.।।
कहन कबीर सुनो भाई साधू
घरघर वाचत पोथी ।।नजर.।।

रात्रंदिवस आंत चमकणारें हें दिव्य स्वरूप, त्याची ओळख करून घ्या. घरोघर पोथ्या वाचतात, परंतु जें आत्मतत्त्व, जी कधीं न विझणारी आत्मज्योती, माणीकमोत्यांप्रमाणें, निर्मळ ताऱ्यांप्रमाणें अखंड तेवत आहे, ती कोणाच्या नजरेस येते? कोणाच्याही नाहीं. परंतु वधूवरांनों! तुम्ही या आत्म्याची ओळख करून घ्या. हळू हळू शांतविषय होऊन मनाची प्रसन्नता, संपूर्ण प्रसन्नता, चिरंजीव प्रसन्नता प्राप्त करून घ्या.

भारतीय संस्कृतींतील षोडश संस्कारांत अशीं अनेक प्रतीकें आहेत. मरणानंतर जेव्हां शव नेण्यांत येतें तेव्हां मडकें पुढे धरावयाचें. म्हणजे हा मृण्मय देह होता. तो फुटला. त्यांत रडण्यासारखं किंवा अनैसर्गिक असें कांहीं नाहीं हें सूचित केलें आहे. त्या शवाला स्नान घालतात, नवीन वस्त्र देतात. कारण तो नवीन घरीं जावयाचा. शुद्ध. स्वच्छ होऊन देवाकडे जाऊं दे. कोरें करकरीत वस्त्र नेसून जाऊं दे. मरतांना घोंगडीवर घेतात. त्यांत अनासक्त होऊन, संचयवृत्ती सोडून देवाघरीं जा, हा देह सोड, असें ध्वनित केलें आहे. मरतांना प्राण जातांच तुळशीपत्र तोंडावर ठेवतात. त्याचा अर्थ देहावर तुळशीपत्र ठेवलें. हा देह आतां देवाचा. जिवंतपणींही तुळशींच्या माळा वगैरे गळ्यांत घालतात. त्यांतील अर्थ हाच असतो की, देह देवाचा. देहावर तुळशीपत्र ठेवलें.

कानांत रुद्राक्ष घालतात. म्हणजे कान शुभ ऐकोत. शिव, कल्याणकर असेंच ऐकोत हा भाव. कारण रुद्राक्ष शंकराला प्रिय. शंकर म्हणजे कल्याण करणारा. शंकराला तें आवडतें जें सदां शिव असतें, हितकर, मंगल असें असतें. गळ्यांतही

रुद्राक्ष घालतात; बोटांत पवित्रक घालतात. बोटें पवित्र कर्मे करतील हाच भाव.

वारकरी भगवा झेंडा नेहमीं जवळ बाळगतो. जेथें जाईल तेथें देवाचा सैनिक, खुदा-इ-खिदमतगार, असा त्यांत भाव आहे. भगवाच रंग कां? भगवा रंग त्याग सुचवितो. संन्याशाचींही वस्त्रें लाल. संन्यास म्हणजे संपूर्ण त्याग. महान यज्ञ. भगवा रंग ज्वाळांचा आहे. ज्वाला लालसर दिसतात, अगदीं लाल नसतात. म्हणून हा भगवा रंग.

शंकराचार्यांबरोबर नेहमीं मशाल असते. याचा अर्थ सदैव प्रकाशाचीच पूजा करण्यांत येईल असा असावा. धर्माचें ज्ञान देणारा आचार्य अंधारांत राहून कसें चालेल? सदैव ज्ञानयज्ञ पेटता हवा, ज्ञानसूर्य तळपत असला पाहिजे.

आपण मोठी यात्रा वगैरे करून आलों म्हणजे कांहीं तरी सोडतों. भगिनी निवेदितादेवींनी यांतील रहस्य एके ठिकाणीं सांगितलें आहे. त्या यात्रेचे स्मरण रहावें म्हणून आपण प्रिय वस्तूंचा त्याग करतों. यात्रा म्हणजे पवित्र वस्तूंचें दर्शन, पवित्र स्थलांचें दर्शन. यात्रा म्हणजे जीवनाला पावित्र्य देणारा अनुभव. हा अनुभव आपल्या जीवनांत अमर झाला पाहिजे. नाहीं तर तात्पुरतें गंगेचें दर्शन प्रसन्न, पावन वाटतें. पुन्हां घरीं आल्यावर त्याचें कांहीं स्मारक नाहीं; तर तसें होऊं नये म्हणून आपण कांहीं त्यागसंकल्प करतों. कोणी म्हणतो, मी रामफळ सोडीन, कांदा सोडीन, कोणी म्हणतो डाळींब सोडीन, असें कांहीं तरी सोडण्याचें निश्चित केल्यामुळें ज्या ज्या वेळेस रामफळ पाहूं, ज्या ज्या वेळेस कांदा वा डाळींब पाहूं, त्या त्या वेळेस काशीयात्रा पुन्हां आठवेल. पुन्हां गंगेचें स्मरण, महादेवाचे स्मरण. गंगातीरांवरील प्राचीन ब्रह्मर्षी राजर्षी यांच्या तपश्चर्येचें स्मरण, शंकराचार्यांच्या अद्वैताचे स्मरण. आपण पुन्हां त्या यात्रेंत जणूं जातों. एका क्षणांत तो सारा अनुभव पुन्हां जागृत होतो व जीवनांत अधिक खोल जातो. तो अनुभव आपल्या रक्तात मिसळतो, अधिक आपणांस होतो.

आपण जीवनांतील महान अनुभवांच्या संपत्तीची काळजी घेत नाहीं. म्हणून आपण अंतर्दरिद्री असतों. भिकारी हृदयें व भिकारी मनें.

''भिकारी जरि इतुकी केली मी वणवण
रिकामी झोळी माझी जवळ नाहीं कण''

आपली जीवनाची झोळी नेहमीं रिकामी. कारण सारे अमोल अनुभव गळून जातात. महात्माजींचें दर्शन झालें. ते दर्शन आपल्या जीवनांत सांठवलें गेलें पाहिजे.

विलायती वस्त्र सोडल्यानें, ग्रामोद्योगी ज्या वस्तू नाहींत त्यांचा त्याग केल्यानें, अस्पृश्यतेचा त्याग केल्यानें, तें दर्शन अमर होईल.

हे अनुभव दोन रीतींनी अमर होतील. कांहीं वस्तूंचा त्याग व कांही वस्तूंचा स्वीकार. जें अमंगल आहे त्याचा त्याग करूं, जें मंगल आहे तें घेऊं, विदेशी टाकूं व खादीचें व्रत घेऊं. खादीच्यामुळे तें महात्माजींचें दर्शन कायमचे राहील. तो प्रसंग आठवेल. त्या वेळच्या भावना आठवतील. तें वातावरण आठवेल. आपले असे अनुभव उडून जाऊं देऊं नयेत. हे मोलवान अनुभव, पवित्र प्रसंग म्हणजे तर जीवनांतील खरी मिळकत. परंतु तीच आपण विसरत असतों, फेकून देत असतों.

आपण घरून कोठें दूर जाऊं लागलों म्हणजे आपल्या हातावर दही वाढतात. तें दहीं खावयाचें परंतु हात धुवावयाचें नाहींत. हात तसेच चाटून ठेवावयाचे. आरोग्याच्या दृष्टीनें पाहणाऱ्यास यांत बावळटपणा वाटेल. परंतु भावनांच्या दृष्टीनें पाहणाऱ्यास त्यांत सहृदयता दिसेल. दही स्निग्ध वस्तू आहे. स्निग्धता विसरूं नकोस. स्निग्धता धुऊन टाकूं नकोस. जातांनाही तुझ्या हातावर मी स्नेहाची स्निग्धता ओतीत आहें. ते चिकट ओशट हात, म्हणजे प्रेमानें हृदयें चिकटविण्याचीं साधनें आहेत. ओला हात घेऊन जा. येथून कोरडा जाऊं नकोस, असा त्यांत भाव आहे. आणि तो हात तसाच राहूं दे, म्हणजे तें प्रेम, ती आर्द्रता कधीं विसरूं नकोस.

जावयाच्या हातावर लग्नाच्या भोजनाच्या वेळेस तुपाची आपोष्णी वाढतात. त्यांतही हाज भाव आहे. मुलीची माता म्हणते, "हें प्रेम घ्या. तुमच्या हातीं मुलगी सोंपवली. तो तुमचा हात कठोर नका करूं. तो तुमचा हात स्नेहार्द्र असूं दे. प्रेमानें भरलेल्या हातानें माझ्या कन्येचा हात धरा." ती तुपाची आपोष्णी घेणारे जांवई आपला हात सदैव प्रेमळ राखतात का? ती तुपाची आपोष्णी पाहतांच माझें दृश्य पाहतांच माझें हृदय भरून येते. जांवयाचें हृदय भरून येतें कीं नाहीं मला माहीत नाहीं. परंतु त्या प्रतीकांत मला सहृदयतेचा सागर दिसून येतो.

वधू-वरांच्या अंगाला हळद लावतात. वस्त्रेंही हळदींत रंगवतात. पिवळ्या रंगाचा काय अर्थ? हळद आरोग्यदृष्ट्या चांगली. म्हणून ती वापरतात असें कोणी म्हणतील; परंतु तें आरोग्याच्या प्रतीकापेक्षां निराळेंच कांहीं आहे असें मला वाटतें. तुमचें सारें सोनें होवो असा त्यांत भाव आहे. सुखाचा संसार, सोन्यासारखा होवो. अंगावर पिवळ्या सोन्याचे दागिने नसतील! ते जड दागिने नसले तरी चालतील. आपल्या संसारांत त्यामुळें व्यत्यय नाहीं येणार. कुठेंही कसल्याही परिस्थितींत

आपण आनंदानें राहूं असा त्यांत भाव असावा असें वाटतें. हृदयाची संपत्ती त्यामुळें दिसते. भावनांच्या संपत्तीची, सहानुभूतीच्या सोन्याची वाण न पडो असें ती हळद सुचवते. जीवनाचेंच सोनें करूं असा त्यांत भाव आहे.

संक्रांतीस आपण तिळगूळ देतों. तिळ म्हणजे स्नेह. त्या स्नेहांत गूळ मिसळावयाचा. म्हणजे कृत्रिम, वरपांगी, अंतर्विष असें प्रेम अत:पर नाहीं देणार. तर त्या स्नेहांत खरोखरच सद्भाव असेल. तें मधुर प्रेम असेल. मागचें सारें विसरूं. आपल्या जीवनाचें संक्रमण होऊं दे. जीवनांत क्रांती होऊं दे. पूर्वींचे द्वेष-मत्सर-जाऊन, प्रेमाचे-सत्प्रेमाचे संबंध आत जडूं देत.

हुताशनीस होळी करून बोंब मारावयाची. हुताशनीच्या आधीं महिनाभर शिमगा चालतो. मनुष्याच्या मनांतील दबलेल्या वैषयिक वृत्तीस बाहेर काढून त्यांना जाळावयाचें असा त्यांत हेतू आहे. आणखी काय आहे मनांत, ओक. आणखी काय आहे मनांत, बोल. मनांतील सारी घाण बाहेर काढावयाची. दहा दिवस लहान होळ्या; परंतु शेवटीं प्रचंड होळीं पेटवावयाची. जीवनांतील सारी घाण जळली हें जगाला जाहीर करावयाचें "ही पहा घाण. जाळली सारी." बोंब मारून, जगाला घाण दाखवून, ती त्यांच्यादेखत जाळावयाची आणि मग ती राख अंगारा म्हणून लावावयाची. कारण त्या राखेंतून नवजन्म होणार. जीवनाला खरा विशुद्ध रंग चढणार! होळीशिवाय रंगपंचमी नाहीं. जीवनांतील घाण जाळा व मग रंगपंचमी खेळा. मग खरा आनंद! शंकराच्याच देवळांत बुऽऽबू करतात. कारण शंकरानें मदनाची होळी पेटविली होती! देवालयांत कांसव असते. कांसवाप्रमाणे इंद्रियांवर संयम मिळवा.

घेई ओढून संपूर्ण विषयांतून इंद्रियें
जसा कांसव तो अंगें तेव्हां प्रज्ञा स्थिरावली ।।

कांसव म्हणजे इंद्रियसंयमाचें प्रतीक. देवालयांत घंटा वाजवायची, यामध्यें योगांतील अनुहतध्वनीची कल्पना असावी असें वाटतें. जिवाशिवाचें ऐक्य झालें. समाधी लागली. आनंदाचें गाणें सुरू झालें. मंगल वाद्यें जीवनमंदिरांत सुरू झाली. अनुहतध्वनीची गर्जना सुरू झाली. योगमार्गात तो अनुहतध्वनि ऐकूं येतो असें म्हणतात. अनुहत म्हणजे सारखा वाढणारा. सारखा अखंड असा एक नाद ऐकूं येतो असें म्हणतात. घंटावादनांत हा अनुहतध्वनि गर्भित असेल वा देवाचें दर्शन झालें म्हणून मंगल वाद्य वाजवावें असाही अर्थ असेल किंवा विश्वाचा पसारा

चालवण्यांत रंगून गेलेल्या देवाला हांक मारून, घंटा वाजवून, सांगावयाचें कीं, "देवा, क्षणभर तरी तुझ्या दारांत आलों होतों. क्षणभर तरी संसारांतून मन बाहेर काढून, आपल्याच डबक्यांतून बाहेर येऊन तुझें दर्शन घेतलें बरें." असाही भाव असेल!

भरलेल्या कलशाची फार महती आहे. लग्नाच्या वेळेस वऱ्हाडणी हातांत भरलेले कलश घेऊन उभ्या असतात. जीवन म्हणजे एक मातीचा कलशच आहे. ज्याप्रमाणें रित्या घड्याला महत्त्व नाहीं, त्याप्रमाणें रित्या जीवनाला महत्त्व नाहीं. घडा भरलेला असला म्हणजे त्याला आपण डोक्यावर घेतों, त्याप्रमाणें तुमचा जीवनाचा कलश जर प्रेमानें भराल, सत्कृत्यांनीं भराल, ज्ञानानें भराल, तरच लोक तुम्हांला डोक्यावर घेतील. रिकामी घागर अमंगल आहे. भरलेली घागर मंगल आहे. भारतीय संस्कृतीतील हे मंगल कलश सांगत आहेत "जीवन मांगल्याचें करा."

देवाला नीरांजन ओंवाळणें म्हणजे काय? खरोखर हें जीवन पेटवून देवाला ओंवाळावयाचें आहे. जीवनाची मेणबत्ती सारखी पेटत ठेवावयाची "देवा आज ही जीवनाची मेणबत्ती समाजासाठीं वितळली बरें!" असें देवाला नीरांजन ओंवाळून सांगावयाचें. पंचारती म्हणजे पंचप्राण. पंचप्राण ध्येयासाठीं ओवाळून टाकावे लागतात.

उदबत्ती म्हणजे काय! "हे जीवन पेटवून मी सुगंध देईन." असें सांगणें. पेटल्याशिवाय सुगंध नाहीं. किंवा देवाला चंदन लावणें म्हणजे काय? "हा देह चंदनाप्रमाणें झिजवून त्याचा गंध तुला देईन." हाच त्यांत अर्थ आहे. देवाला प्रदक्षिणा घालणे म्हणजे काय! प्रदक्षिणेनें देवाचें स्वरूप मनांत ठसतें. एक प्रदक्षिणा झाली कीं देवाला पहावयाचें. प्रणाम करावयाचा की, पुन्हां दुसरी सुरू, प्रदक्षिणा तीन घाल, अकरा घाल, एकशें आठ घाल. जितक्या प्रदक्षिणा अधिक तितकी मूर्ती अधिक ठसावेल. प्रत्येकानें आपल्या ध्येयाभोंवतीं प्रदक्षिणा घातल्या पाहिजेत. मजुरांची सेवा हें ध्येय ठरवणाऱ्यानें मजुरांच्याभोंवतीं सारख्या प्रदक्षिणा घातल्या पाहिजेत. त्यांच्या चाळी पाहिल्या पाहिजेत. त्यांचें जीवन पाहिलें पाहिजे. सारखे मजूर देवाला प्रदक्षिणा घालाल तेव्हांच मजुरांचें खरें स्वरूप कळेल. त्यांच्या डोळ्यांत अश्रू आहेत कीं आनंद आहे, तोंडावर तेज आहे कीं प्रेतकळा आहे, त्यांना नैवेद्य मिळाला कीं नाहीं, त्यांच्या अंगावर वस्त्रे आहेत कीं नाहीं,

तें तेव्हांच कळेल. राष्ट्रीय सभा खेड्यांतील कोट्यवधी शेतकऱ्यांस देव मानीत असेल तर राष्ट्रीय सभेच्या भक्तांनीं या खेड्यांना प्रदक्षिणा घातल्या पाहिजेत. खेडें म्हणजे महादेवाचें मंदिर! त्या खेड्यांतील देवाचें कसें स्वरूप आहे, तो कसा राहतो, कसा वागतों, काय खातो, काय पितो, काय वाचतो, ज्ञान आहे कीं नाहीं, घरांत दिवा आहे कीं नाहीं, या देवाचे बैल रस्त्यांतील गाऱ्यांत फसतात कीं काय, उन्हाळ्यांत पाण्याविणें हा देव तडफडतो कीं काय, हें सारें पाहिले पाहिजे. ज्ञानाचें ध्येय असेल तर थोर विद्वानांच्याभोंवतीं फिरा. त्यांची सेवा करा. पृथ्वी, चंद्र, सूर्याभोंवतीं फिरून प्रकाश मिळवितात. तुम्ही निरहंकारपणें ज्ञानसूर्याभोवतीं फिरा. कलोपासक असाल तर त्या त्या कलावंताभोंवतीं फिरा.

प्रदक्षिणा घालतां घालतां त्या त्या ध्येयदेवाची जन्मोजन्मी पूजा करावी असें वाटेल. "सदां माझे डोळां जडो तुझी मूर्ति" असें वाटेल. साष्टांग लोटांगण मग घालूं. हा देह दंडवत ध्येयदेवाच्या सेवेंत पडेल असें आपण निश्चित करूं. म्हणून प्रदक्षिणेनंतर नमस्कार व शेवटचें मंत्रपुष्प, शेवटचें महासमर्पण, जीवनपुष्पाचें तें चिरसमर्पण!

उपनिषदांत भगवान सूर्यनारायण हें प्रतीक सांगितलें आहे. हा सूर्य म्हणजे नारायण. सूर्य त्या चैतन्यमय प्रभूचें स्वरूप. सूर्य चराचराला चालना देतो. सूर्य उगवतांच फुलें फुलतात, पक्षी गातात, उडतात, गायीगुरें हिंडूं, फिरूं लागतात. मानवांचे व्यवहार सुरू होतात. त्या विश्वंभराच्या विश्वचालनेची कल्पना या सूर्यावरून येईल. या सूर्याची उपासना म्हणजेच त्या विश्वेश्वराची उपासना!

मूर्तिपूजा म्हणजे प्रतीक आहे. रामाची मूर्ती पाहतांच रामाचें चरित्र डोळ्यांसमोर उभें राहतें. एका क्षणांत सारे रामायण जणूं आठवतें. एका क्षणांत सारे पावित्र्य येऊन सामावतें.

परंतु पाषाणमयी मूर्ती पाहावयास जरा दूर जावें लागतें. पाषाणमयी मूर्ती घडविण्यासही प्रयास. मूर्ती, पुतळे, चित्रें हीं जीं सारीं थोरामोठ्यांचीं किंवा प्रिय व्यक्तिंचीं आपण प्रतीकें करतों, तीं तितकीं सहजसाध्य नाहींत.

म्हणून नाम हें सर्वांत मोठें प्रतीक आहे. "इंद्राचे स्वरूप काय? इंद्राची मूर्ती कशी असते?" ह्या प्रश्नाला मीमांसक उत्तर देतात. "इं आणि द्र-इंद्र - हा शब्द, हीं दोन अक्षरें म्हणजेच इंद्राचे स्वरूप. हीच त्याची अक्षर मूर्ती."

ॐ हें परमेश्वराचें नांव आपण ठेवलें आहे. राम, कृष्ण अशीं अनेक नांवें तरी

कशाला? त्या सर्व नांवांचें सार म्हणजे ॐ. सर्व शब्दसृष्टी कढवून हें एक ॐ अक्षर निर्माण केलें आहे. ॐ मध्यें सारे स्वर आले, सारीं व्यंजनें आलीं, सारी वाङ्मयें आलीं, सारे वेद आले. ॐ ही परमेश्वराची वाङ्मयी मूर्ती.

पाषाणमयी मूर्ती घडवायला त्रास. पुन्हां भंगुरः परंतु या अक्षरमयी मूर्ती सर्वांना सुलभ सोप्या असून पुन्हां अक्षर म्हणजे अभंग आहेत. माझ्या ओठांतील ''राम'' ही अक्षरमयी मूर्ती कोणता मुसलमान येऊन फोडील!

म्हणून नाम हें महान प्रतीक आहे. नाम उच्चारतांना सारें आठवतें. सारा इतिहास एका नांवांत जणूं येऊन बसलेला असतो. आई शब्द उच्चारतांच मातेचें अनंत प्रेम आठवतें. बाळ शब्द आठवतांच मातेला मुलाच्या शतस्मृती आठवतात. आपण ऋषींचें तर्पण करतों. त्या वेळेस त्यांचीं नुसतीं नांवें उच्चारतों. त्या नांवांतच सारें पावित्र्य येऊन बसतें. जसजसा काळ जातों, तसतसा इतिहास घट्ट होत होत एका नांवांत सामावतो. जसे आकाशांतील दूरचे पवित्र तारे तशीं तीं दूरचीं नांवें होतात. वसिष्ठं तर्पयामि, अत्रिं तर्पयामि असें आपण म्हणतों; परंतु वसिष्ठ म्हणजे काय, अवि म्हणजे काय? केवळ पावित्र्य! तें नाम उच्चारतांच पवित्र वाटतें. राम म्हणतांच निराळा संस्कार होतो. हा प्रिय भारतवर्ष म्हणतांच सारा थोर इतिहास डोळ्यांसमोर येतो. ते थोर शिवछत्रपती म्हणतांच सारा रोमहर्षती पराक्रम आठवतो. म्हणूनच नामाला अपार महत्त्व दिलें आहे. तें कोठेंही घेतां येतें. घरीं, दारीं, बसतां, उठतां, हें नामरूप दर्शन आहे. त्याला पैसे नकोत, फी नको, दक्षिणा नको, कांहीं नको. ''राधेकृष्ण बोल, तेरे क्या लगे गे मोल.'' राधेकृष्ण बोल बाबा. कांहीं किंमत का द्यावी लागणार आहे?

ह्या अक्षरप्रतीकांत केवढें सामर्थ्य आहे? चिंच म्हणतांच जिभेला पाणी सुटतें. मिरची म्हणतांच हाय असें होतें. हा सर्वांचा अनुभव आहे. म्हणून या नामाला कमी लेखूं नका. सारा संसार नामरूपात्मक आहे; परंतु तें रूपसुद्धा शेवटीं नामांत सामावून जातें व केवळ नाम उरतें!

असो, भारतीय संस्कृती वाढती आहे. वाढत्या संस्कृतींत प्रतीकेंही नवीन नवीन येणार. नवीन तत्त्वज्ञान येतांच नवीन प्रतीकेंही येतात. राष्ट्रीय सभेचा तिरंगी झेंडा हें सर्व धर्माच्या ऐक्याचें चिन्ह आहे. त्या झेंड्यावरील चरखा हा कोणाचीही पिळवणूक न करतां केल्या जाणाऱ्या श्रमजीवनाचें चिन्ह आहे. चरखा म्हणजे स्वावलंबन. चरखा म्हणजे व्यक्तित्व. चरखा म्हणजे निर्दोष श्रमाची महती. खादी

हें एक नवीन प्रतीक निर्माण झालें आहे. खेड्यांतील उपाशी लोकांचें स्मरण म्हणजे खादी! लाल झेंडा नवीन प्रतीक येत आहे. जगांतील श्रमजीवी लोकांचें तें ऐक्यचिन्ह. हातोडा, कोयता म्हणजे श्रममहात्म्यांचीं प्रतीकें.

अशा रीतीनें प्रतीकांकडे पहात जावें. खोल पाहण्याची दृष्टी आली म्हणजे एक प्रकारचा आनंद वाटतो. त्या त्या क्रिया, तीं तीं चिन्हें मग अर्थपूर्ण वाटतात. वस्तूच्या अंतरंगाला हात लागला असें वाटतें. आपण रसग्राही आहोंत. बाह्य सालींनीं कोणाचें समाधान होणार? भारतीय संस्कृतीच्या अंतरंगाला हात लावावयाचा असेल, तिचें खरें स्वरूप समजावून घ्यावयाचें, असेल, तिचे खरे उपासक व्हावयाचें असेल तर खोल दृष्टी घ्या. म्हणजे मग ह्या संस्कृतीचें अंतरंग प्रेमानें फुललेलें, पावित्र्यानें नटलेलें, त्यागानें पेटलेलें, माधुर्यानें भरलेलें, ज्ञानानें अलंकृत, आशेनें शोभित, उत्साहानें संस्फूर्त आनंदानें पूरित असें दिसून आल्याशिवाय राहणार नाहीं!

प्रकरण बाविसावें

श्रीकृष्ण व त्याची मुरली

भारतीय हृदयाचे दोन चिरंजीव राजे आहेत. एक अयोध्याधीश राज रामचंद्र व दुसरा द्वारकेचा राणा श्रीकृष्ण. इतर शेंकडों राजे महाराजे झाले व गेले; परंतु या दोन राजांचे स्थान अढळ आहे. त्यांच्या सिंहासनावर दुसरा कोणताही सत्ताधीश बसूं शकणार नाहीं. भारतीय संस्कृती म्हणजे रामकृष्ण.

कृष्णाच्या चरित्राकडे एका अगदीं निराळ्या प्रकारानें या प्रकरणांत मी पाहणार आहें. गोकुळांत प्रेमस्नेहाचा साम्यवाद स्थापन करणारा किंवा जरासंध-शिशुपालादी सम्राटांना धुळींत मिळविणारा, छळल्या जाणाऱ्या द्रौपदीसारख्या सतींची बाजू घेणारा किंवा अर्जुनाचे घोडे प्रेमानें हांकणारा अशा त्या कृष्णाचें वर्णन या प्रकरणांत नाहीं. कृष्णाकडे एक प्रत्यक्ष व्यक्ती या दृष्टीनें येथें मी पाहणार नाहीं. कृष्णाकडे एक प्रतीक या रीतीनें मी पाहणार आहें.

गोकुळांतील श्रीकृष्ण यांत फार खोल अर्थ आहे. गोकुळ म्हणजे काय? गो म्हणजे इंद्रियें. गायी ज्याप्रमाणें हिरवा हिरवा चारा पाहून वाटेल तेथे चरत जातात, त्याप्रमाणें हीं इंद्रियें ते ते विषय पाहून त्यांच्या पाठीमागें स्वैर पळत सुटतात. आपलें जीवन म्हणजेच गोकुळ. कुळ म्हणजे समुदाय. इंद्रियांचा समुदाय जेथें आहे तें गोकुळ. असें हें गोकुळ आपल्या प्रत्येकाजवळ आहे.

परंतु या गोकुळांत आनंद नसतो. या गोकुळांत सुखसमाधान नसतें. येथें संगीत नसतें, मधुर मुरली नसते. येथें व्यवस्था नाहीं. नृत्यगीत नाहीं. या जीवन-

गोकुळांत सारें बेसूर काम चाललेलें असतें. इंद्रियांच्या शेंकडों ओढी असतात. हें इंद्रिय खेंचतें, तें इंद्रिय खेचतें, मनाच्याही शेंकडों प्रवृत्ती असतात. त्या प्रवृत्तींत एकवाक्यता नसते. अंतःकरणांत सारा गोंधळ. सारी आदळआपट. या गोकुळांत वणवे पेटलेले असतात. अंतःकरणाच्या यमुनेंत अहंकाराचे कालिये ठाणीं देऊन बसतात. अघासुर, बकासुर (बकासुर म्हणजे दंभासुर) या गोकुळांत येऊं पाहत असतात. आपल्याला आपल्या हृदयांत सारखा गदारोळ व धांगडधिंगा ऐकूं येत असतो. रात्रंदिवस हृदयमंथन सुरू असतें. आपण समुद्रमंथनाची गोष्ट वाचतों. समुद्रमंथन म्हणजे हृदयसमुद्राचे मंथन. या हृदयसागरावर अनेक वासनाविकारांच्या लाटा प्रत्येक क्षणाला उसळत असतात. या मंथनांतून नाना प्रकारच्या वस्तू बाहेर पडतात. कधीं लक्ष्मी बाहेर येऊन मोह पाडते. कधीं अप्सरा भुलविते. कधीं दारू समोर येऊन उभी राहते. कधीं आपण लोकांना चाबूक मारीत सुटतों तर कधीं आपण शंख फुंकतों. कधीं प्रेमाचा चंद्र उगवतो तर द्वेषाचें हलाहल निर्माण होते. कधीं सद्विचारांचीं फुलें देणारा पारिजात फुलतो तर कधीं सर्वांना तुडविणारा ऐरावत उभा राहतो. अमृतप्राप्ती होईपर्यंत, खरें समाधान, खरी शांति, यांचा लाभ होईपर्यंत हें असें हृदयमंथन सुरूच राहणार.

आपल्या या हृदयांतील अशांतीनें आपली तगमग होते. द्वेष-मत्सरांनीं मस्त झालेल्या अशा जीवनगोकुळांत शेवटीं कृष्ण जन्माला येतो. नंद-यशोदेच्या पोटी कृष्ण जन्मला. नंद म्हणजे आनंद. यशोदा म्हणजे यश देणाऱ्या सद्वृत्ती. आनंदासाठीं तडफडणारा हा जो जीवात्मा आणि या जीवात्म्याला साहाय्य करणाऱ्या ज्या सत्प्रवृत्ती यांच्या तळमळींतून हा श्रीकृष्ण जन्माला येतो. हृदयांतील मोक्षाची तळमळ म्हणजेच कृष्णजन्म.

कृष्ण-जन्म व राम-जन्म केव्हां झाला तें आपण जर पाहूं लागलों तर त्यांत केवढा अर्थ आपणांस दिसेल. राम-जन्म भर दुपारी झाला.

टळटळीत दुपारीं जन्मला रामराणा. पाय भाजत आहेत, कोठें छाया नाहीं, कोठें विसांवा नाहीं अशा वेळीं राम जन्मास येतो. ज्या वेळेस जीवात्मा तडफडत असतो, हृदयाची दुःखानें लाही लाही होत असते, संसार म्हणजे पेटलेला वणवा असें वाटतें, अशा वेळेस जीवात्म्याला रमविणारा, हृदयांतील दशेंद्रियमुखी सम्राट रावणाला मारून टाकणारा राम जन्म घेत असतो.

आणि कृष्ण केव्हां जन्मतो? राम भर दुपारीं जन्मला तर कृष्ण भर मध्यरात्री

जन्मला. श्रावणांतील मुसळधार पाऊस, मेघांचा गडगडाट, विजांचा चमचमाट, यमुना तुडुंब भरलेली अशा वेळेस कृष्ण जन्म घेतो. ज्या वेळेस जीवनांत कृष्णपक्षांतील अंधार असतो, भयंकर निराशा असते, डोळ्यांतून अश्रूंचा पूर चाललेला असतो, मार्ग दिसत नाहीं, हृदयाची यमुना भरून आलेली असते, दु:खदैन्यांचे काळेकुट्ट मेघ जमून आलेले असतात अशा वेळीं कृष्ण जन्मतो.

कृष्ण म्हणजे व्यवस्था लावणारा. राम रमविणारा, कृष्ण आकर्षून घेणारा. कृष्ण सर्व गोकुळाला वेध लावतो. कृष्ण गोपाल होतो. गोपाल म्हणजे इंद्रियांचा स्वामी, तो इंद्रियांना चरूं देतो, परंतु वाटेल तिकडे जाऊं देत नाहीं. त्या इंद्रियरूपी गायी वाटेल तेथें जाऊं नयेत म्हणून तो गोड मुरली वाजवितो. कृष्ण सर्व इंद्रियांना सुखसमाधान देतो. त्यांना ओढून आकर्षून, संयमांत राखून संगीत निर्माण करतो.

आपल्या जीवनांतील अव्यवस्थेंत व्यवस्था लावणारा असा हा श्रीकृष्ण असतो. रवींद्रनाथांनीं गीतांजलींत म्हटलें आहे, "सारा दिवस सतारीच्या तारा लावण्यांतच गेला. अजून सतार लागत नाहीं, संगीत सुरू होत नाहीं." आपली सर्वांची ही स्थिती आहे. आपल्या जीवनांत मेळ नाहीं. जीवनाची सतार नीट लागत नाहीं. ही जीवनाची सतार सात तारांची नसून सहस्र तारांची आहे. ही अनंत तारांची हृदयतंत्री केव्हां नीट वाजवणार?

आपल्या हजारों प्रवृत्ती म्हणजेच या तारा. आज एक वाटतें, उद्यां दुसरें वाटतें. या क्षणी अमुक करावें असें वाटतें, दुसऱ्या क्षणीं दुसरेंच वाटतें. या हजारों वासना आपणांस नाचवीत असतात. आपली कुतरओढ चाललेली असते. एखाद्या नवऱ्याला दोनच बायका असल्या तर त्याची किती केवीलवाणी स्थिती होते. मग या जीवात्म्याच्या त्या हजारों बायका काय दशा करीत असतील बरें?

सदैव चाले ओढाताण
हृदयावरतीं पडतो ताण
उरतें न मला अल्पत्राण
काय करावें! मीं केवळ मरुनी जावें

असें जीवाला वाटूं लागतें.

श्रीकृष्णाला सोळा हजार नारी होत्या असें आपण वाचतों. सोळा हजारच काय सोळा कोटिही असतील. आपल्या या क्षणाक्षणाला बदलणाऱ्या शेंकडों मनूप्रवृत्ती म्हणजेच या नारी. म्हणजेच या गोपी. या गोपी जीवाला ओढीत असतात. परंतु गोकुळांत जन्मलेला श्रीकृष्ण या गोपींची फजिती करतो. तो गोपींचे वस्त्रहरण

करून त्यांना लाजवितो.

प्रत्येक प्रवृत्ती गोंडस स्वरूप घेऊन जीवात्म्याला मोह पाडीत असते. गटेच्या फौस्ट काव्यामध्यें एके ठिकाणीं एक व्यक्ती म्हणते-

"मला माहीत होतें कीं, हें पाप आहे. परंतु ह्या पापानें किती सुंदर वेश धारण केला होता. हे पाप किती गोड व सुंदर दिसत होतें!"

परंतु श्रीकृष्ण या गोपींच्या बाह्य रूपरंगावर भुलत नाहीं. तो त्यांचें खरें स्वरूप प्रकट करतो. त्यांचें आंतील ओंगळ व हिडीस स्वरूप त्यांच्या निदर्शनास आणून देतो. त्यांचीं लाक्षणिक वस्त्रें दूर करतो. त्या त्या दुष्ट प्रवृत्ती मग लाजतात. त्या नरमतात, विरमतात. त्या श्रीकृष्णाच्या चरणीं रत होतात. "बा कृष्णा! आतां तूं सांगशील तशा वागूं. तूं सांगशील तें करूं, तूं आमचा स्वामी." असें त्या हात जोडून म्हणतात.

जीवनांत हेंच मुख्य काम आहे. सर्व इंद्रियें, सर्व वृत्ती यांना एका महान् ध्येयाच्या भजनीं लावणें, जीवनांत स्थिरता आणणें. नदी सागराकडे जाणार, पतंग प्रकाशाकडे जाणार, भुंगा कमळाकडे वळणार, मोर मेघांकडे वळणार; आपल्या सर्व वृत्ती, सारी शक्ती कोणत्या तरी एका ध्येयाकडे घेऊन जाणें हें कार्य असतें.

श्रीकृष्ण हे काम करतो. सर्व प्रवृत्तींना खेचून ध्येयाकडे त्यांना तो वळवितो. यामुळें जीवनांतील अशान्ती लयाला जाते. एकच सूर हृदयांत घुमूं लागतो. परंतु हें काम सोपें नाहीं. हृदयांत ऐक्याची मुरली वाजूं लागण्यापूर्वी कृष्णाला किती तरी काम करावें लागतें.

अहंकाराचा काळिमा नाहींसा करावा लागतो. आपला अहंकार सारखा फूत्कार करीत असतो. आपल्या आजूबाजूस कोणी येऊं शकत नाहीं. मी मोठा, मी श्रेष्ठ, इतर सारे मूर्ख. असल्या अहंकाराच्या शेजारी कोण राहणार?

"समस्तांसि भांडेल तोची करंटा"

असा सृष्टींत सर्वांशीं भांडत जाणारा हा अहंकारी एकटा जीव कधीं मुक्त होणार?

कृष्ण या अहंकाराच्या फणांवर उभा राहतो. जीवनयमुनेंतून या कालियाला तो हाकलून देतो.

या जीवनगोकुळांतील द्वेषमत्सरांचे वणवे कृष्ण गिळून टाकतो. दंभ, पाप यांचे राक्षस नाहींसे करतो.

अशा प्रकारे जीवन शुद्ध होतें. एक ध्येय दिसूं लागतें. त्या ध्येयाचा ध्यास जिवाला लागतो. जें मनांत तेंच ओंठांत, तेंच हातांत, आचार, उच्चार व विचार यांत ऐक्य येतें. हृदयांतील गडबड थांबते. साऱ्या तारा ध्येयाच्या खुंटीला नीट बांधल्या जातात. त्यांतून दिव्य संगीत स्रवूं लागतें.

शरद ऋतु उदय चंद्राचा
वनिं वृंद उभा गवळणिंचा
सुगंध सुटत पवनाचा
ये वास मलयगिरिवरचा

अशी ती प्रसन्न पावन वेळा होती. हृदयाकाशांत शरद ऋतु पाहिजे. हृदयांत वासना-विकारांचीं वादळें आतां नाहींत. स्वच्छ आकाश आहे. शरद ऋतूमध्यें आकाश निरभ्र असतें. नद्यांतील खळमळ खालीं बसून स्वच्छ शंखासारखें पाणी वहात असतें. आपलें जीवन असें झालें पाहिजे. आसक्तीचे ढग जमा होतां कामा नयेत. अनासक्त रीतीनें केवळ ध्येयभूत कर्मांतच जीव रंगून गेला पाहिजे. शुद्ध आचार व शुद्ध विचार रात्रंदिवस होत राहिला पाहिजे.

शरद् ऋतु आहे आणि शुक्लपक्ष आहे. प्रसन्न चंद्र उगवला आहे. चंद्र म्हणजे मनाची देवता. चंद्र उगवला आहे म्हणजे मनाचा पूर्ण विकास झाला आहे. सद्भाव फुलला आहे, सद्विचारांचें स्वच्छ चांदणें पडलें आहे. अनासक्त हृदयाकाशांत शीलाचा चंद्र शोभत आहे. प्रेमाची पौर्णिमा आली आहे.

अशा वेळेस साऱ्या गोपी जमतात. साऱ्या मनःप्रवृत्ती कृष्णाभोवतीं जमतात. हृदयांत व्यवस्था लावणारा, गोंधळांतून सुंदरता निर्माण करणारा, तो श्यामसुंदर कोठें आहे अशी त्यांना तळमळ लागते. त्या ध्येयगोपाळाची मुरली ऐकावयास साऱ्या वृत्ती अधीर होतात.

एका बंगाली गीतांत एक फारच गोड भाव एकदां मी वाचला होता. एक गोपी म्हणते -

"माझ्या अंगणांत प्रत्यहीं कांटेसराटे पसरून त्यांच्यावरून चालत जाण्याची संवय मी करीत असते. कारण त्याची मुरली कानीं पडतांच मला धांवत जावें लागेल, आणि वाटेंत कांटे असले तर मी अडायची एखादी. संवय असली म्हणजे बरी.

माझ्या अंगणांत पाणी ओतून मी खूप चिखल करतें. आणि त्यां गाऱ्यांतून चालण्याचा अभ्यास मी करीत असतें. कारण त्याची मुरली ऐकली कीं मला जावें

लागेल, आणि वाटेंत चिखल असेल तर फजिती व्हावयाची. परंतु संवय असली म्हणजे पळत जाईन."

ध्येय एकदा ठरलें म्हणजे मग चिखल असो वा कांटे असोत, फांस असो वा विष असो, त्याच्याकडे साऱ्या जिवाची ओढ लागली पाहिजे. कृष्णाची मुरली ऐकतांच सर्वांनी धांवत आलें पाहिजे. फेर धरला पाहिजे. हातांत हात घालून नाचलें पाहिजे. अंतर्बाह्य एकता.

हृदय शुद्ध आहे, प्रेमाचा चंद्र फुलला आहे, साऱ्या वासना संयत आहेत, एक ध्येय दिसत आहे, आसक्ती नाहीं, द्वेषमत्सर मालवलेले आहेत, अहंकार शमला आहे, दंभ दुरावला आहे, अशा वेळेस गोकुळांत मुरली सुरू होते या जीवनांत संगीत सुरू होतें. त्या संगीताची गोडी कोण वर्णील? त्या संगीताची गोडी कोण चाखेल?

महात्माजी म्हणाले, "माझ्या हृदयांत तंबोरा लागलेलाच आहे." थोर उद्गार प्रत्येकाच्या हृदयांत असा तंबोरा लागूं शकेल. प्रत्येकाच्या जीवनगोकुळांत ही मधुर मुरली वाजेल. परंतु केव्हां? व्यवस्था लावणारा, इंद्रियांना आकर्षून घेऊन ध्येयाकडे नेणारा श्रीकृष्ण जन्मेल तेव्हां.

हा श्रीकृष्ण आपल्या सर्वांच्या हृदयांत आहे. ज्याप्रमाणें एखाद्या डोंगरांत बाहेरच्या खडबडीत ओबडधोबड खडकांत एखादें शिवालय असतें, त्याप्रमाणें आपल्या या ओबडधोबड ओंगळ जीवनाच्या आंतील बाजूस एक शिवालय आहे. आपल्या सर्वांच्या हृदयगाभाऱ्यांत हा शंभु, हा मृत्युंजय हा सदाशिव आहे. तो प्रत्यहीं दिसत नाहीं, परंतु आहे यांत संशय नाहीं. ॲमिल या एका थोर पाश्चिमात्त्य विचारवंतानें एके ठिकाणीं लिहिलें आहे :-

"Deep within this ironical and disappointed being of mine, there is a child hidden, sad simple creature who believes in the ideal, in love, in holiness and all meavenly superstitions"

याचा भावार्थ असा कीं, या माझ्या परस्परविरोधी, संशयी, निराश अशा जीवनाच्या आंतील गाभाऱ्यांत एक लहानसें बाळक आहे. ध्येयावर श्रद्धा ठेवणारें, प्रेमावर, पावित्र्यावर, मांगल्यावर विश्वास ठेवणारें, सर्व दैवी वृत्तींवर श्रद्धा ठेवणारें असें हें बाळक आहे. हें बाळक दिसत नाहीं परंतु तें आहे. तें अजून लहान आहे, साधें आहे, खिन्न असें आहे; परंतु आहे."

हें बालक म्हणजेच बाळकृष्ण. हा बाळकृष्ण वाढूं लागतो. तो खिन्न न राहतां

बळवान होतो. गुदमरून न जातां प्रकट होऊं लागतो. जीवनगोकुळांत संगीत निर्माण करण्यासाठीं धडपडूं लागतो. या बाळकृष्णाला वाढवणें हें आपलें काम आहे. जीवनांत संगीत पाहिजे असेल तर ह्या वेणुधराला वाढवा.

हृदयांतील ही वेणू एखादे वेळेस ऐकूं येते. परंतु हा वेणुनाद अखंड ऐकावयास आला पाहिजे. इतर आवाज बंद केल्याशिवाय हा अंतर्नाद ऐकावयास मिळणार नाहीं. इतर वासनांचीं गीतें बंद केल्याशिवाय ध्येयगीत कसें ऐकूं येणार? वरचे दगडधोंडे दूर केले कीं, खालचा झुळझुळ वाहणारा झर दृष्टीस पडतो. त्याप्रमाणें अहंकार, आसक्ती, राष्ट्रद्वेश, यांचे फत्तर फोडून दूर केले म्हणजे हृदयांतील भावगंगेचें गुणगुणणें ऐकूं येईल. कामक्रोधांचे ताशे बंद करा म्हणजे हृदयांतील शिवालयांतील मुरली ऐकूं येईल.

हरिजनांबद्दलच्या उपवासाच्या वेळीं महात्माजींनी आश्रमातील बाळ गोपाळास लिहिलेल्या पत्रांत म्हटलें होतें.

"चाळीस वर्षांच्या सेवेनें माझ्या अंत:करणांत मी थोडी व्यवस्था निर्माण केली आहे. संयमानें, तपस्येनें मी जीवनांतील बेसूरपणा दूर केला आहे, म्हणून तो आंतील मंजूळ ध्वनी मी ऐकू शकतो."

सेवेनें संयमानें हें संगीत निर्माण करावयाचे आहे. कृष्ण म्हणजे मृत संयम. कृष्ण कर्षून घेणारा, अर्जुनाचे घोडे संयमांत राखणारा, इंद्रियांचे घोडे स्वैर जाऊं न देणारा म्हणजे कृष्ण. संयमाशिवाय संगीत नाहीं. संगीत म्हणजे मेळ, प्रमाण. प्रमाण म्हणजे सौंदर्य. जीवनांत सर्व गोष्टींचें प्रमाण साधणें म्हणजेच संगीत निर्माण करणें. हाच योग.

यासाठीं धडपड हवी. रात्रंदिवस प्रयत्न हवा. ती अत्यंत गोड मुरली ऐकण्याचें भाग्य पाहिजे असेल तर रात्रंदिवस अविश्रान्त प्रयत्न हवेत. दक्षता हवी.

रात्रंदिन आम्हा युद्धाचा प्रसंग
अंतर्बाह्य जग आणि मन

रात्रंदिवस जनांत व मनांत पदोपदीं झगडें होतील. पुनः पुन्हां पडूं परंतु पुनः पुन्हां चढूं. धडपड हेंच मानवाचें भाग्य आहे. पशूच्या जीवनांत धडपड नाहीं. आजच्यापेक्षां उद्यां पुढें जाऊं, आजच्यापेक्षा उद्यां अधिक पवित्र होऊं ही भावना त्याच्याजवळ नाहीं. जो मुक्त झाला त्याला ही धडपड नाहीं. ज्याच्या जीवनांत धडपड नाहीं तो मुक्त तरी असेल किंवा पशू तरी असेल.

धडपड हें आपलें ध्येय. आपण सारी धडपडणारी मुलें. 'इन्किलाब जिंदाबाद'

याचा अर्थ क्रांति चिरायू होवो असा आहे. धडपड चिरायू होवो. उत्तरोत्तर विकास होवो. धडपड करतां करतां एक दिवस परमपद गांठूं.

याजसाठीं केला होता अट्टाहास

शेवटचा दीस गोड व्हावा.

हा सर्व अट्टाहास, ही सारी धडपड, तो शेवटचा गोड दिवस यावा म्हणून आहे. तो गोड वेणुध्वनी कानीं पडावा म्हणून आहे. तो दिवस शतजन्मांनीं आला तरी लवकरच आला असें म्हटलें पाहिजे.

फ्रान्समधील विख्यात कथालेखक अनातोले यानें एके ठिकाणीं लिहिलें आहे

- देवानें "तुझे काय दूर करूं" असें जर मला विचारिलें, तर मी त्याला म्हणेन "माझें सारें कांहीं दूर कर, परंतु माझी धडपड दूर करूं नकोस. माझें दुःख दूर करूं नकोस."

कुंती म्हणाली, "सदैव मला विपत्तिच दे." विपत्ती म्हणजे ही धडपडच ओढाताण. पूर्णतेचें स्मरण ठेवून तिला गांठण्यासाठी होणारी जिवाची तगमग. ही तगमग ज्याच्याजवळ आहे तो धन्य होय. त्याच्या जीवनांत आज ना उद्या कृष्णाची मंजुळ मुरली वाजूं लागेल.

श्रीकृष्णानें गोकुळांत आनंदीआनंद आधीं निर्माण केला. गोकुळांत मुरली त्यानें आधीं वाजविली. आणि नंतर जगांत संगीत निर्माण करावयास तो गेला. आधीं गोकुळांतील वणवे त्यांनीं विझवले. गोकुळांतील कालिये मारले. अघासूर, बकासूर मारले. नंतर समाजांतील कालिये, समाजांतील दंभ, समाजांतील द्वेषमत्सरांचे वणवे, दूर करावयास तो बाहेर पडला. स्वतःच्या जीवनांतील संगीत सर्व त्रिभुवनास तो ऐकवूं लागला. दगडधोंडे पाझरूं लागले.

मनुष्य स्वतःच्या अंतःकरणांत जेव्हां स्वराज्य स्थापील, तेथें संगीत, सुसंबद्धता, ध्येयात्मता, निःशंकता, सुसंवादता निर्मील, तेथले वणवे विझवील, तेथले असुर संहारील, थोडक्यांत स्वतःचा जेव्हां स्वामी होईल, तेव्हांच तो जगांतही आनंद निर्माण करूं शकेल. ज्याच्या स्वतःच्या जीवनांत आनंद नाहीं, तो दुसऱ्यास काय देणार? जो स्वतः शान्त नाहीं, तो दुसऱ्यास काय माती शान्ती देणार? ज्याच्या स्वतःच्या जीवनांत संगीत नाहीं, तो दुसऱ्याच्या जीवनांतील रडगाणीं कशीं दूर करणार? जो स्वतःचा गुलाम आहे तो दुसऱ्यास कसें मुक्त करणार? जो स्वतःस जिंकूं शकत नाहीं; तो दुसऱ्यास काय जिंकणार? स्वतः पडलेला दुसऱ्यास उठवूं शकत नाहीं; स्वतः बद्ध असलेला दुसऱ्यास मुक्त करूं शकत

नाहीं; स्वतः सदैव ढोंपरांत मान घालून रडणारा दुसऱ्यास हसवूं शकत नाहीं. स्वतः स्फूर्तिहीन दुसऱ्यास कशी चेतना देणार? स्वतः निरुत्साही दुसऱ्यांस उत्साहसागर कसे बनविणार? स्वतःच्या जीवनगोकुळाला आधीं सुखमय आनंदमय करा. मगच या सभोंवतालच्या संसाराला तुम्ही आनंदमय करूं शकाल. स्वतःची बेसूर जीवनबांसरी सुधारा. मग दुसऱ्यांच्या जीवनबासऱ्या तुम्ही सुधारूं शकाल.

परंतु तो दिवस कधीं येईल? येईल, येईल एक दिवस येईल. ही जीवनयमुना तो दिवस येईपर्यंत अशान्त राहील. या जीवनयमुनेवर कधीं क्रोध-मत्सराच्या, कधीं स्नेहप्रेमाच्या प्रचंड लाटा उसळतील. परंतु या जीवन-यमुनेची सारी धडपड, हें वेडेंवांकडें उचंबळणें त्या ध्येयासाठीं आहे. श्रीकृष्णाच्या परमपवित्र पायांचा स्पर्श व्हावा म्हणूनच ही खळबळ आहे. एक दिवस कृष्णाचा पदस्पर्श होईल व यमुना शांत होईल. त्या ध्येयभगवानाच्या चरणांवर स्वतःस ओतण्यासाठीं ही यमुना अधीर आहे. शांत होण्यासाठीं वादळ उठतें. शांत होण्यासाठींच जीवन धडपडत आहे. संगीत निर्माण करणाऱ्या प्रभूच्या पायांचा स्पर्श व्हावा म्हणून जीवन अधीर आहे. येईल, तो शरद ऋतू एक दिवस येईल. तो प्रसन्न सुगंध एक दिवस सुटेल. ती प्रसन्न पौर्णिमा एक दिवस फुलेल. त्या दिवशी गोकुळांत प्रेमराज्य स्थापणाऱ्या, अव्यवस्था, गोंधळ, बजबजपुरी, घाण, वणवे, दंभ दूर करून मेळ निर्माण करणाऱ्या, त्या कृष्ण-कन्हैयाच्या मुरलीचा अमृतध्वनी माझ्या जीवनांत ऐकूं येईल! त्या श्यामसुंदराची वेड लावणारी वेणू चिरंतन वाजत राहील!

हृदयंगम वाजत वेणू
स्वैर न विचरति इंद्रियधेनू ।।हृ.।।
जीवनगोकुळिं ये वनमाळी
अमित सुखाची सृष्टि पिकली
शिरिं धरिन तदीय पदांबुजरेणू ।।हृ.।।
प्रेमळ गोपी या ममवृत्ति
वेडावुन प्रभुरूपीं जाती
प्रभुविण वदति कीं कांहींच नेणूं ।। हृ.।।

प्रकरण तेविसावें

मृत्यूचें काव्य

भारतीय संस्कृतींत मृत्यूविषयींचे ठिकठिकाणीं जे विचार आहेत ते किती गोड आहेत व किती भव्य आहेत! मृत्यूची भीषणता भारतीय संस्कृतींत नाहीं. मृत्यू म्हणजे जीवनाच्या वृक्षाला लागलेलें गोड फळ.

मृत्यू हें ईश्वराचेंच एक स्वरूप. जीवन व मरण दोन्ही परम मंगल भावजीवन व मरण वस्तुतः एकरूपच आहेत. निशेंतूनच शेवटीं उषा प्रकट होते व उषेंतूनच पुन्हां निशा निर्माण होते. जीवनाला मरणाचें फळ येतें व मरणाला जीवनाचें फळ येतें.

गीतेनें मरण म्हणजे वस्त्र फेकणें असें म्हटले आहे. काम करतां करतां हें वस्त्र जीर्ण झालें, फाटलें. ती त्रिभुवनभाउली नवीन वस्त्रें देण्यासाठीं आपणांस बोलावते. आपणांस ती उचलून घेते. पुन्हां नवीन आंगडें-टोपडें लेववून या जगाच्या अंगणांत खेळावयास आपणांस ती ठेवते व दुरून गंमत बघते. कधीं कधीं जीव जन्मला नाहीं, तोच जातो. कोणी बालपणीं मरतों, कोणी तरुणपणीं. आई अंगरखा देऊन पाठवते. परंतु जगांत पाठवले नाहीं तोंच तिला दुरून तो अंगरखा चांगला वाटत नाहीं. पटकन ती बाळाला मागें नेते व नवीन अंगरखा घालते. आईच्या हौसेला मोल नाहीं.

माझी माता कांहीं भिकारी नाहीं. अनंत वस्त्रांनीं तिचें भांडार भरलेले आहे. परंतु मातेचें भांडार भरलेले आहे म्हणून मीं दिलेल्या कपड्याला वाटेल तसें फाडून टाकतां कामा नये. शक्यतों काळजीपूर्वक हा कपडा वापरला पाहिजे. तो स्वच्छ,

पवित्र राखला पाहिजे. आणि सेवा करतां करतां तो फाटला पाहिजे.

देह म्हणजे मडकें. कोणी मेला तर आपण त्याच्यापुढें मडकें धरतों. हें मडकें होतें, फुटलें. त्यांत रडण्यासारखें काय आहे? सेवेसाठीं हें मडकें मिळालें होतें. महान् ध्येयवृक्षांना पाणी घालण्यासाठीं हें मडकें मिळालें होतें. कोणाचें लहान मडकें, कोणाचें मोठें. नाना प्रकारची हीं मडकीं तो महान् कुंभार निर्माण करतों व जगाची बाग तयार करूं बघतो. फुटलेलें मडकें तो पुन्हां नीट करतो. पुनः तें मडकें पाणी घालूं लागतें. असा हा प्रकार चालला आहे.

व्हिक्टर ह्युगोनें एके ठिकाणीं म्हटलें आहे, ''मनुष्य म्हणजे काय? हा नरदेह म्हणजे काय? हा मातीचा गोळा आहे, परंतु त्यांत एक चित्कळा आहे. त्या चित्कळेमुळें या मातीच्या गोळ्याला महत्त्व आहे.''

एक मातीचा गोळा बदलून विश्वंभर दुसरा तयार करतो. ती चित्कळा त्यांत ठेवून पुन्हां या जगात तो पाठविण्यांत येतो. ज्याप्रमाणें लहान मुलें पतंग फाटला तर पुन्हां नवीन कागद घेऊन दुसरा तयार करतात तसेंच हें. परमेश्वर जीवरूपी पतंग कोणत्या तरी अदृश्य गच्चींत बसून सारखे उडवीत आहे. त्यांना खालीं-वर खेंचीत आहे. पतंग फाटले तर पुन्हा नीट करतो. नवीन कागद, नवीन रंग. पुन्हा ते उडवतो. नाना रंगांचे, नाना आकारांचे, नाना धर्मांचे, नानाःवृत्तीचें असे हे कोट्यवधी पतंग प्रत्यहीं उडत आहेत, फाटत आहेत, नवीन येत आहेत. प्रचंड क्रीडा, विराट खेळ!

मृत्यू म्हणजे महायात्रा, मृत्यू म्हणजे महाप्रस्थान, मृत्यू म्हणजे महानिद्रा. दररोजच्या धडपडीनंतर आपण झोंपतों. झोंप म्हणजे लघू मरण. सर्वं जीवनाच्या धडपडीनंतर अनेक वर्षांच्या धडपडीनंतरही असेंच आपण झोंपतों. रोजची झोंप आठ तासांची. परंतु ही झोंप मोठी असते. एवढाच फरक.

मृत्यू म्हणजे आईच्या कुशींत जाऊन झोंपणें, लहान मूल दिवसभर खेळतें, खिदळतें, रडतें, पडतें. रात्र पडतांच आई हळूच त्याला उचलून घेते. त्याची खेळणीं वगैरे तेथेंच पडतात. आई त्याला कुशींत घेऊन झोंपते. ती आईची ऊब घेऊन बाळ ताजेंतवानें होऊन सकाळीं पुन्हां दुप्पट उत्साहानें चेष्टा करूं लागतें. तसेंच जीवाचें. जगांत दमलेल्या श्रमलेल्यां जीवाला ती माता उचलून घेते. बाळाची इच्छा नसतांही उचलून घेते, आपल्या सोबत्यांकडे, आपल्या सांसारिक खेळण्यांकडे बाळ आशाळभूत दृष्टीनें बघत असतो. परंतु आईला बाळाचें हित

ठावें. त्या रडणाऱ्या बाळाला ती घेतें. कुशींत निजविते. जीवनरस पाजून पुन्हां पाठवते.

मृत्यू म्हणजे माहेरीं जाऊन येणें. सासरीं गेलेली लेक दोन दिवस माहेरीं जाऊन येते. पुन्हां प्रेम, उत्साह, आनंद, मोकळेपणा घेऊन येते. त्याप्रमाणें त्या जगन्माउलीजवळ जाऊन येणें म्हणजेच मृत्यू. लहानपणीं शाळेंत जाणारीं मुलें मध्येंच घरीं जाऊन येतात. पाणी पिण्याचें निमित्त करून, भुकेचें निमित्त करून, आजारीपणाचें निमित्त करून मुलें घरीं जातात. त्यांना आईचा मुखचंद्र पाहावयाची तहान असते. आईच्या प्रेमाची भूक असते. आई प्रेमानें बघते, पाठीवरून हात फिरविते. वडी देते. जा, म्हणते. मुलें हंसत खेळत पुन्हां प्रसन्नपणें शाळेंत येतात व धडे शिकूं लागतात. तसेंच हें जगाच्या शाळेंत कंटाळलेले किदरलेले जीव आईचा मुखचंद्र पाहावयास आसावतात. ते आईकडे जातात. भरपूर प्रेमरस पिऊन पुन्हां या संसाराच्या महान् विद्यालयांत शिकूं लागतात.

मरण म्हणजे विश्रांती. मरण म्हणजे अनंतांत स्नान. थकलेले कंटाळलेले लोक गांवाबाहेरच्या तलांवात पोहून येतात, समुद्रात डुंबून येतात. नदीच्या पाण्यात नाचून कुदून येतात. त्यांचा थकवा जातो. जीवनांत डुंबल्यामुळें जीवन मिळतें. मरण म्हणजे काय? जगांत दमलेले जीव अनंत जीवनाच्या सिंधूंत डुंबून येतात. हें डुंबावयास जाणें म्हणजे मरण. ही सुट्टी आहे. मरण म्हणजे अनंत जीवनांत पोहून येण्यासाठीं मिळालेली महान् सुट्टी. त्या जीवनांत न्हाऊन माखून पुन्हां ताजेंतवानें होऊन आपण जगांत कर्मे करावयास येतों.

उंच शिखरावरच्या महादेवाच्या मंदिराकडे जाण्यासाठीं पायऱ्या असतात. त्याप्रमाणें परिपूर्णतेच्या शिखराकडे जाण्यासाठीं जन्ममरणाचीं पावलें टाकीत जीव जात असतो. मरण म्हणजे एक पाऊलच. मरण म्हणजेही प्रगतीच. मरण म्हणजेही पुढें जाणें. देवाकडे नेणाऱ्या पायऱ्यांना आपण प्रणाम करतों. त्या पायऱ्या पवित्र वाटतात. ध्येयसाधन वाटतात. त्याप्रमाणें मरणही पवित्र व मंगल आहे. आपल्या ध्येयाकडें तें घेऊन जाणारें आहे. मरणाला प्रणाम असो.

मरण म्हणजे एक प्रकारें विस्मरण. जगांत स्मरणाइतकेंच विस्मरणाला महत्त्व आहे. जन्मल्यापासून ज्या ज्या गोष्टी आपण केल्या, जें जें ऐकलें, जें जें पाहिलें, जें जें मनांत आलें, त्या सर्वांचें जर सारखें आपणांस स्मरण राहिलें तर तो केवढा भार होईल? त्या प्रचंड पर्वताखालीं आपण चिरडले जाऊं हें जीवन असह्य होईल.

व्यापारी ज्याप्रमाणें हजारों घडामोडी करतो, परंतु शेवटीं एवढा फायदा किंवा एवढा तोटा, एवढी सुटसुटीत गोष्ट ध्यानांत धरतो, तसेच जीवाचें आहे. मरण म्हणजे जीवनाच्या व्यापारांतील नफा-तोटा पाहण्याचा क्षण. साठ-सत्तर वर्षे दुकान चालवलें त्याचा आढावा घेण्याची वेळ म्हणजे मरण. त्या नफा-तोट्याच्या अनुभवानें शहाणे होऊन आपण पुन्हां दुकान थाटतों. आईची अनुज्ञा घेऊन पुन्हां व्यापार करावयास आरंभ करतों. कनवाळू स्वातंत्र्य देणारी आई कधीं प्रतिबंध करीत नाहीं.

मरणाची फार आवश्यकता असते. कधीं कधीं जगांतून या सद्य:कालीन नामरूपानें नाहींसें होणें हें इष्ट व आवश्यक असतें. एखादा मनुष्य, समजा, वाईट रीतीनें वागत होता. त्या माणसास पश्चात्ताप होऊन तो जरी चांगल्या रीतीनें वागूं लागला, तरी जनतेला त्याच्या काळ्या भूतकाळाचें विस्मरण होत नाहीं. लोक म्हणतात, ''तो अमुक मनुष्य नां? माहीत आहे त्याचें सारें; 'करून करून भागले आणि देवपूजेला लागले.' उगीच सोंगें करतो झालें. पुन्हां ये रे माझ्या मागल्या त्याचें सुरू होईल. कसला पश्चात्ताप नी काय?'' लोकाचे हे उद्‍गार स्वत:ची सुधारणा करूं पाहणाऱ्या त्या अनुतप्त जीवाच्या मर्मी लागतात. स्वत:चा भूतकाळ तो विसरूं पाहतो, परंतु जग विसरूं इच्छित नाहीं. अशा वेळेस पडद्याआड जाऊन नवीन रंग व नवीन नामरूप घेऊन लोकांसमोर पुन्हां येण्यांतच मौज असते.

मरण नसतें तर जग भेसूर दिसलें असतें. मरणामुळें संसाराला रमणीयता आहे. मरणामुळें जगांत प्रेम आहे. आपण सारे अमर असतों तर एकमेकांस विचारलें नसतें. सारे दगडांसारखे दूर दूर पडून राहिलों असतों. उद्यां आपल्याला जावें लागेल तर कां वाईट वागा, असें मनुष्य मनांत म्हणतो व गोड वागतो. इंग्रजी भाषेंत एक कविता आहे. दु:खी भाऊ म्हणतो, ''कोठें आहे माझा भाऊ? मी का आतां एकट्यानें खेळूं? एकटां नदीकांठीं हिंडूं? फुलपांखरांपाठीमागें धांवूं? कोठें आहे माझा भाऊ? तो जिवंत असतांनाच त्याच्यावर प्रेम केलें असतें तर किती सुरेख झालें असतें? परंतु आतां काय?''

मरण उपकारक आहे. जीवनानें जें काम होत नाहीं तें कधीं कधीं मरणानें होतें. संभाजीमहाराजांच्या जीवनानें मराठ्यांत फूट पडली, परंतु त्यांच्या महान् मरणानें मराठे जोडले गेले. तें मरण म्हणजेच अमृत ठरलें. ख्रिस्ताच्या जीवनानें जें झालें नाहीं तें त्यांच्या क्रॉसवरच्या मरणानें झालें. मरणांत अनंत जीवन असतें.

आपल्याला वाटतें कीं, मरण म्हणजे अंधार; परंतु मरण म्हणजे अमर प्रकाश, अनंत प्रकाश. मरण म्हणजे निर्वाण, म्हणजेच अनंत जीवन पेटवणें. भगवान् बुद्ध म्हणत, "स्वतःचें निर्वाण करा म्हणजेच जगावर खरें प्रेम करतां येईल. स्वतःला विसरा. स्वतःच्या वैयक्तिक आशा, आकांक्षा, क्षुद्र स्वार्थलोभ विसरा. म्हणजेच खरें अमर जीवन प्राप्त होईल." स्वतःची सर्व आसक्ती विसरणें, स्वतःच्या देहाच्या, मनाच्या इंद्रियांच्या स्वार्थी वासना विसरणे म्हणजेच मरणें. हें मरण या देहांत असूनही अनुभवतां येतें. नारळांतील गोटा नारळापासून अलग होऊन जसा खुडखुड वाजतो त्याप्रमाणें देहेंद्रियांपासून आत्म्याला अलग करून वागणें म्हणजेच मरण. तुकाराममहाराज म्हणूनच म्हणत असत,

आपुलें मरण पाहिलें म्यां डोळा
तो सुखसोहळा अनुपम.

हें मरण ज्यानें एकदां अनुभविलें त्याला पुनश्च मरण नाहीं. जिवंतपणीं जो मरावयास शिकला तो चिरंजीव झाला.

जर्मन दंतकथांमध्यें एक फार भीषण गोष्ट आहे. एक राक्षस आहे. "तूं कधीं मरणार नाहींस" असा शाप त्या दैत्याला देवानें दिलेला असतो. आपल्या देशांतील राक्षसांनीं हा वर मानिला असता. कधींही मरण न येणें याच्याहून भाग्याची गोष्ट कोणती असें त्यांनीं म्हटलें असें. परंतु तो जर्मन देशांतील राक्षस अस्वस्थ होतो. त्याला जीवनाचा कंटाळा येतो. स्वतःच्या त्याच त्या जीवनाचा विसर पडावा असें त्याला वाटतें. स्वतःच्या देहाचा विसर पडावा असें वाटतें. देहाचा चिकटलेला हा मातीचा गोळा पडावा असें त्याच्या आत्म्याला वाटतें. ही देहाची खोळ, हें देहाचें ओझें कधी गळून पडेल असें त्याला होतें; परंतु त्याला मरण येत नाहीं. तो उंच कड्यावरून स्वतःला खालीं लोटतो; परंतु चेंडूसारखा तो वर उसळतो. अग्नी त्याला जाळीत नाहीं, पाणी बुडवीत नाहीं, विष मारीत नाहीं. फांसाचा हार होतो. विषाचें अमृत होतें. देवाच्या नावानें तो दांतओंठ खातो. कडकड बोटें मोडतो. त्याच्या हृदयाची होळी पेटते. परंतु ही होळी शांत करणारे मरणाचे मेघ ओथंबून येत नाहींत. त्या अनुकंपनीय राक्षसाची केंविलवाणी दीन दशा सरत नाहीं. मरणाचें सौभाग्य त्याला मिळत नाहीं.

किती असह्य आहे ही दिशा! हें मरण निर्माण करणाऱ्या परमेश्वराचे कितीही आभार मानले तरी ते पुरेसे होणार नाहींत. मरण म्हणजे जिवाशिवाचें हितगुज. मरण

म्हणजे जीवनांतील चिखल खालीं बसणें. मरण म्हणजे पुनर्जन्म.

अमावास्येला आपणांस अंधार दिसतो. अमावास्येला चंद्र नाहीं असें वाटतें; परंतु समुद्राला सर्वांत मोठी भरती अमावास्येच्या दिवशींच येत असते. अमावास्या म्हणजे मोठी पर्वणी. अमावास्येला चंद्रसूर्याची भेट होत असते. चंद्र सूर्याशीं एकरूप होऊन जातो त्याप्रमाणें मरण म्हणजे जीवनाची अमावास्या होय. जीव शिवाशीं मिळून जातो. जीवात्मा परमात्म्याशीं एकरूप होतो. जीव दिसत नाहीं. कारण तो विश्वंभरांत विलीन झालेला असतो. अमावास्येला सर्वांत मोठी भरती. त्याप्रमाणें मरण म्हणजे अनंत जीवनांत मिळून जाणें. मरणांची अमावास्या म्हणजे जीवनाची मोठी पौर्णिमा होय.

देशबंधू दास यांनीं मरणसमयीं एक सुंदर कविता केली होती. त्या कवितेंत ते म्हणतात-

"प्रभो! माझ्या ज्ञानाभिमानाचें गांठोंडें माझ्या डोक्यावरून आतां उतर. माझ्या पोथ्यापुस्तकांची पोटली माझ्या खांद्यावरून खालीं घे. हा बोजा वाहून वाहून मी आतं जीर्णशीर्ण झालों आहे. माझ्यांत राम नाहीं. मी सारखा धांपा टाकीत आहे. पावलागणिक मला दम लागत आहे. डोळ्यांसमोर काळोखी येत आहे. उतर, माझा भार उतर.

डोक्यावर मोरमुकुट आहे, हातांत बांसरी आहे असा तो राधारमण श्यामसुंदर गोपाळ पहावयासाठीं माझ्या प्राणांना तहान लागली आहे.

आतां वेद नको, वेदान्त नको, सारें विसरून जाऊं दे. तें तुझें अनंत राज्य मला आतां दिसत आहे. प्रभो! तुझ्या कुंजद्वारांत मी आलों आहे. माझ्या प्रिय अशा त्या द्वारांत मी आलों आहे. माझा विझूं पाहणारा दिवा पुन्हां प्रज्वलित करण्यासाठीं तुझ्या दारांत मी आलों आहे."

मरण म्हणजे तेल संपत आलेला दिवा भरून आणणें. नंदादीप पुन्हा प्रज्वलित करणें. प्रकाश आणण्यासाठीं जाणें म्हणजे मरण. किती सहृदय आहे कल्पना! जगण्याचा कंटाळा नाहीं, सेवेचा कंटाळा नाहीं.

तुका म्हणे गर्भवासी । सुखें घालावें आम्हांसी

संतांचें हेंच मागणे असतें. या अनन्त जगांत पुनः पुन्हां ते खेळावयास येत असतात. मोठे धैर्याचे असे ते खेळिये असतात.

भारतीय संस्कृतींत मरण म्हणजे अमर आशावाद आहे. भारतीय संस्कृतीसारखी

आशावादी संस्कृती नाहीं. मरणानंतर पुन्हां तूं खेळावयास येशील. रात्रीं झोंपून सकाळीं उठलेलें बाळक पुन्हां पूर्वीच्या खेळण्याशीं खेळतें, त्याप्रमाणें आपण मेल्यानंतर पुन्हां पूर्वीच्या गोष्टींस आरंभ करतों. आदल्या दिवशीं विणलेलें अर्धवट वस्त्र दुसऱ्या दिवशीं पुन्हां विणकर विणूं लागतो. तसेंच आपण करतों. पूर्वीच्या सर्व गोष्टी हळूहळू आपणांस आठवतात. पूर्वीचे ज्ञान आपल्याजवळ येतें. पूर्वीचे अनुभव येतात. पूर्वजन्मींच्या इतर गोष्टींचे विस्मरण पडून ज्ञानानुभवाचा जो अर्क तो आपणांजवळ असतो. पूर्वजन्मीचें सार घेऊन आपण नवीन जन्माला आरंभ करतों.

कांहीं फुकट जात नाहीं, आशेनें काम कर, हळू हळू तूं पूर्ण होशील, असा आशावाद भारतीय संस्कृती देत आहे. धीर सो गंभीर, मरण म्हणजे पुन्हां नवीन जोमानें, नवीन उत्साहानें ध्येयाची गांठ घेण्याची सिद्धता.

मरण म्हणजे सक्तीनें अनासक्ती शिकविणें. उपनिषदें म्हणतात, "तेन त्यक्तेन भुंजीथा:," "अरे जगांत दुसऱ्याची झीज भरून काढ आणि मग तूं स्वत: उपभोग घे." परंतु आपण हा आदेश विसरत असतो. आपण कोठारें भरतों, स्वत:च्या नांवावर पैसे सांठवतों. शेजारीं दु:खी दुनिया मरत असते. आणि जीवाचा उद्धार करणारें मरण येतें. या संचयाच्या पंकांतून जीवाला वर उचलण्यासाठीं मरण येतें. मरण म्हणजे मातेचे मंगल हात. आसक्तीच्या चिखलांत बरबटलेल्या जीवाला धुऊन स्वच्छ करूं पाहणारे ते हात.

धुळीमध्यें गेलें तन-मन मळून
तुझ्या अमृतहातें टाकी रें धुऊन
तुझ्या पायांजवळी ठेवी रे निजवून
काय सांगूं देवा कोणा सांगूं ।।

अशी जिवाची आंतील हृदयाची हांक असते. जगांतील कोणतेही अन्य वस्तू ही घाण दूर करूं शकणार नाहीं. शेंकडों देवालयें फोडून जमा केलेल्या अगणित संपत्तीच्या चिखलांत महंमद रुतला होता. बेडकाप्रमाणें त्या चिखलांत तो आनंदाने उड्या मारीत होता. देवाला मानवाचा हा अध:पात पाहावला नाहीं. महंमदाला उचलण्यासाठीं तो धांवला. महंमद रडूं लागला. तो आसक्तीमय पसारा त्याला सोडवेना; परंतु देवानें त्याला वर उचललें. मरणाचा साबण लावून त्याला धुतलें.

मदीय मालिन्य धुवावयातें
तुझ्याविणें कोण समर्थ माते ।।

हें जीवाचें मालिन्य धुवावयास हातांत मरणाचें अमृत घेऊन येणाऱ्या जगन्माउलीशिवाय दुसरें कोण समर्थ आहे?

मरण आपणांस सावध करतें. सारें सोडून जावयाचें आहे असें स्पष्टपणें समजून येतें. जीव गादीवरून घोंगडीवर येतो. देवाच्या दारांत नम्र होऊनच गेलें पाहिजे. सुईच्या नेढ्यांतून हत्ती एक वेळ पलीकडे जाईल; परंतु जगाला कृश हीन दीन करून स्वत: कुबेर झालेला संपन्मत्त मनुष्य देवाच्या दारांतून आंत जाऊं शकणार नाहीं.

द्वार किलकिलें स्वर्गाचें । सताड उघडें नरकाचें

नरकाकडे यांच्या मोटारी जाऊं शकतील. परंतु स्वर्गाच्या अरुंद रस्त्यांतून दुसऱ्यांसाठीं झिजून चिपाड झालेला मनुष्यच जाऊं शकेल.

भारतीय संस्कृती सांगते, "मरतांना तरी गाद्यागिर्द्यावरून खालीं ये."

आपण बाहेर जगांत मिरवतो तेव्हां कोटबूट घालून जातो. सर्व ऐट त्यां वेळेस असते. परंतु सायंकाळीं घरीं येऊन तुळशीच्या अंगणांत बसलेल्या आईला जेव्हां आपण भेटावयास जातों तेव्हां उपरणें, रुमाल, कोट, सारें ओटीवरच राहातें. आपण आईचा मंगल हात अंगावरून फिरावा म्हणून तिच्याजवळ उघडें येऊन बसतों. त्याप्रमाणें जगांत मिरवल्यानंतर जेव्हां आयुष्याच्या सायंकाळीं आपण त्या परम थोर मातेला भेटावयास जाऊं, त्या वेळेस उघडें होऊन गेलें पाहिजे. दागदागिने, मोठमोठी वस्त्रें सारें वैभव दूर ठेवून गेलें पाहिजे. एक भक्तिप्रेमाचें वैभव घेऊन आईजवळ जावयाचें.

परंतु मनुष्याला कधीं कधीं आईलाही उघडें होऊन भेटावयाची लाज वाटते. दुर्योधन आईच्या कृपादृष्टी सर्वांगावर पडून अमर होण्याची इच्छा करीत होता. परंतु त्याला लाज वाटली. फुलांची चड्डी तरी तो नेसलाच. त्याचें इतर शरीर अमर झालें, परंतु मांड्या भीमाच्या गदेनें चूर्ण झाल्या. आईजवळ आडपडदा नको. अमर जीवन पाहिजे असेल तर मातेजवळ मूल होऊन जा. जन्माला आलेत तेव्हां घोंगडीवर आलेत. आतां मरतांना घोंगडीवर मरा. जन्मतांना बाळ व मरतांना बाळ. फरक इतकाच कीं जन्मतांना आईपासून दूर आलेत म्हणून रडलेत. आतां मरतांना पुन्हां आईजवळ जावयाचें आहे म्हणून हंसा. जन्मतांना आपण रडलो; परंतु लोक आनंदानें हंसले. आतां मरतांना आपण हंसूं व लोक आपली गोड आठवण करून रडतील असें करूं.

जीवन कसें जगलों याची परीक्षा म्हणजे मरण. तुमच्या मरणावरून तुमच्या जीवनाची किंमत करण्यांत येईल. जो मरतांना रडेल त्याचें जीवन रडकें ठरेल. जो मरतांना हंसेल त्याचें जीवन कृतार्थ समजण्यांत येईल. थोरांचें मरण म्हणजे एक दिव्य वस्तू आहे. तें अनंताचें दर्शन आहे. किती शांती, किती समाधान!

सॉक्रिटीस मरतांना अमृतत्व भोगीत होता. गटे मरतांना म्हणाला, "अधिक प्रकाश, अधिक प्रकाश." तुकाराम महाराज 'रामकृष्ण हरि' करीत गेले. समर्थ म्हणाले, "माझा दासबोध आहे. रडतां काय?' लोकमान्य "यदा यदाहि धर्मस्य" हा श्लोक म्हणत गेले. पंडित मोतीलाल नेहरू गायत्री मंत्र म्हणत गेले. देशबंधु दास "आलों. तुझ्या प्रियतम दारांत दिवा पुन्हां पेटवण्यासाठीं आलो." असें म्हणाले. हरिभाऊ आपट्यांजवळ मरतांना नामदार गोखले म्हणाले, "हरिभाऊ! या जगाची गंमत पाहिली. आतां त्या जगांतील पाहूं." भगिनी निवेदिता निजधामास जातांना म्हणाल्या, "तो पहा उष:काल होत आहे. भारताचा उष:काल येत आहे. प्रकाश पाहून मी मरत आहे. धन्य!" शिशिरकुमार घोष चैतन्य-चरित्रामृताचा जो शेवटचा भाग, त्यांतील शेवटच्या पानांतील शेवटच्या ओळींचे मुद्रित पाहून म्हणाले, "आतां माझें काम संपलें. निताई गौर! घ्या आतां मला पदरांत." हे शब्द बोलून त्या महापुरुषानें डोकें उशीवर टेकलें तें टेकलें. महात्मा गांधींचे प्राण पुण्यश्लोक मगनलाल गांधी, "मंगल मंदिर खोलो, देवा! दार उघड. दिव्य प्रेमामृताची तहान लागलेला हा बालक तुझ्या दारांत येत आहे. प्रेमाचा पाऊस पाड. या संसारांत भटकून दमलेल्या या बाळाला पोटाशीं घे. तुला गोड हांका मारणाऱ्या या मुलाजवळ देवा, गोड गोडसें बोल. उघड, तुझें मगल दार उघड." अशा अर्थाचें दिव्यगीत म्हणत निजधामास गेले.

जगांत अशीं किती तरी थोर महाप्रस्थानें झालीं असतील. मरण म्हणजे मेवा. मरण म्हणजे शांती. मरण म्हणजे नवजीवनाचा आरंभ. मरण म्हणजे आनंदाचें दर्शन. मरण म्हणजे पर्वणी. जिवाशिवाच्या ऐक्याचें संगीत. मरण म्हणजे प्रियकराकडे जाणें.

कर ले शृंगार, चतुर आलबेली ।
साजन के घर जाना होगा ।। कर ले.।।
मट्टी ओढावण मट्टी बिछावन ।
मट्टीमें मिल जाना होगा ।। कर लें.।।
न्हाले धूले शीस गुथाले ।

फीर वहाँ से नहिं आना होगा ।। कर ले. ।।

"आज प्रियकराच्या घरीं जावयाचें आहे. शृंगार-साज सारा कर. मातीची ओढणी अंगावर घे. मातीच्या शय्येवरच आज मिळून जावयाचें आहे. न्हाऊन माखून तयार हो. नीट केंस वगैरे विंचर. वेणीफणी कर. एकदां त्या घरीं गेल्यावर फिरून नाहीं येणें होणार. कर सारी तयारी."

किती सुंदर आहे हें गाणें! किती सुंदर आहे भाव! मरण म्हणजे जगाचा वियोग, परंतु जगदीश्वराशीं योग. जिवाशिवाची लग्नघटिका म्हणजे मरण! आपण मनुष्य मेला म्हणजे त्याला नवें वस्त्र नेसवता. त्याला आंघोळ घालतों. त्याला सजवतों. जणूं ते विवाहमंगल असतें! माश म्हणजे विवाहमंगल! मरण म्हणजे विवाहकौतुक!

भारतीय संस्कृतीनें मरणाची नांगी काढून टाकली आहे. भारतीय संस्कृतीनें मरणाला जीवनाहून सुंदर व मधुर बनविलें आहे. "प्राणो मृत्युः" मृत्यू म्हणजे प्राण असा सिद्धान्त स्थापिला आहे. मरण म्हणजे खेळ. मरण म्हणजे गंमत. मरण म्हणजे मेवा. मरण म्हणजे अंगरखा काढणें. मरण म्हणजे चिरलग्न.

ज्या संस्कृतीनें मरणाचें जीवन बनविलें, त्या संस्कृतीच्या उपासकांत आज मरणाचा अपरंपार डर भरून राहिला आहे. मरण हा शब्दही त्यांना सहन होत नाहीं. केवळ शरीराला कुरवाळणारे सारे झाले आहेत. महान् ध्येयासाठीं हीं देहाचीं मडकीं हंसत हंसत फोडावयास जे निघतील तेच भारतीय संस्कृतीचें खरे उपासक! कांतडी सांभाळणारे भारतीय संस्कृतीचे पुत्र शोभत नाहींत. भारतांतील सर्व प्रकारचें दैन्यदास्य, सर्व प्रकारचें विषमय वैषम्य, सर्व प्रकारचा अंधार दूर करण्यासाठीं देहाचीं बलिदानें करावयास लाखों कन्यापुत्र उठतील, त्या वेळेसच भारतीय सुगंध दिगंत जाईल व भारत नवतेजानें फुलेल!

उपसंहार

भारतीय संस्कृती या महान् विषयावर थोड्या फार गोष्टी मीं मांडल्या आहेत. भारतीय संस्कृतीवर अपरंपार प्रेम मी करीत आलों आहें. भारतीय संस्कृतीवर ज्ञानानें लिहिण्याचा मला अधिकार नाहीं. परंतु प्रेमानें लिहिण्याचा मला अधिकार आहे. भारतीय संस्कृतीवर प्रेम करण्यांत मी कोणासही हार जाणार नाहीं. या प्रेमानेंच मला वेडेंवाकडें लिहावयास लाविलें आहे. भक्तीमुळेंच मी बोललों आहे.

भारतीय संस्कृती व्हावी, वाढत जावी, तेजानें फुलावी असें मला उत्कटतेनें वाटतें. ही संस्कृती ज्ञानमय आहे. संग्राहक आहे. कर्ममय आहे. ही संस्कृती सर्वांना जवळ घेईल, नवीन नवीन प्रयोग करील, अविरत उद्योग करील. भारतीय संस्कृती म्हणजे सर्वांगीण विकास, सर्वांचा विकास. भारतीय संस्कृतीचा आत्मा स्पृश्यास्पृश्यें मानीत नाहीं, हिंदू-मुसलमान जाणत नाहीं. प्रेमानें व विश्वासानें सर्वांना मिठी मारून ज्ञानमय व भक्तिमय कर्माचा अखंड आधार घेऊन मांगल्य-सागराकडे, खऱ्या माक्षसिंधूकडे जाणारी ही संस्कृती आहे.

भारतीय संस्कृतीच्या उपासकांची महान् यात्रा अनादिकालापासून सुरू आहे. व्यास-वाल्मीकि, बुद्ध-महावीर, शंकर-रामानुज, ज्ञानेश्वर-तुकाराम, नानक, कबीर, वगैरे मोठमोठ्या संतांनीं ही यात्रा चालवलेली आहे. आजही महात्मा गांधी, रवींद्रनाथ, त्यागमूर्ती जवाहरलाल, महर्षि अरविंद वगैरे महान् विभूति ती भव्य यात्रा पुढें नेत आहेत. चला आपण लहान-मोठे या यात्रेंत सामील होऊं.

यारे यारे अवघेजण

अशी हांक हे भारतीय संस्कृतीचे सत्पुत्र सर्वांना मारीत आहेत. ही हांक ज्याच्या हृदयाला पोंचेल तो धन्य होय!

परिशिष्ट

१. काळाची कल्पना

भारतीय संस्कृती एक प्रकारें दिक्कालातीताची उपासना करणारी आहे. अनंत काळ तिच्या डोळ्यांपुढे असतो. गीतेमध्यें ब्रह्मदेवाची कालगणनापद्धती आली आहे. हजारों युगें म्हणजे ब्रह्मदेवाचा एक दिवस! या कल्पनेंत मोठें स्वारस्य आहे. मनुष्य जितका विशाल दृष्टीचा तितका त्याची काळाची कल्पनाही विशाल असते. महात्माजी म्हणाले, "मी सहा महिन्यांतच स्वराज्य देतों." परंतु हे महात्माजींचें सहा महिने पन्नास वर्षांत राष्ट्राला स्वराज्य मिळालें तरी तें सहा महिन्यांतच मिळाल्यासारखें आहे. राष्ट्राच्या आयुष्यांत शतकें म्हणजे क्षण असतात व विश्वाच्या इतिहासांत युगें म्हणजे क्षण असतात.

महापुरुष या दृष्टीनें पाहत असल्यामुळें ते निराश होत नसतात. परंतु याचा अर्थ असा नव्हे कीं, जातो तों क्षण महत्त्वाचा मानावयाचा नाहीं. याच क्षणीं कार्य झालें पाहिजे असा तर निश्चय हवा. परंतु त्याबरोबरच, त्या एकनिष्ठ प्रयत्नाबरोबर काळ अनंत आहे ही कल्पनाही जवळ असावी. जगांत कांहीं फुकट जाणार नाहीं. प्रयत्नवाद व आशावाद या दोहोंचा समन्वय भारतीय संस्कृती करते.

२. श्राद्ध

पूर्वजांबद्दल अत्यंत आदर पौर्वात्यांत आहे. चीन व जपान या देशांत वृद्धपूजा हा धर्मच झाला आहे. भारतीय संस्कृती वृद्धांबद्दल आदर शिकविते. तुम्ही भारतांत कोठेंही जा. तेथें वृद्धांबद्दलची पूज्यबुद्धि दिसेल. खेड्यांत तुम्ही जा. म्हाताऱ्या मंडळींस मोठ्या आदरानें वागवतात. म्हातारा मनुष्य भेटतांच "या दाजी" असें

म्हणून घोंगडी पसरतात.

घरांतही वृद्धांना फार मान. कांहीं समारंभ असो आधीं त्यांना नमस्कार. त्यांना लोडाशीं बसवतील, त्यांचा आशीर्वाद घेतील. त्यांचे पाय चेपतील, त्यांच्या गोष्टी ऐकतील.

वृद्धपूजा म्हणजे ज्ञानपूजा. ज्ञानपूजा म्हणजे अनुभव, अनुभव म्हणजे ज्ञान. त्या शुभ्र केसांत अनुभवाचें शुद्ध ज्ञान असतें. त्या वाकलेल्या पाठीवर अनुभवांचे मौल्यवान गांठोडें असतें. त्या सुरकुतलेल्या शरीरावर कित्येक वर्षांचां इतिहास असतो. पूर्वीची परंपरा वृद्धांना माहीत असते. त्यांनीं तो परंपरेचा दीप स्वतः पाजळून नवीनांच्या हातांत दिलेला असतो.

भारतीय संस्कृतींत श्राद्धदिन आहे. श्राद्ध म्हणजे पूर्वजांबद्दल आदर. महात्म्यांचें श्राद्ध सर्वांनीं करावयाचें. श्रीरामचंद्र किंवा श्रीकृष्ण यांचें आपण श्राद्ध करीत नसतों, परंतु जयंती करीत असतो. ज्यांना आपण अवतार मानलें त्यांची जयंती करावयाची. कारण त्यांचा जन्मच मंगलासाठीं असतो.

भवोहि लोकाभ्युदयाय तादृशाम्

ते जन्मतांच दिशा प्रसन्न होतात, वारे मधुर वाहतात. परंतु इतर लोकांचें तसें नाहीं. इतर लोक कसे होते हें ते मेल्यावर कळतें. त्यांची सारी आयुर्मर्यादा पाहून मग त्यांचें मोल ठरवावयाचें असतें. श्रीशिवछत्रपती, श्रीज्ञानदेव, श्रीतुकाराम यांची आपण पुण्यतिथी साजरी करतों. कारण जन्मतः त्यांचा मोठेपणा ज्ञात नव्हता. तो पुढें ज्ञात झाला. श्रीशिवछत्रपतीही पुढें अवतार समजले जाऊं लागले व त्यांचीहि जयंती करण्यांत येऊं लागली.

थोर महात्मे हे एका जातीचे एका गांवचे नसतात. ते सर्वांचे असतात. म्हणून त्यांच्या श्राद्धांत सर्वांनीं गोळा व्हावयाचें. काहीं महात्मे जगाचे असतात, कांहीं देशाचे असतात, कांहीं प्रांताचे असतात, काहीं गावचे असतात. त्यांचें त्यांचे उत्सव त्या त्या मानानें साजरे होतात.

परंतु आपले आईबाप आपल्याला मोठेच आहेत. आपले पूर्वज आपणांस पूज्यच आहेत. ते जगाला माहीत नाहींत, परंतु आपणांस माहीत असतात. त्यांचें स्मरण करणें हें आपलें कर्तव्य आहे. कृतज्ञतेसारखी मधुर वस्तू क्वचितच असेल.

भारतीय संस्कृती रोज पितृतर्पण व ऋषितर्पण करीत असते. ऋषींचें स्मरण व पूर्वजांचें स्मरण. ज्यांनीं ज्ञान दिलें त्यांचे स्मरण, ज्यांनीं देह दिला त्यांचें स्मरण.

सर्वांचीं नांवें आपण कशी घेणार? त्या तर्पणांत कांहीं नांवें असतात. परंतु तीं नांवें सर्व ज्ञातअज्ञात ऋषींचीं व पितरांचीं प्रतिनिधिभूत असतात.

श्राद्ध म्हणजे श्रद्धेनें केलेलें स्मरण. ज्या दिवशीं आईबाप वारले त्या दिवशी त्यांचें स्मरण करावयाचें. आपण तीन पिढ्यांचें स्मरण करतों. परंतु तीन पिढ्यांचें स्मरण म्हणजे जणूं सर्वांचेंच स्मरण असतें. श्राद्धाच्या दिवशीं घर सारवून स्वच्छ ठेवावयाचें. एक प्रकारें गंभीर वातावरण घरात असतें. पिंडांना नमस्कार करण्यांसाठीं घरांतील लहान-थोर जमतात. आप्त-इष्ट येतात.

श्राद्धाच्या दिवशीं तीन पिढ्यांचें स्मरण, परंतु सर्व पूर्वजांबद्दल एक दिवस वर्षातून ठेवलेला आहे. भाद्रपद महिन्यांतील अमावास्या ही सर्वपितृ अमावास्या म्हणून मानलेली आहे. त्या दिवशीं सर्व पितरांचें स्मरण करावयाचें.

श्राद्ध म्हणजे कृतज्ञता. रोज आपण आपल्या व्यवहारांत दंग असतों. परंतु वर्षांतून एक दिवस तरी आईबापांचे स्मरण हवें. भारतीय संस्कृतींत श्राद्धाला फार महत्त्व आहे. पाणी देण्यास कोणी तरी हवें. नाहीं तर मरणोत्तर गती नाहीं असें समजण्यांस येई. नरकापासून तारतो तो पुत्र. अशी पुत्र शब्दाची व्युत्पत्तीही देण्यांत येई. ज्याला पुत्र नाहीं, त्याचें घर अमंगल मानण्यांत येई. पुत्राशिवाय घराला शोभा नाहीं.

याचा अर्थ एवढाच कीं परंपरा चालावी. आपण आपली कुलपरंपरा कोणाच्या तरी हातांत देऊन निघून जावें. जो वंशतंतू आपल्या हातांत आला तो आपण तोडणें म्हणजे पाप आहे. तो तंतू अखंड ठेवला पाहिजे. अशा रीतीनें आपण अमर होत असतों. पुत्र असला म्हणजे पितरांना स्वर्ग मिळतो. पितर अमर होतात. पुत्राच्या रूपानें ते अमर होतात. सर्व पूर्वजांचें पुंजीभूत स्वरूप पुढील वंशतंतूंत असतें; म्हणजेच ते सारे अमर होतात हा अर्थ.

प्रत्येक देशांत ही श्राद्धकल्पना आहे. पाश्चिमात्य देशांत पुण्यतिथीच्या दिवशीं समाधीवर फुलें वाहतात.

श्राद्धाच्या दिवशी दोन हेतू प्रधान असतात. एक पूर्वजांचे कृतज्ञतेनें स्मरण. आणि दुसरें आपणांसही असें मरावयाचें आहे याचेंहि स्मरण म्हणून श्राद्धाच्या दिवशीं दान करावें. एक दिवस सारें सोडून जावयाचें आहे. त्याची तयारी करावयाची. थोडें थोडें देऊन टाकावयास शिकावयचें. श्राद्धदिन म्हणजे नम्रता शिकण्याचा दिन, अनासक्ती शिकण्याचा दिन, "कर्तव्य नीट कर, केव्हां जावें

लागेल याचा नेम नाही'' अशा चेतवणीचा दिन.

श्राद्धाच्या दिवशीं आपण ब्राह्मण बोलावतों. त्यांना भोजन देतों. श्राद्धाचें स्वरूप कालाप्रमाणें बदलेंलही. समजा आज कोणी असें जेवण वगैरे न दिले तरी तो अधर्म आहे असें नाहीं. दुसऱ्या स्वरूपांत दान दे. खादी घेऊन वाट. एखाद्या संस्थेला साहाय्य कर. परंतु श्राद्ध केलेंच पाहिजे. श्रद्धेनें, कृतज्ञतेनें पूर्वजांचे स्मरण व आपल्या मरणाचेंही स्मरण. आणि स्मरण ताजें राहावें म्हणून त्या निमित्तानें त्याग. असा हा श्राद्धविधी आहे.

३. एकान्त व एकाग्रता

भारतीय संस्कृतींत एकान्त ही एक महत्त्वाची वस्तू आहे. संसाराच्या रामरगाड्यांतून मन जरा अलिप्त करावयाचें. मन शांत करावयाचें. मनावरचीं सारीं सुख-दुःखाचीं गांठोडीं क्षणभर काढून फेंकून द्यावयाचीं. मनाला मुक्त करावयाचें.

एकान्त म्हणजे विश्रांती. त्या वेळेस आपण आपल्या खोल स्वरूपाशीं जणूं मिळून जावयाचें. आंत आंत जावयाचें. आकाशांत शेंकडों ढग येतात, हजारों वारे सुटतात, धुळीचे लोट उठतात, पांखरें उडतात, परंतु या सर्वांच्या पाठीमागें आकाश निळें निळें असतें. त्या आकाशाला या गोष्टींचा स्पर्श नाहीं. आपलें हृदयाकाश असेंच करावयाचें. रिकामें करावयाचें. स्वच्छ करावयाचें. यासाठीं एकान्ताचा आश्रय करावयाचा.

जरा सायंकाळीं टेकडींवर जाऊन बस. नदीकांठीं जाऊन बस. उचंबळणाऱ्या सागराला पाहा. रमणीय बागेंत जा. जरा संसारातील त्रास-चिंता विसर; परंतु मनुष्याला संसाराचा इतका हव्यास आहे कीं, तो फिरावयासही एकटा जाणार नाहीं. चारजणांना हांका मारून फिरावयास जाईल. तोच संसार बरोबर. त्याच गप्पा. कचेरी-कोर्टाच्या गप्पा, शाळा-कॉलेजांतील गप्पा, आपापल्या कर्मक्षेत्रांतील गप्पा. सर्वांची निंदास्तुती चालावयाची.

आपलें मन म्हणजे जणूं उकिरडा. साऱ्या जगाची घाण जणूं तेथें येऊन पडलेली असते. आपलें मन म्हणजे जणूं चावडी किंवा चव्हाटा. सर्वांची चर्चा या मनांत सदैव चाललेली. अमेरिकेंतील निसर्गप्रेमी थोरो यानें एके ठिकाणीं असें म्हटलें आहे, "Our mind is like a bar-room!" वकिलांच्या बैठकींत साऱ्या जगाच्या उठाठेवी चालतात, तसें आपल्या मनाचें आहे.

परंतु या मनाला स्वतःच्या आत्म्याची ओळख नसते. त्याला स्वतःच्या जीवनांत कांहीं आनंदच नाहीं. आनंदाचा झरा आंत आहे याची जाणीव त्याला नाहीं. त्याचा आनंद परवश आहे. वर्तमानपत्र वाचलें नाहीं कीं, चुकल्यासारखें होतें. कोणाचें पत्र आलें नाहीं म्हणजे वाईट वाटतें. ज्यांचे टपाल रोज पुष्कळ येतें, त्याला वाटतें आपण केवढे मोठे! किती जगाशीं संबंध!

परंतु हा मोठा मनुष्य दरिद्री असतो. त्याला त्याच्या आत्म्याचें एकही पत्र मिळत नसतें. त्या आत्म्याची एकही हांक त्याला ऐकूं येत नसते. या आत्म्याचीं पत्रें ज्याला येऊं लागलीं, त्याच्याहून भाग्यवान् कोण? या आत्म्याची नेंहमीं उपेक्षा होत असतें. तुरुंगांत ज्याप्रमाणें कैद्याची उपेक्षा होते परंतु तुरुंगांच्या भिंतीची प्रत्येक क्षणीं पाहणी होते, लिंपालिंपी होते, त्याप्रमाणेंच या देहांतील कैदी जो आत्मा त्याची उपेक्षा होते, परंतु या देहाची मात्र कोण काळजी! तो कैदी आंत मरत आहे. अरे त्याची जरा गांठ घे.

एकान्ताची ज्याला संवय आहे, त्याची पटकन एकाग्रताही होते. एकाग्रतेची आपणांस फार आवश्यकता असते. कोणताही प्रश्न सोडवतांना मन एकाग्र करतां आलें पाहिजे. संसार वा परमार्थ, त्या त्या वेळच्या महत्त्वाच्या गोष्टी उलगडतांना जर मनाची, बुद्धीची एकाग्रता करतां आलीं नाहीं तर प्रश्न सुटत नाहीं. आपण गोंधळून जातो. महात्माजींसारखें महापुरुष पटकन् चित्त एकाग्र करून सर्व परिस्थितीचें आकलन करून घेऊं शकतात.

एकान्तांत आपणांस सामर्थ्यं मिळतें, आशा मिळते. जणूं देवाघरीं जाऊन ताजेतवानें होऊन घेतों. एकान्त म्हणजे एक प्रकारें मरण. मरणानन्तर जसा पुन्हां नवीन जन्म, त्याप्रमाणें एकान्तांतून जणूं पुनर्जन्म होऊन आपण बाहेर पडतों. बुद्धीवरचीं, हृदयावरचीं सर्व कश्मलें झाडून टाकून आपण बाहेर येतो.

आपल्या सर्वांच्या घरांत देवघर असतें. ती एकान्ताची जागा. तेथें जाऊन सारें कांहीं विसरावयाचें. देवाजवळ उघडें व्हावयाचें. त्याचा हात सर्वांगावरून फिरवून घ्यावयाचा, केवढें समाधान तें असते! केवढी शांती!

देवाजवळ क्षणभर बसून आलेला मग सर्व दानवांना भारी होतो. अपार चैतन्य त्याच्याजवळ असतें. दुर्दम्य आशावाद तो घेऊन येतो. श्रद्धेचें सामर्थ्य घेऊन येतो. एकान्त म्हणजे संजीवनसिंधु मिळविण्याची जागा. एकान्तांत हंसण्यासाठीं रडणें असतें. उड्डाण करण्यासाठीं सर्व संकोच असतो. कर्माचा जोरदार वेग निर्माण

करण्यासाठीं कर्मशून्यत्व असतें. एकान्त म्हणजे सर्व सामर्थ्याचा साक्षात्कार.

एकान्त म्हणजे माणुसघाणेपणा नव्हे. जगाला तुच्छ लेखणें नव्हे. जगाला विटणें नव्हे. एकान्त म्हणजे स्वतःचे बरबटलेलें जीवन धुऊन टाकण्याची जागा. अत्यंत चिखलानें भरलेलें वस्त्र ज्याप्रमाणें एका बाजूला जाऊन आपण धुतों; त्याप्रमाणें अत्यंत मलिन झालेलें जीवन एकान्तांत जाऊन धुवावयाचें. समाजाची सेवा अधिक उत्कटतेनें व आशेने, अधिक सामर्थ्यानें व श्रद्धेनें करतां यावीं म्हणूनच एकान्त सेवावयाचा. मरण म्हणजे सर्वांत मोठा एकान्त!

साने गुरुजींचा जीवन परिचय

जन्म व बालपण :

कोकणातील पालगड या गावी साने गुरुजींचे वडील, सदाशिवराव राहत होते. ते खोताचे काम करीत असत. खोताचे घराणे सर्वसाधारणतः वैभवसंपन्न व श्रीमंत समजले जाते. पण त्यांच्या आजोबांच्या काळापासून कुटुंबाची आर्थिक स्थिती घसरत गेली. इतकी की, सदाशिवरावांचे घरदार, जमीनही नाहीशी झाली. अशा रीतीने 'बडा घर,पोकळ वासा' झालेल्या या घराण्यात २४ डिसेंबर, १८९९ रोजी गुरुजींचा जन्म झाला.

गुरुजींच्या आईचे नाव 'यशोदा' होते. लहानपणापासूनच गुरुजींचे आपल्या आईवर अतोनात प्रेम होते. त्यांच्या आईने त्यांच्या बालमनावर जे विविध संस्कार केले, त्यातूनच गुरुजींचा जीवनविकास झाला. सर्वांभूती प्रेम करण्याचा धडा त्यांना त्यांच्या आईनेच दिला. साने गुरुजींचे मन अतिशय भावनाप्रधान व संस्कारक्षम होते. म्हणूनच आईने घेतलेल्या सद्‌भावनांची वाढ त्यांच्या ठिकाणी लवकर झाली.

गुरुजींचे प्राथमिक शिक्षण पालगडला झाले. पुढील शिक्षणासाठी पुण्यास मामांकडे त्यांना ठेवण्यात आले. पण त्यांना पुण्यास राहवेना. म्हणून ते पुण्याहून पुन्हा ते आपल्या घरी पालगडला गेले आणि दापोली मिशनच्या शाळेत शिक्षणासाठी जाऊन राहिले. शाळेमध्ये हुशार विद्यार्थी म्हणून ते चमकू लागले. मराठी व संस्कृत या दोन विषयांत त्यांचा हातखंडा होता. त्यांना कविता करण्याचाही नाद

होता. कवी म्हणून त्यांची शाळेत कीर्ती पसरली. गुरुजींचे पाठांतर जबरदस्त होते. नवनीतातील विविध वेचे त्यांना तोंडपाठ होते. प्राकृत पुराणादि पोथ्यांचे त्यांनी वाचन केले होते.

पुढील शिक्षण व शिक्षकी पेशा :

घरातील दारिद्रय दिवसेंदिवस वाढत होते. गुरुजींच्या थोरल्या भावाने नोकरी धरली होती. गुरुजींना सुद्धा आता आपण वडिलांवर विसंबून राहू नये, असे वाटू लागले. म्हणून त्यांनी शिकण्यासाठी कुठेतरी दूर जाण्याचा निश्चय केला. एका मित्राने त्यांना सांगितले, की औंध संस्थानात जा, तिथे गरीब विद्यार्थ्यांना मोफत अन्न मिळते. त्यानुसार गुरुजी औंध संस्थानात येऊन राहिले. शिक्षणासाठी खडतर हालअपेष्टा त्यांनी सोसल्या. गुरुजींच्या दुर्दैवाने तेथे प्लेग सुरू झाला आणि औंधचे शिक्षण अर्धवट सोडून गुरुजी घरी पालगड येथे आले. वडिलांना आपल्या पुनरागमनाचा संशय आल्याचे दिसताच गुरुजी तात्काळ पुण्याला आले व नूतन मराठी विद्यालयात दाखल झाले.

खडतर हालअपेष्टा सोसत गुरुजी १९१८ मध्ये मॅट्रिक झाले. त्यानंतर त्यांनी आपले नाव न्यू पूना कॉलेजमध्ये (आत्ताचे स. प. महाविद्यालय) दाखल केले. तेथून ते बीए व एमएच्या परीक्षा उत्तीर्ण झाले. पुढे काय करावे, या विचारांत असतानाच अंमळनेरच्या तत्त्वज्ञान मंदिरासाठी 'फेलो हवेत' अशी जाहिरात त्यांनी वाचली. गुरुजींनी अर्ज केला व त्यांना प्रवेश मिळाला. पण लवकरच त्यांनी तत्त्वज्ञान मंदिराला राम राम ठोकला व गुरुजी अंमळनेर येथील शाळेत शिक्षक झाले. थोड्याच दिवसांत तेथील वसतिगृहाचे ते मुख्य झाले. तेथील विद्यार्थ्यांच्या जीवनाशी ते समरस झाले. आपल्या कृतीद्वारा त्यांनी विद्यार्थ्यांना स्वावलंबन व सेवावृत्ती शिकवली. विद्यार्थ्यांच्या सर्वांगीण उन्नतीसाठी आपले सारे श्रम व सारी बुद्धी त्यांनी वेचली. 'गुरुजी' या अभिधानाला ते सार्थ ठरले. १९२८ च्या नोव्हेंबरात त्यांनी 'विद्यार्थी' या नावाचे मासिक सुरू केले.

सत्याग्रह चळवळीत सक्रिय योगदान :

१९३० मध्ये हिंदुस्थानात राजकीय आंदोलन सुरू झाले. गुरुजी शालेय जीवनातून मुक्त झाले. भारताच्या राजकीय जीवनात समरूप होण्यासाठी त्यांनी सत्याग्रहात भाग घेतला. साने गुरुजींच्या जीवनातील प्रथमार्थ संपून उत्तरार्ध सुरू झाला.

महात्माजींच्या राजकीय आंदोलनाचा परिणाम गुरुजींवर १९२१ पासून होत होता. तेव्हापासून गुरुजींनी खादी वापरायला सुरूवात केली. १९३० मध्ये सत्याग्रह सुरू होताच त्यांनी शाळा सोडली व खानदेशात प्रचार सुरू केला. त्यांना अटक झाली. तुरुंगात विनोबा भावे त्यांना भेटले. तेथे चक्की पिसण्याचे काम त्यांनी आनंदाने केले. तुरुंगात विनोबाजी गीतेवर प्रवचने करीत. गुरुजी ती प्रवचने लक्षपूर्वक ऐकत. विनोबाजींवर गुरुजींची श्रद्धा बसली. २३ मार्च १९३१ ते पुन्हा तुरुंगात जाण्यासाठी सुटले. १९३२ ते ३४ पर्यंत ते तुरुंगात होते. १९३४ ते १९३६ पर्यंत ते पुण्यात होते. १९३६ मध्ये काँग्रेसने फैजपूर येथे अधिवेशन भरवण्याचे ठरवले. गुरुजींनी हे अधिवेशन यशस्वी व्हावे, म्हणून जिवापाड मेहनत घेतली. त्यांच्या हस्ते स्वातंत्र्यज्योत तेथे आणण्यात आली.

१९३८ मध्ये त्यांनी 'काँग्रेस' या नावाने साप्ताहिक सुरू केले. १९४० मध्ये गुरुजींना पुन्हा अटक झाली. त्यांना धुळ्यास ठेवले होते. १९४२ चा लढा सुरू होईपर्यंत ते तुरुंगातच होते. १० ऑगस्ट, १९४२ रोजी त्यांना सोडण्यात आले. गुरुजी भूमिगत राहून लढ्यात सहभागी होत होते. १९४३ मध्ये त्यांना अटक झाली व त्यांना येरवड्यास ठेवण्यात आले. इतर सर्व पुढाऱ्यांबरोबर त्यांची १९४५ मध्ये मुक्तता झाली.

१९४६ मध्ये देशात सर्वत्र निवडणुका होऊन काँग्रेस व मुस्लिम लीग हे दोनच पक्ष प्रबळ ठरले.

स्वातंत्र्यसूर्य उगवला...

स्वातंत्र्याचे नगारे देशात वाजू लागले. स्वातंत्र्याचा उषःकाल आला, तरी देशातील भेदाभेद दूर झाले नाहीत, म्हणून गुरुजींना वाईट वाटे. पंढरपूरचे मंदिर हरिजनांना अद्याप खुले नव्हते. हे मंदिर हरिजनांसाठी खुले होण्यासाठी साने गुरुजींनी सहा महिने आपल्या ओजस्वी वाणीने महाराष्ट्रभर प्रसार केला. गुरुजींच्या सहा महिन्यांच्या प्रचारात दिसून आलेल्या जनमताची पर्वा न करता बडव्यांनी हरिजनांना मंदिर बंदच ठेवले, म्हणून गुरुजींनी आमरण उपोषण आरंभले. पुढे दादासाहेब मावळंकरांच्या मध्यस्थीने हरिजनांसाठी मंदिराचे दरवाजे खुले झाले व सर्वांना पांडुरंगाचे दर्शन घेता येऊ लागले. भारतात अनेक वाटाघाटी होऊन अळेर फाळणी होऊन स्वातंत्र्यसूर्य उगवला. स्वातंत्र्य प्राप्त झाले. पण ३० जानेवारी, १९४८ रोजी महात्माजींची हत्या झाली. गुरुजींचा ध्येयसूर्य महात्माजींबरोबर अस्तंगत झाला. महात्माजींच्या हत्येच्या निषेधार्थ गुरुजींनी २१ दिवस उपोषण केले.

१९४८ च्या १५ ऑगस्टला गुरुजींनी 'साधना' साप्ताहिक सुरू केले. त्यातून ते आपले समाजवादी विचार मांडत असत. महात्माजींच्या निधनानंतर विषण्ण झालेले गुरुजी देशातील एकूण परिस्थितीमुळे अधिकाधिक जीवनविन्मुख होऊ लागले. अखेरीस ११ जून, १९५० रोजी झोपेच्या गोळ्या घेऊन त्यांनी आपली जीवनयात्रा संपवली.

समृद्ध लेखन :

आपल्या जीवनकाळात साने गुरुजींनी तब्बल १३५ पुस्तके लिहिली. त्यांचे बहुसंख्य लेखन लहान मुलांसाठी असले तरी भारतीय संस्कृती, इस्लामी संस्कृती, कला व इतर निबंध, इ. वाङ्मयामधून त्यांच्यातील विचारवंताचे दर्शन होते.

■

www.ingramcontent.com/pod-product-compliance
Lightning Source LLC
LaVergne TN
LVHW050636051026
849532LV00002B/414
9789386204943